गुलामराजा

बबन मिंडे यांचे प्रकाशित साहित्य

कादंबरी
सत्याग्रह (२००७)
कॉमन मॅन (२०११)
लँडमाफिया (२०१५)
कळसूत्री (२०१७)
गावई (२०२१)

कथासंग्रह
बलुत्याची व्हाण (२०१८)

नाटक
बळी (२००९)

बालकुमारांसाठी कादंबरी
कॅप्टन कावेरी मंगळावर (२०१४)
पाकुळी (२०१७)
दौलतबंकी आणि त्याचा खजिना (२०१९)

संपादन
आम्ही मराठीचे प्राध्यापक – शिरीष म्हेत्रे यांच्यासह (२००७)

गुलामराजा

बबन मिंडे

पॉप्युलर प्रकाशन, मुंबई

'गुलामराजा' ही एक काल्पनिक कादंबरी असून, या कादंबरीतील सर्व व्यक्तिरेखा, त्यांची नावे मानवसमूह आणि जाती–वर्ण, व्यवसाय, घटना–प्रसंग, स्थळे–ठिकाणे हे सर्व लेखकाच्या कल्पनेतून साकारलेले आहे किंवा त्यांना कल्पनेची जोड दिलेली आहे. या सर्वांचे वास्तवातील जिवंत अथवा मृत व्यक्तिंशी किंवा वास्तविक घटना– प्रसंगांशी कोणतेही साम्य आढळल्यास तो निव्वळ योगायोग समजावा. कादंबरीतील अनेक वर्णने, संवाद, मनोगते ही व्यक्तिरेखांच्या मनातील विचार म्हणून येतात. त्या विचारांशी लेखक, प्रकाशक, मुद्रक सहमत असतीलच असे नाही.

गुलामराजा
(म –१२७६)
पॉप्युलर प्रकाशन
ISBN 978-81-955127-5-1

© २०२२, बबन मिंडे

पहिली आवृत्ती : २०२२/१९४४

मुखपृष्ठ : सरदार जाधव

प्रकाशक
हर्ष भटकळ
पॉप्युलर प्रकाशन प्रा. लि.
३०१, महालक्ष्मी चेंबर्स
२२, भुलाभाई देसाई रोड
मुंबई ४०० ०२६

अक्षरजुळणी
प्रियांका आर्ट्स
४, अब्दुल सत्तार चाळ
फितवाला रोड
मुंबई ४०० ०१३

मुद्रक
रेप्रो इंडिया लि.
लोअर परेल, मुंबई ४०००१३

GULAMRAJA
(Marathi : Novel)
Baban Minde

मुळशीचा लढा शंभर वर्षं लढणारे नेते, कार्यकर्ते आणि
अजूनही न्यायावर विश्वास असणाऱ्या धरणग्रस्तांनो,
तुमच्या संयमाला सलाम...

प्रस्तावना

मुळशी सत्याग्रहाला शंभर वर्षं झाली. हा लढा धरणाला विरोध करणारा होता. भांडवलदार आणि त्याला साथ देणाऱ्या ब्रिटिश सरकारविरुद्ध तो टिकू शकला नाही. इतिहासात अयशस्वी म्हणून त्याची नोंद झाली. मात्र हाच इतिहास आपल्याला एक वास्तवही सांगतो. ते म्हणजे शंभर वर्षांपूर्वी सुरू झालेला मुळशीचा लढा अजून थांबलेला नाही. येथील धरणग्रस्तांच्या पुढील पिढ्या तो अजूनही लढत आहेत. जान किंवा जमीन अशी घोषणा देणाऱ्या मुळशीतील शेतकऱ्यांची गावं बुडाली. जीव वाचला; पण तो जिवंतपणीच मरणयातना भोगण्यासाठी. अजूनही येथील हजारो धरणग्रस्त पुनर्वसनापासून वंचित आहेत. सन्मानाने जगण्यासाठी त्यांची धडपड सुरू आहे. तो त्यांना ना ब्रिटिश सरकारने दिला, ना स्वातंत्र्यानंतर आपल्या सरकारने. देशहिताच्या नावाखाली शेतकऱ्यांच्या जमिनी घेतल्या जातात. त्यांचं उदरनिर्वाहाचं साधन काढून घेतलं जातं आणि त्यांच्या वाट्याला गुलामीचं जिणं येतं. मुळशी धरणग्रस्तांच्या वाट्यालाही तेच आलं.

गेली शंभर वर्षं येथील शेतकऱ्यांच्या अनेक पिढ्या न्यायासाठी लढा देत आल्या. तो देत असताना त्यांनी आपल्या पूर्वजांनी अवलंबलेला सत्याग्रहाचा आणि अहिंसेचा मार्ग कधी सोडला नाही. पण अलीकडील काही नोंदींवरून या धरणग्रस्तांच्या आताच्या पिढीचा संयम सुटताना दिसत आहे. त्यामुळे अहिंसक सत्याग्रहापासून सुरू झालेला हा लढा आता वेगळे वळण घेत आहे. सेनापती बापटांनीच शुद्ध सत्याग्रह करून या हिंसेला सुरुवात केली आहे. मुळशी सत्याग्रहाच्या पार्श्वभूमीवरील 'सत्याग्रह' कादंबरीनंतरचा 'गुलामराजा' हा दुसरा भाग. पहिल्या भागाप्रमाणेच ही कादंबरीसुद्धा या लढ्याचं शब्दचित्र आहे. ती लिहिताना एक गोष्ट जाणवली, ती म्हणजे आता या लढ्याची दिशा बदलत आहे. काही ठळक नोंदी भविष्यातील या लढ्याची दिशा सांगतात. हा लढा त्या दिशेने गेला तर तो मुळशी सत्याग्रहाचा नैतिक पराभवही असेल; पण ते सगळं काळ ठरवेल. मात्र, त्याहीपेक्षा मोठा पराभव असेल आपल्या लोकशाहीचा. सामाजिक, आर्थिक व राजनैतिक न्याय; विचार, अभिव्यक्ती, विश्वास यांचे स्वातंत्र्य; दर्जाची व संधीची समानता...पराभव असेल याचा. विजय मात्र असेल भांडवलशाहीचा.

सात

मुळशी धरणग्रस्तांचं आजवरचं वास्तव आणि कल्पित यांची गुंफण असणारी ही कथा आकाराला आली ती या लढ्याशी जोडले गेलेले नेते, कार्यकर्ते आणि बाधित शेतकऱ्यांमुळे. त्यांनी हा लढा सुरू ठेवला. अलीकडच्या काळात मला तो जवळून पाहता आला. त्यात सहभागी होऊन धरणग्रस्तांची व्यथा जाणता आली. लढ्याचं वास्तव समजून घेता आलं. ही कथा मग लोकभावनेतूनच जन्माला आली. मूळ कथा धरणग्रस्तांची आहे. त्यामुळे काल्पनिक असली तरी त्यांची नावं येणार; पण त्याचबरोबर ज्यांनी त्यांच्या माथी धरणग्रस्त हा शिक्का मारला त्यांचीही येणार. त्यातील अनेक नावं आपल्याला ओळखीची वाटतील. पण ती वगळली तर ही कथा पूर्ण होऊ शकत नाही. त्यापैकीच एक नाव म्हणजे टाटा. या कथेत हे नाव लिहिताना माझ्या डोळ्यांसमोर कुठली व्यक्ती नव्हती. भांडवलदार प्रवृत्ती होती. त्यामुळे इथं टाटा हे नाव कुठल्या व्यक्तीचा निर्देश करत नाही. ते भांडवलदारांचं प्रतीक म्हणूनच येतं.

ही कथा लिहिताना आणि लिहिल्यानंतरही अनेकांचं सहकार्य लाभलं. कादंबरीकार दिवंगत अरुण साधू या कादंबरीचे पहिले वाचक. त्यांच्या, माझे शिक्षक प्रा. डॉ. चंद्रशेखर बर्वे आणि नंतर पॉप्युलर प्रकाशनकडे हस्तलिखित गेल्यानंतर रामदास भटकळ आणि अस्मिता माहिते यांच्या सूचना, साक्षेपी संपादनातून ही कादंबरी आज वाचकांपर्यंत पोहोचत आहे. हा काळ बराच मोठा आहे. या काळात मी अनेकांना संदर्भासाठी खूप त्रास दिला आहे. या सर्वांचा मी आभारी आहे.

ही कादंबरी पॉप्युलर प्रकाशन प्रकाशित करत आहे याचा मला विशेष आनंद आहे. या कादंबरीच्या पहिल्या भागामुळेच मला रामदास भटकळ यांच्या जवळ जाता आलं. त्यांच्या आपुलकीचा सहवास, स्नेह लाभला. तो अधिक वाढेल. या मोठ्या काळात सतत संपर्क होत होता तो संपादिका अस्मिता मोहिते आणि मेघा भगत यांच्याशी. त्यांच्या सहकार्यामुळेच मुळशी सत्याग्रहाच्या शताब्दी वर्षात ही कादंबरी प्रकाशित होत आहे, हा मोठा योगायोग आहे.

दि. १६ एप्रिल १९२१ — **बबन मिंडे**

पुणे

एक

अंधार. काळाकुट्ट अंधार. सगळं रान त्या अंधारात बुडालंय. तोच अंधार तुडवत नामदेव वस्तीच्या दिशेनं चालत आहे. घराची ओढ आणि पायाखालची वाट त्याला कुठं ठेचकाळून देत नाही. या वाटेनं त्याला कधी दगाफटका केलेला नाही. उलट ही वाटच या अंधारात त्याला सोबत करत आली आहे. वाटेवर कुठं वळण आहे, कुठं खड्डा आहे, कुठं दगड उभा आहे, कुठं कोंभळा-बाभळीची फांदी आडवी आली आहे आणि वाटेवरच्या कुठल्या लवणात पाऊल जपून टाकलं पाहिजे... हे सगळं ही वाट त्याला सांगत असते, इतकं या वाटेशी आता त्याचं घट्ट नातं जुळलं आहे. आणि म्हणून नामदेवनंही कधी अंधाराची तमा बाळगली नाही आणि उजेडाची आस धरली नाही. वाटच सोबत करत असेल तर कुठल्या सोबत्याची तरी काय गरज! तोल सांभाळला तेव्हापासून या वाटेवरच तर मोठा झाला आहे तो! या वाटेवर रात्र काय आणि दिवस काय, सगळं सारखंच त्याला. त्यामुळंच आज पौडहून निघताना संध्याकाळ झाली होती, तरी कुठंतरी रात्र काढून उद्या उजाडल्यावर वस्तीच्या दिशेनं चालायचं त्याच्या मनातही आलं नाही. आणि इतक्या वर्षात कधी असला विचार त्याच्या मनाला शिवलाही नाही. पाऊसपाण्याच्या दिवसात मात्र इलाज नसतो. तेव्हा ओढ्यांना उतार नसतो. मग पालापाचोळ्यासारखं वाहून जाण्यापेक्षा अनेकदा रात्र ओढ्याच्या कडेला, कधी जनावरांच्या भीतीनं झाडावर नाहीतर अगदीच कधी एखादं गाव अगर कातकरवाडा जवळ असेल तर तिथं आसरा घ्यायचा आणि ओढ्याला उतार मिळाला, की वस्तीच्या दिशेनं चालायचं. नामदेवला वस्तीवरून पौडला आणि पौडवरून वस्तीवर पोचवणारी ही पंचवीस-तीस किलोमीटरची वाट नामदेवसारख्या वस्तीवरच्या शेकडो पायांनी बनवली आहे. वस्तीवरचे ते पाय या वाटेला लागले नसते तर ही वाट निर्माण झाली नसती आणि वाट निर्माण झाली नसती तर वस्ती जगली नसती. कारण या रानात जगण्यासाठी जे जे काही होतं ते सगळं टाटाच्या धरणानं पंचावन्न वर्षांपूर्वीच आपल्या पोटात घेतलं आहे. त्यात माणसाला माणसाशी आणि गावाला गावाशी जोडणाऱ्या रानच्या वाटासुद्धा होत्याच की! पण कोणी सगळं

लुटलं आणि वाऱ्यावर सोडून दिलं म्हणून माणूस जगणं काय सोडून देत नाही. नामदेवही त्यातलाच एक. जगण्यासाठी धडपणारा!

या जगण्याच्या धडपडीतूनच तो गेली दहा वर्षे पौडला चकरा मारतोय. तसा तो लहानपणापासूनच पौड-पुण्याला आणि लोणावळ्याला चकरा मारतोय. आंबे, करवंदं आणि तोरणाच्या पाट्या घेऊन. दोन्ही जगण्यासाठीच असल्या तरी गेल्या दहा वर्षांपासूनच्या चकरा जगण्याबरोबर वस्तीवरचं त्याचं अस्तित्व टिकविण्यासाठीही आहेत. तहसीलदार कचेरीतल्या शिपायालासुद्धा घाबरणारा नामदेव कितीतरी वेळा तहसील कचेरीसमोर नुसताच बसून परत आला आहे. तो लहानपणापासून पौडला येत असला तरी डोक्यावर पाटी घेऊन पौडच्या पेठेमधून फिरण्यापलीकडं त्याला पौड माहीत नाही. पहाटे कोंबडा आरवला की आंबे, करवंदं नाहीतर तोरणाची पाटी घेऊन वस्तीवरून पौडच्या दिशेला चालायला लागायचं. सूर्य माथ्यावर येईपर्यंत पौडमध्ये पोहोचून पाटी खाली करायची. मग कमरेला लुगड्याच्या धपल्यात बांधून आणलेली चटणी-भाकरी कुठल्यातरी झाडाखाली बसून खायची आणि परत वस्तीच्या दिशेनं चालायला लागायचं. कधी एकटा, कधी बायको तर कधी वस्तीवरचं आणखी कोणी बरोबर असतं. त्याला चार पैसे दिसतात ते अशा पायपिटीतूनच. नाही तर रानातल्या त्या पठारावरच्या वस्तीवर पैसा येणार कुठून? पैसा येण्याचे मार्ग धरणाने केव्हाच बंद केलेले!

त्याच धरणाचा, त्या धरणात बुडालेल्या त्याच्या गावाचा आणि शेतीचा विचार करत नामदेव आज अंधारातून चालत आहे. गेल्या दहा वर्षांत मारलेल्या चकरा, केलेल्या पायपिटीतून आज त्याला तहसील कचेरीतल्या भाऊसाहेबानं काहीतरी पुराव्याची कागदपत्रं घेऊन ये, मग बघतो म्हणून सांगितलं आहे. तेवढ्या बोलण्यानं नामदेव सुखावला आणि उद्याच घेऊन येतो म्हणून आज तो त्या भाऊसाहेबाला हात जोडून आला आहे. नाहीतर इतकी वर्षे नुसत्याच चकरा होत होत्या. मात्र, आज ज्याने या चकरा मारायला लावल्या त्या पेठेतल्या डॉक्टर खटावकरांनीच त्याला भाऊसाहेबांसमोर नेलं होतं आणि म्हणाले होते,

"भाऊसाहेब, या बाबांना मी अनेक वर्षे बघतोय. ते मुळशीतून, आतून कुठून डोक्यावर पाटी घेऊन आंबे, काळी मैना विकायला पंचवीस-तीस किलोमीटर पायी येतात. गरीब माणूस आहे. त्यांची म्हणे जमीन गेली आहे, मुळशी धरणात. म्हणून मी त्यांना म्हणालो, जमीन गेली आता जाऊ द्या. पण

धरणग्रस्तांना काही सवलती असतात नोकऱ्यांमध्ये वगैरे. तर धरणग्रस्त म्हणून दाखला काढला आहे का? तर ते नाही म्हणाले. म्हणून काही वर्षांपूर्वी मी त्यांना तो काढायला सांगितला होता. तेव्हापासून ते या ऑफिसात आणि ऑफिसभोवती चकरा मारतात. अशिक्षित माणूस आहे, बघा काय मदत करता आली तर. आणि आज ते आणखी वेगळंच सांगतात. म्हणतात, ते जी जमीन वर्षानुवर्षं कसतात ती जमीनही आता टाटाने त्याच्या नावावर केली आहे म्हणे.''

तसे ताठ बसून शांतपणे सगळं ऐकून घेणारे भाऊसाहेब खुर्चीवर रेलून बसले आणि डॉक्टर खटावकरांकडं बघत म्हणाले,

''अहो डॉक्टर, धरणग्रस्त दाखला काढायचा म्हणजे हजार लफडी. कागदपत्रांची यादी वाचून अवाक होतात शेतकरी. त्यात हे शेतकरी सगळे अडाणी. कुठली कुठली कागदपत्रं आणायची त्याची यादी दिली तरी हागलंमुतलं आपल्याला विचारायला येतात. एखादा खिंड लढवतो. बाकीचे कागदपत्रं मिळवण्याची लढाई अर्ध्यावरच सोडून देतात. आणि हे तर मुळशी धरण. त्याची कागदपत्रे शोधून काढणं म्हणजे ही मावळी लोकं म्हणतात तशी गवताच्या गंजीतून सुई शोधण्यासारखं आहे. शिवाय हे धरण झालंय इंग्रजांच्या काळात. तेव्हाचे कायदे वेगळे आणि आताचे कायदे वेगळे. आता आपल्या लोकांचं, आपणच निवडून दिलेलं सरकारही शेतकऱ्यांच्या तोंडाला पानं पुसतं. मग तेव्हाच्या इंग्रजांनीही काहीतरी पाचर मारून ठेवलीच असणार की नाही. त्यात टाटा पैशावाला. आणि सरकार पैसेवाल्यांचं. मग या मळक्या कपड्यातल्या फाटक्या शेतकऱ्यांना कोण विचारतो!''

भाऊसाहेब नामदेवला खालून-वरून न्याहाळत म्हणाले. तसा नामदेव बावरून डॉक्टरांकडं बघायला लागला. डॉक्टरांनीही नामदेवकडं पाहिलं. खांद्यावर शिवलेली मळकी पैरण, पार जीर्ण झालेलं गुडघ्यापर्यंत आवरलेलं धोतर, गालफडं आत गेलेली, गालावर आणि हनुवटीवर वाढलेली दाढीची खुटं. आंब्याच्या चिकानं कोपरापर्यंत उतलेले हात, कळकटलेल्या दोरखंडासारखा डोक्याचा पटका, फुफाट्यानं पोटरीपर्यंत भरलेले पाय असा केविलवाणा देह पाहून डॉक्टर पुन्हा एकदा भाऊसाहेबांना म्हणाले,

''तरी भाऊसाहेब, तुम्हाला जेवढं शक्य आहे तेवढं करा.''

''करू. सरकार आम्हांला तुमची कामं करण्यासाठीच पगार देतं. मात्र

धरणग्रस्त दाखला मिळाला म्हणजे लगेच नोकरी मिळाली असंही नाही. तिथं अजून वेगळंच झेंगट असतं. बरं ते जाऊ द्या. काही कागदपत्रं आणली असतील तर ती दाखवा म्हणजे लगेच सांगतो काय होईल आणि कुठली कागदपत्रं पाहिजेत ते.''

भाऊसाहेब पुन्हा नामदेवकडं बघत म्हणाले. नामदेवनं परत डॉक्टरांकडं पाहिलं.

''काही कागदपत्रे आणली आहेत का?'' डॉक्टरांनी नामदेवकडं बघत विचारलं. तसा थोडा चाचरत तो म्हणाला,

''नाय.''

''बघा, या मावळी शेतकऱ्यांची हीच बोंब. हात हालवत यायचं आमच्या समोर आणि आमचं काम करा म्हणायचं. आता ह्यांचा सातबारा काय ह्यांच्या तोंडावर लिहिला आहे का आम्हांला कळायला.''

भाऊसाहेब चिडचिड करायला लागले. मग पुन्हा डॉक्टरांनीच सावरून घेतलं. म्हणाले,

''भाऊसाहेब, अशिक्षित माणसं ही. नुसतं ऑफिसात यायचं म्हटलं तरी वर्षानुवर्षं विचार करतात. कागदपत्रांची गोष्ट खूप लांबची. आपण शिकलेल्यांनी थोडं सांभाळून घ्यायचं त्यांना.''

डॉक्टरांच्या समजावण्यानं भाऊसाहेब थोडे शांत झाले आणि नामदेवकडं बघत म्हणाले,

''बरं, नावगांव तरी सांगाल का?''

भाऊसाहेबांचा थोडा धसकाच घेतलेल्या नामदेवनं पुन्हा डॉक्टरांकडं पाहिलं. तसे डॉक्टर म्हणाले,

''बाबा, नाव सांगा तुमचं.''

''नामादेव... पन नामाच म्हंत्यात समदे''

नामदेवनं भीतभीतच सांगितलं.

''पूर्ण नाव सांगा.''

भाऊसाहेब मोठ्यानं ओरडले. मग त्यांच्याकडं बघण्याऐवजी डॉक्टरांकडं बघतच नामदेव म्हणाला,

''नामा देवा बोडके.''

''गाव?''

"पठारवस्ती."

नामदेवनं पुन्हा डॉक्टरांकडं बघतच उत्तर दिलं. तसे भाऊसाहेब परत ओरडले. म्हणाले,

"वस्तीला काही नाव असंल ना!"

"वस्तीच म्हंत्यात. पठारवस्ती."

भाऊसाहेबांनी कपाळाला हात लावला. मग डॉक्टरांकडं बघत म्हणाले,

"आता डोकं फोडून घ्यायचं का यांच्यासमोर!"

डॉक्टरांनी नामदेवकडं शांतपणे पाहिलं. म्हणाले,

"वस्ती असली तरी ती कुठल्या तरी गावात असते. ज्याला गाव नाही असं या देशात कोणी नाही. बाबा, तुम्हीसुद्धा कुठल्या तरी गावचे आहात."

"नाय. आमी गावात नाय. वस्तीव ऱ्हातो."

"परत तिथंच."

भाऊसाहेब वैतागून म्हणाले. मात्र डॉक्टर समजुतीनं घेत होते. मग त्यांनी नामदेवकडं पाहत शांतपणे विचारलं. म्हणाले,

"बरं, तुमच्या घराजवळ कुठलं गाव आहे?"

"शिरवली." नामदेव.

"हां. मग तेच तुमचं गाव असंल."

डॉक्टरांच्या या वाक्यावर मात्र नामदेव पटदिशी म्हणाला,

"नाय नाय. ते आमचं गाव नाय."

"कशावरून?" डॉक्टर.

"आता पिढ्या गेल्या आमच्या पठारवस्तीव. कव्हा शिरवली आमाला आमचं वाटलं नाय आन् शिरवलीवाल्यांना वस्ती कव्हा त्यांची वाटली नाय. हे काय सांगाया लागतं व्हय? कळतंच की!"

"तसं नाही. पण..."

डॉक्टर पुन्हा काहीतरी विचारणार तोच भाऊसाहेब मध्येच म्हणाले,

"बाबा, तुम्ही आता आमचा विनाकारण वेळ घेऊ नका. तुमचं रेशनकार्ड आणि शेतीचा सातबारा उतारा घेऊन या. ते बघून सांगतो मी तुम्हांला काय करायला लागंल ते. या आता."

डॉक्टर नामदेवला घेऊन बाहेर यायला लागले. पण तेवढ्यातही तो भाऊसाहेबांना म्हणाला,

"उंद्या घिऊन येतो, सायेब. पन तेवढी आमची जमीन आमच्या नावाव व्हईल ना... की टाटा तीबी बळकीन?"

भाऊसाहेबांनी नामदेवला पुन्हा एकदा खालून-वरून बघितलं आणि म्हणाले,

"दिसतोय वेडा, पण आरोप कोणावर करतोय तर टाटावर. म्हणे टाटा जमीन बळकवीन! आरे इथं कोणी कोणाची जमीन बळकवायला मोगलाई आहे का? जा. कोण नाही तुझी जमीन बळकावीत. आम्ही आहे इथं. पण पुढच्या वेळेस येताना कागदपत्रांशिवाय येऊ नको."

नामदेवनं भाऊसाहेबांना हात जोडले आणि बाहेर आला. बाहेर आल्यावर डॉक्टरांनी त्याला विचारलं. म्हणाले,

"बाबा, उद्या घेऊन येतो म्हणाला. पण रेशनकार्ड, सातबारा वगैरे तुमच्याकडं आहे ना?"

भाऊसाहेबांच्या वरवरच्या का होईना, पण 'जा कोण नाही तुझी जमीन बळकावीत' या दिलाशानं तो थोडा सुखावला आणि अपमान विसरून मोठ्या उत्साहानं म्हणाला,

"असंल. आमचा थोरला म्हातारा लय हुशार. त्याच्याकं असंल. कव्हा काय लागलं तर आम्ही त्याच्याकूनच समदं मागून घेतो."

"मग या घेऊन उद्या. आणि भाऊसाहेबांना ते दाखवा. तिरसट आहे. पण आपल्याला आपलं काम करून घ्यायचं असंल तर सगळं सहन करून त्यांच्याशी गोड बोलायचं. आरेला कारे करायचं नाही. नाहीतर होणाऱ्या कामात ही लोकं काहीतरी शेरा मारून ठेवतात. आणि मग ते काम केव्हाच होत नाही."

"आमी कशाला काय बोलतोय सायेब. आता टाटा मुळाव उठलाय म्हनून आलोय. नायतर हितं यायची तरी काय गरज. पन आज रातच्यालाच म्हाताऱ्याकून समदं घेतो आणि उंद्या दिस उगवायला हितं येतो."

नामदेव उत्साहानं म्हणाला. मग उत्सुकता म्हणूनच डॉक्टरांनी त्याला विचारलं. म्हणाले,

"म्हातारा म्हणजे तुमचे वडील का?"

"नाय."

नामदेव आवडीनं सांगायला लागला. म्हणाला,

"बाप धाकला म्हातारा. तो कव्हा वस्तीच्या भायेर पडला नाय. रानाबिगार

त्याला दुसरं कायबी माह्यती नाय. पन आमचा थोरला म्हातारा, म्हंजी माझा आजा लय हुशार. धरान व्हऊने म्हनून त्यानी पुन्याच्या पुढाऱ्यांबरं सत्याग्रह केला व्हता. त्याकरता पार पुन्यापरेन गेला व्हता. त्या काळी धरान कसंकसं झालं ती समदी माह्यती त्याला. कव्हा सांगायला लागला म्हंजी निस्ता सांगतच ऱ्हातो. त्याच्याकं असंल समदी कागदं. घिऊन येतो उंद्या.''

असं म्हणून पौडवरून निघालेला नामदेव पठारवस्तीच्या दिशेनं चालत आहे. घरी पोहोचून थोरल्या म्हाताऱ्याकडून कागदपत्रं कधी घेतो असं त्याला झालंय. अंधारात त्याला पायाखालचं काही दिसत नव्हतं. पण शेडाणीजवळच्या मोठ्या वळणावर त्याला पुढच्या ओढ्याची चाहूल लागली. ओढ्याच्या अलीकडं झुडपं वाटेवर आली आहेत. ती अंग ओरबडतात. म्हणून नामदेव सावध होत करवंदीची, तंटणीची झुडपं हातानं मागे सारत पुढे चालत आहे. वाघजाईचा हा ओढा धरणाला जाऊन मिळतो. पावसाळ्यात तो वाहतो तेव्हा चार महिने ही वाट बंद असते. धरणाचं पाणी वाटेला आपल्या पोटात घेतं. मग तीनचार महिने पौडचं नाव काढायचं नाही. त्यातूनही कधी जाण्याची वेळ आली तर लाँचशिवाय पर्याय नाही. पण लाँचला माणसापेक्षा दूध महत्त्वाचं असल्यानं ती फक्त दुधासाठीच येते. आंबेसरायव्यतिरिक्त या भागात पैसा दिसतो तो फक्त दुधाचा. पण तोही लाँचवर अवलंबून. आणि लाँच आहे दूध सोसायटीच्या ताब्यात. तिथं चेअरमनच्या रूपानं नवा टाटा आलेला. अडवणूक करणारा. पण तरीही नामदेव आणि पठारवस्तीचं जगणं सुरू आहे. मधल्या काळात काही जणांनी नवी दूध सोसायटी काढण्याचा प्रयत्न केला, पण मुरलेल्या चेअरमननं तो हाणून पाडला. आता नामदेवची जनावरं दुधावर नाही. पण ती केव्हातरी येतीलच, तेव्हा पुन्हा लाँचसाठी सोसायटीची मनधरणी करायलाच लागणार आहे. इतर वेळी कोणी आजारी पडलं तर मात्र लाँचची वाट न बघता त्याला डालात टाकून चांदिवलीकडून आणखी वीस किलोमीटर चालायचं आणि पौड गाठायचं. नाहीतर कुंभेरीकडून नांदगाव, पेठशाहपूर करत आंबवण्यात उतरून लोणावळ्याला जायचं.

या ओढ्याशिवाय आणखी दोन ओहळ या वस्तीच्या वाटेवर आहेत. मात्र त्यांचं नामदेवसारख्यांना काहीच वाटत नाही.

ओढा पार करून तो खडकावरच्या आंब्याजवळ आला. तिथलं म्हसोबाचं छोटं मंदिर अंधारात दिसत नव्हतं. पण अंधारातही अदमासे तो त्या वाटेवरल्या

कमरेएवढ्या मंदिरासमोर गुडघे टेकून बसला. दोन्ही बाजूच्या भिंतींना हात लावले. अंधारातही बरोबर घंट्याजवळ हात गेला. घंटा वाजवला. घंट्याचा आवाज घुमला, तसे आंब्यावरच्या एका पक्ष्याचे पंख फडफडले. म्हसोबासमोर डोकं टेकवून नामदेव पुढे चालायला लागला. हा म्हसोबा रात्री-अपरात्रीचा वाटसरूंचं रक्षण करतो, अशी वस्तीवरच्या लोकांची समजूत आहे. त्या श्रद्धेतूनच वर्षातून पाचपन्नास नारळ त्याच्यापुढे फुटतात आणि दहाबारा कोंबडे कापले जातात. तेवढं केलं की कोणीही या वाटेवरून केव्हाही जाऊ शकतं. ना त्याला विंचू-काट्याची भीती, ना कुठल्या जनावराची, ना कुठल्या भुताखेताची की ना या रानात भरून उरलेल्या अंधाराची! बरं, वाटेवरील ही जागा नुसती भीतीच नाहीशी करणारी नाही तर वाटेला शोभाही आणणारी आहे!

म्हसोबाच्या पाया पडून नामदेव पुढे चालायला लागला. आता शिरवलीची तेवढी एक चढण चढली की आलं पठार. म्हणून तो झपझप पावलं उचलायला लागला. अंधारात त्याच्या डोळ्यासमोर होता तो थोरला म्हातारा. त्याच्या जवळचं रेशनकार्ड घ्यायचं, सातबारा घ्यायचा आणि उद्या दिवस उजाडायला परत भाऊसाहेबांसमोर जायचं. असा विचार करत असतानाच पोमगावच्या शिवेजवळ त्याला चार-पाच हिलाळ दिसले. असे हिलाळ इथल्या गावांमधून कुणाच्या लग्नात, कधी उरसात नाहीतर होळीच्या दिवटीच्या मिरवणुकीत दिसतात. तेही गावात. पण गावाबाहेर शिवेवर हिलाळ का पेटतात म्हणून नामदेव हिलाळांच्या दिशेनं चालायला लागला. जवळ जाऊन बघतो तर चांगला शे-सव्वाशे पोरांचा जमाव. हातात काठ्या, पहारी, कुऱ्हाडी घेतलेल्या. त्यातला एक जण म्हणत होता,

''आपण पहिल्यांदा तिथल्या अधिकाऱ्यांना सांगून बघायचं. आमच्या मागण्या मान्य करा. गेली पंचावन्न वर्षे टाटाने आमच्यावर अन्याय केला आहे. आमची चांगली नांदती, सुखासमाधानाने नांदणारी गावं पाण्यात बुडवली. आम्हांला नको असताना केवळ मुंबईला वीज मिळावी म्हणून टाटाने धरण बांधलं आणि त्यावर तो गब्बर झाला. पण ज्यांच्या जमिनीवर तो एवढा मोठा झाला त्या शेतकऱ्यांना त्यानं वाऱ्यावर सोडलं. कराराप्रमाणे रस्ते केले नाहीत. दवाखाने काढले नाहीत. शाळा काढल्या नाहीत. पाण्याची व्यवस्था केली नाही, की लाइटची व्यवस्था केली नाही. मात्र, आमच्या जमिनीवर बनलेल्या विजेवर तिकडं मुंबई उजळून निघाली. आमच्या घरात चिमणी पेटायची मारामार

करून ठेवली आणि तिकडं मुंबईच्या घरातले संडास आणि रस्ते झगमगाटानं लख्ख केले. आता आम्ही हे सहन करणार नाही. ज्याने आम्हांला अंधारात लोटलं त्या टाटाला आम्ही सोडणार नाही. आणि मुंबईवाल्यांनाही कळू द्या अंधारात राहणं कसं असतं ते. म्हणून आम्ही हे केंद्र बंद पाडायचा निर्णय घेतला आहे. पण आपल्या मागण्या तिथल्या अधिकाऱ्यांनी मान्य केल्या तर तिथलं कसलंच नुकसान करायचं नाही. कळलं. आपला उद्देश टाटाचं नुकसान करण्याचा नाही. पण टाटाला कळू द्या, मुंबईवाल्यांना कळू द्या आणि सरकारलाही कळू द्या, की एखादा गरीब अन्यायाने पेटून उठला की काय करतो ते.''

''होय होय, सगळ्या देशाला कळू द्या मुळशीचं गाऱ्हाणं.''

असं आणखी काही तरुण त्याच्या मागे म्हणाले आणि सगळेजण हिलाळ घेऊन घोटमाचीचा डोंगर चढायला लागले! या डोंगराच्या माथ्यावर गेलं की खाली कोकण दिसतं. आणि त्याच्याच तळाला टाटाचं भिऱ्याचं वीजनिर्मिती केंद्र!

नामदेव अवाक होऊन ते सगळं बघत होता. क्षणभर त्याला वाटलं आपणही व्हावं त्यात सामील, पण नंतर एकदम त्याला भाऊसाहेबांची आठवण झाली. उद्या आपल्याला पौडला जायचं आहे. ते महत्त्वाचं. पण मनातल्या मनात तो त्या तरुणांच्या बोलण्यानं सुखावला होता. त्याला मनापासून वाटत होतं की भिऱ्याचं केंद्र बंद पडावं. या पोरांनी ते जाळून टाकावं आणि रानातून टाटा निघून जावा. म्हणजे सगळी संकटंच दूर होतील. पण हे सगळं तो मनात योजत होता.

मग भिऱ्याचं केंद्र. थोरला म्हातारा आणि भाऊसाहेबांच्या विचारात त्यानं पुढची वाट कधी कापली ते त्याचं त्यालाच कळलं नाही.

त्यानं पठारावर पाऊल ठेवलं तशी कुत्री भुंकायला लागली. दावणीची गुरं हंबरायला लागली आणि घरातली माणसं जागी झाली. देवा घरासमोर भाताच्या लोळ्या रचून ठेवण्यासाठी टाकलेल्या मांडवावर झोपला होता. तो तिथंच अंथरुणावर उठून बसला. लोळ्यांचा आवाज झाल्यावर नामदेवनं मांडवावर बघितलं तसं त्याचं लक्ष घोटमाचीकडं गेलं. त्या डोंगरावरून मघाचे हिलाळ भिऱ्याकडं सरकत होते. हातात चिमणी घेऊन अंगणात आलेल्या सरस्वतीला त्यानं ते दाखवले. म्हणाला,

“ते बघ, खोऱ्यातले गडी चाल्लेत भिऱ्याला. टाटाची लाइट बनवनारी कंपनी बंद पाडायला. आता पेटवूनच देत्यात वाटतं कंपनी.”

“पन हायेत क्वान गडी ते?”

सरस्वतीनं त्या डोंगरावरच्या हिलाळांकडं बघत विचारलं.

“हिलाळाच्या उजेडात गड्यांचा तोंडावळा खोऱ्यातलाच दिसत व्हता. पन अंगावली कापडं पुन्या-ममयवाल्यांवानी व्हती. कुनी का आसंना, मातुर गडी धाडसाचं काम करायला निघालेत.”

चिमणीच्या उजेडात अंगणातल्या दगडावर टेकत नामदेव म्हणाला.

“टाटाच्या कंपनीवच चाल्लेत ना. नायतर असायचे दरुडेखोर. लयंदी असंच घुसले व्हते खोऱ्यात. चारसा मयने नकोनको केलं व्हतं त्यांनी. तसाच परकार असायचा नायतर!”

सरस्वतीनं मध्येच शंका काढली. तेव्हा तिच्याकडं बघत नामदेव म्हणाला,

“असलेत् असले दरुडेखोर. चाल्लेतत् दरुडेखोराच्याच कंपनीव.” तेवढ्यात अंधारात थरथरत्या पायांनी म्हादू अंगणात आला. चिमणीच्या उजेडात चमकणाऱ्या नामदेवच्या चेहऱ्याकडं बघत म्हणाला,

“आता दरुडा टाकायला काय राह्यलंय बाबा ह्या रानात. समदंत् लुटलं टाटानी!”

“तेच सांगतोय हिला. पन आता त्याच टाटाव चाल करून चाल्लेत गडी. ते बघ घोटमाचीच्या डोंगराकं.”

म्हादूनं तिकडं पाहिलं नाही. पण हसत हसत म्हणाला,

“चाल करून काय उपेग नाय. अशा लय चाली करून झाल्या. पह्यली आमीच केली. सत्याग्रह करून. पन तो टाटा पैशावाला. पह्यल्यांदा इंग्रजांना हाताशी धरत व्हता. आता आपल्याच लोकांना हाताशी धरतो. काय व्हनार नाय. ढुंगान आफटतील आफटतील आणि आमच्यावानी गप पडून ऱ्हातील. ह्या जगात शेतकरी किडामुंगी हाये बाबा...”

“म्हाताऱ्याचं कीर्तान सुरू झालं.”

नामदेव सरस्वतीला म्हणाला.

“ते नेहमीचंच हाये. बघन तव्हा आपला तो सत्याग्रह, धरान, आकसई, नायतर ज्योतिश्वर आणि त्याच्याकं गेलेली रखमी. याबिगार दुसरं काय नायच. त्यांचं चालू द्या. तुमी आपली भाकर खाऊन घ्या. चला.”

सरस्वती आत जायला लागली. तसा नामदेव तिच्या हातातली चिमणी घेत म्हणाला,

“भाकर खातो मागून. पह्यल्यांदा म्हाताऱ्याशी बोलू दे. त्याच्याकून कागदं घेतो. उंद्या सकाळी सकाळी पौडाला घिऊन जायचीयत.”

असं म्हणून तो चिमणी घेऊन म्हादूजवळ आला. म्हादू दारातल्या उंबऱ्यावर बसला होता. तिथंच त्याच्या शेजारी बसत त्याला म्हणाला,

“आपल्या शेताची आन् घरादाराची काय कागदं आसतील ना आपल्याकं?”

“आता इतक्या वर्षात कुठं ऱ्हानार ती. लयंदीच बुडालं समदं. धरान झालं तव्हा. आता जमीनजुमलाच राह्यला नाय म्हनल्यावं कागदं कुनीकून ऱ्हानार. आन् ऱ्हायली असती तरी आता ती चाटली असती का, आन् चाटून तरी काय प्वाट भरलं असतं? आता पिढ्यान्‌पिढ्या पोसनारी जमीन गेली. कागदाचं काय घिऊन बसला, नामा.”

म्हादूनं नामदेवला परत कीर्तन ऐकवलं.

“म्हंजी तुझ्याकं कसलीचं कागदं नाय.”

थोडा निराश होत नामदेव म्हणाला. तसा चिमणीच्या उजेडात पुसटशा दिसणाऱ्या नामदेवच्या चेहऱ्याकडं बघत म्हादू म्हणाला,

“नाय. पोरा काय बी नाय बघ माझ्याकं. कागदं नाय, पैका नाय आन् जमीनजुमलाबी नाय. मातूर कव्हाकाळी हे समदं व्हतं. पन टाटा या रानात आला. धरान झालं आन् समदं व्हत्याचं नव्हतं झालं.”

मग म्हादू मांडवाकडं बघत म्हणाला,

“तो मांडवाव झोपलेला. देवा. तुझा बाप. ज्योतिरुपेश्वराच्या नवसाचा. धरनानी त्याला या पठाराव टाकलं. त्याचं ल्हानपनत् लुटलंच पन त्याच्या त्वांडचं आईचं दूधबी काढलं. या धरनानी त्याच्या आईलाच घेतली प्वाटात. आता ज्या गावात, ज्या जमिनीत जीव आडकलाय ती जमीनच गेल्याव, जिवाभावाची मानसं गेल्याव निस्ती कागदं उराशी क्वान कवटाळून बसनार हाये बाबा!”

“मंग आता उंदया पौडाला काय घिऊन जाऊ. आन् त्या भावसायबाला काय दावू.”

डोकं खाजवत नामदेव म्हणाला. मग बसल्या जागेवरच सावरून बसत म्हादू म्हणाला,

''आन् असती कागदं आपल्याकं तरी पौडात दावून त्याचा कायबी उपेग झाला नसता. लय जनांनी लयंदीच ते समदं करून बघितलंय. काय उपेग झाला नाय. आन् व्हनारबी नाय. तव्हा तूबी त्या भानगडीत पडू नको, आन् जिवाचा आटापिटा करू नको. पौडाला खेपा घालून झीजझीज झिजशील पन हाती काय लागनार नाय.''

''असं कसं म्हंतो तू. प्वाटापुरता तांदूळ आन् नाचनी व्हती ती जमीन टाटानी घेतल्याव काय करायचं आपून. मरायचीच पाळी येनार की! त्या सिधा पडवळाची काय तऱ्हा झाली माह्यतीये ना!''

नामदेव आता थोडा तावातावानं बोलला. तसा त्याला शांत करत म्हादू म्हणाला,

''पोरा अशा शिरा तानून कायबी उपेग व्हनार नाय. समदं खोरं पान्यात बुडालं तव्हा त्यांच्याकं काय कागदं नव्हती का? समदं व्हतं. पन टाटाम्होरं कुनाचं काय चाललं नाय. त्याला जी जमीन पायजे ती तो घेनार आन् पायजे ते करनार. तिथं तो गब्बर व्हनार आणि आपून मुलखाव प्वाट भरायला जानार. आता ही रितच झालीये बाबा या जगाची. त्याला क्वान काय करनार. आपली आकसई बुडाली म्हनून हितं आलो. आता हितून हाकलून दिल्याव आनखी कुनीकं जायचं! प्वाट हाये तवर करायची वनवन.''

''मला नाय हे पटत.'' नामदेव.

''मलाबी नव्हतं पटत. म्हनून लढलो. सत्याग्रह केला. मार खाल्ला, गरम पान्याच्या फवाऱ्यात कातडी जाळून घेतली. पन हाती काय लागलं? काहीच नाय. हे असंच चालायचं बाबा. भोग म्हनायचे आपले. त्यात काय बदल व्हनार नाय. शंभर उन्हाळे-पावसाळे पाह्यलेल्या म्हताऱ्याचे बोल हायेत हे. पूर्वजन्मीच्या पापाची फळं म्हन वाटलंसत्.''

म्हादू असा बोलायला लागला की बोलत राहतो. नामदेव आणि सरस्वतीच काय, पण पठारावरच्या सगळ्यांनीच ते कितीतरी वेळा ऐकलेलं आहे. तो मनानं अजून धरणात बुडालेल्या आकसईतून आणि आकसईतल्या ज्योतिरुपेश्वराच्या मंदिरातून बाहेर आलेला नाही. त्यामुळं मागचा कुठलाही विषय निघाला की तो जुन्या आठवणी सांगत बसतो. आकसई, ज्योतिरुपेश्वर, त्यानं काढलेलं देवाच्या

बांधणीचं वावर, सत्याग्रह, धरण, रखमी... हेच त्याचं विश्व. नामदेवनं आजपर्यंत ते पुन्हापुन्हा ऐकलेलं. मात्र आज त्याचं चित्त स्थिर नाही. आपली अवस्था सिधा पडवळासारखी व्हायला नको म्हणून तो धडपडत आहे.

पठाराच्या खालच्या अंगाला वावरात रात्रंदिवस राबणारा सिधा पडवळ त्याच्या डोळ्यांसमोरून हालत नाही. धरण होण्याआधी चांदिवली गावात त्याची मुबलक जमीन होती. मोठा वाडा होता. दारात दोन बैलगाड्या होत्या. दोन घरगडी होते. पण धरण झालं आणि सगळं बुडालं. सिधा पडवळाचा आजोबा खोरं सोडून गेला नाही. सगळं बुडाल्यावर पोट भरण्यासाठी तो त्याच्या वरकस जमिनीवर सरकला. बायकापोरांना घेऊन उतारावरील जमीन सपाट केली आणि तिथं नाचणी, वरई पिकवू लागला. हळूहळू एक वावर काढलं. त्यात भात घेऊ लागला आणि आश्रयाला एक घर बांधून तिथंच राहू लागला. या सिधा पडवळाच्या आजोबाला दहा पोरं झाली. पण जगली फक्त दोनच. एक सिधा पडवळाचा बाप आणि दुसरी लोणावळ्याच्या बाजूला दिलेली आत्या. ती लग्न करून दिल्यावर इकडं कधी फिरकलीच नाही. सिधा पडवळाची आजी दहाव्या पोराच्या वेळेस अडून मेली. अडलेली ती बाई मोकळी होईल मोकळी होईल म्हणून रात्रभर पठारावरच्या चारदोन बायांनी वाट पाहिली. पण सकाळी दिवस उगवला तरी ती मोकळी झाली नाही. म्हणून मग पठारावरच्याच गड्यांनी तिला डालात टाकून पौडच्या सरकारी दवाखान्यात न्यायचं ठरवलं, पण धरणाला वेढा घालून पंचवीसतीस किलोमीटरच्या पायवाटेवर मध्येच ती मेली. सिधा पडवळाचा बाप मग तसाच बिनआईचा वाढला. लग्न झालं. त्यालाही आठं पोरं झाली. त्यातली चार जगली. तीन पोरी आणि एक सिधा. पोरी लग्न करून आपापल्या घरी गेल्या. सिधाचंही लग्न झालं. त्याला बरीच वर्षे मूल होत नव्हतं. सिधाच्या बापाला आणि आजोबाला मात्र नातवाचं आणि पणतूचं तोंड बघायचं होतं. पण त्या दोघांचीही ही इच्छा पूर्ण झाली नाही. दोघं मेल्यावर बऱ्याच वर्षांनी सिधा पडवळाला पोरगा झाला. तेव्हा पठारावर नांदणाऱ्या आठ-दहा घरांना त्यानं चूलबंद जेवण दिलं. कितीतरी वर्षांनी पठारावर झालेलं ते पहिलं बारसं सगळ्यांच्या लक्षात राहिलं.

मात्र आता सिधा पडवळाचा पोरगा लग्नाला आला आणि सगळी जमीन काढून घेऊन टाटानं त्याला या रानातून जायला सांगितलं. सिधा पडवळ पौड, मावळपासून पुण्यापर्यंत सगळीकडं हिंडला. वकिलांना भेटला, पुढाऱ्यांना भेटला

पण काही उपयोग झाला नाही. सिधा पडवळ जी जमीन कसत होता ती त्याची वडिलोपार्जित जमीनच होती. पण ती आता टाटाच्या नावावर होती. टाटा त्या जमिनीचं भाडं घेत होता. आणि सिधा पडवळ ती कसत होता. मात्र कूळकायदा आला. कसेल त्याची जमीन व्हायला लागली आणि टाटाने हळूहळू भाडेपावत्या देणं बंद केलं. भाड्याच्या जमिनी काढून घ्यायला सुरुवात केली. सिधा पडवळ काही करू शकला नाही. जमीन गेली. या रानात आता मोलमजुरी तरी कुठं मिळणार. धरणाबाहेर मजुरीला जायचं म्हणजे रोज पंचवीसतीस किलोमीटर चालत जायचं आणि परत तेवढंच चालत यायचं. आता उतारवयात त्याला हे झेपणार नव्हतं. मग नवरा-बायको राहिले घरातच बसून. दोन म्हशी आणि दोन बैलं होती. पण आता शेती नाही म्हटल्यावर बैलं कशाला ठेवायची म्हणून तीही टाकली विकून. त्यावर चारसहा महिने गेले. मग पुन्हा पोटाचा प्रश्न आला. दोन्ही म्हशी गाभण होत्या. चार महिन्यांनी त्या व्यायल्या की पाचसहा लिटर दूध गेलं असतं सोसायटीत. पण त्याआधीच वकिलाच्या फीसाठी काढलेलं कर्ज आडवं आलं. आणि ज्यानं व्याजानं पैसे दिले होते त्यानं दावणीच्या म्हशी सोडून नेल्या. त्या नवरा-बायकोला हा अपमान सहन झाला नाही. मानानं जगणारा सिधा पडवळ मग घराबाहेरच पडेनासा झाला. घरात चूल पेटाना म्हटल्यावर पोरगा रागारागानं एक दिवस घरातून निघून गेला. तो आता पुण्यात कुठंतरी मोलमजुरी करतो. पठारावरची आठदहा घरं सिधा पडवळाच्या घरात रोज भाकर-तुकडा नेऊन द्यायचे. ते त्या नवरा-बायकोला आवडायचं नाही. पण घरात आलेली चटणी-भाकर ते कधी परतही पाठवायचे नाही. ज्याचे पूर्वज कधी पिढ्यान्‌पिढ्या या खोऱ्यात ऐश्वर्यात जगत होते त्यांचे वंशज आज शेजाऱ्यापाजाऱ्यांनी दिलेल्या भाकर-तुकड्यावर जगायला लागले!

नंतर कितीतरी दिवस घराबाहेर न दिसणारा सिधा पडवळ आणि त्याची बायको एक दिवस घरातच मरून पडलेले दिसले. माणसं गोळा झाली तेव्हा पठारावरच्या याच माणसांनी दिलेल्या चटणी-भाकरीनं टोपलं भरलेलं होतं. भुरी लागलेलं. मात्र सिधा पडवळ आणि त्याच्या बायकोचं पोट पाठीला चिकटलेलं होतं. त्या नवरा-बायकोनं लाजिरवाणं जीवन जगण्यापेक्षा उपाशी मरण पत्करलं होतं!

काही वर्षांपूर्वी घडलेली पठारावरची ही घटना नामदेवला जशीच्या तशी आठवते. आपल्या वाट्याला ते दिवस येतात की काय, या विचारानं आता

त्याची रात्रीची झोप उडाली आहे. त्याचा पाय स्थिर नाही. त्यासाठी तो पौडला चकरा मारतोय. आता भाऊसाहेबांनी कागदपत्रं घेऊन यायला सांगितली. मोठ्या तोऱ्यानं उद्याच घेऊन येतो म्हणून त्यानं भाऊसाहेबांना सांगितलं. पण ज्याच्या भरवशावर हा तोरा दाखवला तो त्याचा थोरला म्हातारा, म्हादू हात वर करून मोकळा झाला. 'आमचा थोरला म्हातारा लय हुशार' असं नामदेवनं डॉक्टर खटावकरांना मोठ्या अभिमानानं सांगितलं होतं. आता त्या डॉक्टरांसमोर तोंडघशी पडण्याची वेळ त्याच्यावर आली होती. तेवढ्यात त्याला रेशनकार्डची आठवण झाली. ते तरी आहे का बघावं, म्हणून त्यानं म्हादूला त्याची आठवण करून दिली. म्हणाला,

"ते रासनकार्ड तरी हाये का आपल्याकं?"

इथंही म्हादूनं हात वर केले. म्हणाला,

"तेवढं व्हतं. शिरवलीच्या अन्ना देशपांड्यानी खटपटी करून काढून दिलं व्हतं. कायबाय मिळत व्हतं त्याच्याव. पन मागून मागून एवढा डोंगर उतरून आनायला गेल्याव तेबी मिळायचं नाय. कव्हा म्हनायचे सरकारनीच दिलं नाय, कव्हा म्हनायचे समदं वपून झालं, आता संपलं. मग जानंच सोडून दिलं. आता काहीच मिळाना म्हनल्याव त्याचा काय उपेग. पडलं सांदीकोपऱ्याला. तुझ्या पोराच्या जन्माच्या साली आढं उडालं. समदा पाऊस घरात आला तव्हा समद्या संसाराचा परत इस्कोट झाला. त्यात गेलं कुनीकं! आता तो अन्ना देशपांड्याबी मरून गेला काढून देनारा."

नामदेव कपाळाला हात लावून बसला. त्याला आता काय बोलावं तेच सुचत नव्हतं. आपल्या थोरल्या म्हाताऱ्याचा त्याला खूप अभिमान होता. सत्याग्रहात भाग घेतलेला. मोठमोठ्या लोकांमध्ये ऊठबस केलेला. म्हादू बोलायला लागला, की कितीतरी आचंबित करणाऱ्या, मन हेलावून सोडणाऱ्या गोष्टी सांगतो. तेव्हा नामदेवचा ऊर भरून येतो. तेव्हा नामदेवला आपला थोरला म्हातारा खूप मोठा माणूस वाटतो. त्या थोरल्या म्हाताऱ्याची हुशारी मग तो जिथं जाईल तिथं सांगतो. आज कागदपत्रांचा विषय निघाल्यावर त्यानं डॉक्टर खटावकरांनाही तीच गोष्ट अभिमानानं सांगितली होती. पण आज नामदेवला म्हादूची ती हुशारी पौडच्या कामात उपयोगी पडणार नव्हती!

"आता त्यांच्याकं नाय कसली कागदं तू काय कुनीकून चोरी करून आनायची का? बघू उंद्या पौडात गेल्याव."

इतकावेळ दारातच उभी राहून शांतपणे ऐकणारी सरस्वती म्हणाली. तसा तिच्याकडं बघत नामदेव म्हणाला,

"आता कागदं नाय म्हनल्याव निस्तं त्वांड घिऊन पौडाला कशाला जायचं."

"मामंजीनी दोन पाट्या करवांदं तोडून ठेवल्यात."

"बाबानी करवांदं तोडली मंग गुरामागं क्वान गेलं व्हतं?" नामदेवनं विचारलं.

"तुक्या." सरस्वती.

"आन् त्याची साळा?"

"नाय गेला."

"का?"

"मंग गुरामागं क्वान जानार? मामंजींना भान ऱ्हात नाय. येकदा जाळीत घुसले की आतआतच जात्यात करवांदं तोडीत. हिकडं गुरं जात्यात मंग टाटाच्या कुरनात. मंग टाटाची मानसं घालत्यात ती कोंडवाड्यात. म्हनून मंग तुक्याला म्हनले येवढी सराय व्हईपरेन राख आता तूच गुरं."

"तो गुरजी मागच्यावानी दंड घेतल्याबिगार ऱ्हानार नाय." नामदेव.

"देऊ. चारआठाने दंडानी काय व्हत नाय. पन सराईत चार रुपये हाताला नाय लागले तर आघुटीला कोरड्यास व्हयाचं नाय घरात. मंग खायला लागन नाचन्याची कोरडी भाकर आन् कोरडाच भात."

तसा श्वास सोडत नामदेव जागेवरचा उठत म्हणाला,

"कोरडी भाकर आणि कोरडा भात. त्याचीच काळजी वाटायला लागलीये आता."

"काळजी करून काय व्हनार हाये. समद्या जगाचं व्हईल ते आपलं व्हईल. चला भाकर खाऊन घ्या. परत कोंबडं आरलं की निघायचंय पाट्या घिऊन."

असं म्हणून सरस्वती उंबऱ्याजवळची चिमणी उचलून आत गेली. दोन चिमण्या जळतील एवढं रॉकेल मिळत नाही म्हणून घरात एकच चिमणी सगळीकडं फिरते. त्या चिमणीचं रॉकेलही पौडमध्ये वाण्याकडं बाजार केल्यावरच मिळतं. आणि बाजार होतो तो आघुटी, लाणी अशा घातंच्या आधी. मग सहासहा महिने ते रॉकेल पुरवायचं. स्वयंपाक, जेवण अशा गरजेपुरतीच चिमणी

लावायची. बाकी वेळ घरात उजेड नाहीच. कधी पाव्हणेरावळे आले, सणसूद आला की रॉकेल लवकर संपतं. मग उजेडीचाच स्वयंपाक उरकून घ्यायचा आणि उजेडीचंच जेवून घ्यायचं.

चुलीपुढं बसूनच नामदेवानं भाकरी खाल्ली आणि अंगणात आला. मांडवावरून लोळ्यांचा पुन्हा आवाज आला म्हणून तिकडं पाहत त्यानं आवाज दिला,

"आजून झोपला नाय कारे, बाबा?"

पण मांडवावरून कसलाच आवाज आला नाही. आणि नामदेवनंही उत्तराची वाट पाहिली नाही. कारण त्याला माहीत आहे, म्हातारा जागा असला तरी आवाज देणार नाही. कारण त्यानं आपल्या बापाला बोलताना कधी पाहिलंच नाही. पठारावरच्या रानात वाढलेला हा जीव झाडाझुडपांसारखा, जनावरांसारखा वाचा नसलेला. दिवस उजाडायच्या आत कमरेला भाकरी बांधून गुरं घेऊन घराबाहेर पडणार आणि दिवस मावळला की घरात येणार. आजपर्यंत गुरांमागे फिरण्याशिवाय त्यानं दुसरं काही केलंच नाही. सराईत करवंदं-तोरणाच्या पाट्या तोडून देत असेल, तेवढंच काय वेगळंपण. बाकी काळ त्याची गुरं आणि तो, एकमेकांत मिसळून गेल्यासारखी.

नामदेवाला झोप येत नव्हती. तो अंगणात इकडून-तिकडं फेऱ्या मारत होता. एवढ्यात लटपटत्या पायांनी हातात एक तंगूसची पिशवी घेऊन म्हादू अंगणात आला. अंधारातच ती पिशवी नामदेवच्या हातात दिली. म्हणाला,

"नामा, ही येवढीच कागदं हायेत बघ आपल्याकं. पिढ्यान्‌पिढ्या गेल्या बघ आपल्या या खोऱ्यात. त्याच्या पुराव्याची ही येवढीच कागदं हायेत. त्याचा उपेग काय नाय, पन तमाखलं समाधान व्हत असंल त् ठेव तुझ्याकं."

असं म्हणून म्हादूनं ती तंगूसची पिशवी नामदेवच्या हातात दिली. नामदेवला काहीतरी कागदपत्रं हाती लागल्याचा आनंद झाला. उत्साहानं त्यानं सरस्वतीला आवाज दिला. म्हणाला,

"सरे, चिमनी घेऊन ये अंगनात. कागदं मिळाली."

सरस्वतीही घाईघाईत चिमणी घेऊन अंगणात आली. उंबऱ्यावर बसून चिमणीच्या उजेडात नामदेवनं पिशवीतली कागदपत्रं काढली. नुसतीच खालीवर पाह्यली आणि म्हादूकडं बघत म्हणाला,

"ही कसली कागदं हायेत."

तसा म्हादू त्याच्या शेजारीच उंबऱ्यावर बसत म्हणाला,

“या भाडेपट्टीच्या पावत्या हायेत. तू म्हनतो ना टाटानी आपली जमीन बळकावली. त्याच्या नावाव करून घेतली. ते खरं हाये बाबा. आपलं आकसईतलं घरदार, जमीनजुमला असा समदा बारदाना गिळून प्वाट नाय भरलं म्हणून टाटा हितं पठाराव सरकला. ही पठारावली जमीनबी आपल्याच वाडवडलांची. धरान झाल्याव आमी वर आलो. हितल्या वसाड जमिनीव वावार काढलं. ते पिकवायला लागलो. असं वाटलं जाऊ दे, येक जग बुडालं, दुसरं उभं करू. पन हितबी टाटानी आडकाठी आनली. येक दिस पुलीसफाट्यासकट टाटाची मानसं आली. अन् लागली आमाला हुसकून लावायला. म्हनाली, ही जमीन टाटाची हाये. पन तव्हा साठे गुरुजी नावाचा एक भला मानूस खोऱ्यात समदीकं फिरायचा. आडल्यानडल्याच्या मागं उभा राह्यचा. तो आला धावून. टाटाच्या मानसांना म्हनाला, पान्यात बुडाल्याली जमीन टाटाची, पान्याबाहेरची मावळ्यांची. तसा करार झाला व्हता म्हनं टाटाचा आणि पुढाऱ्यांचा का सरकारचा. पन तरी टाटाची शिरजोरी चालू व्हती. इंग्रजांना हाताशी धरून त्याचं हे कपाट चालू व्हतं. समदं खोरंच त्याला गिळायचं व्हतं. पान्यात बुडाल्यालंबी आणि पान्याबाहेरचंबी. पन साठे गुरुजींनी लावून धरलं. पान्याबाहेरची वरकस जमीन तुमी घेऊ शकत नाय म्हनून. लय हुज्जत झाली त्या येळंला. नाय व्हय करता जमीन आपल्याकं राह्यली आन् टाटाला भाडं द्यायचं ठरलं. तव्हापून आपल्याच जमिनीचं भाडं आपून टाटाला देत आलोय. त्याच्या ह्या पावत्या... भोग काय संपले नाय नामा. लयंदी येक केवलशेट नावाचा सावकार आपल्या वाडवडलांच्या पाचवीला पूजला व्हता. आता हा टाटा! सावकार बदलला. भोग काय बदलले नाय! तो जमिनी घानवट ठेवून घ्यायचा. हा समदा जमीनजुमलाच आपल्या नावाव करून घ्यायला लागलाय. नामा, या टाटासारखी मानसं या खोऱ्यात येक शेतकरी जगू देनार नाय बघ!”

नामदेवला त्या पावत्यांवर काय लिहिलं आहे ते काही कळत नव्हतं. म्हणून त्यानं सरस्वतीला तुकारामला उठवायला सांगितलं. पण एवढ्या रात्रीचं पोराला कुठं उठवायचं म्हणून ती म्हणाली,

“दिसभर गुरामागं दमलंय प्वार. आता येवढ्या रातीचं कशाला उठवायचं.”

“काय व्हत नाय. उठव. यात काय लिव्हलंय ते समदं कळलं पायजे आपल्याला.”

नाइलाजानं सरस्वती तुकारामला उठवायला गेली.

तुकाराम शाळेत जाणारा घराण्यातला पहिलाच गडी. हुशार असणारा तुकाराम पावसाळ्यात धरणाचं पाणी आणि सराईत गुरं राखणीमुळं ऐन परीक्षेच्या काळातच घरी राहतो. त्यामुळं चार इयत्ता मागे राहिलेला तुकाराम सातवीऐवजी आताशी तिसरीतच असला, तरी शिक्षणाच्या गोडीनं अजून शाळेला चिकटून आहे. गोडी असली तरी गाढ झोपलेला तुकाराम थोड्या नाखुशीनंच उठला. सरस्वतीनं तुकारामला बखुट्याला पकडून आणलं आणि तो नामदेव आणि म्हादूच्यामध्ये उंबऱ्यावरच बसला. मग नामदेव त्याच्या हातात पावत्यांचा गठ्ठा देत म्हणाला,

"तुक्या, या पावत्यांवर काय लिव्हलंय तेवढं वाचून दाव आमाला."

तुकाराम डोळे चोळत पावती अगदी डोळ्याजवळ नेऊन बघायला लागला. तशी नामदेवनं चिमणी हातात घेऊन त्याच्या तोंडाजवळ नेली. म्हणाला,

"वाच वाच."

तुकाराम वाचायला लागला,

"दि... दि... टाटा पावर कंपनी लि. १ मे ते ३१ मार्च मुदतीच्या, ११ महिने, भाडेपट्ट्याची पावती. पावती नंबर. १३२३६. लिज नंबर १०६, ११. तारीख ३१-८-१९८० भाडे पट्टा देणाराचे नाव म्हादू पांडू बोडके. अक्षरी रुपये दोन फक्त. कंपनीतर्फे भाडेपट्टा वसूल करणाऱ्याची सही. खंडाची रक्कम, एकूण भरणा केल्याची रक्कम, मागील साल, चालू साल, एकूण रक्कम. ७, ८, ४ बरोबर शून्य शून्य, ४ बरोबर शून्य शून्य."

तुकारामनं पावतीवर जेवढा मजकूर होता तेवढा सगळा वाचून दाखवला आणि पावती नामदेवच्या हातात देऊन परत झोपायला जायला निघाला. तसा नामदेवनं त्याचा हात पकडून त्याला परत खाली बसवलं आणि त्याच्या हातात दुसरी पावती देऊन तीही वाचायला सांगितली. तुकाराम तीही वाचायला लागला,

"दि टाटा पावर कंपनी लि. १ मे ते ३१ मार्च मुदतीच्या, ११ महिने, भाडेपट्ट्याची पावती. पावती नंबर. १३२३७ लिज नं. १०६, ११. तारीख ३१-८-१९८१. भाडेपट्टा देणाराचे नाव म्हादू पांडू बोडके..." अशी पहिल्यासारखीच तुकारामनं दुसरी पावतीही वाचून दाखवली आणि उठायला लागला. तशी नामदेवनं तिसरी पावती त्याच्या हातात दिली. आणि म्हणाला,

"आता ही वाच."

तुकारामनं ती नुसतीच पाहिली आणि

"समद्यांवर तेचतेच लिव्हलंय."

असं म्हणून तो झोपायला पळून गेला.

नामदेवनं त्या सगळ्या पावत्या परत तंगूसच्या पिशवीत ठेवल्या आणि म्हादूकडं बघत म्हणाला,

"उंद्या पौडाला येवढ्या तरी दावून बघतो."

कोंबडा आरवला आणि कमरेला चटणी भाकरी बांधून, डोक्यावर करवंदाच्या पाट्या घेऊन नवरा-बायको पौडच्या वाटेला लागले. नामदेवनं काखेत पावत्यांची तंगूसची पिशवीही घेतली. कुठं न थांबता मोठमोठ्या ढांगा टाकत नामदेव वाटेनं नुसता पळत होता. त्याच्या मागं सरस्वतीची मात्र फरपट होत होती.

"कुठंतरी उली इसावा घ्या."

अशी ती त्याला सारखी सांगत होती. पण तो कुठंच थांबला नाही. आणि सरस्वतीलाही थांबता आलं नाही. नऊ वाजायच्या आतच दोघांनी डॉक्टर आणि भाऊसाहेबांसाठी चारपाच ओंजळा करवंदं बाजूला काढून पाट्या विकल्या. आज जास्त कुठं घासाघीस केली नाही. आपली मोकळी पाटी त्यानं सरस्वतीच्या डोक्यावर दिली आणि काखेतली तंगूसची पिशवी हातात घेऊन त्यात पावत्या नीट आहेत का नाही ते पाहिलं. मग दोघंही तहसील कचेरीसमोर आले. पण अजून तिथं कोणीच आलं नव्हतं. आणि भाऊसाहेबांसमोर जाण्याची नामदेवला थोडी भीतीही वाटत होती. म्हणून मग बराच वेळ कचेरीसमोरच्या झाडाखालीच बसले.

नामदेवच्या मनात आत जाण्याविषयी कालवाकालव सुरूच होती. सरस्वती एकातएक घातलेल्या दोन्ही पाट्या जवळ घेऊन त्यातल्या करवंदांचे दोन वाटे करून बसल्या बसल्या पळसाच्या पानाचे दोन डोणे करत होती. ते बघून नामदेवच्या मनात पहिलं डॉक्टरांकडं जाण्याचा विचार आला. विचार आला आणि तो तडक पेठेकडं चालायला लागला. पाठोपाठ सरस्वतीही गेली.

डॉक्टर खटावकर नुकतेच दवाखान्यात आले होते. सरस्वतीनं दारातच करवंदांचा एक वाटा डोण्यात भरून नामदेवच्या हातात दिला. तो घेऊन नामदेव आत गेला. अजून पेशंट कोणी आलेलं नव्हतं, म्हणून डॉक्टर पुस्तक वाचत

बसले होते. नामदेवला बघून त्यांनी पुस्तक बाजूला ठेवलं आणि म्हणाले,

"या बाबा, तुमच्या हुशार थोरल्या म्हाताऱ्यानं दिली का सगळी कागदपत्रं?"

तसा हातातला करवंदांचा डोणा टेबलावर ठेवून नामदेवनं तंगूसच्या पिशवीतल्या सगळ्या पावत्या खटावकरांसमोर ठेवल्या. म्हणाला,

"हे बघा, हे येवढंच हाये म्हाताऱ्याकं. दुसरं कायबी नाय."

खटावकरांनी त्या सगळ्या पावत्या नीट पाहिल्या आणि परत नामदेवच्या हातात देत म्हणाले,

"अहो बाबा, या सगळ्या भाडेपावत्या आहेत. टाटा पॉवर कंपनीनं दिलेल्या. याचा अर्थ तुम्ही जी जमीन कसताय ती सगळी टाटा पॉवर कंपनीची आहे. आणि ती कंपनीनं तुम्हाला चार रुपये भाड्यानं दिली आहे. ती जमीन कंपनी तुमच्याकडून कधीही काढून घेऊ शकते."

"अशी कशी घेईल. आमच्या वाडवडलांची जमीन हाये ती. आमचा थोरला म्हातारा म्हंतो धरान व्हन्याआधीपून ती जमीन आमच्या नावाव व्हती. वरकस जमीन. पठारावरची म्हनून तिथं आमचं वाडवडील काय पिकवत नव्हतं. पन गुरांची वैरन, पेंडीकांडी तिथूनच आनायचे. मागून धरनात समदं बुडाल्याव त्याच जमिनीव आमच्या थोरल्या म्हाताऱ्यानं वावार काठलंय. मंग ती टाटाच्या नावाव कशी व्हईल?"

नामदेवनं त्या पठारावरच्या जमिनीविषयी आजपर्यंत म्हादूकडून जे जे काही ऐकलंय ते खटावकरांना सांगण्याचा प्रयत्न केला. ते ऐकून खटावकरांनी त्याला नीट समजून सांगितलं. म्हणाले,

"तुम्ही म्हणता ते सर्व खरं आहे असं समजलं. ती तुमची वडिलोपार्जित जमीन असून ती तुम्ही वर्षानुवर्षे कसताय असं जरी समजलं तरी हे सर्व झालं तोंडी. मात्र कागदोपत्री ती जमीन टाटा कंपनीनं तुम्हाला भाड्यानं दिली आहे. आणि तुम्ही त्या जमिनीचे भाडे भरताय म्हणजे ती जमीन तुमची नाही हे तुम्हीच मान्य करताय. उद्या जर टाटा कंपनीनं ती जमीन तुमच्याकडून परत घेतली तर ती जमीन टाटा कंपनीनं बळकावली असं कसं म्हणता येईल? कंपनीची जमीन आहे. ती परत केव्हाही घेऊ शकते."

"मंग आमी काय करायचं?"

थोडा निराश होत नामदेव म्हणाला. तेव्हा त्याला धीर देत खटावकर म्हणाले,

"शोध घ्यायचा."

"कसला?" नामदेव.

"ही जमीन टाटा पॉवर कंपनीच्या नावावर कशी झाली त्याचा. मुळशी धरण इंग्रजाच्या काळात झालं आहे. तेव्हा त्या काळातली सर्व कागदपत्रं तुम्हांला काढायला लागतील. ती सर्व मिळाली की, त्याच्या आधारे तुमची जमीन टाटा कंपनीच्या नावावर कशी झाली, त्या वेळी तुमच्या आजा-पणजांनी काही मोबदला घेतला होता का? ते सर्व समजेल... बरं रेशनकार्ड आणलंय का तुम्ही? ते त्या भाऊसाहेबांना दाखवा. म्हणजे तुमचं गाव कळेल. एकदा गाव कळलं की बाकीची कागदपत्रं काढायला सोपं जाईल."

खटावकरांनी रेशनकार्डचं नाव काढल्यावर नामदेव खाली मान घालून म्हणाला,

"म्हाताऱ्याकं रासनकार्ड नाय. पन व्हतं म्हनाला. मागं येकदा घर गळालं त्यात गेलं कुनीकं."

या कुटुंबाकडं रेशनकार्ड नाही याचं खटावकरांना नवल वाटलं. ते नामदेवकडं आश्चर्यानं बघत म्हणाले,

"तुमच्याकडं रेशनकार्ड नाही ही अजब गोष्ट आहे. त्याशिवाय तुम्ही कुठल्या गावचे, तुमच्या कुटुंबात किती माणसं आहेत हे कसं कळणार सरकारला! बरं निवडणुका आल्यावर मतदान तरी करता ना?"

"आजून आमच्या पठारवस्तीव कुनी आलंच नाय. आन् आमीबी आजून कव्हा कुनाला मत द्यायला गेलो नाय." नामदेव.

"म्हणजे अजून तुम्ही कधी मतदानच केलं नाही."

"नाय."

"म्हणजे मतदार यादीत नाव आहे की नाही तेसुद्धा बघितलं पाहिजे... बाबा, तुमच्याकडं रेशनकार्ड नाही, तुम्ही मतदान करत नाही. तुम्हांला तुमच्या गावाचं नाव माहीत नाही. आता पठारवस्ती हे काय गाव झालं का? बाबा, आपल्याला स्वातंत्र्य मिळून पस्तीस-छत्तीस वर्षे झाली आणि या स्वतंत्र देशात तुमची अजून काही ओळखच नाही. गावाचं नाव तुम्ही पठारवस्ती सांगता. एखाद्या रानात राहिल्यासारखं..."

तेवढ्यात एक पेशंट आला आणि डॉक्टर त्याच्याकडं बघत गप्प झाले. नामदेव तसाच टेबलासमोर उभा राहिलेला. त्याच्याकडं बघत डॉ. खटावकर पुन्हा बोलायला लागले. म्हणाले,

"बाबा, तुमची जमीन जरी टाटा कंपनीच्या ताब्यात असली तरी ती जमीन वर्षानुवर्षे तुम्ही कसताय याचा पुरावा तुमच्याकडे आहे. तुमच्या सुदैवानं आपल्या देशात कूळकायदा आहे. त्या कायद्यानुसार कसेल त्याची जमीन होते. आता त्यासाठी बरीच खटपट करायला लागेल. तेव्हा तुम्ही त्यातली माहिती असलेल्या माणसाला भेटा. माझ्या ओळखीचे एक कुलकर्णी वकील आहेत. या पेठेतूनच सरळ पुढे गेलं की पोस्ट ऑफिसशेजारीच त्यांचं घर आहे. त्यांच्या नावाने मी चिठ्ठी देतो. ती त्यांना दाखवा आणि ते सांगतील तसं करा."

असं म्हणून खटावकरांनी नामदेवला एक चिठ्ठी लिहून दिली. ती चिठ्ठी आणि सर्व पावत्या तंगूसच्या पिशवीत ठेवत तो म्हणाला,

"आन् ते भावसायेब. त्यांच्याकं जाऊ का नको?"

"त्यांच्याकडे जाऊन काय उपयोग आहे आता! त्यांनी तुम्हांला जी कागदपत्रं आणायला सांगितली होती ती तुमच्या हुशार थोरल्या म्हाताऱ्याकडे नाहीत. ती पहिली काढा, म्हणजे रेशनकार्ड, सातबारा, फेरफार वगैरे... ती सगळी तुम्हांला कुलकर्णी वकील सांगतील. ती सगळी मिळाली की जावा भाऊसाहेबांकडे. मग काम झाल्यावर त्याला खडसावा. म्हणाव आता तोंडावरचा नाही, कागदावरचा सातबारा वाच. पण त्यासाठी हुशारीनं वागलं पाहिजे. बाबा, तुमच्या थोरल्या म्हाताऱ्यासारखी हुशारी या जगात उपयोगाची नाही. इथं माणसं नाही कागदपत्रं बोलतात. ती कागदपत्रं जो जितकी चांगली रंगवतो तो तितका मोठा होता. पण तुमच्याकडे तर रंगवायला कागदपत्रंच नाहीत..."

असं बरंच काही ऐकवून खटावकरांनी आलेल्या पेशंटकडं पाहिलं. आणि नामदेव पेशंटकडं बघणाऱ्या खटावकरांना हात जोडून दवाखान्याबाहेर आला.

बाहेर दवाखान्याच्या दाराकडं डोळे लावून सरस्वती दोन्ही पाट्या डोक्यावर घेऊन ताटकळत उभी होती. नामदेव बाहेर आल्याआल्या ती त्याच्याजवळ गेली आणि उत्सुकतेनं विचारलं,

"काय झालं. दावली का कागदं. काय म्हनाला खटावकर?"

"चिठ्ठी दिली कुलकर्नी वकिलाची. तो म्हननं तसं करायचं आता."

नामदेव चालत चालतच बोलला. वकिलाचं नाव काढल्यावर सरस्वतीनं तोंडावर हात ठेवला. म्हणाली,

"बाबो, माझा थोरला भाव म्हंतो, वकिलाकं जानं म्हंजी कसायाकं जान्यावानीच असतं."

"नाय गेलं त् हिकडंबी मरानच हाये की. बघू काय म्हंतोय ते."

असं म्हणून नामदेव चालतच राहिला.

कुलकर्णी वकिलाच्या घरात गर्दी होती. ती कमी होण्याची वाट बघत नामदेव आणि सरस्वती पोस्ट ऑफिससमोरच सावलीला बसून राहिले. पार दुपारी ते कुलकर्णी वकिलांच्या घरात गेले. खटावकरांनी दिलेली चिठ्ठी त्यांच्या हातात देऊन त्यांच्यासमोरच उभे राहिले. चिठ्ठी वाचून त्यांनी नामदेवला आणि सरस्वतीला बसायला सांगितलं. पण दोघांनाही वकिलांसमोरच्या खुर्चीवर बसायचा संकोच वाटला. म्हणून मग उभेच राहिले. चिठ्ठी बघत, कधी नामदेवकडं बघत कुलकर्णी वकील बोलायला लागले. म्हणाले,

"मी या असल्या केसेस आता घेत नाही. असल्या म्हणजे मुळशी मधील टाटा पॉवर कंपनीच्या विरोधातल्या. पूर्वी घ्यायचो. तुमच्या पोमगाव, बार्पे, वाघवाडी, शेडाणी, सुसाळे अशा गावांतल्या बऱ्याच शेतकऱ्यांच्या केसेस माझ्याकडं होत्या. पण त्यातल्या एकाही शेतकऱ्याला मी न्याय देऊ शकलो नाही. एक तर तुमच्यासारखीच कुठल्या शेतकऱ्याकडं कागदपत्रं नाहीत. कचेरीतून काढायची म्हटलं तर ती मिळत नाही. उपलब्ध नाहीत. त्यात धरण होण्याआधीचे गावाचे नकाशे मिळत नाहीत. पूर्वी कढई पत्रकं होती. ती कढई पत्रकं मिळत नाहीत. टाटा पॉवर कंपनीला इंग्रज सरकारने जमीन ॲक्वायर करून दिली त्याचे ॲवार्ड मिळत नाही. त्यामुळं कोणी भरपाई घेतली, कोणी पर्यायी जमीन घेतली याची काहीच माहिती मिळत नाही. आणि कोर्ट कागदपत्रांशिवाय बोलत नाही. मग अशा शेतकऱ्यांना किती दिवस खेपा घालायला लावणार आणि न्याय मिळण्याच्या आशेवर ठेवणार. म्हणून मी आता या असल्या केसेस घेणं बंद केलं आहे. पण तुम्ही डॉक्टर खटावकरांकडून आलात म्हणून तुम्हांला काही गोष्टी सांगतो त्या नीट ऐका. पहिली गोष्ट त्यांनी या चिठ्ठीत जे लिहिले आहे त्यावरून तुम्ही या देशाचे नागरिकच नाही. आता तुम्ही म्हणाल आम्ही तर तुमच्यासमोर उभे आहोत. याच मुळशी तालुक्यात जन्मलो आहे. आमच्या कितीतरी पिढ्या याच तालुक्यात

गेल्या आहेत... या झाल्या बोलण्याच्या गोष्टी. पण आपल्या देशाला नियम आहेत, कायदेकानून आहेत, डॉक्टर बाबासाहेब आंबेडकरांनी दिलेली घटना आहे. या सर्व गोष्टींचं पालन करून आपल्या देशाचा व्यवहार चालतो. आणि हे पालन होतं ते कागदोपत्री. तोंडी नाही. उद्या कोणीही उठेल आणि म्हणेल, की मी या देशाचा मालक आहे. एखादा म्हणेल पुण्यातला शनिवारवाडा माझा आहे... असं नुसतं बोलून काही होत नसतं. कागदपत्रांच्या आधारे कोर्टासमोर ते सिद्ध करायला लागतं. तुम्ही या देशाचे नागरिक आहात हेसुद्धा. तुमच्या बाबतीत सांगायचं झालं तर तुम्ही भारत देशातल्या महाराष्ट्र राज्यातील, पुणे जिल्ह्यातील मुळशी तालुक्यातल्या अमुक गावात जन्मला, वाढला आणि मोठे झाला हे कागदोपत्री सिद्ध करायचं म्हटलं तर तुम्ही या देशाचे नागरिकच नाही. आणि डॉक्टर खटावकरांनी लिहिल्याप्रमाणे तुमच्याकडं तुमच्या शेतीची कसलीच कागदपत्रं नाहीत. तुमच्याकडं तुमच्या नावावर असणाऱ्या एका गुंठ्याचा का होईना, सातबारा नाही म्हणजे पूर्वीचे कढई पत्रक मिळणं तर लांबची गोष्ट. तुम्ही कुठल्या गावात मोडता ते माहीत नाही. म्हणजे गाव नाही. गाव नाही म्हटल्यावर रेशनकार्ड नाही. मतदार यादीत नाव आहे की, नाही माहीत नाही. मग तुम्हांला या देशाचे नागरिक म्हणायचं कसं?''

''गाव कसं नाय. गावाबिगार मानूस हाये का?''

नामदेवनं बोलण्याचा प्रयत्न केला. तसा कुलकर्णी वकिलांनी त्याला प्रश्न केला.

''मग सांगा ना तुमच्या गावाचं नाव. प्रश्नच मिटेल तुमचा सगळा... सरपंचाला, पाटलाला आन् तलाठ्याला भेटा. त्यांच्याकडून रहिवासी दाखला घ्या, जुनं रेशनकार्ड हरवलं आहे म्हणून एक अर्ज द्या, मिळून जाईल तुम्हांला तुमचं रेशनकार्ड. ते मिळवणं फार अवघड नाही. रेशनकार्ड मिळणं, मतदानाचा हक्क मिळणं यावर आपल्या सर्व नागरिकांचा हक्क आहे. आता ते तुमच्याकडं नाही याला जबाबदार दुसरंतिसरं कोणी नसून तुम्हीच आहात. तुम्ही गाव सोडून रानात राहायला लागल्यावर तुमची माणसात गणना होणार कशी? बरं ते जाऊ द्या. आता तुमचा मुख्य प्रश्न आहे तो तुमच्या गावाचा. या क्षणाला तुम्हांला गाव नाही. या चिठ्ठीत लिहिल्याप्रमाणे तुम्ही धरणाच्या आत कुठंतरी पठारवस्तीवर राहता. ती वरकस वस्ती आहे, म्हणजे त्याला गावठाण दर्जा नक्कीच नसणार. पूर्वी याच भागातल्या अशा दोनतीन केसेस माझ्याकडं होत्या. गावठाण दर्जा

नसला की सरकारच्या कसल्याही सोयीसुविधा मिळत नाही. ना तिथं रस्ते होत, ना पाण्याची व्यवस्था, ना वीज, ना शाळा. मग दवाखाना, आरोग्याच्या सोयी मिळणं तर लांबची गोष्ट. पण त्या वस्त्यांवरच्या सर्व लोकांकडं रेशनकार्ड होती. तुमच्याकडं ते नाही. त्यांनी ती रेशनकार्ड कशी मिळवली होती, ते काय मी त्यांना विचारलं नाही. पण त्यांना मिळतं म्हटल्यावर तुम्हालाही मिळालं पाहिजे. आणि मिळेल. रेशनकार्ड मिळेल आणि मतदान यादीत तुमचं नाव नसेल तर तेही लागेल. त्यासाठी तलाठ्याला भेटा, तुमच्या वस्तीजवळ जे गाव आहे त्या गावच्या सरपंचाला भेटा. तुमची वस्ती जर त्यांच्या गावाच्या हद्दीत येत असेल तर सरपंच, पोलीस पाटलांचा दाखला घ्या आणि एखादं प्रतिज्ञापत्र करून द्या. ते तुम्हांला मिळेल. तलाठ्याकडं मतदारयादी असते. त्यात तुमचं नाव आहे का बघा, नसेल तर रेशनकार्ड दाखवून तेही लावून घ्या... ठीक आहे. या मग आता.''

कुलकर्णी वकिलांनी अशी लांबलचक सांगितलेली माहिती सरस्वतीला तर काही कळलीच नव्हती. पण नामदेवच्याही डोक्यावरून गेली होती. त्याला रेशनकार्ड, मतदार यादीतलं नाव याच्याशी काही घेणंदेणं नव्हतं. ते त्याच्याकडं नाही म्हणून त्याला आजवर काही फरक पडला नव्हता. आणि मिळाल्यावरही काही फरक पडेल, असं त्याला वाटत नव्हतं. असलेलं रेशनकार्ड घरात सांदीकोपऱ्याला पडून नाहीसं झालं होतं. आता नवं काढून परत असंच कुठंतरी पडणार. त्याची समस्या होती ती पोटाची! ज्या जमिनीचं आपण टाटाला भाडं देतो, जी जमीन आपण वर्षानुवर्षे कसतो ती आपली जमीन आपल्या नावावर व्हावी. त्याच्यासाठी हेच महत्त्वाचं होतं. म्हणून तो कुलकर्णी वकिलांना म्हणाला,

''सायेब, रासनकार्ड असलं काय आन् नसलं काय, आमाला दोन्ही सारखंच. आन् मतदानाचंबी तसंच, केलं काय आन् नाय केलं काय. आमचे भोग काय संपत नाय. पन आमची तिवढी जमीन आमची आमच्याकंच राह्यली पायजे. आमच्या वस्तीवला सिधा पडवळ, आमच्यावानीच टाटाला जमिनीचं भाडं देत व्हता. त्याची जमीन टाटानी काढून घेतली. तसं आमचं व्हयाला नको. बाकी तुमचं रासनकार्ड नको, मतदान नको, गावठान नको, रस्ते नको, लाईट नको, काय कायबी नको. पन तेवढा तोंडचा घास टाटानी काढूने म्हंजी झालं!''

नामदेवनं अगदी हात जोडून विनवणी करत कुलकर्णी वकिलाला सांगितलं. नामदेवची ती विनवणी ऐकतच कुलकर्णी वकील खुर्चीवरून उठले. म्हणाले,

“त्याबाबत मी काहीच करू शकत नाही. तुमच्याकडं भाडेपावत्या आहेत. तुम्ही टाटाला भाडे भरता म्हणजे ती जमीन टाटाची आहे हे तुम्हीच मान्य करता, मग कोर्ट कसं नाकारेल. बरं, दुसरा पर्याय डॉक्टर खटावकरांनी चिठ्ठीतून सुचवला आहे, तो कूळकायदा. कसेल त्याची जमीन. तो बरोबर आहे, पण टाटाने या जमिनी घेतल्या आहेत इंग्रजांच्या काळात, पंचावन्न-साठ वर्षांपूर्वी. आणि आताचा कूळकायदा टाटा कंपनीला लागूच नाही म्हणतात. मग कूळकायद्यानं ती जमीन तुम्हाला मिळणार कशी? आणि टाटा कंपनीच्या विरोधात वरपर्यंतच्या कोर्टात भांडायचं म्हटल्यावर तेवढा पैसा लागणार. वकिलाची फी द्यायला लागणार आणि ती तुम्ही देऊ शकणार नाही.”

“मंग आता आमी करायचं काय? टाटा जमीन तर काढून घ्यायचा नाय ना आमची?” नामदेव.

“ते मी कसं सांगणार! टाटा उद्योगसमूह हा आपले साम्राज्य दिवसेंदिवस वाढवत चालला आहे. उद्योगसमूहाच्या विस्ताराची गरज म्हणून तो आणखी जमीन घेऊ शकतो. त्यात तुमचीही असू शकते. तुमची म्हणजे त्याचीच. जी तुम्ही भाडेपट्ट्याने कसत आहात.”

“मंग आता काय करू?” नामदेव.

नामदेवच्या या प्रश्नानं कुलकर्णी वकील हसले. म्हणाले,

“आता काय. तुम्ही एकटे काय करणार आहात? तुमच्याकडं फक्त भाडेपावती आहे. त्यात तुम्ही मूळचे मुळशी तालुक्यातील अमुक गावचे आहात आणि तुमच्या पिढ्यान्‌पिढ्या त्या गावात गेल्या आहेत याचा कागदोपत्री पुरावा काहीच नाही. यावरून टाटा कंपनीच तुम्हाला बाहेरून आलेले घुसखोर म्हणू शकते.”

“घुसखोर कसं? आमचं मूळ गाव आकसई. टाटानीच धरनात बुडवलं ते. म्हनून आमचा आजा पोराबाळांना घिऊन पठारच्या आमच्या रानात राह्यला गेला.”

नामदेवला घुसखोर म्हटल्याचा राग आला. म्हणून तो थोडा तावातावानं बोलला. तसे कुलकर्णी वकील शांतपणे बोलायला लागले. म्हणाले,

“ते सर्व खरं आहे. पण तुम्ही आकसई गावात राहायचा याचा तुमच्याकडं पुरावा आहे का? आकसई गावचा नकाशा, तुमचं घर, त्याचा नंबर, तुमची गावातली जमीन, पठारावरची जमीन, त्याची कढई पत्रकं, धरण होण्याआधी इंग्रज सरकारने किंवा टाटा कंपनीने दिलेले अॅवार्ड... हे सर्व तुमच्या हातात आलं, की मग तुम्ही खरे आकसईतले. नाहीतर नाही. तुम्हांला राग येईल, पण मी हे तुम्हांला खूप स्पष्टपणे आणि वास्तव परिस्थिती सांगत आहे. सर्व काही व्यवस्थित होईल, आपण बघू, करू असं म्हणून मी तुमच्या मनाचं समाधान केलं असतं. तुमच्याकडून फी घेतली असती. दरवेळेस अमुक कागदपत्रं आणा, तमुक कागदपत्रं आणा म्हणून तुम्हाला चकरा मारत खेळवत राहिलो असतो. तुम्हांला ती कागदपत्रं मिळाली नसती. मात्र, मी फी घेत राहिलो असतो. बहुतेक वकील आपला धंदा असाच करतात. पण डॉक्टर खटावकरांनी तुमची परिस्थिती चिठ्ठीत लिहिली आहे. म्हणून मी तुम्हांला वास्तव काय आहे ते सविस्तरपणे, पुन्हापुन्हा स्पष्टपणे सांगितलं. आता या क्षणी तुमच्या बाजूने एकच गोष्ट आहे आणि ती म्हणजे टाटा कंपनीनं दिलेल्या तुम्ही कसत असलेल्या जमिनीच्या भाडेपावत्या. त्या आधारेही तुम्ही बरंच काही करू शकता. पण त्यासाठी तुम्हांला एकट्याला नाही तर संघटितपणे लढा द्यावा लागेल. नुसत्या टाटा कंपनीशीच नाही तर सरकारशीही भांडायला लागेल. तुमच्या प्रकरणात टाटा कंपनी आणि इंग्रज सरकार जितके जबाबदार आहे तितकेच स्वातंत्र्यानंतर आपण निवडून दिलेले देशी सरकारही आहे. त्याला जर तुमची समस्या कळत नसेल तर इंग्रज सरकार आणि देशी सरकार यांच्यात काय फरक आहे? ठीक आहे. या आता.”

असं म्हणून कुलकर्णी वकील आत गेले. आणि नामदेव दाराकडं वळला. तसा सरस्वतीनं पाटीतला करवंदाचा डोणा टेबलावर ठेवला आणि दोघंही उदास मनानं घराबाहेर पडले.

नामदेवचं मन स्थिर नव्हतं. तो पेठेतून भरभर चालत होता. त्याच्या मागं सरस्वती डोक्यावर मोकळ्या पाट्या घेऊन जवळजवळ पळतच होती. गिरिधर हॉटेलसमोर मात्र तिनं नामदेवला थांबवलं. हॉटेलमधल्या टेबलावर परातीत मांडलेल्या बुंदीच्या लाडूकडं बघत ती म्हणाली,

“चार लाडू घिऊ पोरांना. रोज पौडाहून गेलं की आशेनी बघत असत्यात. आन् आता सरायबी संपत आली. येकदा पावसाचे दिस सुरू झालं की चार मयने क्वान येतंय पौडाला!”

नामदेवनंही ते ऐकलं आणि हॉटेलमध्ये जाऊन पावशेर लाडू घेतले. सरस्वतीनं ते पाटीत झाकून ठेवले आणि दोघे घराच्या वाटेला लागले.

संभव्याच्या पुढे आल्यावर एका झाडाखाली बसून कमरेच्या भाकऱ्या खाल्ल्या आणि पुन्हा पठारवस्तीची वाट धरली.

पठारावर येईपर्यंत संध्याकाळ झाली. तिथं पाऊल ठेवल्या ठेवल्याच नामदेवच्या मुलीनं, कलावतीनं आवाज दिला. म्हणाली,

“बाबा, लवकर ये. दादाचे गुरुजी आलेत आपल्या घरी.”

नामदेव आणि सरस्वती घरी जाऊन बघतात तर खरंच गुरुजी अंगणात घोंगडी टाकून बसले होते. शेजारी म्हादू बसला होता. तो त्यांना मुळशी सत्याग्रहातल्या आठवणी सांगत होता. म्हणत होता,

“तुमच्यावानीच तव्हा साठे गुरुजी समद्या खोऱ्यात फिरायचे. त्यांच्या बरुबर असायचे भुस्कुटेबाबा. दोघांच्या पायांना फिंगरी. या गावांतून त्या गावांत, त्या गावांतून या गावांत. लय केलं त्यांनी खोऱ्याकरता, पन काय उपेग झाला नाय... आन् आता हे असले दिस आले वाट्याला. पूर्वजन्मीची फेड म्हनायची दुसरं काय...”

“गुरजी तुमी वं कसं हिकडं”

नामदेव मध्येच बोलला. तसे गुरुजी नामदेवकडं बघत म्हणाले, “तुकाराम शाळेला सारख्या दांड्या मारत आहे. आता या वर्षी आठ दिवस झाले शाळा सुरू होऊन, तेच त्याच्या दांड्या सुरू झाल्या. म्हणजे मागच्या वर्षीसारखेच करणार तो परत. तसे या वर्षी करू नका, म्हणून तुम्हांला सांगायला आलोय इथपर्यंत.”

“मंग आता परत मागच्यावानी दंड भरायला लागनार का?”

नामदेवनं मनातली शंका बोलून दाखवली.

“दंडाचं नाही हो. मुलाचं नुकसान होतं म्हणून मी सांगायला आलो. आठ आणे दंड भरून झालेले नुकसान भरून येत नाही. शाळेत चांगलं लिहितावाचता येणारे थोडेच विद्यार्थी आहेत. मी या भागातल्या बऱ्याच शाळांमधून हिंडलो. इथल्या चौथी-पाचवीतल्या मुलांना अजून बाराखडीही येत

नाही. पण तुकाराम तिसरीतच खडाखडा वाचायला लागला आहे. याचं सुरुवातीला मलाही आश्चर्य वाटलं. पण नंतर कळलं आतापर्यंत त्याची चार वर्षे केवळ परीक्षेला न बसल्यामुळं वाया गेली आहेत. म्हणजे आता तो सातवीला असायला पाहिजे होता. थोड्यासाठी मुलाचं नुकसान नका करू. अशानं मुलाची वर्षभराची मेहनत फुकट जाते. एवढा हुशार मुलगा. पुढे शिकला तर त्याचंच कल्याण होईल. आता वर्षभर मी होतो म्हणून त्याच्या गैरहजेरीतला अभ्यास त्याच्याकडून नंतर करून घेत होतो. आता माझी झाली आहे बदली. उद्यापासून मी शाळेत नाही. नवीन शिक्षक येतील उद्यापासून. तेव्हा तुम्ही त्याची शाळा चुकवू देऊ नका. आता तुम्ही त्याला जनावरांमागं पाठवले तर तो आयुष्यभर जनावरेच ओळत राहील...''

''हे मात्र अगदी खरं. माझ्या देवाचं तसंच झालं. गाव बुडालं आन् पोराचं नशीबच फिरलं. नायतर तोबी चांगला शिकला असता... आन् नामा तू रं! तुझीबी तीच पर.''

म्हादू मध्येच बोलला. तसं गुरुजींनी घरात लपून बसलेल्या तुकारामला बाहेर बोलावलं. घाबरत घाबरतच तुकाराम अंगणात आला. त्याच्यामागं आईनं आणलेले लाडू खातखात सुलोचना, कलावती आणि फुलाबाईही आल्या. त्यांच्याकडं बघत गुरुजींनी नामदेवला विचारलं,

''या तिघी कोण?''

''मुली माझ्या. ती थोरली सुली. ती तुमच्या मागं लपलेली कली आन् ही फुलाबाय.''

''आता शाळा शिकायचं वय यांचं. त्यांना शाळेत का पाठवत नाही तुम्ही?''

''नाय पाठवत. पोरीच्या जातीला काय करायचंय शिकून. शान-पहूच काढनार ना!'' नामदेव.

''आणि तुकाराम काय करणार?''

गुरुजींनी विचारलं. तेव्हा गालातल्या गालात हसत नामदेव म्हणाला,

''त्याचं नशीब.''

''नशीब वगैरे काही नसतं.''

असं म्हणून गुरुजींनी तुकारामला जवळ बोलावलं. म्हणाले,

''तुमचा हा पोरगा तुमचं नाव काढेल. मला वर्ष झाले शाळेत येऊन.

मी आलो तेव्हा शाळेत फक्त चौदा मुले होती. पूर्वीचे शिक्षक आठवडाभर शाळा बुडवली की विद्यार्थ्यांकडून चार आणे, आठ आणे दंड घ्यायचे. तो दंड भरायला नको म्हणून की दंड भरायला पैसे नाही म्हणून, पण पोरं शाळाच सोडून द्यायची. मी तो दंड बंद केला. आता बावीस मुले आहेत शाळेत. त्यांच्यात हा हुशार आहे. याला चांगलं लिहितावाचता येतं. तेव्हा त्याला शाळा शिकू द्या. आता त्याचं हे तिसरीचं वर्षे आहे. आपली शाळा चौथीपर्यंतच असली तरी त्याला पुढच्या शिक्षणासाठी आंबवणेला पाठवा. घरातली पोरं शिकली तर घराचा उध्दार होतो.''

मग तुकारामला जवळ घेत म्हणाले,

''काय तुकाराम, चौथीनंतर जाणार ना आंबवणेला? मी दिलेल्या बाराखडीच्या पुस्तकाचा तू चांगला उपयोग केला आहेस. ते आता तुझ्याकडंच ठेव. माझी आठवण म्हणून.''

तुकारामनं नामदेवकडं पाहिलं आणि खाली मान घातली. मग नामदेवच म्हणाला,

''घालवीन. आंबवन्याला पन घालवीन... पन गुरजी तुमी का साळा सोडून चालला?''

नामदेवनं गुरुजींना विचारलं. तसे गुरुजी जागेवरचे उठले. म्हणाले,

''माझं पुढचं शिक्षण चालू आहे. ते एवढी लांबची नोकरी करून मला करता येत नाही. या धरणाच्या आतल्या शाळेत नोकरी म्हणजे शिक्षकांना काळ्या पाण्याची शिक्षा वाटते. काहीच करता येत नाही. रस्ते नाही त्यामुळं एसटी येत नाही. ना आम्हांला आमच्या कुटुंबाकडं जाता येत, ना कुटुंबाला आमच्याकडं येता येत. त्यात शाळा एक शिक्षकी. त्यामुळं सुट्टयाही घेता येत नाही. साधा पौडला महिन्याला पगार आणायला जायचं म्हटलं तरी तीन दिवस शाळा बंद ठेवायला लागते. एक दिवस जाण्यामधला, एक दिवस आपल्या सरकारी खात्यातला पगार घेण्यामधला आणि एक दिवस परत येण्यामधला. मग तीन दिवस विद्यार्थ्यांची मजा. काय तुकाराम, गुरुजीचा पगार आठवड्याला व्हावा असं वाटते की नाही.''

तुकाराम हसायला लागला. आणि त्याच्या पाठीवरून हात फिरवून गुरुजी निघाले. तेवढ्यात सरस्वती पेल्यात चहा घेऊन आली. गुरुजींच्या हातात पेला देत म्हणाली,

''येवढा च्या घिऊन जा.''

''अहो त्याची काय गरज नाही.''

म्हणत त्यांनी पेल्यातल्या कोऱ्या चहाकडं पाहिलं. तसा नामदेव म्हणाला,

''यंदा दोन्ही म्हशी आन् गाय येकाच येळी आटल्या. त्यामुळं च्याला दूधच नसतं आता.''

''आता तुमच्या म्हशी आटल्या म्हणून, पण इथले बहुतेक गवळी दुधाचा एकही थेंब घरी ठेवत नाहीत. सगळं दूध डेअरीवर नेतात. सवय झाली आहे इथं आल्यापासून. उलट तोच चांगला वाटायला लागला आहे आता.''

गुरुजी चहा पीतपीत म्हणाले. मग मोकळा पेला तुकारामच्या हातात देऊन त्यांनी म्हादूकडं पाहिलं. म्हणाले,

''आजोबा, तुम्हांला मुळशी सत्याग्रहाची बरीच माहिती आहे. पण हे सगळं पाहिलेली त्या काळातली लोकं फारशी दिसत नाही आता.''

''हां. तेवढा शिरवलीचा अन्ना देशपांडे व्हता माझ्याबरुबरीचा. पन तोबी गेला आता. मी मात्र राहिलोय भोग भोगायला...'' म्हादू.

''किती वय असेल आता तुमचं?''

गुरुजींच्या या प्रश्नावर म्हादू हसला. म्हणाला,

''वय? ते कुनाच्या बापाला माह्यती. पन बरुबरची समदी गेली आता. मला मात्र ज्योतिरूपेश्वरानं ठेवलाय आजून. जगायचं. त्याची मर्जी हाये तवर!''

यावर गुरुजी ''चांगलं आहे, येतो मी.'' म्हणत तुकारामकडं पाहून हसले.

कुलकर्णी वकिलांना भेटून आल्यापासून नामदेवला आता पुढे काय करायचं ते सुचत नव्हतं. इतके दिवस पौडला चकरा मारून पदरी काहीच पडलं नव्हतं. कुलकर्णी वकिलांनी सरपंच, तलाठ्याला भेटायला सांगितलं, ते रेशनकार्डसाठी. पण त्याचा जीव तुटत होता तो पठारावरच्या जमिनीसाठी. दोन-तीन वेळा सरस्वतीनं त्याला सरपंचांकडं जायची आठवण करून दिली. पण त्याची पावलं काय तिकडं वळली नाही. त्यानंतर पौडलाही करवंदाच्या, तोरणाच्या पाट्या घेऊन दोनतीन चकरा झाल्या. पण आता ना डॉक्टर खटावकरांकडं जाण्याची इच्छा राहिली ना कुलकर्णी वकिलाकडं. कुलकर्णी वकिलानं खरी परिस्थिती सांगितल्यानं त्याची उमेदच गेली.

तरी पेरण्या झाल्यावर पावसाळ्याच्या आत शिरवलीच्या सरपंचाला भेटून यावं म्हणून तो एक दिवस त्यांच्या घरी गेला. सरपंच घरीच होते. नामदेवनं त्यांना सर्व परिस्थिती सांगितली. म्हणाला,

"सरपंच, टाटा कव्हाबी सिधा पडवळाशी केला तसा दगाफटका आमच्याशीबी केल्याबिगर व्हानार नाय. तेवढी आमची जमीन आमच्या नावाव झाली असती म्हंजी बरं झालं असतं."

नामदेवचं हे बोलणं ऐकून सरपंचांनी त्याच्याकडं आश्चर्यानं पाहिलं. म्हणाले,

"नामा, ती लय अवघाड गोष्ट हाये. आता मी राजकारनातल्या चार लोकांमधी उठतो बसतो म्हनून सांगतो. आरे आमदार, खासदार, सभापतीपासून मामलेदारापर्यंत समदे मिंधे हायेत टाटाचे. त्याच्याम्होरं आपला काय निभाव लागनार. मस मला माह्यती हाये, की ती जमीन तुझ्या वाडवडलांपून तुमच्या नावाव व्हती. ती तुमीच कसताय. पन धरान व्हयाच्या टायमाला ती झाली टाटाच्या नावाव. आता हितं आपली भावकीतली जमीन येकमेकांच्या नावाव चढलेली कुनी गुंजभर सोडत नाय तिथं हा भायेरचा टाटा कसा सोडनार. तोबी सातबारा त्याच्या येकल्याच्या नावाव असताना. ते सपान बघनंच सोडून दे तू, नामा. उलट तुमी आता ते गावठानाचं लवकर उरकून घ्या. नायतर तुमची पठारवस्ती उठवायलाबी तो कमी नाय करनार. त्याच्याच जागेत हाये म्हनत्यात तुमची समदी पठारवस्ती. गावठान मंजूर झालं त् रस्ता व्हईल तिथंवर. लाईट येईल. अशा कायबाय सोयी तरी व्हतील. तुझं पोरगं रोज साळंकरता पठाराहून खाली येतं आणि रोज वर जातं. झेडपीकून येखादी शाळा मंजूर झाली त् पठारावली समदीच पोरं शिकतील. पन गावठान नाय म्हनल्याव इकासाची कुंतीच गोष्ट तुमच्या वाटंला येत नाय. त्यात तुमी ते म्हाराचं घर आपल्यात घेतलंय. ते जरा लांब असतं त् म्हारवाडा येगळा नसता का झाला. आता गावठान मंजूर झालं तर ते म्हाराचं घर मराठ्यांमधीच दावनार का? त्या करता आधीच धोरनानी वागायचं असतं. शिवा महार पठाराव सरकला तव्हाच जर त्याला तुमच्या घरापून लांब जागा दिली असती तर आता तिथं म्हारवाड्याचा घोळ झाला नसता."

नामदेवला सरपंचांचं शिवा महाराविषयीचं बोलणं आवडलं नाही. पण ते त्यानं बोलून दाखवलं नाही. शिवा महाराचे आणि नामदेवच्या घराचे संबंध

जिवाभावाचे. रानातल्या त्या पठारवस्तीवर एकमेकांच्या मदतीनं राहणारी शिवा महार आणि नामदेवची घरं मराठा-कुणबी-महार असला विचार कधी करतच नव्हती. जगण्याच्या लढाईत असला विचार त्यांच्या मनाला शिवतही नव्हता.

''आमचं रासनकार्डबी नाय.''

नामदेवनं विषय बदलला. तशी सरपंचांनी तुकारामला शाळेत घातल्याची आठवण करून दिली. म्हणाले,

''ही असली कामं व्हत्यात. मागं तुझ्या तुक्याला साळंत टाकताना अडचन आली व्हती. पठाराव जनमलेल्या पोराचा जन्माचा दाखला कुनीकून आनायचा. बरं तुमी गावठानात मोडत नाय. मंग जन्माची नोंद कुठं व्हनार. आन् तुमी पठारावली लोकं तेवढी शानीबी नाय. तव्हा मी सांगितलं म्हनूनच त्या गुरजीनी घेतला ना त्याला साळंत. रासनकार्डाचंबी करू. तुमच्या वस्तीला गावठान दर्जा नाय म्हनून तुला रासनकार्ड मिळनार नाय असं नाय. ते मिळंन. मी करीन त्याकरता खटपट.''

''आन् ते मतदानाचं नाव.''

नामदेवनं मतदार यादीतल्या नावाची आठवण करून दिली. तसे सरपंच लगेचच म्हणाले,

''मतदार यादीतलं नाव ना, ते दोन दिसात लावून घिऊ आपून. सभापती आपलाच मानूस हाये. ते तलाठ्याला सांगतील की लगीच व्हईल.''

तरी नामदेवच्या मनात शंका होती. कारण डॉक्टर खटावकर आणि कुलकर्णी वकिलांनी त्याला बरंच काही ऐकवलं होतं आणि त्यामुळं एवढं गरजेचं वाटत नसलं तरी रेशनकार्ड मिळणंही अवघड वाटत होतं. म्हणून तो सरपंचांना म्हणाला,

''पन पौडातले कुलकर्नी वकील म्हनत व्हते तलाठ्याचा दाखला, सरपंच, पाटलाचा दाखला, अर्ज आणि बरंच कायबाय लागन, तव्हा कुठं रासनकार्ड मिळंन. ''

कुलकर्णी वकिलाचं नाव काढल्यावर सरपंचांनी तोंड वाकडं केलं. म्हणाले,

''या वकिलांचं डोकं लय चालतं. समद्याच गोष्टी कायद्यानी व्हत नाय. काही आमच्या राजकारनानी करायला लागत्यात. अन् पट्दिशी व्हत्यात. पन तुझं ते जमिनीचं आपल्याच्यानी नाय व्हयाचं. मी तर म्हनन तो नादच सोडून दे तू.''

“नाद सोडून देऊन उपाशी मरू का?”

“मंग काय करनार?”

“कुलकर्णी वकील म्हंतो टाटाच्या इरोधात समद्यांनी मिळून लढलं पायजे.”

नामदेवच्या या बोलण्यावर सरपंचांनी त्याला पुण्यामुंबईतल्या मुळशीकर तरुणांनी काढलेल्या मंडळाची करणी सांगितली. म्हणाले,

“आपल्या पुनंममयकर पोरांनी असा लढा सुरू केलाय. काही दिसापूर्वी भिऱ्याच्या कंपनीव हल्लाबी करायला गेले व्हते. पन तिथल्या सायबांच्या गोड बोलन्याला भाळले आणि आले परत. आता त्या सायबांनी आमदार, खासदार आणि सभापतींना धरलंय हाताशी. रस्ते करू, साळा काढू, दवाखाने बांधू. अशी निस्ती तोंडाची हवा केली. आन् ही पोरं तेवढंच ऐकून आली परत. पन तव्हाच जर भिऱ्याची कंपनी जाळली असती तर त्या रातीपूनच ममय अंधारात डुबली असती. मंग टाटाबी जाग्याव आला असता आन् सरकारबी जाग्याव आलं असतं. आता काय. खासदार, आमदार, सभापती आणि टाटा यांच्यात देवघेव व्हनार आन् मागचे दिस पुढं तसंच चालू ऱ्हानार.”

नामदेवला एकदम त्या रात्रीला हिलाळ घेऊन जाणारी ती पोरं आठवली. पण काहीच न करता ती केवळ रस्ते, लाइटीची आश्वासन घेऊन आली याचं त्याला वाईट वाटलं. या असल्या गोष्टींपेक्षा जिच्यावर पोट आहे ती जमीन वाचवण्याचा मार्ग तो शोधत होता.

सरपंचांकडं गावातली दोन-चार मंडळी आल्यावर नामदेव उठला. म्हणाला, “जरा चांभाराकं जाऊन येतो. समदा उन्हाळा गेला बिन व्हानंचा. आता येवढा पावसाळा गेल्याव तरी दे बाबा म्हंतो व्हान. मागून राब तोडायला समदं रान तुडवायचंय.”

“आमच्या चार गावांना एक चांभार. त्यात तुमच्या पठारवस्तीची भर. कसं उरकनार त्याला. आन् पह्यल्यांदा तो आमच्या गाववाल्यांच्याच बांधनार व्हाना. मंग गावाबाहेरच्यांच्या.”

घरात आलेल्या दोनचार मंडळींमधला एक गडी बोलला, तसा नामदेवही म्हणाला,

“बलुतं आमीबी देतो त्याला. फुकट नाय शिवून घेत.”

त्या गड्याला नामदेवचं हे बोलणं खूप लागलं. तो आवाज चढवून म्हणाला,

“नुसत्या बलुत्यानी नाय व्हत. गावकीचं काम पह्यल्यांदा करायला लागतं. मागून भायेरच्यांचं.”

“भायेरचे म्हनायला आमी काय उपरे हाये का? का खोऱ्याभायेरचे हाये.”

नामदेवही तावातावानं बोलला. मग तो गडीही इरेला पेटल्यासारखा बोलायला लागला. म्हणाला,

“आता तुमी उपरे हाये, का म्हारवाड्यातले हाये ते समद्या खोऱ्याला माह्यती हाये.”

आता मात्र सरपंचांनी मध्ये तोंड घातलं आणि “जाऊ द्या जाऊ द्या” म्हणत दोघांनाही शांत केलं. नामदेवला महारवाड्यातला म्हटलेलं खूप लागलं. पण राग गिळत तो घरातून बाहेर पडायला लागला. तेवढ्यात सरपंच म्हणाले,

“नामा, गावठान मंजूर झालं तरी शिवा महाराचं घर तुमच्या वस्तीचा जीव काढनार बघ.”

यावर नामदेव काहीच बोलला नाही. घराबाहेर आला. आता त्याला चांभाराकडंही जायची इच्छा राहिली नव्हती. मग सगळा राग अंगात मुरवत तो पठाराच्या वाटेला लागला.

नामदेव पठारावर आला आणि थेट शिवा महाराच्या घरी गेला. शिवा महार घरात नव्हता. त्याचा थोरला मुलगा मल्हारी नुकतीच चरून आलेली गुरं दावणीला बांधत होता. नामदेवला बघून तो म्हणाला,

“नामादा, अरे कुनीकं हायेस. बाबानी सकाळपून दोनदा इचारलं. नामादा दोन-दिवस घराकं नाय फिरकला म्हनून.”

“त्यालाच भेटायला आलोय.” नामदेव.

“मंग बस. तो आन् उत्या येत्यात बैलं घिऊन.”

असं म्हणत मल्हारीनं चुलीपुढं स्वयंपाकात गुंतलेल्या बायकोला चहा ठेवायला सांगितला. गुरं बांधून झाल्यावर तो नामदेवजवळ आला आणि दोघं अंगणातल्या लाकडी खाटेवर बसले. नामदेव काहीच बोलत नव्हता. मग मल्हारीनंच टाटाच्या भिऱ्याच्या कंपनीवर चाल करून गेलेल्या पोरांची हकिकत सांगितली. नामदेव ती आताच सरपंचांकडून ऐकून आला होता.

पण इथंही त्यानं मल्हारीकडून ती ऐकून घेतली. अगदी तो जेवढी सांगेल तेवढी. मधे मल्हारीच्या बायकोनं पितळीभरून चहा आणून दिला. तोही घेतला. पण बोलला काहीच नाही. त्याचं लक्ष होतं ते शिवा महाराच्या वाटेकडं.

बराच वेळानं शिवा महार आला. तो आल्याआल्याच नामदेव जागचा उठला आणि हातात बैलांचा कासरा धरलेल्या शिवा महाराला 'शिवादा' म्हणत जोराची मिठी मारली. शिवा महाराला आश्चर्य वाटलं.

"आरे काय झालं नामादा, काय झालं?"

असं म्हणत त्यानं नामदेवचे दोन्ही खांदे पकडत त्याच्या चेहऱ्याकडं पाहिलं. त्याचे डोळे भरून आले होते. पण तो काहीच बोलत नव्हता. मल्हारी, त्याची बायको आणि बापाबरोबर खांद्यावर शिळवाटी घेऊन आलेला शिवा महाराचा धाकटा मुलगा उत्तम नुसतेच बघत होते.

"घरात काय झालं का? का ते भाडेपट्ट्याचं भूत आजून तुझ्या डोक्याहून उतारलं नाय?"

शिवा महारानं त्याला पुन्हापुन्हा विचारण्याचा प्रयत्न केला. पण तो बराच वेळ काहीच बोलला नाही. पार अंधार पडल्यावर घरी जाताना तेवढा म्हणाला,

"शिवादा, नको आपल्याला गावठान. आपली ही पठारवस्तीच बरी हाये."

"हात्तिच्या आयला. तेवढ्याकरता व्हय. आरे असं इवढी तिवढीच्या गुष्टीनी नाद नाय सोडून द्यायचा. गावठान मंजूर झालं तर रस्ता व्हईल, लाईट येईल, साळा व्हईल... आरे गावावानी गाव व्हईल आपलं पठार. आता व्हईल जरा उशीर. पन आता इतके दिस गेले, तसे आनखी थोडे जातील. त्यात मनाला काय लावून घ्यायचं येवढं!"

शिवा महारानं त्याची समजून काढण्याचा प्रयत्न केला. त्यावर नामदेव काहीच बोलला नाही.

अंधारात आपल्या घराच्या दिशेनं चालता झाला.

दोन दिवस नामदेव असाच नुसता गपगप राहिला. शेताची चिंता त्याला काही सुचू देत नव्हती. आता सर्वांना भेटून झालं होतं. कुठंच काही मार्ग दिसत नव्हता. सारखा तोच विचार.

त्या विचारातच त्याला सरस्वतीच्या भावाची आठवण झाली. तो नांदिवलीत चार लोकांमध्ये ऊठबस करणारा आहे. त्याला चार चांगले लोक ओळखणारे आहेत. त्याच्याकडून काही होतंय का बघावं म्हणून एक दिवस दुपारचाच तो निघाला आणि दिवस मावळायच्या वेळेला नांदिवलीत पोहोचला.

त्या दिवशी नांदिवलीत नेमकं उरुसाचं भारूड होतं. पंधरा दिवसांपूर्वी उरुसाच्या दिवशीच गावात मयत झाली. सुतकात भारूड नको म्हणून ते आज ठेवलं होतं. घरात गडबड होती. नामदेवला वाटलं उगीच आलो आजच्या दिवसाला. आपल्या पठारवस्तीवर कधी उरूस नसतो. भारूड नसतं की तमाशा नसतो. पण ज्यांच्या गावाला असतो ते पाव्हणेही कधी आपल्याला बोलवत नाही. पठारावर नाहीतर पाव्हण्यांच्या गावाला तरी पोरांनी उरुस पाहिला असता. पण न बोलवता बळंच कोण आणणार पोरांना. उलट त्यालाच आता संकोचल्यासारखं वाटलं. पण आता परतही जाता येत नव्हतं. अशा वेळी ज्या कामासाठी आलो आहे तोही विषय काढता येत नव्हता. पण बऱ्याच दिवसांनी दाजी आले म्हणून सरस्वतीच्या भावानं, रघूनं इकडच्या तिकडच्या गप्पा मारल्या आणि रात्री जेवण झाल्यावर नामदेवला देवळाकडं नेलं.

नामदेवला घरात संकोचून बसण्यापेक्षा पारासमोर बसणं सोयीचं वाटलं. म्हणून मग मन स्थिर नसलं तरी बसला भारूड सुरू होण्याची वाट बघत.

पारावर मांडव घातला होता. वर रंगीत कापड आणि मांडवभर फडकणाऱ्या रंगीबिरंगी पताकांनी पाराला शोभा आली होती. दहा-बारा कंदील आणि पुढच्या बाजूच्या एका हिलाळानं तो उजाळला होता. पखवाज, ढोलकी, पेटी, टाळ अशी वाद्यं घेऊन चार-पाच गडी उजव्या बाजूला बसले होते. नामदेव त्यांना निरखत असतानाच तोंडाला भली मोठी सोंड लावून गणपती नाचत आला. त्याचं मोठं पोट आणि उघडं अगडबंब शरीर बघून सगळ्यांनाच हसू आलं. मात्र गायकानं गणगौळण सुरू केली आणि त्यावर वादकांनी ठेका धरला.

प्रथम घंटा घेतला हाती; प्रथम घंटाजी।
प्रथम घंटा घेतला हाती; नमू गणरायालाजी।
नमू गणरायाला विनविती संगे सारजाजी।
तसे मिनिटभर सगळे शांत झाले.

गणपती आपली सोंड सावरत नाचायला लागला. त्याच्यापुढे सगळे

नतमस्तक असले तरी त्याचं हलणारं पोट बघून लहान पोरं तर आपलं हसू आवरत नव्हतीच पण मोठ्या माणसांनाही आपलं हसू तोंडातल्या तोंडात दाबता येत नव्हतं. नामदेव मात्र अजून त्याच्याशी एकरूप झाला नव्हता. तो मनानं अजून तिथं आलाच नव्हता. त्यामुळं गणपती पारावर आला आणि नाचून गेला. पाठोपाठ

जाग रे जाग बापा। विश्वपालका कृष्णा।
दीन आम्ही उभे द्वारी। आमुची बोळवी तृष्णा।।
त्रासलो प्रपंची या। बहु कष्टलो भारी।
म्हणवूनि शरण आलो। विभो तुझिया द्वारी।।१।।

अशा स्वरात गाव जागं करणारी भूपाळी झाली आणि लगेच मोरपिसाऱ्यांची उंच टोपी घातलेला वासुदेव हातातला टाळ वाजवत या गावात दान मागायला लागला.

गातो वासुदेव मी ऐका।
चित्त ठायी ठेवून एका।

असं गातगातच वासुदेव पडद्यामागं गेला. पारावरच्या कंदील आणि हिलाळाच्या उजेडात असं मन प्रसन्न करणारं वातावरण दिसत असलं तरी नामदेव अजून त्यात रमला नव्हता. हातची जमीन जाऊन उपाशी मरण्याची वेळ येते की काय, या विचारानं त्याचं मन कुठंच रमत नव्हतं. दोन थापाडे मित्र पारावर उभे राहून मोठमोठ्या थापा मारून लोकांना पोटदुखेपर्यंत हसवत होते, मात्र जमिनीच्या विचारानं नामदेवच्या तोंडून हसू फुटत नव्हतं. नामदेवचा मेहुणा मात्र त्या बतावणीत चांगला रमला होता. मोठमोठ्यानं हसणाऱ्या मेहुण्याकडं त्याचं अधूनमधून लक्ष जात होतं. बतावणीत एक थापाड्या मित्र दुसऱ्या थापाड्या मित्राला म्हणत होता,

"बरं ते जाऊ दे. लय झाल्या थापा मारून. आता उली सुखादुःखाच्या गोष्टी करू. संसाराच्या कटकटींचा घटकाभर इसर पडाव म्हनून उली गंमत झाली पन आपलं हे संसाराचं रडगानं कव्हा संपनार नाय."

"खरंय ते."

पहिला मित्र म्हणाला. मग त्याच्या खांद्यावर हात ठेवत दुसरा मित्र पुढे बोलायला लागला. म्हणाला,

"मित्रा, आपलं आर्ध आयुष्य बायको, पोरं आणि संसार संसार करन्यात गेलंय."

“वाया गेलंय.”

“वाया गेलंय. पन आपल्याला हे कव्हा कळलंय?”

“आर्ध आयुष्य गेल्याव.”

“आन् चार पोरं काढल्याव”

“वंगाळ काय बोलू नको.”

पहिला मित्र दुसऱ्या मित्राचा खांद्यावरचा हात झटकत म्हणाला. तेव्हा दुसरा मित्रा त्याच्या खांद्यावर पुन्हा हात ठेवत म्हणाला,

“आता हितं वंगाळ काय बोल्लो.”

तसा पहिला मित्र त्याला समजून सांगायला लागला. म्हणाला,

“आपून उभं कुनीकंय?”

“कुनीकं?”

“देवाच्या दारात. त्यात म्होरं बाया-बापड्या बसल्यात. बारीक सारीक चिमुर्डी पोरं बसल्यात. त्यांच्या मनाला वंगाळ नाय वाटायचं?”

“कशाचं?”

दुसरा मित्र विचार करत म्हणाला. तसा दुसऱ्याच्या तोंडाकडं बघत पहिला म्हणाला,

“पोरं काढल्याचं”

“आता काढलेल्याला काढलं नाय म्हनायचं तर काय घातलं म्हनायचं?”

“आजून तुझ्या डोक्यात परकाश नाय पडला.”

वैतागल्यागत करून पहिला बोलायला लागला. म्हणाला,

“तुझ्या आर्ध्या गवऱ्या गेल्या म्हसनात. पन आजून अक्काल काय आली नाय तुला. आरं पोरा-लेकरांम्होर, बाया मानसांम्होर कसले शब्द वापराव ते कळलं पायजे आपल्याला!”

“पन मी पोरं-लेकरं आन् बायमानसांकरता बोल्लो नाय.”

“मंग कुनाकरता?”

“आपल्याकरता बोल्लो.”

“आरं मंग कानात सांग ना माझ्या. बोभाटा कशाला करतो.”

“आरं माकडा, आपल्याकरता म्हंजी हितं बसलेल्या गड्यामानसांकरता.”

“आन् बाकीचे?”

“ते क्कान?”

"बायामानसं, पोरं-लेकरं?"

"त्यांच्याकरता नाय!"

"आरे त्यांना ऐकायला जानार की नाय!"

"आता जे त्यांच्याकरता नाय ते त्यांनी कशाला ऐकायचं."

"लय शाना."

मंग त्याला जवळ घेऊन आणखी समजून सांगितल्यागत करत पहिला म्हणाला,

"मित्रा, चार पोरं झाली म्हणावं. काढली म्हनलं की ऐकायला वंगाळ वाटतं."

"म्हंजी वंगाळ काय बोलायचं नाय. वंगाळ काय बघायचं नाय. आन् वंगाळ काय ऐकायचं नाय म्हन की?"

"हां. आता कसं!"

"म्हंजी वांडार बनून जगायचं म्हन की. आपल्याला नाय जमायचं ते बुवा!"

"न जमायला काय धाड भरली. त्या वांडरांना जमतं, तू तर चांगला मानसावानी मानूस हायेस. जनवारावानी वागायला सोभतं का तुला?"

मग प्रेक्षकांकडं बघत दुसरा मित्र बोलायला लागला. म्हणाला,

"मित्रा, मानसावानी दिसतो म्हनून मानूस म्हनायचं. नायतर मावळ-मुळशीच्या या डोंगररानातली जनवारंच आपून. इथल्या टाटाच्या धरनांनी आपल्याला मानसातून उठवलं. आन् जनवारांवानी जगायला लावलं."

तसा मागे उभा असलेल्या पहिल्या मित्रानं प्रेक्षकांकडं बघत बोलणाऱ्या दुसऱ्या मित्राच्या पाठीत थपाटा मारला. दुसरा मित्र पाठ चोळायला लागला. मग त्याच्याकडं बघत पहिला म्हणाला,

"ते तुझं काम नाय."

"कंचं?"

"टाटाचं नाव घ्यायचं. टाटा धरनग्रस्तांनी टाटाचं नाव घ्यायचं नाय."

"का?"

"ते पाप हाये. या देशानं टाटाला लायसन दिलंय. तो कायबी करू शकतो. शेतकऱ्यांना मानसातून उठवू शकतो नायतर गावातून उठवू शकतो. मात्र शेतकऱ्यांनी काय बोलायचं नाय. त्याला पार गाडला तरी मान वर करायची नाय."

“शेतकऱ्याव हा जुलूम का बरं?”

“ममयकरता! त्या ममईतली लोकं चांगली जगली पायजेत. त्यांच्या घरात लाइट आली पायजे. त्यांच्या घरात बारा मयने चोवीस तास पानी आलं पायजे. ते कुनीकून येनार? आपल्या घरादाराव आणि जमीनजुमल्याव पानी साठवल्यावच ना!”

टाटाचं नाव निघाल्यावर नामदेव एकदम सावरून बसला. लक्ष देऊन ऐकायला लागला. दुसऱ्या मित्राला पहिल्या मित्राचं बोलणं पटत होतं. तो पहिल्याकडं बघत मान हलवत म्हणाला,

“हां. तेबी बरूबर हाये गड्या!”

“मंग. तुलाय ना दुसऱ्याचं चांगलं बघवतच नाय. म्हनून तुझ्या संसाराच्या कटकटी संपत नाय.”

“पन मित्रा, मला येक कळत नाय. ममयची लोकं चांगली जगत्यात. त्यात माझ्या प्वाटात दुखायचं काय कारन नाय. आपलीबी लोकं तिकडं जाऊन राह्यल्यात. आपल्यालाबी लय हौस असंन तर जाऊ, राहू तिकडं जाऊन.”

“गाव सोडून!”

“मंग आता चांगलं जगायचं म्हनल्याव गावात काय राह्यलंय. आता शाराचा रस्ता धरायची येळ आली.”

“म्हंजी गाव पडू दे वशाट!”

“आता तेच व्हनार. लायटीला भाळल्याव दुसरं काय व्हनार. ती तर काय आपल्या गावात येनार नाय. मंग आपल्यालाच तिच्याकं जायला लागनार. पन मी म्हनत व्हतो. मला येक कळत नाय. या रानात टाटा कुनीकून आला.”

“लायसन.”

“कसलं?”

दुसऱ्यानं आश्चर्यानं विचारलं. तेव्हा त्याच्याजवळ जाऊन त्याच्या खांद्यावर हात ठेवत पहिला बोलायला लागला. म्हणाला,

“गाव मारन्याचं. त्यांना पार बुडवून त्यांचा नायनाट करन्याचं लायसन दिलंय टाटाला.”

“कुनी”

“कुनी म्हंजी पह्यल्यांदा इंग्रजांनी. आन् आता आपूनच निवडून दिलेल्या सरकारनी.”

"ते कसं?"

"कसं. ते बघ ह्या भारुडात. थापा लय झाल्या. आता लोकांना उली चांगलं बघू दे."

असं म्हणत पहिला प्रेक्षकांकडं बघत म्हणाला,

"काय मंडळी. तुमच्या रानात टाटानी तुम्हांलाच कसं नागवलं ते बघायचंय नां. मंग बघा हे भारूड!"

असं म्हणून दोघंही पडद्याच्या मागं गेले.

नामदेव मन लावून, एकटक सगळं बघायला लागला. चारपाच गडी पारावर आले आणि अभंग सुरू झाला.

नीजरुप दाखवावो हरिदर्शनास द्याहो...

अभंग संपल्या संपल्या एकजण पुढे आला आणि बोलायला लागला,

"नमस्कार मंडळी, हिंदवी स्वराज्याच्या स्थापनेसाठी छत्रपती शिवाजी महाराजांनी रायरेश्वरी शपथ घेतली. पुढे त्यासाठी त्यांनी जिवाचं रान केलं. त्या वाटेवर त्यांना अनेक शिलेदार, सुभेदार भेटलेच, मात्र महाराजांची सगळ्यात मोठी शक्ती होती, ती त्यांचे मावळे. हे मावळे महाराजांच्या एका शब्दावर आपल्या प्राणाची पर्वा न करता लढायचे. शत्रूच्या घरात घुसून त्याला जागे करून मारायचे. या पराक्रमी मावळ्यांविषयी महाराजांनाही प्रेम होते. मावळ-मुळशी ही त्याच मावळ्यांची भूमी. त्या मावळ्यांच्या कित्येक पिढ्या या रानात नांदत आल्या. कित्येकांची माती या मातीत मिसळून ही भूमी पवित्र झाली. मात्र पंचावन्न-साठ वर्षांपूर्वी या पवित्र भूमीवर दुश्मनाची नजर पडली. महाराजांच्या मावळ्यांचे वंशज सत्याग्रहाचे आधुनिक हत्यार घेऊन मैदानात उतरले. मात्र आपल्याच माणसांनी घात केला. फितुरी झाली. स्वतःच्या अक्कलहुशारीनं न वागता, आपला गनिमी कावा न वापरता पुण्याहून आलेल्या पुढाऱ्यांच्या भरवशावर बसलेल्या या मावळ्यांच्या वंशाजांकडं पुढे या पुढाऱ्यांनी पाठ फिरवली. शत्रूनं गनिमाला म्हंजेच इंग्रजांना हाताशी धरलं. धरन बांधलं आणि शिवाजी महाराजांचा प्रदेश आपल्या ताब्यात घेऊन पाण्यात बुडवला. सुखानं जगनाऱ्या इथल्या शेतकऱ्याला गावातून उठवणारा तो शत्रू दुसरातिसरा कुनी नसून तो आहे या धरनाचा मालक टाटा. त्यानं इथल्या शेतकऱ्याला देशोधडीला लावलं आणि हा पवित्र मावळ मुलूख गिळला. आज शिवाजी महाराज असते तर हा मुलूख पान्यात बुडवनाऱ्या शत्रूला पानी पाजलं असतं. मात्र आज या

शेतकरी मावळ्यांना कुनी वाली नाही. त्यामुळं त्याच्या जीवनाची परवड संपत नाही. ही परवड कशी झाली ती मात्र तुम्ही आज ऐका.''

नामदेवचं सगळं लक्ष आता पाराकडं होतं. तो एकदम सावध झाला. टाटानं केवळ आपल्यालाच पिडलं नाही. सगळ्या खोऱ्याचीच दैना केली आहे त्यानं. घरोघरी तीच परवड. मेहुणा मघाशी म्हणत होता, खोऱ्यातील कुठल्यातरी गावातलंच भारूड आहे म्हणून. म्हणजे या टाटानं सगळ्या खोऱ्याची झोप उडवली आहे, हे लक्षात यायला त्याला वेळ लागला नाही. आपण आणि आपली पठारवस्ती एवढीच टाटाची शिकार नाही, याची जाणीव झाल्यावर त्याला थोडा धीर आला. आणि नीट दिसावं म्हणून त्यानं शेजारचा दगड ओढून पायाखाली घेतला. हाताची घडी गुडघ्यांवर ठेवून भान हरपून बघायला लागला.

पारावरच्या फाटकी कोपरी घालून ढुंगणाला धोतराचा धपला गुंडाळलेल्या एका गड्यानं सुरू केलं,

''गावातून उठला, रानामदी पडला... तिथंबी फरपट सुरू, टाटाला टाटा करू.''

मग पारावरच्या सर्वच गड्यांनी त्याच्या सुरात सूर मिसळला.

''टाटाला टाटा करू, टाटाला टाटा करू ऽऽ.''

मग पहिला गडी 'थांबा थांबा' म्हणत बोलायला लागला. सगळे थांबले. तो पुढं बोलायला लागला,

''आरं याला राह्याला गाव नाय. मंग हा ऱ्हातो कुनीकं?''

''याला राह्यला गाव नाय.'' तिसरा.

''आरारा.'' पहिला.

''पिकवून खायाला हक्काची जमीन नाय.''

चौथा पुढं होऊन म्हणाला. मग पाचवा फाटक्या कोपरीवाल्याकडं बघत बोलायला लागला. म्हणाला,

''तू गावातून उठला म्हंजी कव्हाकाळी तुला हक्काचं गाव व्हतं. गाव व्हतं म्हंजी जमीनजुमला असनार. मंग आज तुझी ही फरफट झाली कशी?'' तसा फाटक्या कोपरीवाला प्रेक्षकांकडं बघत बोलायला लागतो. म्हणतो,

''ही समदी करनी त्या टाटाची.''

''करनी! बापरे! लिंबू मारलं की मूठ.''

चौथा असं बोलल्याबरोबर सगळे कोपरीवाल्यापासून मागे सरतात. मग कोपरीवाला त्यांच्याकडं बघत म्हणतो,

‘‘तुमी म्हंता ती करनी नाय. आन् भानामतीबी नाय. करनी केली म्हंजी उद्योग केला. आमाला नको व्हता तो उद्योग.’’

तेव्हा त्याच्याकडं बघत पहिला म्हणाला,

‘‘आरं पन तू क्वान, कुनीकून आला हे काय सांगशील की नाय.’’

‘‘कुनीकून आला नाय, तो हितलाच हाये.’’ दुसरा म्हणाला.

‘‘मंग त्याला गावशिव नाय कसं म्हंता?’’ पहिला.

‘‘आता नाव सांगायला गाव नाय. पिकवून खायला नावाव जमीन नाय म्हनल्याव काय म्हनायचं.’’

‘‘हा खॉटं बोलतोय.’’

पहिला गडी असं बोलल्याबरोबर पारावरचे सगळे गडी त्याच्याभोवती येऊन ‘‘काय?’’ असं जोरात ओरडतात. तो कानावर हात ठेवतो. मग कानावरचे हात काढून तो त्याच्याकडं आश्चर्यानं बघणाऱ्या गड्यांकडं शांतपणे बघत बोलायला लागतो. म्हणतो,

‘‘आरं मला म्हनायचंय, स्वातंत्र्य मिळून तीन तपं व्हत आली. इंग्रज गेले. आपला भारतदेश गुन्यागोविंदानी नांदायला लागला. आपला देश आपल्याला मिळाला. आता मला सांगा, हा देश आपल्या समद्यांचा असंल तर हितं याला राह्याला गाव नाय असं कसं व्हईल?’’

‘‘पन असं झालंय.’’ तिसरा.

‘‘आन् तेच तर सांगतोय आमी.’’ चौथा.

‘‘खरं वाटत नसंल तर तूच इचार त्याला.’’ पाचवा.

सर्वजण कोपरीवाल्याला समोर ढकलतात. म्हणतात,

‘‘इचार याला.’’

कोपरीवाला अंग चोरत कावराबावरा होऊन पहिल्याकडं बघायला लागतो. पहिला त्याच्याकडं आश्चर्यानं बघतो. त्याला नीट न्याहाळत म्हणतो,

‘‘हा तर कातकरी...’’

‘‘काय?’’

सगळे पहिल्याकडं बघत एकदम ओरडतात. तसा पहिला सावरून घेत बोलायला लागतो.

‘‘वाटतो!’’

‘‘हां.’’ परत सगळे एकदम म्हणतात. मंग दुसरा म्हणतो,

“वाटतो कातकरी, पन हाये मराठा, मावळातला शेतकरी. नांदत्या गावातून उठवून त्याला असा आदिवासी बनवला. त्याच्याकडं होतं ते सगळं ओरबाडून घेतलं. आणि त्याला इथल्या रानात जनवरावानी जगायला सोडलं.”

“कुनी केलं हे पाप?” पहिला.

“एका मोठ्या धनवानानी.” तिसरा.

“आता या धनवानाला, असं पाप करायची गरजच काय पडली?” पहिला.

“दुसरं कशाकरता? आनखी धन मिळवन्याकरता.” दुसरा म्हणाला. तसा तिसरा मध्येच बोलला.”

“आणि ममईतल्या त्याच्यावानी असनाऱ्यांना सुखानी जगन्याकरता!”

“हा ममयवाल्यांच्या सुखाकरता झटनारा धनवान हाये तरी क्नान?”

“टाटा!” सगळे एकदम.

“बरं टाटा तर टाटा.” पहिला टाटा करत जायला लागतो. तेव्हा त्याला सगळे पकडतात. चौथा गडी त्याला म्हणतो,

“आरे तो निरोप घेन्याचा टाटा नाय.”

“मंग?” पहिला.

“हा टाटा म्हंजी श्रीमंतांचं, भांडवलदारांचं प्रतीक. आपल्या पैशाच्या जोरावर गरिबांना चिरडनारी ही कुनी व्यक्ती नसून वृत्ती हाये.”

“आसं आसं. मला वाटलं हा धनवान म्हंजी दोन पायांचा, दोन हातांचा, दोन डोळ्यांचा आन् दोन कानांचा कुनी येक मानूस हाये. जो कुनाला तरी चांगलं जगता यावं म्हनून कुनाचा तरी खून करतो.”

मग क्षणभर थांबून तो परत कोपरीवाल्याकडं बघतो. म्हणतो,

“काय रे, तुला खरंच गाव नाय का?”

“समदं हिसकून घेतलं टाटानी. म्हनून तर आता त्याला टाटा करायला निघालोय.”

कोपरीवाला म्हणाला.

“म्हंजी?” पहिला.

“म्हंजी, त्याला म्हननार. आता लय अत्याचार झाला. आमाला लुबाडलं तेवढं चिकार झालं. आमची जमीन आमाला देऊन हे रान सोडून जा. तसं केलं तर येवढं करूनबी तुला आनंदानी टाटा करू.”

“म्हंजी बाय बाय?” पहिला

“आता बाई कशाला मधी.” कोपरीवाला गोंधळून बोलतो. तेव्हा तिसरा मध्ये येऊन म्हणतो,

“आरे बाई नाय बाय बाय. म्हंजी तू म्हनतो तो टाटा.”

“बरं बरं.” समजल्यागत करून कोपरीवाला पुढे बोलतो. म्हणतो,

“असं झालं तर मला गरिबाला माझं गाव मिळंल.”

“आन् मंग इकासाचं काय?” चौथा मध्येच बोलतो. तेव्हा पहिला चौथ्याकडं बघत म्हणतो,

“कुनाचा इकास?” मग तिसरा पुढं होऊन बोलायला लागतो. म्हणतो,

“आपल्या समद्यांचा. आपल्याला इकास पायजे. आपलं घर लायटीनी उजाळलं पायजे. ते उजाळलं की आपून इकास झाला म्हंतो.”

“बरं मंग.” पहिला.

“पन याचं घर आन् जमीनजुमला समदं पान्यात बुडतं. मंग तो धरनाला इरोध करतो. कुनाला इरोध करतो?”

“धरनाला.” सगळेजण एकदम म्हणतात. मग तिसरा सगळ्यांकडं बघत बोलायला लागतो,

“धरनाला! म्हंजीच इकासाला. कुनाला?”

“इकासाला!” पुन्हा सगळे एकदम म्हणतात. मग पहिला तिसऱ्याकडं बघत बोलायला लागतो. म्हणतो,

“बरुबर हाये. इकासाकरता धरनं झाली पायजे. कारखाने उभे राह्यले पायजेत. त्याबिगार देशाचा इकास व्हनार कसा?”

“आन् याचा? त्यानी कुनीकं जायचं. का इकास म्हंजी फकस्त तुमचा–आमचा? त्याचं समदं बुडाल्याव त्यानी धरनाला आन् ते बांधनाऱ्याला शा घालायला सुरुवात केली, की त्याला इकासइरोधी म्हनायच. मंग पुलीस, सरकार आन् लायटीत जगनारे आपल्यावानी समदेच त्याच्याव तुटून पडनार. मंग त्याची अशी अवस्था नाय व्हनार तर काय व्हनार!”

तिसरा असं बोलल्यावर पहिला त्याला समजून सांगितल्यागत बोलायला लागला. म्हणाला,

“ते समदं खरं हाये. पन टाटानी कायतरी मोबदला दिला असंलच ना? का उगीच आपला आला अन् जमिनी पान्यात बुडवल्या. काय रे पैसा मिळाला की नाय?”

"तेच तर दुखनं हाये. ना मोबदला, ना जमिनीला जमीन, ना गावाला गाव. असा नागवलेला, इथल्या रानात अजून तग धरून हाये."

"मंग याच रानातली जमीन पिकवायची आन् जगायचं." पहिला असं म्हणाल्यावर. दुसरा पुढं झाला. म्हणाला,

"तिथंबी चोरी. त्याच्या वाट्याला तेबी भाग्य नाय."

"ते कसं?" पहिल्यानं असं विचारल्याबरोबर कोपरीवाला म्हणतो,

"वरती आग खालती पानी, जमीन चोरीला काय मी करू...टाटाला टाटा करू, आता टाटाला टाटा करू, टाटाला टाटा करू ...

"पाण्यावर आग आन् जमिनीची चोरी? आता हे आनखी यागळं काय सांगतोस."

पहिल्याने कोपरीवाल्याला थांबवत विचारलं. तेव्हा कोपरीवाला त्याच्याकडे बघत म्हणाला,

"हे यागळं काय नाय बाबा, हे आमचं जगनं हाये. वरती आग, म्हंजी डोक्यावरती आन् आवतीभोवती डोंगराला वनवं आन् खालती धरनाचं पानी. याच्यामधी पिचतोय आमी. टाटानी लयंदी जमीन चोरली. आता नव्यानं जन्माला आलेले छोटे छोटे टाटा उरलेली चोरायला लागलेत. आन् म्हनूनच मी आता या टाटांना टाटा करायला लागलोय."

"आरं पन जमिनीची कव्हा चोरी व्हती का?" पहिला.

"नाय झाली तर आमची जमीन आमाला का नाय घवत. आमी हितले. आमच्या पिढ्या गेल्या हितं, आमच्या नावाव सातबारे नाय. मात्र बघन तो सातबार टाटाच्या नावानी. मंग याला चोरी नाय म्हनायचं तर काय म्हनायचं?"

"आरे येड्या मानसा, असं कसं व्हईल. इंग्रज गेले आपल्या देशातून. आन् मोगलाई तर नावाला उरली नाय. आता आपल्याला स्वातंत्र्य मिळालंय. लोकशाही आली. आता हितं समदं कायद्यानी व्हतं. कुनाव अन्याय व्हत नाय की कुनाव जुलूम व्हत नाय."

पहिला समजून सांगायला लागला. तेव्हा चौथा म्हणाला,

"याला अजून टाटाची कीर्ती माह्यती नाय. म्हनून हे समदं सुचतंय याला"

"कीर्ती? कसली कीर्ती?"

पहिला विचारतो. तेव्हा कोपरीवाला गायला लागतो,

"गाव सांगायला गावठान नाय, सातबाऱ्याला नाव नाय... हाये टाटाची सावकारी सुरू,

आता टाटाला टाटा करू, टाटाला टाटा करू..."

"आरारा ऽऽ येवढा मोठा टाटाचा लौकिक आन् तो सावकारी करतो. पन सावकारी कसली ते तर सांगशील!" पहिला म्हणतो. मग कोपरीवाला सांगायला लागतो. म्हणतो,

"जमीन माझी. माझ्या वाडवडलांची. पन सातबाऱ्याला नोंद झाली टाटाच्या नावाची."

"आता ती कशी काय?" चौथा.

"कशी काय? सांगतो ऐक." म्हणत कोपरीवाला सांगायला लागतो. म्हणतो.

"इंग्रजांचं राज्य व्हतं हितं कधी काळी. दुश्मनाइरुद्ध देश लढत व्हता त्या काळी. तव्हा दोस्ती केली टाटानी या दुश्मनाशी. कायदा बनवला आपल्याकरता. शेतकऱ्यांना बुडवन्याकरता. त्याच कायद्यानं सातबारा झाला टाटाच्या नावानी."

"मंग?" तिसरा.

"मंग? मंग धरनाखाली जमीन गेली. उरल्याली डोंगरपडीची माझीच जमीन माझ्याकं आली भाडेपट्ट्यानी. भाडं खाऊ लागली टाटा कंपनी. असा खेळ झाला सुरू नव्या सावकाराचा. आमच्या जमिनीवर टाटा मोठा झाला. या रानाचा तो राजा झाला."

"का नाय व्हनार. अशानी मूठभर टाटा या देशाचे राजे व्हनार. आन् इंग्रजांवानी राज्य करनार." तिसरा.

"आन् आपून परत स्वातंत्र्य स्वातंत्र्य करीत बोंबलत बसनार." पाचवा.

"म्हनून तर आता या टाटाला टाटा करायची येळ आलीये." कोपरीवाला असं म्हणल्यावर पहिला त्याच्याकडं बघत विचारतो,

"पन कसा?"

"त्याला कूळकायदा लावा. टाटाचे सातबारे कसनाऱ्या शेतकऱ्याच्या नावाव करा. राजारजवाड्यांची संस्थानं गेली तशी या भांडवलदारांची जाऊ द्या. आमच्या जमिनीचा मोबदला म्हनून धरनापासूनच्या उत्पन्नात वाटा द्या, नायतर धरन सरकार जमा करा." तिसरा पुढं येऊन म्हणाला. तेव्हा कोपरीवाला त्याच्याकडं बघत म्हणाला,

“सरकार ते करत नाय, टाटाचं पानी भरनं सोडत नाय.”

“म्हंजी?” दुसरा.

“म्हंजी सरकार म्हनायचं आपलं. पन ते हाये टाटाचं.” कोपरीवाला.

“आन् आपलं?” पाचवा.

“आपलं आपून बघायचं. रानात वाघाच्या तोंडी जायचं. साप चावून मरायचं. ते नाय झालं तर धरन बांधून ठेवलंय. त्यात उडी घिऊन जीव द्यायचा.”

“आरं असं वंगाळ नको घडायला.” तिसरा म्हणतो. तेव्हा सगळ्यांकडं बघत कोपरीवाला गायला लागतो.

“सत्याग्रह झाला, पुढाऱ्यांची आंदोलनं झाली... आता त्याला आपूनच धूळ चारू,

टाटाला टाटा करू, आता टाटाला टाटा करू, टाटाला टाटा करू ...”

“थांबा थांबा. पुढाऱ्यांबिगार कुठली आंदोलनं व्हत नाय. आता तुला परत येक नवा पुढारी बघायला पायजे.” पहिला म्हणाला. तेव्हा प्रेक्षकांकडं बघत कोपरीवाला म्हणाला,

“सत्याग्रहापासून आमी लय पुढारी पायले. आता आमीच आमचे पुढारी व्हनार आन् आमच्या जमिनीत उभे राहून टाटाला हाकलून देनार, त्याला टाटा करनार.”

“पन तो जानार का?” दुसऱ्यानं विचारलं.

“का नाय जानार. या देशातून आजपरेन येवढे राजे गेले. मंग हा का नाय जानार. आमी त्याला घालवनार. आमचा राजा व्हऊ बघनाऱ्या टाटाला आमी घालवनार. त्याला टाटा करनार.”

“पन असं भांडून तो थोडाच जानार हाये. इतक्या पुढाऱ्यांना नाय जमलं ते तुमाला जमनार?” पहिल्यानं शंका काढली तेव्हा त्याला गप करीत चौथा म्हणाला,

“जमल जमल. समदं जमल. पुढाऱ्यांकून नाय झालं म्हनून काय झालं. कोर्टाची पायरी आजून बाकी हाये.”

तसा कोपरीवाला पुन्हा गायला लागला,

“कोर्टाची पायरी वकिलाचा महाल, होतात फक्त आपले हाल... आता आपूनच आपल्याला तारू, टाटाला टाटा करू ऽऽ आता टाटाला टाटा करू, टाटाला टाटा करू ...”

‘‘तेबी खरंय गड्या. कोर्टाची पायरी चढून आपलं घर बसतं आन् वकिलाचे महाल उभे ऱ्हात्यात.’’ पहिला म्हणाला. तेव्हा कोपरीवाला पुढं बोलायला लागला. म्हणाला,

‘‘वकिलाचे महाल उभे ऱ्हात्यात नाय, राह्यलेत...’’

नामदेव स्वतःला त्या कोपरीवाल्यातच बघायला लागला.

सगळं गाव स्तब्ध होऊन भारूड बघत होतं. सगळ्यांना ती आपल्याच जीवनाची कथा वाटत होती. नामदेवला तर ते आपलं जीवनच वाटत होतं. त्याला या भारुडातून एक गोष्ट समजली आणि ती म्हणजे तेव्हा शेतकऱ्यांनी वकील दिला होता. मग त्याच्या मनात आलं, तेव्हा जर थोरल्या म्हाताऱ्यानं वकील दिला असेल तर त्याचं पुढं कायतरी झालंच असेल. ते जाणून घेण्याची त्याला आता उत्सुकता लागली. मग भारूड संपेपर्यंत त्याला त्याच विचारानं घेरलं. आणि ते संपल्या संपल्या सकाळी सकाळीच तो पाहुण्यांच्या घरी चहा पिऊन पठाराकडं निघाला.

✧✧✧

दोन

नामदेवनं म्हादूकडून लहानपणापासून मुळशी सत्याग्रह आणि धरणाविषयी बऱ्याच गोष्टी ऐकल्या आहेत. आपल्या आजोबाला त्याच्या नांदत्या गावातून उठवणारं, त्याचं सर्वस्व ओरबाडून घेणारं धरणही तो पाहत आला आहे. मात्र, या धरणानं आपल्याला कुठून कुठं आणून ठेवलं आहे याची जाणीव त्याला सिधा पडवळाच्या मृत्यूपासून झाली. आता त्याला वाटतं की सिधा पडवळ आणि त्याच्या बायकोचा बळी घेऊन या धरणानंच त्याच्या पोराला देशोधडीला लावला. धरण होऊन आता किती वर्षे झाली! तरी अजून ते इथल्या लोकांचा बळी घेतंय. मग धरण होण्याआधी किती लोकांचा घेतला असेल! या धरणानं काय काय प्रताप केले ते नामदेवनं म्हादूकडून तर ऐकलेच आहेत, पण भारुडातही पाहिले. पुण्याची मंडळी का आली? सावकारांनी डाव कसा साधला. टाटांची इंग्रजांशी मैत्री... अशा कितीतरी गोष्टी त्याला कळायला लागल्या होत्या. त्या कशा घडल्या आणि त्यात आपणच का नागवले गेलो, या विचारानं तो अस्वस्वथ होत होता. त्या अस्वस्थतेतूनच मुळशी सत्याग्रहाच्या कथा तो म्हादूला परत परत विचारायला लागला. त्याला आता सगळ्यात जास्त उत्सुकता होती ती तेव्हाच्या वकिलाची. त्यानं लढलेल्या मावळ्यांच्या खटल्यांची. म्हणून नांदिवलीहून आला त्याच रात्री त्याने जेवण झाल्यावर म्हादूला विचारलं. म्हणाला,

" सत्याग्रह व्हत व्हता तव्हा खोऱ्यातल्या शेतकऱ्यांनी वकील दिला व्हता म्हनं."

"दिला व्हता देनाऱ्यांनी."

"तू दिला व्हता का?"

नामदेवच्या या प्रश्नाचं म्हादूला आश्चर्य वाटलं. कारण या आधी

नामदेवनं म्हादूला असा प्रश्न कधी केला नव्हता. म्हणून म्हादूनंच त्याला उलट प्रश्न केला. म्हणाला,

''का रे बाबा? आज का इचारतो हे. इतक्या दिसात नाय सुचलं कव्हा तुला?''

''नांदिवलीला काल रातीला भारूड झालं, मुळशी सत्याग्रहाव. त्यात दावलं. म्हनून म्हनलं आपून केल्ता का वकील?'' नामदेव.

म्हादू एकदम सावरून बसला. म्हणाला,

''पोरा, कव्हा नाय ते तमाखल्या मनानी इचारलं. आतापरेन वाटत व्हतं. मुळशी सत्याग्रहात आमी लढलो, मार खाल्ला, यातना सोसल्या त्याची कुनाला किंमतच नाय. हारल्याल्यांना क्कान कुत्र इचारनार. पन आज तू इचारलं. भरून पावलं... सांगतो. समदं सांगतो.''

असं म्हनत म्हादूनं एकएक घटना सांगायला सुरुवात केली. म्हणाला,

''नामा, आमी सत्याग्रह केला तो आपल्या जमिनी वाचवन्याकरता. नांदत्या गावातून, ज्योतिरूपेश्वर बाबाच्या कुशीतून उठून जायचं मनाला पटाना. टाटाचं धरानत् उराव आलं व्हतं. समदं खोरं त्यात आपलं मरान बघत व्हतं. त्यात टाटाच्या मानसांचे जुलूम चालू झाले. त्याची हत्यारबंद मानसं खोऱ्यात फिरायला लागली. काही पठान तर हातात बंदुका घिऊन हिंडत व्हते. उभ्या पिकात घुसून नासधूस करनं त्यांचं काम. कुनी इरोध केला की कानसुलाला बंदुका लावायचे. महालकऱ्याकं गाऱ्हानी मांडून झाली. पुलिसात टाटाच्या इरोधात कुनी काय ऐकून घ्यायचं नाय. टाटा इंग्रजांचा मानूस वाटायचा. मंग आमचं क्कान काय ऐकनार. मागून मागून टाटाच्या मानसांचा जुलूम लयीच वाढायला लागला. तिकडं दावडीकं बोगद्याचं काम सुरू झालं. तव्हा मात्र आमचं अन्नावलं चित उडालं. म्हनलं आपून आता हातपाय नाय हालवलं त् उंद्या उपाशी मरायची येळ येनार. पन करायचं काय ते कुनाला सुचत नव्हतं. बांधावलं भांडान असतं त् चार गावची चार लोकं बसून मिटावलं असतं. पन टाटा कुन्या गावचा, कुनीकून खोऱ्यात आला ते कुनालाच माह्यती नाय. बरं समुरासमूर येऊन रितीनी चार शब्द बोलून मार्ग काढायला टाटा समक्ष कव्हा हितं आलाच नाय. भुतावानीच येऊन बसला खोऱ्याच्या मानगुटीव. समद्यांच्या मनात टाटाचं भूत काढायचं कसं! त्यात त्यानी भ्या दावायला हे मोठाले आडदांड पठान खोऱ्यात आनलेले. बरं त्यानी पठान आनले म्हनून आमीबी

काय गावशिव सोडून पळून जात नव्हतो! आमच्याबी अंगात शिवाजीराजाच्या मावळ्यांचं रगात. दोन हात करायला मागंम्होरं बघनारे नव्हतो. पन पुलीस आलं म्हनलं की हितल्या मावळी शेतकऱ्याची गाळन उडायची. खोऱ्यात पुलीस आलं म्हनलं तर तो रानातल्या झुडपांमधी जाऊन दोनदोन दिस दडून बसायचा. केल्यालं कायबी नसायचं. पन पुलिसाचं भ्या मातर वाटायचं. यातूनबी काही गडी धाडस करीत व्हते. त्यातलाच येक आपल्या आकसईतला शंकऱ्या. माझ्याच शिनंचा. लय गरम डोक्याचा गडी. तो म्हनायचा आपल्या खोऱ्यात घुसलेल्या टाटाचा काटा आपूनच काढू. शिवाजीराजाच्या मावळ्यांचा वंश आपला. इंग्रजांना हाताशी धरून टाटा आपल्या खोऱ्याव चाल करतोय. हितं आपून आपला गनिमी कावा दावू त्याला. मुंडक्याव तलवारी-कोयतं फिरायला लागले की टाटाचे पठान गांडीला पाय लावून पळून जातील. असा गनिमी कावा करायचा आन् रानात दडून बसायचं. पौडच्या पुलिसांना पत्त्या लागून द्यायचा नाय. असं केलं तरच टाटा धरनाचा नाद सोडील, असं शंकऱ्याला वाटत व्हतं. आन् त्याकरता तो तयारीलाबी लागला व्हता. सुरुवातीला मलाबी त्याचं पटत व्हतं. तव्हा दुसरी कुठली वाटबी दिसत नव्हती. एक मन म्हनत व्हतं, टाटा इंग्रजांना म्होरं करून आपल्याव वार करतोय. त्या इंग्रजांम्होरं आपला काय निभाव लागनार! पन म्हनून हाताव हात धरून बसूनबी काय उपेग नव्हता. इंग्रजाच्या भीतीनी घरात बसलो तरी धरनात समदं बुडाल्याव मरान वाट्याला येनारच व्हतं. म्हनूनबी झालो व्हतो तयार. कुनी सांगाव, तव्हा शंकऱ्याच्या मार्गानी शिवाजीराजाच्या मावळ्यांगत लढलो असतो तर आज टाटा कायमचा उराव बसला नसता. पन व्हनाऱ्या गोष्टी कोन टाळनार! आपल्या आकसईचं आयुष्यचं तेवढं म्हनायचं...खोऱ्यातल्या शिवाजीराजाच्या मावळ्यांची म्होरली पिढी तलवारी चालवायचा इचार करीत व्हती, तेच येक दिस आपल्या आकसईतल्या ज्योतिरूपेश्वरबाबाच्या देवळात समद्या खोऱ्याची बैठक झाली. त्या बैठकीत साठे गुरुजींनी समद्या खोऱ्याला गांधीबाबांचा मार्ग दावला. सत्याग्रहाचा! आपून या मार्गानी गेलो त् पुन्याची मोठमोठी मंडळी आपल्या खोऱ्यात येईल. आपल्या बरुबरीनी टाटाच्या इरोधात उभी ऱ्हाईल असं बरंच काय बाय तव्हा साठे गुरुजींनी सांगितलं. त्यात त्यांनी ज्योतिरूपेश्वरबाबाचं नाव घेतलं. आणि आमची मनं पाघाळली. हत्याराचा नाद सोडून आमी सत्याग्रहाचा मार्ग धरला... म्होरं एक भला मानूस खोऱ्यात

आला, भुस्कुटे बाबा! रात म्हनू नको, दिस म्हनू नको. ऊन म्हनू नको की पाऊस म्हनू नको. रातुंद्या हा मानूस खोऱ्यात फिरायचा. गावागावांतल्या मानसांना गोळा करायचा. त्यांना सत्याग्रहाला या म्हनायचा. या भुस्कुटेबाबा आणि साठेगुरुजींमुळंच आमाला समदं कळायचं. सत्याग्रह करायचं ठरल्याव आमी शपथा घेतल्या. ज्योतिरूपेश्वरबाबाच्या. सत्याग्रहाचे नेम पाळन्याच्या. जीव देऊ नायतर जमीन देऊ. मंग पुन्यातले आनखी बरंच पुढारी आलं. केसरी पेपरातले तात्यासाहेब केळकर, ज्यांना आम्ही आमचा सेनापती बनवलं ते पांडुरंग बापट आन् आनखीबी बरीच मंडळी यायची. सुरूसुरूला सत्याग्रहात आमी जिकलोबी. धरनाचं कामबी बंद पाडलं. पन मागून ते परत सुरू झालं. आमी परत सत्याग्रह केला. मार खाल्ला, पन कव्हा कुनाव हात उचालला नाय. शपथेला जागलो. अजूनबी जागतोय. सत्याग्रहाचे नेम कव्हा तोडले नाय. पन मागं पुढाऱ्यांमधी काय चाललंय ते काय आमाला कळाना. त्यात टाटानी भुस्कुटेबाबांना टाकलं तुरुंगात. मग आमी बापटांना बनवला आमचा सेनापती. पन सेनापतींनीच करामत केली आणि समद्या सत्याग्रहाचा इस्कोट झाला. आमी आमचं मावळी रगात थंड करत, येदना सोसत शपथेला जागत व्हतो. सत्याग्रहाचे नेम पाळत व्हतो. आन् तिकडं आमच्या सेनापतीनीच शपथ तोडली आणि रेल्वे आडवून टाटाच्या मानसांवर गोळीबार केल्याची बोलवा आली. खरं काय ते ज्योतिरूपेश्वर बाबालाच माहीत. पण ते गोळीबार करून तुरुंगात जाऊन बसले. आन् आमी वाऱ्याव गेलो पाचुळ्यावानी उडून. अस्ती अस्ती पुन्याच्या समद्याच मंडळींनी खोऱ्याकं पाठ फिरावली. त्यात टाटानी खोऱ्यात तमाशा घातला व्हता. शेतकऱ्याला बिथरावायला आणि पैसे घे नायतर मागून काहीच मिळनार नाय म्हनून सांगायला. ती मानसं गावागावत फिरत व्हती. तमाशातून वरडत व्हती. कीर्तानातून सांगत व्हती. पन पह्यल्यांदा कुनी त्यांच्या चिथावनीला बळी पडत नव्हतं. समदे शपथेला जागत व्हते. सेनापतीवानी हत्यार उचलायचं असतं त् आमी आधीच शंकऱ्या सांगत व्हता त्या मार्गानी गेलो असतो. पन ज्या पुन्याच्या मंडळींनी आमाला सत्याग्रहाचा मार्ग दावला, त्यांनीच आमचा घात केला. शपथा तोडल्या. मंग ज्याच्या मार्गानी जायाचं तो गांधीबाबा खोऱ्यात कसा फिरकनार! तो गांधीबाबा हिकडं कव्हा फिरकलाच नाय. पन तव्हा समदे म्हनत व्हते, गांधीबाबा एकदा जरी खोऱ्यात आला तरी धरान व्हनार नाय. पन तसं झालंच नाय. अस्ती अस्ती समद्यांनीच सत्याग्रहाकं

पाठ फिरावली. मंग पह्यल्यांदा सावकारांनी आणि त्यांच्या मागून काही शेतकऱ्यांनी टाटाच्या कॅम्पात जाऊन पैसे आनायला सुरवात केली. लोकं ज्योतिरूपेश्वर-बाबाच्या शपथा इसरली. मंग तो कसा पावनार आपल्याला?

तरी भुस्कुटेबाबा आणि साठेगुरुजी गावागावांतून हिंडत व्हते. पैसे घिऊन आपल्याच हातानी आपला घात करू नका म्हनत व्हते. पन त्यांच्या मागं लोकं टाटाच्या कॅम्पात जाऊन पैसे आनत व्हती. त्यात टाटानी समदीकं आरुळी ठोकली की निम्म्या खोऱ्यानी पैसा घेतला. कुनीकुनी घेतला ते मात्र काय तो सांगत नव्हता. म्हनून मंग आमी साताठ गडी रोज धरनाच्या पायाजवळच्या टाटाच्या कॅम्पात जाऊन तिथल्या सायबांना इचारायचो. म्हनायचो,

"कुनीकुनी पैसा नेला ते आमाला सांगा."

त्यात सुरवातीला दोन-चार नावं कळाली आमाला. खोऱ्यातला मोठा सावकार केवलशेट त्यातलाच येक. आपलीबी उली जमीन त्याच्याकं घानवट पडली व्हती. पन त्या चांडाळानं दिल्यालं नव्हतं तरी वाडवडलांचं मातीचं वावारबी घानवटीत धरलं व्हतं. वावारं आपलं पन त्या वावराच्या झाडावबी आपला हक सांगून देत नव्हता तो. त्यानी कॅम्पात जाऊन थैली भरून पुडकं आनल्याचं आमाला कळलं. आमी लगीच ते साठेगुरुजीला सांगितलं. साठेगुरुजींनी भुस्कुटेबाबांना निरोप पाठवला. दोन दिसांनी भुस्कुटेबाबा आले. त्यांना आमी सांगितलं. म्हनालो,

"या सावकारांचं काय तरी करा. नायतर ते समद्या खोऱ्याला नासवतील."

त्यांनीबी ते ऐकलं. म्हनाले,

"आपून सत्याच्या मार्गानी चाललोय. जे काय करायचं ते शपथेला जागूनच. आपला सत्याग्रहाचा मार्ग सोडायचा नाय. जसा धरनाच्या पायाव सत्याग्रह केला तसाच आता पैसे घेनाऱ्या केवलशेटच्या घरी जाऊन सत्याग्रह करायचा. त्याच्या आब्रूचे धिंडवडे काढायचे. समदं खोरं म्हनतंय जीव देऊ नायतर जमीन देऊ आणि हा शपथ तोडून पैसा आनतोय. ह्याचं बघून उंद्या आनखी दुसरा सावकार पैसे घिऊन येईल, परवा शेतकरी घिऊन येईल आन् टाटाला तेच पायजे. पैसा घ्या आन् जमीन सोडा."

असं बरंच काय आमाला भुस्कुटेबाबांनी सांगितलं. आन् त्यांचं ते बरुबर पन व्हतं. पैसा घिऊन तो किती दिस पुरनार व्हता. जमिनीव पिढ्यान्पिढ्या जगत आल्या व्हत्या. आणि म्होरंबी जगनार व्हत्या. म्हनून मंग हाताव हात

ठेवून बसून चालनार नव्हतं. केवलशेटला आवरायलाच पायजे म्हनून येक दिस आमी खोऱ्यातले झाडून समदे गडी आवळसला केवलशेटच्या घरी गेलो. आणि त्याच्या घराम्होरंच सत्याग्रहाला बसलो. सत्याग्रहात म्होरंम्होरं करनाऱ्या केवलशेटच्या घराम्होरंच सत्याग्रह सुरू झाल्याव तो शरमला. त्याची मान खाली गेली आन् समद्या खोऱ्यातल्या गड्यांम्होरं त्यानी टाटा कॅम्पातून पुडकं आनल्याचं कबूल केलं. हात जोडून माफी मागितली आन् यापुढं असं करनार नाय म्हनून सांगितलं. पन तरी परत त्यानी शान खाल्याव करायचं काय म्हनून त्याच्याकून दोन जामीन घेतलं आन् आमी तो सत्याग्रह थांबवला.

मधी दोनचार दिस गेलं आणि आमाला परत कुनकून लागली की बार्पे गावच्या नथूनी पैसा घेतला म्हनून. त्याला टाटाच्या मानसांनी बिथलवला व्हता. तुझ्या वाटंचं पैसं सावकार खाईन म्हनून. मंग तो टाटाच्या कॅम्पात गेला आन् पैसे घेतले. मंग आमी धाईस गडी बार्प्यात त्याच्या घरी गेलो. येवढ्या गड्यांना बघून नथ्या कावराबावरा झाला. पन आमी लाख इचारूनबी कबूल व्हईना. मी पैसे घेतलेच नाय म्हनाला. मंग जिथं कुनाचं खॉटं चालत नाय आन् पचतबी नाय तिथं त्याला न्यायचं ठरावलं. दोनचार गड्यांनी त्याला उचालला आन् ज्योतिरूपेश्वरबाबाच्या देवळात आनला. समदे म्हनाले,

"तू म्हंतो ना पैसे घेतले नाय, मंग घे ज्योतिरूपेश्वरबाबाची शपथ."

समदे गडी किराखले किराखले पन नथ्यानी काय ज्योतिरूपेश्वरबाबाची शपथ घेतली नाय. घेईल तरी कसा, त्याला ज्योतिरूपेश्वरबाबाचं सत्त्व माह्यती व्हतं. खोटी शपथ घिऊन नरकात जायचं नव्हतं. तव्हा त्याला आमी सोडून दिलं. म्हनलं तुझं इमान तुझ्याबरं आन् तुझी बेमानीबी तुझ्याबरं. पन मंग मागून त्याचं मनच त्याला खायला लागलं. गावच्या देवळात जायचा बंद झाला. कव्हा सत्याग्रहाच्या मांडवाकं आला तरी कुनाच्या डोळ्याला डोळा मिळवायचा नाय. आन् मंग येक दिस कबूल झाला. म्हनाला,

"गड्यांनो, चुकलं मपलं. घेतले मी पैसे. पन मी परत द्यायला तयार हाये. त्यातला येक पैसाबी मी खर्च केला नाय."

मंग आमीबी लगीच त्याच्या मागं लागलो. म्हनालो,

"चल आताच्या आता देऊ."

तर म्हनाला,

"मी पैसे रामभाऊकं ठेवलेत. घेऊन येतो. तवर तुमी मांडवाव थांबा."

आमी धाईस गडी मांडवाव थांबलो. आन् नथ्या रामभाऊकं ठेवल्याले पैसे आनायला गेला. हा रामभाऊ टाटाच्या कॅम्पात काम करायचा. टाटाचाच मानूस. लोकांना पैसे घेन्याकरता बिथरवायचा. नथू त्याला बळी पडला. नथ्याकं येवढा पैसा कुठून आला म्हनून गावात बोभाटा व्हईल, या भीतीनी त्यानं रामभाऊकं पैसे ठेवले व्हते. आमी लय येळ त्याची वाट बघत बसलो. पार गडाद पडल्याव तो मांडवाव आला. म्हनाला,

"रामभाऊ पुन्याला गेलाय. दोन दिसानी येनार हाये. तो आला की त्याच्याकून घेतो आन् परत करतो टाटाचे पैसे."

तव्हा आमीबी त्याला ज्योतिरूपेश्वरबाबाची आन घातली.

मागून लय दिसांनी कळलं की या नथ्याला रामभाऊनी पैसे परत दिलेच नाय.

या पैशानी तव्हा अशा लय गमतीजमती केल्या बाबा. मानसाला जे कव्हा मिळाल्यालं नसतं. जे त्यानी कव्हा पाह्यल्यालं नसतं ते दावलं की मानूस भुलतो त्याला. पैशाचं तसंच. खोऱ्यातल्या लोकांचंबी तसंच. शात पिकवायचं आन् जगायचं. जगन्याकरता जे लागतं ते समदं हे रान देत व्हतं. तव्हा गाठीला पैसा बांधून ठेवन्याइतका पैसा कुनाला दिसत नव्हता आन् तो कुनी बांधूनबी ठेवत नव्हतं. याच्या उलट टाटा. त्याच्याकं पैशाला काय तोटाच नाय. जी लोकं आन्या-दोन आन्याकरता पौडा-पुन्याला करवंदाच्या पाट्या घिऊन चालत जायची त्यांना टाटानी नोटांचे पुडके दावल्याव काय व्हनार. नीती बदलनारच ना त्यांची. टाटानी ते वळाखलं. चारदोन लोकं हाताशी धरली. त्यांना पैशाच्या जोराव खोरंभर नाचवलं. तव्हा ही लोकं गावागावांतून सांगत हिंडायची. म्हनायची 'पैसा दिला की राजाची रानीबी मिळती.' टाटाची ही कपाटनीती. असा पैशाचा नाच आन् माज या डोळ्यांनी तव्हा बघितला.

येकदा तू एका वडुस्त्याच्या बामनाला आमी टाटा कॅम्पातून पैसे घिऊन निघताना बघितलं. आमाला बघितलं तसा गडी हातातली पुडक्याची थैली छातीशी धरत, पायवाट सोडून रानात घुसला. आमीबी करवंदीच्या, तंटनीच्या झुडपांमधून त्याचा काढा काढला. अंग सोलून निघत व्हतं तरी आमी त्याचा काढा काढत व्हतो. मंग काही गडी खालच्या अंगानी, काही वरच्या अंगानी असं पांगून त्याला पकडला. पन त्याला पकडला तव्हा त्याच्याकं पुडक्याची थैली नव्हती. त्याला इचारल पैसे कुठंय तर म्हनाला, घेतलंच नाय. मंग

आमच्या ध्यानात आलं की त्यानी पुडक्याची थैली कुठंतरी जाळीत दडवून ठेवली म्हनून. तो तव्हा कबूल झाला नाय. पन मागून लोकं सांगायची. तो रोज त्या जाळ्यांमधी ती थैली बघायला जायचा. पन घाबरून कुठल्या जाळीत टाकली ते त्याचं त्यालाच आठवाना. ती थैली त्याला कव्हा घवलीच नाय म्हनं. धरनात ते समदं रान झुडपांसकट बुडेपरेन तो येड्यावानी झुडपं धुंडाळत हिंडायचा. असं लोकांना याड लावलं व्हत टाटाच्या पैशानी.

पन सावकार आन् उली शेतकरी सोडले त् बाकी खोऱ्यानी टाटाच्या पैशाला हात लावला नाय. तरी टाटानी समद्यांचंच रान धरनात बुडावलं. असा समदा खेळखंडोबा केला टाटानी. मंग आता समदंच बुडालंय. परमुलखात प्वाट भरायला जायची येळ आल्याव काहीजन टाटा कॅम्पात पैसे घ्यायला गेले. ते तरी काय करनार व्हते. त्यांना आता कुनी वालीच उरला नव्हता. पुन्याची मंडळी आजिबातच फिरकानाशी झाली व्हती. आता सत्याग्रह उरलाच नव्हता, मंग गेले कॅम्पात. पन अशी लोकं किती? बोटाव मोजन्याइतकीबी नव्हती. आमच्यावानी जिवाव उदार झाल्याली लोकं तिकडं कव्हा फिराकलीच नाय. उलट आमी कितीतरी दिस कॅम्पाभवती राखन करीत व्हतो. कुनी कॅम्पात जाऊ नये म्हनून. पन मागून मागून आमी ती राखन करायचंबी सोडून दिलं. शपथ मनापून भक्तिभावानी पाळायची असती. भीतीनी बाळगली जाती ती शपथ कसली. भक्ती कसली. मानूस गावाला फसवन, येकयेळ तमाखल्या मनालाबी फसवन, पन ज्योतिरूपेश्वरबाबाला कसा फसवनार!

पन मागून मागून कॅम्पात टाटानी पैसे देनंच बंद केलं.

आता टाटानी त्याचा डाव साधून घेतला व्हता.

सत्याग्रह मोडला व्हता. आता पैसा वाटला काय आन् नाय वाटला काय, त्याला काय फरक पडत नव्हता. तव्हा काही लोकं आमाला शा द्यायला लागली. म्हनायला लागली. टाटा पैसे घिऊन मागं मागं फिरत व्हता तव्हा तुमी घिऊन दिला नाय. आणि आता टाटा पैसा द्यायला कबूल नाय. तव्हा असं बोलनाऱ्याला मी म्हनायचो,

"आपून शपथा घेतल्या त्या भरपाई मिळाव म्हनून की जमीन वाचाव म्हनून. पैसा घ्यायचा व्हता त् सत्याग्रहाची काय गरज व्हती."

तव्हा ते म्हनायचे.

"आता पैसाबी गेला आन् जमीनबी गेली."

तव्हा मी त्यांना म्हनायचो,

''आपला इमानत् नाय ना गेला. शपथ तर नाय ना मोडली. तिला तर जागल्याचं समाधान हाये ना आपल्याला. ती मोडून पैका घिऊन वर वाडवडलांना काय त्वांड दावनार, त्यांची पिढ्यान्‌पिढ्याची जमीन येका मुलखावून आलेल्या पैक्यावाल्याला इकली. जे शपथा मोडून पैका घेतील ते नरकात जातील.''

मंग समदे गप बसायचे. पन त्वांडं वाकडी करून निघून जायचे.

टाटानी खोऱ्यातली मानसं पैसा आणि दंडुक्याच्या जिवाव दाबली. पन गावागावांतल्या देवळांचं तो काय करनार व्हता. देव आन् देवळाला बाटवलं तर हितली मानसं कोनत्याबी थराला जानारी व्हती. टाटात् देव-देवळं बुडवायला निघाला व्हता. आकसईतला ज्योतिरूपेश्वरबाबा आन् वडगावमधल्या मल्लिकार्जुनवर लोकांची लय श्रद्धा. ती जर टाटानी तशीच बुडावली असती तर टाटाचं धरान हितल्या लोकांनी तव्हाच फोडलं असतं. टाटानी हे वळाखलं व्हतं. म्हनून त्यानी धरान व्हन्याआधीच हे देव गावाबाहेर काढायचं ठरावलं. चारदोन आपल्याच लोकांना बिथरावलं. ज्योतिरूपेश्वरबाबाचं देऊळ आंबवन्याला आणि मल्लिकार्जुनचं पौडाला नेन्याकरता. तव्हा कुनीतरी मल्लिकार्जुनम्होरल्या नंदीवर टाकीचे घाव घातले. मल्लिकार्जुनच्या कानावबी घाव घातले. त्याच्या कानाचे टवके उडावले. मूर्ती भंगवून नवी करन्याच्या बहान्यानी ती दुसरीकं हालवन्याचा हा डाव. आमी त्याला इरोध केला. वडगाववाले तर कोर्टापरेन गेले. देव खोऱ्याबाहेर न्यायचा नाय म्हनाले. पन व्हयाचं ते झालं. समद्यांना दाबून देवबी बाहेर नेले टाटानी. तव्हा कळलं नामा, हे जग देवापारीस पैशाला मोठं माननारं हाये. टाटा पैशावाला. त्यानी तमाखल्याकरता देवाला गावाबाहेर काढलं तिथं आपल्यावानी शेतकरीत् किड्यामुंगीवानी. तो समदा परकार बघून माझ्यासारखे शेतकरी खचले आन् म्होरं जगबुडी दिसायला लागली. त्यात शपथेला जागले नाय तेच पह्यले बुडनार, असा इचार तव्हा सारखा मनात यायचा.

खोऱ्यातली गावं अशी इटाळायला लागल्याव गावागावातले कितीतरी गडी रातुंद्या दारू प्यायला लागले. धरनात बुडायच्या आधी नशा करून त्यातच बुडायला लागले. अशानी घरातल्या बायामानसांचा लय कोंडमारा व्हत व्हता. खरं तर या खोऱ्यातली बाई चूलमूल संभाळत रान संभाळनारी. चार लोकात उभं राहून धाडसानी बोलणाऱ्या लय कमी. रीतच नाय ती आपली. अशायेळी

गडीमानूसच म्होरं व्हयाचा. पन मुळावच घाव आला तव्हा हितल्या बायाबापड्याबी गड्यांच्या बरुबरीनी लढल्या, तरी यास आलं नाय. मागून मागून हितल्या बायामानसांचं लय हाल झालं. समदं बुडाल्याव नयानी संसार उभा करता करता ती जगनंच इसरून गेली. तुझी आजी त्यातून सुटली, पन माझी आय, शाली-माली, देवाची बायकू आन् आता सरी काय आन् तुझ्या पोरी काय, समद्यांचा जनम फुकट. निस्ती वझी व्हान्यात जानारा. नवऱ्याचं करायचं, पोराबाळांचं करायचं आणि संसारबी संभाळायचा...येवढं समदं करूनबी हाल कुत्र्यावानी. दारू पिऊन दुख इसरनाऱ्या गड्याला तिच्या मनाचं दुख कव्हा दिसलंच नाय. समदं बुडायच्या आधीबी नाय दिसलं आन् मागूनबी नाय दिसलं. मंग तीनीबी तमाखल्याला चुलीला आन् रानाला जुपून घेतलं. आजूनबी तेच चाल्लंय. समदं इस्कटल्यालं येकली किती जुळवनार? ते जुळवता जुळवता तिच्या आयुष्याची कळा गेली. बाईचीबी गेली आन् गावाचीबी गेली. कुठल्याच गावाला कळा उरली नव्हती तव्हा. पन त्यातूनबी काही भली मानसं गावाकरता झटत व्हती. शेडानीचा रावसायेब त्यातलाच एक. गावातल्या गड्यांनी दारू सोडाव म्हनून तो त्यांची रोज विनवनी करायचा. पन गडी ऐकायचे नाय. म्हनायचे,

"आमी जगातून उठलो. आमाला आमचं मरान दिसतंय म्होरं. ते दारूनी इसरतो म्हनून पेतो. तुमाला काय, तुमी पैशावाले. पुन्याममयला जाऊन वाडं बांधून जगाल. आज हितं आमच्या घरात चटनी भाकर नाय आन् तुमी रोज तूपलोनी खाता. आमाला दारू सोडायला सांगन्याआधी तुमी तूपलोनी खायचं सोडून द्या. मंग आमी दारू सोडू."

रावसायेब शेडानीतला तालेवार मानूस. गावाव लय जीव त्याचा. त्यानी गावाकरता तूपलोनी सोडलं. मंग गावातल्या गड्यांनीबी त्याला मानलं आणि दारू सोडली. मागून गावातले गडी किती किराखले. पन खोऱ्यात असंपरेन रावसायबानी कव्हा तूपलोनी खाल्ल नाय...अशीबी लोकं व्हती तव्हा. पन त्यांचं कुनाचंच काय चाललं नाय.

धरान असं समदं गिळायला निघाल्याव, मानसाला काय सुचाना. गाव सोडून कुठं मुलखाव प्वाट भरायला जायला हातात चार पैसेबी नाय म्हनल्याव काहीजन वकिलाकं जायला लागली. पौडपुन्याला खेपा घालून घालून काह्यांना पैसाबी मिळाला. ते बघून मागून आनखी काही लोकं पुन्याच्या त्या वकिलाकं खेपा घालायला लागली. कसा समदा खेळ झाला व्हता! टाटा पैसे घिऊन मागं

लागला व्हता तेव्हा ते घेत नव्हते. आन् आता कर्ज काढून, उसनेपासने पैसे घिऊन टाटाकून पैसे मिळन्याकरता वकिलाला फी देत व्हते. तव्हा त्या वकिलाचा शनवार पेठंतला मुळशी म्हाल खोऱ्यातल्या समद्या लोकांच्या त्वांडात व्हता. कुनीबी भेटला तरी गमतीनी म्हनायचा,

"मुळशी म्हालाव गेला व्हता कारे!"

पन मला कव्हा त्या मुळशी म्हालाची भुरळ पडली नाय. खरंच तिथं जानारी खऱ्या शेतकऱ्याच्या जातीची नव्हतीच. पन त्यांच्यामुळं माझ्यावानी पैसा न घेनारेबी भरडले. पन नामा, तुला सांगतो गड्या, आजपरेन शपथेला जागलो आन् ताठ मानंनी जगलो. मेल्याव दुसरं काय नेनार हाये बरूबर. पन तेवढं रखमीचंच दुख वाटतं. माझ्या हटापायी आमी जोडीनी देवा करता बोलल्याला नवस फेडायला गेलो. आन् ती ज्योतिरूपेश्वरबाबाजवळच राह्यली. तिला देवाकरता ज्योतिरूपेश्वरबाबानं परत पाठवायला पायजे व्हतं. पन नाय आली. समदी त्याची करनी..."

मध्यरात्र उलटून गेली होती. रखमीच्या आठवणींनी म्हादूचे डोळे एकदम भरून आले. नामदेवच्याही ते लक्षात आलं. आणि म्हादूच्या मांडीव हात ठेवत तो म्हणाला,

"झोप आता. मधरात होऊन गेली. बाकीचं उंद्या सांग."

तसा म्हादू त्याचा हात हातात घेत म्हणाला,

"मधरात काय आन् पहाट काय, हितं झोप कुनाला येती. अंधारात डोळं मिटलं काय आणि उघडलं काय, कुनाला कळतं. रातुंद्या हेच समदं मनात घोळत असतो. तुला झोप आली असंल तर झोप. नायतर ऐक."

मग नामदेवही बसला परत भिंतीला टेकून. आपली जमीन ज्या केवलशेटकडं गहाणवट होती त्याचं पुढं काय झालं याची उत्सुकता त्याला होतीच. मग त्यानं म्हादूलाच विचारलं. म्हणाला,

"आपलं शात घान ठेवताना शाताची समदी कागदं केवलशेटला दिली का?"

"नामदेवच्या या प्रश्नावर म्हादू हसला." म्हणाला,

"आलं माझ्या ध्यानात. तुला आपल्या वाडवडलांच्या जमिनीचा छडा लावायचा हाये. धरनात बुडाली ती बुडाली. आता या पठारावल्या जमिनीची कागदं मिळवून ती टाटाच्या घशातून वाचवायच्या इचारात हाये तू. पन नामा,

ते तेवढं सोपं नाय. ज्या टाटानी देवाला सोडला नाय तो आपल्याला कसा सोडील. आन् केवलशेटकडं आपली वाडवडलांची जमीन मी नव्हती ठेवली घान. ते पाप तुझ्या पंजानी केलं व्हतं. माझ्या बापानी. पन त्यानी तरी हे पाप मजा मारन्याकरता नव्हतं केलं. त्याला चार पोरी वजवायच्या व्हत्या. साईत्रा, बायजा, जना आन् राही. बहिनी माझ्या त्या. मेल्या आता त्या. त्यांची लग्नं, माझं लग्न. गांजला व्हता तो. मंग अशा अडल्याल्यांचा फायदा केवलशेट घ्यायचा. असा लय जनांचा तळतळाट घेतला त्यानी. साठे गुरुजी म्हनत व्हते. केवलशेटनी त्याच्याकं जेवढ्या शेतकऱ्यांची जमीन घान व्हती त्या समद्या शेतकऱ्यांच्या शेताव टाटाकून पैसा घेतला. आन् आवळस सोडून पुन्याला पळून गेला. आमाला हे कळल्याव आमी हितून पायपाय गेलो पुन्याला. समदं पुनं पालथं घातल्याव घवला येका पेठंत. तिथं त्याच्या नव्या वाड्याचं बांधकाम चालू व्हतं. आमाला बघून चपापला. आमची माफी मागून टाटाकून पैसे घेनार नाय म्हनाला व्हता. मी त्याला ती आठवान करून दिली. म्हनालो,

"तू शपथ मोडून पाप केलंस, पन आमच्या जमिनीव तू पैसा घिऊन आमालाबी पापाचं धनी बनवलं."

समदे मजूर त्याच्याकं बघायला लागले. तव्हा रामुशावानी आमच्याम्होरून निघून गेला. मात्र म्होरं त्याच केवलशेटवर आपल्या तरन्यापोराच्या सरनाला अग्नी द्यायची येळ आली आन् तोबी रगातपितीनी मेला. देव कुठली भरपाय कुठं करीन सांगता येत नाय. दुसऱ्यांना लुबाडून मिळवलेल्या धनात सुख नाय मिळत. त्यात वरून सुख दिसत असलं तरी आतून येदना असत्यात. चोरून कुनाची कापसाची गादी आनता येईल पन झोप कुनीकून आननार! सावकार तर असं मेलंच, पन शपथा मोडून, पैसा घिऊन मुलखाव प्वाट भरायला गेल्याले शेतकरी असेच संपले. गाव गाव केलं पन त्यांना ते गाव काय कव्हा परत दिसलं नाय. आन् गावाशी, गावातल्या देवांशी बेमानी करून निघून गेलेल्यांना मागून बुडाल्यालं शिवार बघायला यायचीबी लाज वाटायला लागली. त्यांचंच मन त्यांना खात राह्यलं.

आपून गाव नाय बघनार आता. परत आकसईत नाय जानार. त्या आकसईत आता ज्योतिरूपेश्वरबाबाची ती पंधरा दिस चालनारी माघी यात्रा नाय व्हनार. दरसाली शिवारात बकरी चारायला येनारे जिवाभावाचे धनगर आता कव्हा भेटनार नाय. धरनानी समदं गिळलं. सन, रिती-भाती समदं समदं.

पन आजूनबी या शिवारात हिंडताना आकसईचा वास येतो. तव्हा आकसईत असल्यावानी वाटतं. जर हे शिवार सोडून गेलो असतो तर परत कुठल्या त्वांडानी आलो असतो. आन् आकसईचा तो वास तरी कुठून आला असता...''

पार कोंबडा आरवेपर्यंत म्हादू असा बोलत राहिला आणि नामदेव ऐकत राहिला. म्हादूला आकसईचा विषय काढला की असं गहिवरून येतंच. पण आज तो मनानं आकसईतच गेला व्हता.

आता मात्र नामदेवनं त्याला झोपायला सांगितलं. कोंबड्याच्या आरवण्यानं सरस्वती उठली. बघते तर नामदेव जागा. म्हणाली,

''काय वं, रातभर म्हाताऱ्याशी गप्पा मारताय की काय?''

म्हादू अंथरुणात बसूनच हसला. आणि नामदेव, ''मी जरा येळ पडतो'' म्हणून म्हादूशेजारीच आडवा झाला. म्हादूनं त्याच्या अंगावर गोधडी टाकली आणि तोही ज्योतिरूपेश्वरबाबाचं नाव घेऊन आडवा झाला.

पेरण्या झाल्या होत्या. पण पाऊस पडत नव्हता. पावसाची ही दरवर्षीची ओरड. वेळेवर कधी पडणार नाही. आणि पडला की सगळं रान वाहून नेणार. सराय संपत आली आणि आभाळात थोडे ढग जमायला सुरुवात झाली, की पठारावर पेरण्यांना सुरुवात होते. पावसाची चाहूल पठारावर अशी लागते. या वर्षी रानातली करवंद, तोरणं संपली तरी आभाळ भरत नव्हतं. त्या दिवशी देवानं करवंदीच्या जाळीवर शेवटचा हात मारला. दोन पाट्या करवंदं तोडायला त्याचा अख्खा दिवस गेला. नामदेवची आणि सरस्वतीची पौडला ती शेवटची खेप. त्यानंतरही देवा पाटी घेऊन रोज रानात हिंडतो, पण कशीबशी ओंजळभर करवंदं मिळतात. आभाळ भरत नव्हतं, तरी रानमेवा संपला म्हणजे पावसाचे दिवस आले, असं समजून नामदेवनं पेरण्या उरकल्या होत्या. मातीत झाकलेला दाणा पाखरं उकरायला लागली होती. आता पाऊस पडेपरेन दाढी-रोपांची राखन करायला लागणार होती.

आज दुपारचा उन्हाचा तडाखा वाढेपर्यंत दाढीची राखन करावी म्हणून नामदेव बांधावरच बसून राहिला. मात्र तो वावरात आला की कधी असा बांधावर बसून राहत नाही. कधी कोयत्यानं वावराच्या कडेच्या जाळ्या तोड, कधी आंब्यावरची बांडगूळ तोड नाहीतर कधी बांधाचे सरकलेले दगड नीट लाव. असे त्याचे हात सतत चालू असतात. पण आता त्याच्या मनात

वेगळीच कालवाकालव सुरू झाली आहे. या वावरातून टाटा आपल्याला हाकलून तर देणार नाही ना! या विचारानं कितीतरी दिवसांपासून त्याची झोप उडाली आहे. त्यात डॉक्टर खटावकर, कचेरीतले भाऊसाहेब आणि कुलकर्णी वकिलांना भेटल्यापासून तर त्याचं अवसानच गेलं आहे. नामदेव पठारवस्तीला आपलं गाव समजत होता. पण ते गाव नाही हे त्याला आता आता समजायला लागलं होतं. जनावरं जशी रानात कुठंतरी बिळात, झुडपात राहतात तशीच आपली अवस्था. माणसांमधले नाहीच आपण. तेसुद्धा त्याला मान्य आहे. पण सिधा पडवळ आणि त्याची बायको मेल्यापासून या पठारावर त्याला अधांतरी वाटायला लागलं आहे. त्यात आता टाटानं दिलेल्या भाडेपावत्या आणि कुलकर्णी वकिलाच्या बोलण्यानं तो आणखीनच अस्वस्थ झाला आहे. आता टाटा या जमिनीचा मालक आहे म्हटल्यावर तो आपल्याला कधीही हाकलून देणार. आकसईत आम्ही मालक होतो तरी हाकलून दिलं. सगळं बुडवलं. आता तर इथं तोच मालक आहे. शिवाय आपल्याकडं कुठलीच कागदपत्रं नाहीत. ना धरणात गेलेलं आकसई आमचं गाव असल्याचा पुरावा, ना पठारावरच्या जमिनीचे पूर्वी आम्हीच मालक होतो याचा पुरावा. कुलकर्णी वकील तर म्हणतात, या जगात तोंडी काही चालत नाही. कागदपत्रं ज्याच्या बाजूनं तोच खरा. मग आपण आकसईत राहायचो हे खरं कोण मानणार?

बांधावर बसून नामदेव असा विचार करत होता. आणि दाढी रोपातला एकएक दाणा पाखरं चोचीनं उचलत होती. पाखरांकडं बघूनही त्याला पाखरं दिसत नव्हती. बांधावर बसूनही तो बांधावर नव्हता. डॉक्टर खटावकर, कचेरीतले भाऊसाहेब, कुलकर्णी वकील, सरपंच, मुळशी सत्याग्रहावरचं भारूड आणि म्हादूनं सांगितलेल्या केवलशेटभोवतीच त्याचं मन फिरत होतं. यातून आपली जमीन वाचवण्यासारखं हाती काही लागतंय का? या विचारात असतानाच शिवा महार आला. त्यानं दाढीतल्या पाखरांना दगड मारून हुसकावलं आणि नामदेवच्या शेजारी बसत म्हणाला,

"आरं कुनीकं बघतोईस गड्या, पाखरांनी समदा दाना उचालला. त्या रासान कार्डाचं नको येवढं मनाला लावून घिऊ. व्हतं ते कुनीकं गमावलं. नवं काढता येईल. आमचंबी किती दिस घरात घवत नव्हतं. म्हनून मंग मल्हारीनी पौडातल्या कुन्या मानसाकून नवं काढलं. मागून घरातलं जुनंबी घवलं. आता

माझ्या घरात दोनदोन रासनकार्ड हायेत म्हनून लय मोठा मानूस झालोय का मी? आता तर धान्यबी मिळत नाय त्याच्याव. जव्हा जाईल तव्हा संपल्यालं. आपून न्हातो पठाराव. ते आल्यालंच कळतं संपल्याव. मंग कशाला पायजे ते रासनकार्ड. नसलं तर नसलं. त्याच्यावाचून उपाशी तर मरत नाय ना आपून. पन सरी म्हनत व्हती त्या वकिलाकून आल्यापून रासनकार्डाचा लयीच धोसरा घेतलाय तू. म्हनून आलो तुला हुडकत हितवर. लय इचार करू नको. मल्हारीला सांगून पौडच्या त्या मानसाकून तुझंबी रासनकार्ड काढू आपून.''

नामदेव शिवा महाराकडं न बघता दाढीवर परत आलेल्या पाखरांवर दगड मारत म्हणाला,

''शिवादा, रासनकार्डाचं काय नाय. ते आमच्याकं नाय हेबी मला माह्यती नव्हतं. आता घरातला जानता मानूस म्हनून थोरल्या म्हाताऱ्याकं समदं असतं. असंल त्याच्याकं म्हनून मीबी कव्हा इचार केला नाय आन् त्याची कव्हा गरजबी पडली नाय. पन माझा जीव तुटतोय तो या वावराकरता. सिधा पडवळावानी ते जर टाटानी परत काढून घेतलं तर जगायचं कसं? या इचारानी रातरात झोप येत नाय बघ. पौडाच्या कुलकर्नी वकिलाला भेटलो त्या दिशी. त्याला भाडेपट्ट्याची पावती दावली. तो म्हंतो ही जमीन टाटाची हाये. तो ती कव्हाबी परत घिईल. बाबाला तर गुरं वळन्यापल्याड काय माहीत नाय. पन मला वाटलं व्हतं थोरल्या म्हाताऱ्याकं काय जुनी कागदं असतील. पन भाडेपट्ट्याच्या पावतीबिगार त्याच्याकं कसलीच कागदं नाय. रातीत् सांगत व्हता, माझ्या पंज्यानी तव्हाच्या केवलशेट नावाच्या सावकाराकं जमीन घान ठेवली व्हती म्हनून. आता वाटतंय त्यानीच समदी कागदं दाबली असनार. ती मिळत नाय म्हनून येड्यावानी झालंय. मधी त्या भारूडवाल्यांकंबी जाऊन आलो. पन ते म्हंत्यात लयंदी कुनी लिव्हलंय ते. या मावळ मुळशीतल्या लोकांना आवडतं म्हनून करतोय आमी. पह्यलं हरिचंद्र तारामती आवडायचं आता टाटाचं आवाडतं म्हनून ते करतो. लय मन लावून बघत्यात लॉकं, पन त्या भारुडाबिगार आमाला काय माह्यती नाय म्हंत्यात. त्वांडपाठ हाये तेवढंच, कागदं काय नाय.''

''नामा, आरं कुनाकं हायेत शाताची कागदं. आमच्याकंबी नाय. सिधा पडवळाचं असं झाल्याव मल्हारीबी लय ढुंगान आपटायला लागला व्हता तुझ्यावानी. रोज जायाचा पौडाला. म्हनायचा, शाताची जुनी कागदं काढतो.

पन काय मिळालं नाय. पौडाला नाय मिळालं म्हनून मंग वडगाव मावळला चकरा मारायला लागला. पन तिथंबी हाती काय लागलं नाय. मंग मागून कटाळला कटाळला आन् दिला नाद सोडून. आमचंबी काय तुझ्यावानीच हाये. आमच्यातं समद्या वतनाच्या जमिनी. बुडाल्या पान्यात. ही पठारावली जमीन. तीबी वतनाची. पन उपेग फकस्त पिकवून खान्यापुरता. नावावं तर टाटाच्याच हाये ना. आपून इचार करायचा जाऊ दे, नावाव जरी टाटाच्या असली तरी चारदोन रुपये भाडं दिऊन पिकवून तर खाता येती ना! म्होरचं म्होरं बघता येईल!''

शिवा महारानं नामदेवची समजूत काढण्याचा प्रयत्न केला. पण नामदेवच्या मनाला ते पटत नव्हतं. नाव सांगायला गाव नाही. पिकवून खायला जमीन हाये, पण ती टाटाच्या नावावर. म्हणजे ज्यानं आपल्याला गावातून उठवलं. त्याच्याच आश्याला राहायचं, हा कुठला न्याय? नामदेवला यातून बाहेर पडायचं आहे. तो शिवा महाराला म्हणाला,

''कुलकर्नी वकील म्हनत व्हता, समद्यांनी मिळून टाटाच्या इरोधात लढलं पायजे. एकट्यादुकट्याचं काम नाय हे. तसं झालं तरच काय तरी व्हईल. त्या दिशी पोरांनी भिऱ्याव चाल केली. पन तिथं जाऊन शिपूट परत घातलं म्हंत्यात ढुंगनात. रस्ता करतो, लाइट देतो म्हनल्याव हे आले वाटतं निघून. शिवादा, तुमचा रस्ता नको, लाइट नको कायबी नको आमाला. या पठाराव त्याच्याबिगर जगू आमी. पन सिधा पडवळावानी आमची गत करू नका म्हनाव! त्याचंच भ्या वाटतं...''

शिवा महारानं दाढीची खुटं वाढलेले गाल खाजवले. डोकीचा पटका सोडून त्यानंच कपाळावरचा घाम पुसला. पटक्यातली कुसळं काढून परत तोच कपाळाला गुंडाळला. मग डावा हात नामदेवच्या खांद्यावर आणि उजवा हात स्वतःच्या गुडघ्यावर ठेवत जोर देऊन उठला. म्हणाला,

''येवढा इचार नको करू. समद्यांचं व्हईल ते आपलं व्हईल. हितं फक्त तू आन् मी नाय. मायंदळी लोकं हायेत. चल, घरी सरी वाट बघती. उगीच तमाखल्या जिवाला तरास करून घिऊ नको. आन् त्या सरीच्या जिवालाबी देऊ नको.''

नामदेव जागचा उठला. शिवा महाराबरोबर बांधावरून चालता चालता त्याने खाली लांबपर्यंत पसरलेल्या धरणाकडं पाहिलं आणि म्हणाला,

''शिवादा, हे धरानच झालं नसतं तर आज ही वनवन वाट्याला आली नसती.''

रात्रीची जेवणं उरकल्यावर नामदेव अंगणात येऊन बसला. थोड्या वेळानं तुकाराम त्याच्याजवळ आला. म्हणाला,
''बाबा, शाळेत नवे गुरुजी आलेत. पण ते पह्यल्या गुरुजींवानी नाय. समद्या पोरांना करवांदं आन् तोरणं आनायला जाळ्यांमधी पाठवत्यात. आता जाळ्यांमधी करवांदं आन् तोरणं कुठं राह्यल्यात. मंग नाय आनली की मारत्यात. आता ते करवांदं संपल्याव आले त्याला आमी काय करणार! आन् शिकवत तर काहीच नाय. या साली शाळा सुरू झाल्यापून पहिल्या गुरुजींनी एक दिवस शिकवलं तेवढंच,''
''तरी जाऊन बसायचं. उंद्या पावसाळ्यात वढा भरला की घरीच बसायला लागनार हाये.''

नामदेवनं त्याला दरडावलं. तोवर कलीला, सुलीला अणि फुलाबायला घेऊन म्हादू अंधारातच अंगणात आला. त्याला आता अंधाराची इतकी सवय झाली आहे की, रात्रीचाही तो दिवसासारखाच घरात, अंगणात आणि पठारावर वावरत असतो. उजेड नाही म्हणून रात्रीचं त्याचं काही अडत नाही. त्यामुळं कधी रॉकेल नाही म्हणून चिमणी पेटली नाही, तरी अंधारात घरातले व्यवहार कधी थांबत नाही. घरातल्या सगळ्यांनाच अंधारात दिसतं. अगदी सूर्यप्रकाशाइतकं स्वच्छ! त्यांच्याकडं परिस्थितीनं दिलेला तिसरा डोळा आहे. तो कधी मिटत नाही.

पोरींना घेऊन म्हादू नामदेवजवळ बसला. म्हणाला,
''जनावरांचं भ्या. नायतर अंगनातच पडलो असतो.''
''उकाडा लयीच वाढलाय आज. नको. चांदनंबी नाय आज. येखादं जनवार करायचं घात.''

असं म्हणून नामदेवनं तुकारामला आणि पोरींना घरात घेऊन जा म्हणून सरस्वतीला आवाज दिला. पण सरस्वती बाहेर यायच्या आधीच पोरं घरात जाऊन अंथरुणावर पडली.

मग नामदेव म्हादूकडं वळला. म्हणाला,
''काल तू म्हनत व्हता, सावकार रगातपितीनी मेला. काही शेतकरी मुलखाव प्वाट भरायला गेले. मंग तू पठाराव कशाला आला?''

“जगायला. सडा असतो तर ज्योतिरूपेश्वरबाबाला कवटाळून बसलो असतो. अन् त्याच्यासंगं मीबी धरनात बुडाला असतो. पन बाप व्हता, जनम देनारी आय व्हती, रखमी व्हती; तीबी पोटुशी आन् शाली-माली. त्यांना कुनीकं ठेवनार व्हतो. समद्यांना जगवायचं व्हतं. म्हनून मंग आलो पठाराव. आपल्या वाडवडलांच्या हक्काच्या रानात.”

असं म्हणून म्हादू दोन्ही पाय छातीशी धरून बसला आणि बोलायला लागला. म्हणाला,

“नामा, तव्हा धरान भरत व्हतं आन् आमी जीव घिऊन पठाराव पळत व्हतो. वर आलो तव्हा पार रात झाली व्हती. समदीकं अंधार. हा असाच. तव्हा या अंधाराची वळख आणखीच गडाद झाली आन् म्होरं तो घरातलाच झाला. ती रात आमी पळसाच्या झाडाखाली बसून काढली. मंग दुसऱ्या दिशी जांभळीच्या चार मेढी तोडल्या, त्या चार कोपऱ्याव रवल्या. त्यावर सागाचे फॉक आन् पळसाचं टहाळं टाकलं आन् लागलो त्यातच राह्याला. रखमीनी, म्हंजी तुझ्या आजीनी त्या खोपटातल्या चिखलातच आपल्या हातात मावन तेवढा आनलेला संसार मांडला.

येका बाजूला देवबी मांडले. आन् त्या देवाबरं मुळेतले ते दोन गोटेबी मांडले. ते गुळगुळीत गोटे मुळेच्या तळातले. येक तुझ्या आजीनी आनलेला आन् येक मी. मुळेच्या तळाला जाऊन. कितीदा मुळेच्या तळाला गेलो. पन कव्हा दगाफटका झाला नाय. तव्हा ज्योतिरूपेश्वरबाबा आपसूक बाहेर काढायचा आमाला. पन त्याच मुळेवरच्या धरनानी आमाला दगा दिला. तुझा बाप ज्योतिरूपेश्वरबाबाच्या नवसाचा. शाली-मालीच्या पाठीव लय वर्षांनी झाला. देवाच्या नवसाचा म्हनून समदे त्याला देवदेव म्हनायला लागले. समदे म्हंजी किती? तव्हा पठाराव आपलं येकच तर घर व्हतं. म्होरं त्या देवचा झाला देवा! त्या देवाकरता बोललेला नवस फेडायला मी आन् रखमी धरनात बुडालेल्या ज्योतिरूपेश्वरबाबाच्या देवळात गेलो व्हतो. तव्हा कव्हा नायते दगा झाला आणि रखमीला ज्योतिरूपेश्वरबाबानं ठेवून घेतली. ती धरनातून परत आलीच नाय. आन् माझा देवा बिनआईचा वाढला. म्होरं शाली-मालीच त्याच्या आई झाल्या.

तव्हा पठाराव आमी रोज रातीला जीव मुठीत घिऊन बसायचो. वाघ, तरस, रानडुकरं, कोल्हं... समदी जनवारं दिवस म्हनू नको, रात म्हनू नको

कव्हाबी खोपटाभवती यायची. खोपटाच्या मागच्या अंगाला एक पट्टा जाळ्यांनी आन् दगडांनी भरला व्हता. रातुंद्या खपून त्यात वावार काढलं. तव्हा वाटलं वाडवडलांच्या या रानाव हक्क सांगायला आता ना कुठला सावकार येनार ना दरुडा टाकायला कुठला टाटा.

तव्हा सगळं पठार मोकळं व्हतं. तिथं किती जागा आडवली म्हनून बोलनारंबी कुनी नव्हतं. तरीबी आपल्या वाडवडलांची जीवढी वह्यवाट तिवढीच जागा घेतली. आन् त्यात वावार काढलं. पल्याड मावळतीला पठाराचा केवढा मोठा भाग पडल्याला! आजूनबी तसाच पडून हाये. पन त्याच्याव कव्हा माझी वासना गेली नाय. पडून हाये म्हनून वावार काढूशी वाटलं नाय. तसं केलं त् टाटात आन् आपल्यात काय फरक! म्होरं पठाराव वस्ती वाढली. पन त्यांनीबी पठारावल्या त्या मोकळ्या रानाकं कव्हा वाकड्या नजरनं बघितलं नाय. कव्हा गुरं चरत चरत जात असतील तेवढंच काय ते. पठार असं तव्हा मोकळ्या अंगनावानी व्हतं.

मागून दोनतीन सालानी शिवा महाराचा आजा आला पठाराव. येक पोर, येक मूल आन् बायकूला घिऊन. त्याचीबी आपल्यावानीच गत. खाली आकसईत म्हारवाड्यात राह्याचा तो. पठाराव त्याचं रान आपल्या रानाला लागून असतानाबी त्यानी त्याचं खोपाट आपल्या खोपटापून लांब बांधलं. मराठ्यांपून लांब राह्यची सवं त्यांना. पन गावात असताना आम्ही तरी कुठं त्यांना जीव लावून जवळ करीत व्हतो. दसऱ्याच्या दिशी सोनं वाटून भेटायलाबी ते देवळाम्होरं येगळी रांग लावायचे. गाव जेवनात गाव जेवल्याव म्हारवाड्याची पंगत पडायची. कव्हा भात उरायचा नाय तर कव्हा आमटी उरायची नाय. जिलबीचं गॉड जेवान असंन तव्हात् त्यांची लय घालमेल व्हयाची. जिलबी संपती का काय म्हनून. पन तव्हा कुनी त्यांच्या मनाचा इचार करायचं नाय. त्यांचा नाय आन् त्यांच्या पोराबाळांचाबी नाय. पन तो पठाराव आल्याव मला त्याचा आधार वाटायला लागला. या पठाराव आमी भुतागत ऱ्हात व्हतो. तो आल्याव मानसात आल्यागत वाटायला लागलं. तो आपल्या खोपटात कव्हा यायचा नाय आन् त्याच्या पोरांनाबी पाठवायचा नाय. पन अस्तीअस्ती शाली-माली आन् देवा खेळत खेळत त्यांच्या खोपटात जायला लागली.

येकदा असाच वैशाख संपत आला व्हता. पावसाचे दिस जवळ आले

व्हते. त्यातल्याच एका रातीला वाघ आला पठाराव. तो त्याच्या आधीबी दोन-तीन येळा आला व्हता. रातभर खोपटाला चकरा मारून परत गेला व्हता. पन त्या रातीला तो खोपटाव चढायला लागला. मी बैलं खोपटात घेतल्याली व्हती. त्याच्या वासानी तो खोपटात घुसत व्हता. पोरं मला चिकटून बसली व्हती. आय आन् बाबा येका कोपऱ्यात जीव मुठीत घिऊन बसले व्हते. कुत्र भुकून भुकून लाखलं. पंजे मारून मारून कुड पन मोडकळीला आल्याव आमाला वाटलं आता काय वाघ आत आल्याबिगार ऱ्हात नाय. म्हनून मंग समदेच लागले मोठमोठ्यानी वरडायला. शिवा महाराच्या आजाबिगार तव्हा पठाराव कुनी नव्हतं. म्हनून मी त्याला हाका मारल्या. तो वरड ऐकून शिवा महाराच्या आजानी भाजनीकरता तोडलेल्या राबाचं येक वझं पेटवलं आन् ते घिऊन वाघाच्या अंगानी पळत आला. आगीचा लोळ बघून वाघ मागं सरला तसा शिवा महाराचा आजा तो आगीचा लोळ घिऊन त्याच्या अंगाव गेला. तवर मीबी कुऱ्हाड घिऊन बाहेर आलो. मग शिवा महाराच्या आजाचं कुत्र, आन् आपलं कुत्र समद्यांचा निसता वरड. पन वाघ पळून गेला तो जाळाला बघून. मला आजूनबी त्या जाळाच्या उजेडात चमकनारे वाघाचे डोळे आठवत्यात. खांद्याव आनलेल्या त्या पेटत्या वझ्यानी शिवा महाराच्या आजाचा खांदा भाजला व्हता. पन तव्हा तो धावून आला नसता तर आमच्यातलं क्वान तरी वाघाच्या तोंडी नक्कीच गेलं असतं.

मंग येकमेकाला आधार व्हावा म्हनून मीच शिवा महाराच्या आजाला लांबचं खोपाट जवळ घे म्हनलो. आपल्या खोपटाला लागून खोपाट बांधायला सांगितलं. पन त्यानी परत चार हात लांबच बांधलं. अस्तीअस्ती त्याची पोरं आपल्या खोपटात यायला लागली. आमीबी त्याच्या खोपटात जायला लागलो आन् तोबी आपल्या खोपटात यायला लागला. त्याची बायकू शाली-मालीची येनी-फनी करायला लागली. झऱ्यावरून दोन हांडं पानी आनून द्यायला लागली. सुरूसुरूला आईला आन् बाबाला ते नाय आवडायचं, पन मागून समद्याचाच इसर पडला. नामा, जगनं म्हत्त्वाचं. जातपात मागूनची. शिवा महाराच्या आजाची बायकू माझ्या देवाला दिसाड आंघुळ घालायची. त्यांच्याच घरात वाढला तो. त्यांच्याच पोरांत खेळला. म्होरं त्या शिवा महाराच्या आजाशीच आपली पडकील झाली. आपल्याकं

बैलं व्हती आन् त्याच्याकं औताचं सामान. मंग काय, राबायला लागलो येकमेकांच्या शेतात. शेत पिकवायला लागलो आन् जगत राह्यलो. अस्ती अस्ती खोपटाच्या जागी दोघांनीबी येकाच येळंला ही दगाड-मातीची घरं बांधली. आपून घर बांधलं त्यासाली टाटाचे मजूर राहुट्यांतू निघून गेले. टाटानी त्या राहुट्याचे पत्रं इकलं. लय जनांनी ते जाऊन आनलं. शिवा महाराच्या आजाच्या मनातबी आलं व्हतं, पन माझ्यामुळं त्यानीबी नाय आनलं. म्हनलं ज्यानी घर बुडावलं, त्याच्या पत्र्याचं आढं नको आपल्या घराला. घर झाल्यावबी लय दिस गवतानी शाकारता व्हतो आमी आढं. पार देवाच्या लग्नाच्या साली पुन्याहून पत्र्याची पानं आनली. दोघांच्याबी घराला. पन सुतार कुठं मिळाना. शेडानीला येक व्हता. पन तो पहिलं गावकीचं काम करायचा आन् त्यातून येळ मिळालात् गावाबाहेरच्यांचं. मंग शिवा महाराच्या आजानी आणि मीच ठोकलं पत्रं. आमीच झालो सुतार. चांगली धाईस वर्षे टिकली ती पत्र्याची पानं. पन येक साली वादळात गेले उडून. त्यामागून काय दोघांच्याबी घराला पत्रा मिळाला नाय. तव्हापून परत शाकारनं सुरू झालं. ते आजून चालूच हाये. घर झाल्याव टाटाच्या मानसांचा तरास सोडला तर समदं बैज्वार चाललं व्हतं...''

''हितंबी तरास देत व्हता का टाटा.''

नामदेवनं मध्येच विचारलं. तव्हा छातीशी धरलेले पाय म्हादूनं सैल सोडले. म्हणाला,

''तर काय. परसाला बसून द्यायची नाय टाटाची मानसं आमाला. म्हनायची कुठंबी घान करता, ही काय हागानदारी हाये का? आता परसाला रानात नाय जायचं तर काय घरात हागायचं का? रोज हुज्जत घालायची. मंग आमीच हागन्यामुतन्याहून भांडान नको म्हनून पठाराव कुनीकंबी न जाता आपल्याच वावराच्या खालच्या अंगाच्या जाळवानात जायला लागलो. म्होरं समद्या पठाराची तीच हागानदारी झाली. टाटाचा काच सोडला तर पठाराव समदी घडी बसत व्हती. पन येक साली मरनदाजी यावी तशी दोन्ही घरातली मानसं पटापटा मरायला लागली. येकामागून येक. येकाला जाळून आलं की, दुसऱ्याची तयारी करायला लागायची. ही मानसं जाळतानाबी टाटाच्या मानसांचा काच असायचा. पठारावली माझ्या आईची माती मी कव्हा इसरनार नाय. काय नाय. दोन दिस थंडीताप आला, हागवन लागली आन् तिसऱ्या

दिशी गप् पडली. बोलनं नाय की बघनं नाय. नाडी तिवढी चालू व्हती. बाबा रानात जाऊन कसली पानं आनून वाटायचा आन् त्याचा रस पाजायचा. पन त्यानी काय उपेग व्हईना. तव्हा शिवा महाराच्या आजानी आन् मी गोधडीची झोळी केली. त्यात आईला मढ टाकल्यावानीच टाकली. मंग म्होरं मी आन् मागं शिवा महाराचा आजा. पळतच निघालो पौडाला. पन तव्हा वाटा समद्या धरनात बुडालेल्या. तव्हा धरनाला येढा घालत, झाडाझुडपातून वळन्यापरेन पोचलो आन् झोळीत बघितलं तर आईची नाडी बंद पडली व्हती. मंग वरडत लाखत आलो तिथून परत.

चारी पोरींना निरोप पोचायला आन् त्या यायला दुसरा दिस उजाडला. रातीच्या अंधारात धरनाला येढा घालून त्या आल्या. तव्हा सरनाची फाटी आननं, ती रचनं असं समदं शिवा महाराच्या आजानीच केलं. रातीच्या प्वाटात समद्या पोरींना निरोप पोचवून आला. तव्हा मैतीला कसलं सामानबी मिळायचं नाय. तेवढा लाकूडफाटा जमवला की झाली मैत. पन हितंबी मैतीच्या येळंला टाटाची मानसं आडवी आली. ही टाटाची मानसं सुख म्हनत नव्हती, का दुख म्हनत नव्हती. त्यांच्या मनाला वाटन तव्हा अंगाव चाल करून येत व्हती. तव्हा आईला चितंवर ठेवली आन् टाटाची मानसं आली. म्हनाली,

"हितं मानसं जाळायची नाय."

"का?"

तर ती म्हनाली,

"रानाला वनवा लागंल."

"आमी खडकाव जागा बघूनच सरान रचलंय. आन् सरनाभवती आमी असताना वनवा कसा जाईल रानात."

शिवा महाराचा आजा त्या मानसांची समजूत काढायला लागला. येकीकं साईत्रा, बाईजा, जना, राही, शाली-माली आन् शिवा महाराची आजी अशी समदी बायामानसं रडत व्हती. त्यात टाटाच्या मानसांचा गोंधळ. शिवा महाराच्या आजानी त्यांच्याशी लय हुज्जत घातली. पठाराव न्हावी नाय म्हनून तोच माझं डोकं भादरत व्हता. वस्तारा घिऊन तो त्या मानसांशी बोलत व्हता. मागून मागून शिवा महाराच्या आजाचा चढलेला आवाज बघून मला वाटलं हा आता त्या मानसांच्या गळ्याव वस्तारा चालवतो की काय. पन राग गिळत तो मला म्हनाला,

“म्हादूदा, ही टाटाची मानस हायेत नागवी. म्हातारीचा शेवटचा इधी सुखानी व्हऊ दे. आपून दुसरीकं रचू सरान. मला ते पटाना. मी त्याला म्हनालो,

“आरं, आपल्याच जाग्याव आपल्या मानसाला जाळायची काय चोरी, आन् पठाराव दुसरीकं कुनीकंबी माती द्यायची म्हनली तरी ते आडवं येनार. मंग आजून परत तिथून सरान हलवायचं का?” तव्हा तो म्हनाला,

“आपून त्यांनाच इचारू. तुमी दाखवाल त्या जाग्याव सरान रचतो म्हनून.”

तव्हा मनाव दगड ठेवूनच मी मान हलवून हुकार दिला. पन त्या सुकाळीच्यांनी जागा दावली ती आपल्या घराला खेटून असल्याली. म्हनाले,

“हितं सरान रचा. आन् जाळा येकदाची म्हातारीला.”

मंग मात्र माझं टकूरं फिरलं. म्होरं झालो. म्हनालो, “आमचं घर जाळाया सांगताय?”

तसे आले दोघंबी माह्या अंगाव धावून. मीबी धोतार खोचलं आन् झालो म्होरं. तसं शिवा महाराच्या आजानी मला धरलं. म्हनाला,

“येळकाळ बघ. येवढी येळ नेऊ मारून. मागून बघू त्यांच्याकं. आन् काय नाय व्हनार घराला. आपून टहाळं घिऊन सरनाभवती उभं राहू.”

तव्हा मी ते गप गिळलं. आईला सरनावरून उचलून परत खाली ठेवली. सरान उचकाटलं. ती समदी फाटी कवळ्या कवळ्यानी घराच्या मागच्या लवंला आनून तिथं परत सरान रचलं. परत त्यावर आईचं मढं ठेवलं. घर जळायच्या भीतीनी आमी समदीजन सरनाभवती टहाळं घिऊन उभ राह्यलो आन् आईला अग्नी दिला.

या समदा परकार बघून बाबानी लय धस्का घेतला. मागूमाग दोन चार मयन्यानी तोबी मेला. मरतानी मला लाखुली वाह्यली. म्हनाला,

“तुझ्या हटापायी हा वनवास आला. पैसा घेतला असता तर कुठं मुलखाव प्वाट भरावला गेलो असतो.”

मी समदं गप ऐकून घेतलं. त्याला काय बोलनार व्हतो मी. त्याचं चूक तरी काय व्हतं. मरताना पोरंबाळं अशी रानच्या जनवरांपून जीव वाचवत माळाव पडल्याली बघून कुनाचा जीव तुटनार नाय. पन मी तरी काय करनार व्हतो. शपथ तोडून वाडवडलांच्या जमिनीचं पैसं घिऊन नरकातच जानार

व्हतो ना! आन् पैसा घिऊन मुलखाव गेलो असतो तरी तो किती दिस पुरला असता. हितं राहून मी शिवाराशी नातं तर तोडलं नाय ना! पन त्याला माझं मन कव्हा कळलंच नाय.

मागून शिवा महाराच्या आजाची बायकूबी मेली. ती बाय बाळातपनात आडली. तिचं बाळातपन करायला तव्हा या पठाराव कुनी बाईमानूसबी नव्हतं. दोन दिस बाय गुराढोरावानी वरडत व्हती. तिच्याबशी येकला शिवा महाराचा आजा. मी त्याची दोन्ही पॉरं, शाली-माली आन् देवाला घिऊन अंगनात बसल्यालो. तव्हा पठाराव कुनी बाईमानूस असतं तर जगली असती ती बाय. आमीबी झोळीत टाकून तिला पौडाला नेयाचा इचार केला. पन अशी भरल्याली बाय झोळीत न्यायाचं आमालाच भ्या वाटाया लागलं. तव्हा आकसईत असायचा तसा पठाराव कुठं डालबी नव्हता. तो असता तर त्यात झोपवून नेता तरी आली असती. पन ते वैरून आता काय उपेग. वरडून वरडून लाखली आन् मोकळी व्हयाच्या आतच मेली ती बाय!

शिवा महाराच्या आजाची बायकू मेली आन् आपल्या पठारावल्या दोन्ही घरातली चूलच बंद झाली. भाकरतुकडा करून घालायला पठाराव बाईच उरली नाय. मंग लय दिस निस्ता भात शिजायचा. कोरड्यासबी नसायचं धड. पन मंग मागून शाली-मालीनी चूल संभाळली. बाईची जात जनमाला येतानाच ते गुन घिऊन येती. त्या पुरींचंबी तसंच. या पठाराव त्यांना क्वान व्हतं शिकवायला आन् दावायला. पन शिकल्या अस्तीअस्ती. शिवा महाराच्या आजाची पोर मुक्ती आणि शाली-माली. चूलच घेतली त्यांनी त्यांच्या हातात. झऱ्याहून पानी त्याच भरायला लागल्या. अस्ती अस्ती रोज दोन्हीकं सयपाक व्हन्याऐवजी येक दिस शिवा महाराच्या आजाच्या घरी तर येक दिस आपल्या घरी. असा रिवाजच पडला. मंग समद्यांची येकच पंगत पडायची. कच्च-पक्क जेवान असायचं, पन पोरींनी बनवल्यालं असायचं. गॉड लागायचं. देवा, शिवा महाराचा बाप. आन् या पोरी. ही समदी पोरं येका शिनंची. आमी त्यांच्या शिनंचं व्हतो तव्हा उनाडक्या करत शिवारभर हिंडायचो. मुळेच्या तळाला जाऊन पव्हायचो. पन या पोरांच्या नशिबी ते दिस आले नाय. टाटाची मानसं धरनाच्या पान्याजवळ फिरकू द्यायची नाय. पहून देनं तर लांबची गोष्ट. नामा, ती पोरं काय, तू काय आन् आता तुक्या, सुली, कली, फुलाबाय... समद्यांचं पोरपन गिळलं ना धरनानी.

पोरांच्या जिवाव घर टाकून आमी दिसभर रानात राबायचो. मागून मागून पोरंबी आली हाताशी. तीबी लागली आमच्याबरं राबायला. शेतात पिकन ते खायाचं. सराईत करवांदं, तोरनाच्या चार पाट्या गेल्या पौडाला तर दोन रुपये दिसायचे. नायतर पैसा कव्हा नदरंच पडायचा नाय. कव्हा सनवार नाय, यात्रा नाय की जत्रा नाय. आला दिस रेटायचा. आकसईत जोतिरूपेश्वरबाबाची यात्रा लय मोठी व्हयाची. माघी शिवरातीला सुरू व्हयाची ती शिमगीपूनवपरेन. गावाला किती सोभा असायची तव्हा! पन पठाराव तसलं काय नाय. नामा, पोरांनो तुमच्या पिंढ्यांचं ते सुख या धरनानी लुटलं. आकसईची सर या पठाराव कितीबी आनायची म्हनलं तरी येनार नाय. पन पठाराव आल्याव पह्यल्या माघी शिवरातीला मी देवळाकं बघून पठारावूनच ज्योतिरूपेश्वरबाबाला निवधबोनं पोचावलं. दुसऱ्या साली तिथूनच शिवा महाराच्या आजानीबी निवध दावला. मंग दरसाली माघी शिवरात आली की पठारावली ती जागा आमी सारवून घ्यायचो. शाली-माली आन् शिवा महाराच्या आजाची पोर पठारभर हिंडत, पाटीभर फुलं तोडत. तव्हा फुलं हातरून निवध दावताना मन भरून यायचं. देवानी आणि शिवा महाराच्या बापानी त्या जागेला अडुसा केला. मंग पोरी रोज तिथं जाऊन फुलं वाह्याला लागल्या. येक दिस शिवा महाराच्या आजानी ते पाहिलं आन् तो माझ्याकं आला. म्हनाला,

"निवधाच्या जागेलाच पोरांनी देव बनवलं. उंद्या देव कुठंय म्हनून इचारलं तर काय करायचं?"

तव्हा धरनात जिथं ज्योतिरूपेश्वरबाबाचं देऊळ बुडालंय तिकडं बघत मी म्हनालो,

"म्हनायचं, देव देवळात हाये. आन् देऊळ हाये धरनात."

तव्हा तो म्हनाला,

"पन पोरांनी तर त्या जागेलाच आडुसा करून देऊळ बनवलंय. त्या देवळात नको का कुठला देव?"

ते ऐकून मीबी गप झालो. बिनदेवाचं देऊळ. जिथं देव असंन तिथं देऊळ व्हतं. पन या पठाराव पोरांनी आडुशाचं का व्हईना, पन देऊळ उभं केलं व्हतं. आता तो आडुसा काढायचा म्हनलं तरी काढता येनार नव्हता. त्यानी पोरांच्या जिवाला लागलं असतं. त्या आडुशाच्या देवळाव त्यांची श्रद्धा बसली व्हती. काय कराव ते सुचत नव्हतं. मी शिवा महाराच्या आजाला म्हनलं,

“आपलंच चुकलं. येका जागेवून निवध दावत राह्यलो. जागा बदलत राह्यलो असतो तर त्या जागेजवळ गुतून पडली नसती. ती पोरं तरी काय करनार व्हती म्हना. या पठाराव मन गुतायला आन् रमायला दुसरं काय व्हतं! मंग बनावलं देऊळ. पन देवाशी खेळ चांगला नाय. पोरं थोरांच्या पावलाव पाऊल ठेवूनच चालत्यात. देव आन् देऊळ खेळनं व्हयाला नको.” म्हनून मंग मनानी येक इचार केला. शिवा महाराच्या आजाला म्हनालो,

“ज्योतिरूपेश्वरबाबाच्या मनात असंल म्हनूनच त्यानी आपल्याला त्या जागेव निवध दावायची आन् पोरांना त्या जागेव आडुसा करन्याची बुद्ध्या दिली. टाटानी आकसईतलं देऊळ बुडवून दुसऱ्या गावात बांधलं. पन देव कुठं हाललाय. ज्योतिरूपेश्वरबाबा आकसईचं शिवार सोडून जानार नाय. जिथं त्याचे भक्त तिथंच तो. शपथेला जागनाऱ्याच्या आणि शब्दाचं मोल जानणाऱ्याच्या मागं देव असतो. आपल्या मागं ज्योतिरूपेशवरबाबा हाये या पठाराव.”

मी असं बोलायला लागल्यावर शिवा महाराचा आजा माझ्याकं येड्यावानी बघाया लागला. मंग मी त्याचा हात धरला आन् आनला त्याला घरात. एक आकसईच्या घरातच राहिला होता; पण देवाशेजारी ठेवलेले मुळेच्या तळातून आनलेले दोन गुळगुळीत गोटे त्याला दावले. म्हनालो,

“हे मुळेच्या तळातले निस्ते गोटे नाय. त्यात ज्योतिरूपेश्वरबाबाचं सत्त्व हाये. त्या गोट्यात ते सत्त्व व्हतं म्हनूनच मुळेच्या तळातून आमी वर आलो व्हतो, ते गोटे घिऊन. ज्योतिरूपेश्वरबाबाचं ते सत्त्वच आपून पोरांनी आडुसा केलेल्या जाग्याव ठेवू. मंग त्याला देवळाची सोभाबी येईल आन् देवळात ज्योतिरूपेश्वरबाबाबी येईल.”

शिवा महाराच्या आजालाबी ते पटलं. म्हनाला,

“धरनानी मुळेला त्याच्या प्वाटात घेतलं. पन ती अशी घराघरात असंल असं नव्हतं वाटलं. आता हाच आपला ज्योतिरूपेश्वरबाबा.”

असं म्हनून त्यानं त्या दोन्ही गोट्यांवर डोकं टेकलं. मंग मी त्याला म्हनालो,

“माझी रखमी पुन्यवंत. तिनी आनलेला गोटाच आपून ठेवू तिथं.”

म्हनून मी दोन्ही गोट्यांक पाह्यलं. तव्हा मला दोन्ही गोटं सारखंच दिसाया लागलं. मंग मनात इचार केला आन् शिवा महाराच्या आजाला म्हनालो,

“डोळं मिट आन् यातला येक गोटा उचल.”

त्या भल्या मानसानीबी तसंच केलं. डोळं मिटलं आन् मोठ्या भक्तिभावानं ज्योतिरूपेश्वरबाबाचं नाव घेत त्यातला येक गोटा उचालला. मी तो गोटा त्याच्या हातातून घेतला आन् कपाळाला लावून छातीशी धरला. म्हनल, माझ्या रखमीचे हात लागले हायेत या गोट्याला. तिच्याच पुन्याईनी आज पठाराव ज्योतिरूपेश्वरबाबा येनार. असं म्हनून आमी तो गोटा त्या जागेव आनला. माझ्या हातात तो देवाशेजारचा गोटा बघून शाली-मालीला केवढा आनंद झाला! मी तो त्या आडुशाच्या जागेव ठेवायला लागलो, तसा शालीनी माझा हात धरला. म्हनाली,

“थांबा थांबा.”

आन् पळत जाऊन शानाचा पहू आनला. आन् ती जागा सारवायला लागली. तवर बाकीच्या पोरांनी पाटीभर फुलं आनली. मंग सारवून फुलं हातरलेल्या त्या जागेत ज्योतिरूपेश्वरबाबाचा गजर करीत आमी तो गोटा ठेवला. आन् मंग त्या आडुशाचं देऊळ झालं. पठाराला सोभा आली.

म्होरं पठाराव सिधा पडवळ आला. त्यानी त्याच्या रानात पठाराच्या खालच्या अंगाला घर बांधलं. त्याच्या मागून चिंधूदा आला, बारकूदा आला, लक्षीमन आला. आनखी म्होरं त्यांचीबी दोन दोन घर झाली. मंग समद्यांनी मिळून येका माघी शिवरातीला देऊळ बांधायचं ठरावलं आन् पठारावले सागाचे फॉक तोडून दगड-मातीतलं ते देऊळ बांधलं...”

म्हादू असं बोलत असतानाच अंगणात पावसाचे थेंब पडायला लागले. नामदेवनं वर पाहिलं. स्पष्ट काही दिसत नव्हतं. पण उकाडा वाढलेला होता. त्यामुळं आता पाऊस पडणारच असा त्यानं अंदाज बांधला आणि जागेवरचा उठला.

“मातीतला दाना वाचला म्हनायचं. आला पाऊस.”

असं म्हणत म्हादूसुद्धा उठला. दोघंही घरात जायला लागले, तेवढ्यात पावसाची सर आली. तापलेल्या मातीचा खरपूस वास म्हादूनं आधाशासारखा घेतला. नामदेवनं घरात जाऊन चिमणी लावली आणि आढ्याकडं धरत, नुकतंच शेकारलेलं आढं कुठं कळतंय का ते पाहत बसला. त्याचे डोळे आढ्याकडं होते. मात्र मन पठारावरल्या देवळात गेलं होतं.

दुसऱ्या दिवशी सकाळी सकाळीच नामदेव अंघोळ करून देवळात

गेला. कधी नाही ते त्यानं आज देवाला नीट निरखून पाहिलं. पठारावरील कोण तरी सकाळी सकाळीच फूलं वाहून गेलं होतं. त्यानं फुलं बाजूला केली आणि शेंदूर लावून लावून आणखीनच गुळगुळीत झालेल्या त्या देवावरून हात फिरवला. आणि कधी नाही ते मुळेच्या तळाला जाऊन येणारी आपली आजी दिसायला कशी असेल याची तो कल्पना करत बसला. आजीच्या आठवणींनी त्याचा ऊर भरून आला!

त्या दिवशी दिवसभर त्याच्या मनात आजी होती. अगदी चिखल तुडवत दाढी रोपांकडं चक्कर मारून आला तरी त्याला तिचा विसर पडला नाही. आजीचं गूढ आजानं आज त्याच्यासमोर उघड केलं होतं. पण आता त्याला शिवा महाराच्या आजाचं पुढं काय झालं, याची उत्सुकता लागून राहिली होती. तिसऱ्या रात्रीला म्हादूनं तीसुद्धा दूर केली. म्हणाला,

''ज्योतिरूपेश्वरबाबाच्या आशीर्वादानी म्होरली बारा-पंधरा वर्षे चांगली गेली. शाली-मालीचं लगीन झालं. देवाचं लगीन झालं आन् मागूमाग त्यांच्याच शिनंच्या शिवा महाराच्या आजाच्या पोरीचं आन् पोराचं म्हंजी शिवा महाराच्या बापाचंबी लगीन झालं. आकसईवानी लाड नाय झालं, पन दोन्ही घरची पोरं वजावली कशी तरी. त्यालाबी सुटल्यावानी वाटलं आन् मलाबी सुटल्यावानी वाटलं. पोरी गेल्या आन् घरात भाकरतुकडा करून घालायला सुना आल्या. सालभराच्या आतच तुझा जनम झाला आन् शिवा महाराच्या आजाच्या घरात शिवाचा. त्यानीबी नातू पाह्यला आन् मीबी नातू पाह्यला. सालभर निस्ता आनंदी आनंद व्हता. पन मागून परत मागच्यावानी पटापटा मानसं मरायला लागली. शिवा महाराचा आजा साप चावून मेला त्याच साली त्याची सूनबी त्याच्या बायकूवानी आडून मेली. शिवा तव्हा तान्हा व्हता. येकाद वर्षाचा असंल. मंग त्याला बापानीच वाढवला. देवाची बायकू समदं करायची त्याचं. पन कुनाची नजार लागल्यावानी तीनचार सालात तीबी गेली. येकायेक. आजारी नाय का बिजारी नाय. तव्हा कुंभेरीहून आनलेली गाभन म्हस येली व्हती. तिच्याकरता वल्या चाऱ्याचं वझ घेऊन आली आणि दारातच कोसाळली. काय झालं, कुनाला कळलं नाय. ती वारली त्या साली तू चारपाच सालाचा असशील. म्होरं शिवा आन् तू दोघंबी शिनंनीच वाढले. शिवाचा बाप लय आडदांड गडी व्हता. चारपाच गड्यांना येकला गरागरा फिरवीन असा. पन त्या आडदांडपनाला गुंजभर इखबी भारी

पडलं. येका पावसाळ्यात हातरुनातच त्याला रातीचा साप चावला आणि त्याच रातीला तो मेला, तमाखल्या बापावानीच. तव्हा वाटलं आता समदी पठारवस्तीच मरती की काय. मनात रोज रातीला वैरायचो. आमा म्हाताऱ्यांना ठेवून तरन्याताठ्यांना देव नेतोय. आमचं काय सोनं व्हनार हाये आता हितं राहून. पन ती समदी त्याची करनी! दुसरं काय.

म्होरं शिवा महाराचं लगीन झालं आन् तुझंबी झालं. पन पठारावल्या बायकांना शाप असल्यावानी लय करून अर्ध्या आयुष्यातच गेल्या. शिवा महाराच्या बायकूची तीच गत... पठाराव ऱ्हातो म्हनून तुला कुनी पोरं देत नव्हतं. समदी म्हनायचे,

"टाटाच्या वसव्याला राह्याला हाये. त्या पठाराव पोरीला काय सुख मिळनार. आन् टाटानी हाकलून दिलं की मुलखाव प्वाट भरायला जानार."

देवाच्या येळंला जी आडकाठी आली तीच तुझ्या येळंला. पन हितंबी रखमीचीच पुन्याई कामाला आली. नांदिवलीतली तिच्याच भावकीतली पोर मिळाली. सरी. नामा, आता कायबी बघायचं राह्यलं नाय बघ. कव्हाबी जीव गेला तरी दुख नाय. फकस्त तो आकसईच्या शिवाराबाहेर जाऊ नये म्हंजी झालं..."

"नाय तुला आजून येक गोष्ट बघायची हाये." नामदेव मध्येच म्हणाला,

"आता काय दावनार हायेस. आयुष्यात जे बघायला नको व्हतं, ते समदं बघितलं. आता कशावच मन नाय बघ."

म्हादू थोडा हळवा होत बोलला. तसा नामदेव म्हणाला,

"आपली जमीन परत आपल्या नावाव झाल्याली बघायचं हाये तुला."

नामदेवच्या या बोलण्यावर म्हादू हसला. म्हणाला,

"नामा, असलं सपान बघू नको. धरान व्हन्याआधी आमीबी ते बघितलं व्हतं. खोऱ्यातून टाटाला हाकलून दिल्याबिगार ऱ्हानार नाय म्हनायचो, पन काय झालं. त्या टाटानीच आमची दैना केली. आकसईतला शंकर तर धरान झाल्यावबी टाटाला घालवायचं सपान बघत व्हता. सेनापती बापटांसंग शेऱ्यात रेल्वेव गोळीबार करून लय दिस परागंदा झाला व्हता. त्याच्याबराबरची पुन्याची मंडळी गेली तुरुंगात. पन हा घुसला आपल्या रानात. तिथं कातकऱ्यांची टोळी केली. मी पठाराव ऱ्हातोय हे कळाल्याव आला मला भेटायला. रातीच्या अंधारात. म्हनाला,

"म्हादू, तुझ्यामुळं पुन्याच्या मंडळीच्या नादी लागलो आन् रानभरी

झालो. घर गेल, जमीन गेली आन् गावबी गेलं. मी म्हनत व्हतो तव्हाच आपून आपल्या गनिमी काव्यानी टाटाचा काटा काढला असता तर आज हे दिस बघायला लागले नसते. पन तुझा पुन्याच्या मंडळींवर इस्वास. आपून ज्या गांधीबाबाच्या मार्गानी गेलो, तो गांधीबाबा आपल्या खोऱ्याकं कव्हा फिरकलाबी नाय. आपल्याइखी जर त्याचा जीव तुटला असता तर तो इथवर आला असता. आन् मंग टाटा आपूआप खोऱ्याबाहेर पडला असता. पन ज्याच्या मार्गानी आपून गेलो त्यानीच आपल्याकं पाठ केली. आन् ज्यांनी आपल्याला त्या मार्गाव आनलं त्यांनी वाऱ्याव सोडलं. म्हादू तू कायबी म्हन, पन तव्हा चुकलं आपलं. सेनापती बापटानी ज्या मार्गानी जाऊन सत्याग्रहाचा शेवटचा डाव खेळला, तो खरं तर आपला मार्ग. पन नको त्यांची संगत केली आन् गावातून उठलो.''

तव्हा मी त्याची समजूत काढली. म्हनालो,

शंकऱ्या, पुन्याच्या मंडळींचा आपल्याकरता जीव तुटत व्हता म्हनून ते आपल्या खोऱ्यात आले. आपल्या बरं त्यांनीबी किती यातना सोसल्या तेबी तुला माहीत हाये. येवढंच नाय तर आपल्याबी म्होरं जाऊन सेनापती बापट, भुस्कुटेबाबा यांनी तर तुरुंगात हालबी सोसले. आन् साठे गुरुजी, त्यांनी किती आपल्याकरता आटापिटा केला! त्यांनी आपल्याकरता येवढं केलं तेच या खोऱ्याव त्यांचं उपकार म्हनायचं. त्यांना डागन्या देऊन काय उपेग. टाटासारखी मानसं त्या केवलशेट सावकारावानीच. त्यांना वाटतं समदं जग आपलं गुलाम झालं पायजे. त्यांची चाकरी पत्करली पायजे नायतर त्यांच्या दारातलं कुत्र बनून राह्यलं पायजे. आपल्यावानी मानानी जगनाऱ्या शेतकऱ्यांना ते मानवनारं नव्हतं. मंग टाटा जोर लावनारच. तो त्यांनी लावला. आन् समदं तमाखल्या मनासारखं केलं. जे घडायचं ते घडलं. आता कुनाला दोस देऊन आन् कुनाची उनीदुनी काढून आपली बुडाल्याली गावं आन् गेल्याले दिस परत मिळनार हाये का?''

तसा शंकऱ्या चवताळून उठला. म्हनाला,

''गेल्याले दिस परत आपल्या वाट्याला नाय येनार. पन आपली गावं आपल्याला मिळनार.''

मला त्याचं ते बोलनं सपान बघितल्यावानी वाटलं. तरी म्हनलं त्याच्या मनात काय हाये ते इचाराव. म्हनून म्हनालो,

“शंकऱ्या, समदा मराठी मुलूख आपल्या मागं व्हता तव्हा आपून टाटाचं काय वाकडं केलं नाय. आता तू असं जगायेगळं काय करनार तव्हा आपली गावं आपल्याला परत मिळतील?”

तसा पट्‌दिशी म्हनाला,

“म्हादू आमी बांधाला सुरुंग लावनार! धरान फोडनार.”

मला त्याच्या धाडसाचं काय नवल वाटलं नाय. तो पह्यल्यापून असाच. येक घाव दोन तुकडं करनारा. पन मला भ्या व्हतं ते आता हा कुठल्या लोकांच्या नादी लागलाय त्याचं. पह्यली पुन्याची. आता आजून कुठली लोकं गाठली यानी म्हनून इचारलं. म्हनालो,

“आमी म्हंजी क्वान क्वान?”

तर म्हनाला,

“कातकरवाडा बुडाला. त्या कातकऱ्यांना पैसाबी मिळाला नाय आन् जमिनीबी मिळाल्या नाय. ते समदे कातकरी टाटाव लय खार खाऊन हायेत. ते कातकरी आन् काही तुझ्या-माझ्यावानी गडी. असे आमी समदे मिळून डाव साधनार.”

त्यानी मनात योजलं तसं केलं तर मला नको व्हतं का? आपलं गाव, घर, जमीनजुमला, गावच्या रितीभाती परत मिळाल्या तर कुनाला नको व्हत्या. पन ते समदं आघुरी व्हतं. मी त्याला म्हनलं,

“शंकऱ्या, धरनाचा पसारा बघ. समदं खोरं यापलं त्यानी. जे त्याच्या तडाख्यात घवलं त्या समद्यांना घेतलं आपल्या प्वाटात. असं राक्षसाचा अवतार घेतल्यालं धरानं तुमी फोडल्याव आपली गावं त्याच्या प्वाटातून बाहेर येतील. पन धरनाखालच्या लोकांचं काय? राक्षसी अवतारातलं धरनाचं पानी दिसल त्याला आपल्याखाली चिरडीत जानार त्याचं काय! टाटानी आडवलं म्हनून त्या पान्याच्या तडाख्यात आपून घवलो. आता आपली सुटका करून घ्यायची म्हनून तेच पानी आपून फोडनार. आन् परत तेच पानी त्याच्या तडाख्यात येईल त्याला घेऊन जानार. म्हंजी आपल्या सुखाकरता आपून आपल्याच मानसाचं वाटुळं करनार. ते म्हंजी टाटाला झाकून आपल्याला काढल्यावानीच झालं की! मंग त्याच्यात आन् आपल्यात काय फरक?”

तव्हा म्हनाला,

“म्हादू, त्यांनी आपला इचार नाय केला मंग आपून तरी कशाला

करायचा त्यांचा इचार. आपल्या घरादाराची राखरांगुळी करू त्यांनी त्यांची घरं उजाळली. त्यांच्या संडासात लाइट आन् आपलं घरदार अंधारात. म्हादू, आपून केला तरच हा अंधार नाह्यसा व्हईल. नाय तर या अंधारात आपल्या शेतकऱ्याचा वंश बुडाल्याबिगार राह्यचा नाय.''

शंकऱ्याच्या बोलन्यावरून तो आता कुनाचं ऐकनारा राह्यला नव्हता. मला त्याच्या करनीत आपल्याच हातानी आपल्याच मानसांचा घात दिसत व्हता. मागं त्याला अशा जीवघेन्या मार्गावरून ज्योतिरूपेश्वरबाबानीच परत आनला व्हता. मी त्याला ज्योतिरूपेश्वरबाबाची आठवान करून दिली. म्हनालो,

''आन् शपथ रे शंकऱ्या. तीबी ज्योतिरूपेश्वरबाबाची. अशा मार्गानी गाव मिळालं, घर मिळालं, जमीनजुमला मिळाला तरी शपथ मोडल्याचं पाप त्या गावात, त्या ज्योतिरूपेश्वरबाबाच्या शिवारात सुख देईल का?''

पन शंकऱ्याचा इचार पक्का व्हता. तो निघाला. तरी जाताजाता येवढंच म्हनाला,

''म्हादू, शपथ तू पाळ. तुला स्वर्गात जायाचंय. गावाकरता मी नरकात गेलो तरी मला त्याचं दुख नाय. पन आता अन्याय सहन करनार नाय.''

शंकऱ्या तावातावानी निघून गेला. त्याला मी वळखत व्हतो. म्हनून त्यामागून कितीतरी दिस रोज धरनाच्या पान्याकं बघत बसत व्हतो. येका रातीला तर सपान पडलं. शंकऱ्यानी कातकऱ्यांना घिऊन धरान फोडल्याचं. खोऱ्यातलं समदं पानी वाहून गेलं. गावं वर आली. कोरडी ठनठनीत. मी आकसईच्या दिशेनी पळत सुटलो आन् ज्योतिरूपेश्वरबाबाच्या देवळात गेलो. बघतो तर तिथं रखमी बसल्याली. माझी वाट बघत... पन सपान सपान असतं नामा. तूबी सपान बघू नको. आपली जमीन आता परत आपल्या नावाव व्हनं नाय!''

''असं कसं म्हंतो. असा धीर सोडून दिला तर कसं व्हनार.'' नामदेव.

''नामा, याला धीर सोडनं म्हनत नाय. मी धीर सोडनारा असतो तर सत्याग्रह करायला गेलो नसतो. सत्याग्रह बंद पडायला लागल्याव चार लोकांवानी पैसा घिऊन मोकळा झालो असतो. पन आता शंभर उन्हाळे पावसाळे पाह्यल्यावर ध्यानात आलं. हे जग आपल्यासारख्या शेतकऱ्यांचं नाय. पह्यल्यांदी वाटायचं हितं इंग्रज हाये. त्यांचंच सरकार. टाटाबी त्यांचाच

मानूस. मंग आपलं काय चालनार! पन गांधीबाबा आपून हारलो त्याच सत्याग्रहाच्या मार्गानी इंग्रजांना पळवून लावतोय हे कळल्यावर वाटलं चला, आता आपल्या लोकांचं सरकार येईल. आन् आपलं कल्यान व्हईल. म्हनून मंग आमीबी जात व्हतो कव्हाबव्हा पुन्याला. तव्हा अन्ना देशपांडे गावागावांत हिंडायचा आन् गडी गोळा करून न्यायाचा. निरोप आला की मी पहाटं उठून दिस उगवायच्या येळंला पौडात जायचो. तिथं पोमगाव, शेडानी, वळन्याची मानसं गोळा झाल्याली असायची. तिथून पायपाय पुन्याला. तिथं मोठमोठ्या लोकांची भाषनं व्हयाची. इंग्रजांनी समदीकं कसा जुलून चालवलाय, ते आपला मुलूख लुटून त्यांचं घर कसं भरत्यात, आपल्या मुलखात येऊन त्यांनी आपल्याला त्यांचं गुलाम बनवलंय... असं लय काहीबाही त्या भाषनांमधून ऐकायला मिळायचं. तव्हा मला आपलं शिवार डोळ्याम्होरं दिसायचं. वाटायचं टाटानीबी जुलूम केला आन् समदं खोरं लुटलं. तव्हा इंग्रजाचा जुलूम, त्यांची लूट गांधीबाबाला दिसत व्हती. म्हनून ते समदीकं फिरायचे. पुन्यातबी यायचे. इंग्रजांच्या तावडीतून समदे सुटाव, म्हनून त्या भल्या मानसाचा जीव तुटायचा. मंग तो तमाखल्यालाच यातना करून घ्यायचा. सत्याग्रह करायचा. आनपानी सोडायचा. पन येवढा मोठा गांधीबाबा टाटाचा जुलूम बघायला आपल्या खोऱ्यात कव्हा आला नाय. इंग्रजांना सळू की पळू करून सोडनाऱ्या गांधीबाबाम्होरं टाटा किती टिकाव धरनार व्हता! पन त्या गांधीबाबाच्या मनात काय व्हतं ते त्या ज्योतिरूपेश्वरबाबालाच माहीत. ते नाय आले म्हनून काय झालं. आमी त्यांच्याच तर मार्गानी चाललो व्हतो. तरी हारलो. काहीजन म्हनत्यात तिकडं त्याच सत्याग्रहाच्या मार्गानी इंग्रज आपला मुलूख सोडून गेले. म्हंजी तिकडं सत्याग्रह करनाऱ्यांइखी इंग्रजांना कनव वाटली. त्यांची मनं पाघाळली. त्यांना वाटलं असंल ही लोकं मानानी जगन्याकरता ती तमाखल्यालाच तरास करून घेत्यात. आनपानी सोडत्यात, आपून येवढा जुलूम करतोय तरी आपल्या अंगाव उलटा हात उचलत नाय. तव्हा जगू दे बापड्यांना मानानी. असं त्या इंग्रजांनी हितल्या लोकांचं मन जानलं असनार म्हनूनच ते निघून गेले परत. पन त्याच सत्याग्रहाच्या मार्गानी जानाऱ्या आपल्या खोऱ्याइखी टाटाचं मन कव्हा पाघाळलं नाय. त्यानी आमा सत्याग्रह करनाऱ्यांना मारन्याकरता पुलीस आनले. पठानांच्या रूपानी मारेकरी आनले, आमी मार खाऊनबी हालाना म्हनून आमच्या अंगाव गरम पान्याचे

फवारे मारले. टाटा असा मानुसकी सोडून वागायला लागला. टाटापरीस ते इंग्रज बरे व्हते बाबा. ते गेले. पन या आताच्या इंग्रजानी टाटाला म्होरं करून आजूनबी आपल्याला गुलामच बनवून ठेवलंय!

तव्हा अन्ना देशपांड्यासंग पुन्याला जाऊन आमी काय निसती गर्दी तर करत व्हतो. पन तिथली भाषनं ऐकून वाटायचं खरंच, इंग्रज गेले आन् आपलं सरकार आलं तर टाटानी इंग्रजांना हाताशी धरून जो अन्याय केला तो दूर व्हईल. परत मानानी जगता येईल. म्हनून मोठ्या आशेनी जायचो आमी. तव्हा तिथं हजारानी लोकं जमायची. कुनाच्या मनात काय असायचं ते कुनी सांगावं. पन माझ्या मनात मात्र खोऱ्याचाच इचार असायचा. कानानी इंग्रज जान्याची भाषनं ऐकायचो. आन् डोळ्यांनी खोरं टाटाच्या तावडीतून सुटल्याचं सपान बघायचो.

येक दिस निरोप आला की आता इंग्रज जानार. तव्हा केवढा आनंद झाला! वाटलं आता सपान खरं व्हनार. म्हनून ज्या दिशी इंग्रजांचा झेंडा खाली येऊन आपला झेंडा फडकनार त्या दिशी आमी मधरातीला निघून दिस उगवायच्या आत पुन्यात पोचलो. अन्ना देशपांड्याला इंग्रजाचा झेंडा खाली कसा येतो आन् आपला वर कसा जातो ते बघायचं व्हतं. पन लबाड इंग्रजांनी त्यांचा झेंडा मधरातीला समदे झोपलेले असतानाच खाली उतारला व्हता. इतकी वर्षे इंग्रजांचा तो झेंडा खाली उतरताना दिसाव म्हनून वाट बघनाऱ्यांचा त्या दिशी हिरमोड झाला. पन आपला झेंडा फडकल्याला बघून मन भरून आलं. वाटलं आता आपलं सपान खरं व्हईल. लय दिस त्या तोऱ्यात व्हतो. आज तू ज्या धीराच्या गोष्टी करतो. धीर सोडून कसं चालन म्हंतो. तव्हा आपल्या फडकनाऱ्या झेंड्याकं बघून मलाबी धीर आला व्हता. पन तो थोड्या दिस टिकला आन् मावळला. पौडाला आन् वडगाव मावळला खेपा घालून घालून पाय झिजले. पन काय उपेग झाला नाय. आपला झेंडा फडकत राह्यला. आजबी फडकतोय. पन टाटानी आपल्याला ज्या अंधारखाईत लोटलं तो अंधार काय आपल्या आयुष्यातून गेला नाय. पंधरा आगस्टला सकाळी सकाळी पौडातल्या पेठंतून साळंतल्या पोरांची फेरी निघायची. गाणी म्हनत. ती गानी ऐकली की अंगाव काटा यायचा. छाती भरून याचची. मंग पौडात झेंडा फडकायचा. आमी तो हितून बघायला जायचो. पन अस्तीअस्ती ध्यानात आलं. हितं निसताच झेंडा बदललाय. बाकी समदं पह्यल्यावानीच!

इंग्रज सरकार काय. आन् आपलं सरकार काय, समदे टाटाचे गुलाम. आता येक दिस या मुलखाव टाटासारख्याचा झेंडा फडकू नये म्हंजी मिळवलं!...''

म्हादू बोलता बोलताच थांबला. तेव्हा त्याच्याकडं बघत नामदेव म्हणाला,

''म्हंजी हे असंच चालायचं? आपून कायम असं अंधारात जगायचं?''

''मंग काय करनार?'' म्हादू.

''तू म्हंतो, टाटाच्या पैशाला आपून हात लावलेला नाय. त्यांनी आपल्याला बदली जमीनबी दिल्याली नाय. तरी त्यांनी आपली जमीन पान्यात बुडावली. पान्याभायेरली, ही पठारावलीबी तमाखल्या नावाव करून घेतली. त्याच्या पापाचा घडा कव्हा भरायचा तव्हा भरन. पन मी हाताव हात ठेवून बसनार नाय. आपल्या वाडवडलांच्या नावाव जमीन व्हती. त्यांचेच वंशज आपून. टाटानी किती पुसायचा प्रयत्न केला असला तरी आपल्या वाडवडलांच्या नावाचा कुठंना कुठं तुरूत मिळंन. येकदा ते कागाद मिळालं की कुलकर्नी वकिलाला सांगू, शिरवलीवाल्यांना सांगू, सरपंचाला सांगू आन् त्या टाटालाबी सांगू, की आमी उपरे नाय. कुठून मुलखातून हितं प्वाट भरायला आलो नाय. हितं पिढ्यान्‌पिढ्या गेल्यात आमच्या. आमाला घुसखोर म्हंत्यात. क्वान कुठं घुसलंय ते समद्यांना माहीत हाये...''

नामदेव तावातावानं बराच वेळ असंच बोलत राहिला. आणि म्हादू अंधारात डोळे मिटून ते नुसतंच ऐकत राहिला.

✧✧✧

तीन

देवा. म्हादूच्या या नवसाच्या मुलाचं जग म्हणजे हे पठार. या पठारावरच
तो जन्माला आला आणि पठारावरच वाढला.

"तुझी आय, तुझ्या नवसापाय मेली या धरनात." हे वाक्य तो
लहानपणापासून ऐकत आलेला. ते ऐकलं की तो पठारावरून धरणाकडं बघत
बसायचा. अजूनही बघतो. तेव्हा पठारावर ना कोणी खेळायला असायचं ना
खेळवायला. शाली-माली होत्या, पण त्यांच्या खांद्यावर आईची जबाबदारी
येऊन पडली होती. त्या देवाला सांभाळत होत्या आणि पठारावरलं घरही
सांभाळत होत्या. त्याही पठारावर आल्यावर सुरुवाती सुरुवातीला पठारावरून
खाली धरणाकडं बघायच्या. त्यांना वाटायचं आपण आकसईतल्या घरासमोरच्या
परड्यात लावलेलं आंब्याचं झाडं कधीतरी धरणातून वर डोकवेल. पण नंतर
अंगावर पडलेल्या जबाबदारीनं सगळंच विसरून गेलं. देवाही असंच मनात
काहीतरी घेऊन धरणाकडं बघत असणार! दिवसभर धरणाकडं बघत पठारावर
हिंडायचं. आंबे, फणस, तोरणं-करवंद हेच त्याचं अन्न. भूक लागली की
खायाचं. थोडा जाणता झाला तोवर म्हादूनं दावणीला बैलांबरोबर एक म्हस
बांधली. हळूहळू त्या म्हशीची दावण वाढली आणि सगळ्या गुरांची
जबाबदारी देवावर पडली.

पठारावर चहुअंगांनी धरणाचं पाणी वर यायला बघतं. पावसाळ्यात
धरण भरल्यावर ते आणखीच वर आलेलं असतं. तेव्हा ते पार सिधा
पडवळाच्या घराला लागतं. मग टाटाच्या माणसांचं पठारभर हिंडनं सुरू होतं.
पठाराच्या खालच्या बाजूला पाऊल ठेवायची चोरी. एखादं जनावर जरी
पाण्याजवळ गेलं तरी त्याला कोंडवाडा दिसतो. मग ते सोडवून आणण्यासाठी
टाटाच्या माणसांच्या हातापाया पडायची वेळ येते. ती वेळ येऊ नये म्हणून

म्हादूनं देवावर लहानपणीच गुरांची जबाबदारी टाकली, ती अजूनपर्यंत तशीच आहे. आता देवाला तीन नाती आणि एक नातू आहे. मात्र तो देह अजून पठारावरून खाली कधी उतरलेला नाही. सगळं पठार पौडला करवंदाच्या पाट्या घेऊन जातं. मात्र गुरांमागं जुंपलेल्या देवाला म्हादूनं कधी पौडला नेला नाही. घरातलं सगळं करून शाली-माली मात्र लग्न होईपर्यंत पौडला पाट्या नेत होत्या. दिवसभर गुरं सांभाळून करवंदाच्या आणि तोरणाच्या पाट्या मात्र तो आजपर्यंत नेटानं तोडून ठेवत आला आहे. त्या करवंदीच्या आणि तोरणाच्या जाळ्यांमध्येच त्याची सगळी सराय जाते. रात्री पठारावर वाघाची भीती म्हणून घराचा आश्रा घ्यायचा, नाहीतर बाकी सगळा वेळ रानातच. पुढे जाणता झाल्यावर आपला बाप नांदत्या गावातून पठारावर का आला हे कधी त्याला म्हादूला विचारावंस वाटतं नाही. ज्या धरणाकडं तो अजूनही तासन्तास बघत बसतो त्या धरणानं आपलं सर्वस्व लुटलं आहे याची खंत ना त्याच्या बोलण्यात कधी दिसली ना वागण्यातून. सूर्य उगवायच्या आत कमरेला भाकरी बांधून गुरं घेऊन जायचं आन् दिवस मावळला की परत यायचं. हा त्याचा दिनक्रम कधी चुकला नाही. शाली-मालीच्या पाठोपाठ त्याचंसुद्धा लग्न पठारावरच झालं. डोक्याला पटका, अंगात कोपरी आणि गुडघ्यांच्या वर आवरलेलं धोतर अशा अवतारातल्या या दोन पायाच्या माणसाला माणसासारखा दिसतो म्हणून माणूस म्हणायचं. पण त्याच्या आणि पठारावरल्या झाडाझुडपांमध्ये असलेल्या जनावरांमध्ये काही फरक नाही! देवाच्या पायाला व्हाण कधी मिळाली नाही. पठारानं त्याला नवीन धोतर आणि पैरणीत पाह्यला ते फक्त त्याच्या लग्नात. ती नवी कपडे खराब होतील म्हणून त्यानं ती परत कधी अंगात घातली नाही. पठारावर कधी सण नाही, जत्रा नाही की यात्रा नाही. मग ती कपडे अंगावर दिसतील तरी कशी? आणि जो स्वतःच्या मुलाच्या लग्नात गुरांसाठी पठार उतरला नाही. तो दुसऱ्यांच्या लग्नाला काय जाणार!

नामदेवच्या लग्नाच्या वेळेस म्हादूनं त्याला खूप विनंती केली. म्हणाला,

"देवा, आरं पाव्हनं रावळं इचारतील, वरबाप कुनीकं गेला म्हनून. मंग आमी काय सांगू?"

पण त्या वेळी देवानं हो सुद्धा नाही म्हटलं आणि नाहीसुद्धा नाही म्हटलं. पण करायचं तेच केलं. तेव्हा त्याच्या मनात एकच भीती. पठारावर

रात्रीचा वाघ फिरतो. घरात कोणी नाही बघून तो गुरांवर चाल करणार. त्याचं ते खरंही होतं. लहानपणापासून तो पठारावर वाघ बघत आला आहे. कितीतरी जनावरं त्याच्या समोरच वाघानं नेली आहेत. सुरुवातीला त्याची त्याला भीती वाटायची. पण आता त्याची ती भीतीसुद्धा मेली आहे. नामदेवचं लग्न झाल्यावर मात्र म्हादूनं त्याला बोलून दाखवलं. म्हणाला,

"देवा, मी येवढा म्हातारा, गुडघं गेलं माझं पार आता. तरी पठार उतरून नाताच्या लग्नाला गेलो. आन् तू बाप असून एकुलत्या एक पोरापरीस तुझा गुरांमधी जीव आडकला!"

त्याही वेळेस देवा काही बोलला नाही.

त्याला पठाराव बोलताना कधी कोणी बघितलेलंच नाही. त्याच्या बोलण्याविषयी नामदेवनं एकदा म्हादूला विचारलं होतं,

"बाबा पह्यल्यापूनच असाच हाये का?"

तेव्हा म्हादू म्हणाला होता,

"असाच म्हनायचा तर काय. पन लग्नाआधी कव्हा काय इचारल्यालं तरी सांगायचा. मात्र लगीन झालं आन् त्याची वाचाच गेल्यावानी झालं."

आता तर त्याच्या मुकेपणाची सगळ्यांनाच सवय झाली आहे. आणि मुळात तो बोलायला दिसला तर पाहिजे. नामदेवच्या लग्नाच्या आधी तो दिवस मावळल्यावर घरात तरी असायचा. पण घरात सून आली आणि यानं घरासमोरच्या मांडवावर झोपायला सुरुवात केली. चारी बाजूनं कूड घातलेल्या मांडवात खाली गुरं आणि वर देवा. तेव्हाही म्हादूनं आणि नामदेवनं त्याला विनवलं. म्हादू तर म्हणाला,

"झाडाव चढनाऱ्या वाघाला मांडवाव चढनं अवघाड नाय."

तेव्हा त्यानं मांडवाला लावलेली शिडी आडवी केली आणि मांडवावरल्या भाताच्या लोळ्यांमध्ये अंगावर गोधडी घेऊन झोपला. नामदेवनं आणि म्हादूनं विनवून काही उपयोग झाला नाही. ती गडबड ऐकून शिवा महारानं येऊनही त्याची समजूत काढली. पण देवा मांडवावरून खाली उतरला नाही. तेव्हापासून पावसाचे तीनचार महिने सोडले तर तो रोज मांडवावर झोपतो, ते अजून तिथंच.

देवा रात्रीच्या अंधारात मांडवावर झोपला आहे की जागा आहे, हेसुद्धा कधी कोणाला कळत नाही. आणि मांडवावर जाऊन कोणी बघतही नाही.

आता पाऊसकाळ सुरू झाला आहे. घरात झोपणं त्याला पाहुण्यासारखं वाटत आहे. त्यामुळं पहाटेच उठून गुरं घेऊन तो रानात जायला लागला आहे.

आजही तो वावराच्या वर गुरं चरायला सोडून खडकावर बसून धरणाकडं बघत आहे. या दिवसात गुरांना नुसतं टाटाच्या हद्दीत जाण्यापासून रोखायचं नसतं, तर दाढी-रोपांवरही जाऊन द्यायचं नसतं. त्यामुळं सतत गुरांच्या मागंच राहायला लागतं. पण कधी कधी देवा असा धरणाकडं बघत बसला, की त्याला गुरांचं भान राहत नाही. म्हणून नामदेवनं त्याला आवाज दिला. म्हणाला,

"गुरं धरनाकं जातील बघ."

तसा तो भानावर आल्यागत खडकावरून उठला आणि गुरांच्या मागे गेला.

नामदेव वावराच्या वरून पाण्याचा पाट काढतोय. तो दरवर्षीच काढायला लागतो. नाही काढला तर वरच्या बाजूच्या उताराचं सगळं पाणी वावरात येतं. जोराचा पाऊस झाला तर दाढी-रोपंसुद्धा वाहून जातात. म्हणून दरवर्षी नामदेव पेरण्या करताना, पावसाच्या आधीच हा पाट काढतो. पण या वर्षी त्याचं मन स्थिर नाही. जी जमीन आपण आपली म्हणत आहे, ती जमीन टाटा काढून घेतोय की काय, ही भीती त्याला एका जागेवर थांबून देत नाही. पौडला चकरा मारून झाल्या. कुलकर्णी वकिलानं त्या भीतीत आणखी भर घातली. कचेरीत जावं तर तिथला भाऊसाहेब कागदपत्रं घेऊन ये म्हणतो. म्हणून त्यानं आपल्या घरातला जुना जाणता माणूस म्हणून म्हादूकडून जेवढी माहिती घेता येईल तेवढी घेतली, तरीसुद्धा आपली जमीन आपल्या वाडवडिलांच्या नावावरून टाटाच्या नावावर कशी गेली, ते त्याला म्हादूकडून समजलं नाही. म्हादूनं सगळे प्रयत्न करून काही उपयोग झाला नाही. मग आता आपण काय करणार? असाही विचार त्याच्या मनात येतो. पण तरीसुद्धा त्याला नुसतंच शांत बसून राहणं पटत नाही. म्हादूनं त्याच्या उमेदीत त्याच्या परीनं सगळं केलं. देवाला नाही जमलं ते. आणि आता जमणारसुद्धा नाही. मग अशा वेळी आपण नाही हातपाय हलवले तर कोण हलवणार. म्हणून धडपतोय तो. पळता येईन तिकडं पळतोय. शेताची कामं तर काय चुकली नाही. पोट आहे. संसार आहे, तोवर ती करायलाच लागतील. पण आता ती कामं करतानाही त्याचं मन कधी पार मागं जाऊन वाडवडिलांच्या

नावावर असलेल्या जमिनींच्या कागदपत्रांभोवती घुटमळतं. तर कधी खूप पुढं जाऊन तीच वाडवडिलांची जमीन कागदपत्रं नाही म्हणून टाटा आपल्याला पठारावरून हाकलून देतोय, इथंपर्यंत पोचतं.

पाट काढताना नामदेवच्या मनात अशा अनेक विचारांचा गोंधळ चालू असतानाच तुकारामची हाक त्याच्या कानावर आली,

''बाबा, घरी पाव्हनं आल्यात. लवकर येऽऽ''

आता पावसापाण्याच्या दिवसात कोण पाव्हणं आलेत. असा मनाशीच म्हणत नामदेव हातातला टिकाव पाटाशेजारी ठेवून घरी आला.

घरी येऊन बघतो तर घरात आबा आणि म्हादू गप्पा मारत बसलेले. हा आबा म्हणजे नामदेवच्या आत्याचा-मालीचा नवरा. त्याला बघून नामदेवनं कमरेची आकडी सोडून खुंटीला आडकवत विचारलं,

''आबा तुमी? येवढा उन्हाळा गेला. सराय गेली आन् आता पावसापान्यांच्या दिसात कसं काय?''

आबानी नामदेवकडं पाहिलं आणि हसला. म्हणाला,

''नामा, गड्या येवढा तरणाताठा असून तू काय वरीस वरीस आत्याचा उंबरा वलांडीत नाय. पन त्या आत्याचा जीव बापाकरता रातुंद्या तुटत असतो. दिसातून येकदा तरी पठाराची आठवान काढनारच. आता चालून चालून गुडघं झिजलं तिचं म्हनून येत नाय. आता मी येतो तर कसं काय आला म्हनतो...''

''तसं नाय. पावसापान्याचे दिस. येकदा वढंव्हळा वाह्याला लागल्या, की ना कुनाला पठाराव येता येत, ना कुनाला पठारावून जाता येत, म्हनून म्हनलं.''

आबानं म्हादूकडं पाहिलं. म्हणाला,

''मामा, सांगा आता नामाला तुमीच.'' असं म्हनून नामदेवकडं बघत बोलायला लागला म्हणाला,

''नामा, वढं आन् व्हळांचं भ्या आमाला कव्हा वाटलंच नाय. तुझ्या ल्हानपनीबी आमी पावसापान्याच्या दिसात येत व्हतो. दिसभर भात लावनी नाय तर नाचनी लावून सांजच्याला परत घरी जायचो. उतार नाय मिळाला तर वढ्याच्या कडकडनी, धरनाच्या मेरंनी. वढं आन् व्हळा आडव्या आल्या म्हनून घरात बसून व्हनार हाये का? घातच्या घातला शात नाय वजावलं तर म्होरलं वरीसभर प्वाटात काय घालायचं. पन आता देह थकला.

पह्यल्यावानी नाय व्हत येनं. नाय तर घात असू नाय तर नसू. दोनतीन वारांनी पठाराला पाय लागायचंच..."

"आज आबा आलेत, ते मी जिता हाये का खरंच मेलाय ते बघायला." म्हादू मध्येच म्हणाला. तसं नामदेवनं उत्सुकतेनं विचारलं,

"म्हंजी?"

मग आबानं सगळं उलगडून सांगितलं. म्हणाला,

"तुझ्या आत्याला सपान पडलं. तेबी पहाटं पहाटं. मामा धरनात बुडून मेल्याचं. पहाटंच उठून लागली रडाया. मला घिऊनच चला म्हनाली पठारवस्तीला. ऐकानाच. आता तू म्हंतो तसं उघाडकीचं दिस असतं तर आनलीबी आस्ती. गुडघ्यानी तिला वावरात जायाचं म्हन्लं तर व्हत नाय. मंग पठार कव्हा चढायची. त्यात पावसापान्याचे दिस. आपल्या गड्या मानसांचं यागळं असतं. नाय उतार मिळाला तर झाडाव बसून पानी कमी व्हयाची वाट बघता येती. असं आमी लय येळा केलंय. येकदा तर मामाबी व्हते बरुबर. आभाळ फाटल्यावानी पाऊस पडत व्हता तव्हा. समदं रान पान्याखाली. वढाबी वळखू येत नव्हता. तव्हा दोघांचाबी धीर झाला नाय पान्यात उतरायचा. मंग त्या पावसात येक रात आन् येक दिस आंब्याच्या झाडाव बसून राह्यलो. म्हनून अशा दिसात बाई मानसांना बरुबर आनायचं भ्या वाटतं. मंग तिला म्हनालो, मी येतो बघून. काय नसंल झालं मामांना."

"असं सपान पडलं आत्याला?"

नामदेवनं आश्चर्यानं विचारलं. तेव्हा आबा म्हणाला,

"नामा, रातुंद्या मन जे वैरीतं तेच सपनात येतं. आता मामांचा जीव त्या धरनातल्या गावात आन् गावातल्या ज्योतिरूपेश्वरबाबाच्या देवळात. आन् ती आपल्या बापाला चांगला वळखती. त्यानी येत असंल तिच्या मनात कायबाय. वैरी चितत नाय ते मन चितत असतं ते काय खॉटं नाय. पन मामा म्हंजी खैराचं खॉंड...."

"जिता हाये आजून. आन् मरनारबी नाय लवकर. पन मालीच्या सपनात आलं तसं धरनात मरान आलं त् कुनाला नकोय. त्या धरनात ज्योतिरूपेश्वरबाबा हाये, आन् माझी रखमीबी हायेच की. पन आपलं मरान आपल्या हातात हाये व्हय?"

म्हादू मध्येच बोलून गेला. तशी आबानं जुनी आठवण काढली. म्हणाला,

‘‘मामा, परवा आघुटीचा बाजार करायला पौडाला गेलो व्हतो. पन त्या दिशी समदी पेठ बंद व्हती. तुमी पौडाला जाईल तव्हा ज्या दुकानाकं बघून ज्याच्या करामती सांगायचा तो तान्यावानी मेला.’’

‘‘मेला का? मेलेल्या मानसाइखी मागून काय वंगाळ बोलू नये म्हंत्यात. पन कव्हा ना कव्हा पापाचा घडा भरतो म्हंत्यात ते काय खॉटं नाय.’’ म्हादू.

‘‘मातीला लय मानसं व्हती. आता बाजार तर काय करता येनार नव्हता. मंग मीबी गेलो...’’ आबा सांगायला लागला. तसा,

‘‘मेलेल्याला सरनाव पोचवायला समदीच मानसं जात्यात. पन तान्यावानी? मानसातला व्हता का तो?’’

म्हादू कडवटपने बोलला. त्यावर आबा म्हणाला,

‘‘आजकाल अशाच मानसांचा उदोउदो व्हतो, मामा. जुनं द्या सोडून आता. तो मेला आन् मातीत मिळाला.’’

‘‘माती समद्यांचीच व्हनारय. पाप्याचीबी आन् पुन्यवंताचीबी. पन त्याच्या परी असत्यात. मरतानी आन् मेल्याव जग काय म्हंतंय ते म्हनू दे. पन हे जग सोडताना आपल्याच मनानी आपल्याला खाल्लं नाय पायजे. म्हनून मानसानी आपल्या मनाचं भ्या बाळगलं पायजे. पन तान्यानी समदंच सोडून दिलं व्हतं. ज्यानी देवाचं भ्या बाळगलं नाय तो मनाचं काय बाळगनार...’’ म्हादू.

‘‘मातीच्या जाग्याव सत्याग्रहाच्या लय आठवणी निघाल्या व्हत्या...’’

आबाच्या या वाक्यावर नामदेवनं आबाकडं निरखून पाहिलं आणि तो त्याच्याजवळ जाऊन बसला. आबा सांगत होता,

‘‘ज्याच्या त्याच्या तोंडी एकच व्हतं, तान्या म्हनं शाना निघाला. सत्याग्रह चालू असतानाच त्यानी टाटाकून पैसा घेतला आन् पौडात जमिनी घेतल्या. पेठंत जागा घिऊन वाडा बांधला. दुकान टाकलं आन् समद्या खोऱ्याला मिंधं बनवलं. बाकीचे बसले सत्याग्रह करीत जमिनीला कवटाळत. मागून मंग समदं बुडायला लागल्याव गेले पळून.’’

‘‘असं बोलणारे तान्यावानीच. गरिबीनी, दुष्काळानी आडल्या-नडलेल्याला उधारीव येका आन्याचे दोन आने लावून बाजार देनाऱ्या तान्याइखी ऐकायचं असंल तर माझ्याकून ऐका म्हनाव. सत्याग्रहाच्या येळंला समद्या खोऱ्यानी त्याला वाईट टाकला व्हता. आता त्याचं गुन गानाऱ्यांना

हे माहीत नसंल. आन् आमी पळून गेलो नाय. शिवार सोडलं नाय की शपथ मोडली नाय त्याच्यावानी. पन आता बोलनाऱ्याची त्वांडं क्वान धरनार बाबा.'' म्हादू थोडा संतापानं बोलायला लागला. आबानं आणखी माहिती दिली. म्हणाला,

''आता लयंदी दुकानात दिसत नव्हता. लोकं म्हनत व्हती, लखव्यानी हातरुनाला खिळला व्हता.''

''नीटवानी धडधाकट जगायला, असलं कंचं पुन्य केलं व्हतं त्यानी! तो लोकांना बाजार देताना तागडीत मारायचा, पन देवानी त्याचं माप बराबर केलं...'' म्हादू.

''पन तिथं जुनी जानती लोकं व्हती. सत्याग्रहाच्या लय आठवनी निघाल्या व्हत्या.''

''कसल्या आठवनी?''

आबाच्या तोंडाकडं बघत नामदेवनं विचारलं. तसा म्हादू म्हणाला,

''आबा, तुझ्या हन्यावानी आता नाम्याला याड लागलंय. बघन तव्हा कायबाय कायबाय इचारत असतो. मी लय सांगितलं. म्हनलं आरं बाबा आमी हे समदं करून थकलो. पन त्याचं आपलं येकच. आपली जमीन आपल्या नावाव झाली पायजे.''

मग आबा आपला मुलगा हनुमंताविषयी सांगायला लागला. म्हणाला,

''नामा, माझा हन्या ममयला गिरनीत व्हता तव्हा दर मयन्याला गावाला यायचा. पौडाला जायाचा, वडगावला जायाचा. लय वनवन केली. पन हाती काय लागलं नाय. खोऱ्यातल्या समद्या गिरनीवाल्यांनी मंडाळ काढलं. पन त्या मंडाळालाबी टाटा आऱ्हाटला नाय. आता तर काय लय जनांना टाटानी भाडं पावती देनंबी बंद केलं आणि सरकार चारदोन लोकांना बाबटी द्यायचं तेबी बंद झालं. टाटाम्होरं ढुंगान आपटून काय उपेग नाय बघ नामा. माझ्या हन्यानी आता समदं सोडून दिलं.''

आबाचा थोरला मुलगा हनुमंता गिरणीत कामाला होता. पण गेली दोन वर्षांपासून गिरणीचा संप सुरू झाला आणि तो गावाला येऊन राहिला. नामदेवसारखीच त्याच्याही जमिनीची अवस्था. जमीन आबाच्या वाडवडिलांची, पण नावावर टाटाच्या. आबा आपल्याच जमिनीचं आजपर्यंत टाटाला भाडं भरत आला आहे. टाटानं आता त्या भाडेपावत्या देणं बंद केलं आहे.

हनुमंतानी आपली जमीन आपल्या नावावर व्हावी म्हणून भरपूर प्रयत्न केले. पण उपयोग काही झाला नाही. त्याच हनुमंताचा आज विषय निघाला म्हणून म्हादूनं आबाला विचारलं,

"हन्याची गिरन चालू व्हती की नाय? ही दुसऱ्याची चाकरी म्हंजी अशी टांगती तलवार असती बघ. चाकरीवरचं प्वाट म्हंजी कुनाच्या तरी मर्जीवरचं प्वाट. त्याची मर्जी हाये तवर भरनार. नायतर उपाशी मरनार. म्हनून आमी आपलं शेतकरी राजं. पाच पक्वानं नाय मिळाली तरी चटनी भाकरीची पिढ्यान्‌पिढ्याला काळजी नाय."

"ते समदं खरं हाये. पन तो ममयला गेला. गिरनीत चिकटला, म्हनून दोन बहिनींची लग्नयाव्हं करून तमाखलंबी लगीन केलं. दोन खनाचं का व्हईना पन गावात घर बांधलं. त्यात टाटानी तऱ्हा करून ठेवल्याली. शात असूनबी नसल्यावानी. तो गिरनीत व्हता तव्हा कशाची चिंता नव्हती. पन तो म्हंतो, ती गिरन काय आता चालू व्हईल म्हनून सांगवत नाय. त्यातून मयन्याच्या मयन्याला चार पैसे हातात यायची सवं झाल्याली. आन्‌ हितं सराईबिगार पैसा दिसत नाय आपल्याला. वर्षवर्ष पैशाचं त्वांड नाय दिसलं तरी आपल्याला काय वाटत नाय. पन पैसा दिसाना तर त्याला येड्यावानी व्हतं. बरं आता समदे ममयकर ममयकर म्हंत्यात म्हनून डोक्याव पाटी घिऊन पौडाला जायाचीबी लाज वाटती त्याला. मंग घांगुसं घिऊन बसल्याला असतो दिसभर. मधी तर म्हनत व्हता, बायकूला घिऊन जातो ममयला. भाड्याचं घर बघतो आन्‌ कसला डब्याचा धंदा करतो. बायको सयपाक करील, डबं भरून देईल आन्‌ मी पोचतं करीन. गिरन्या बंद पडल्याव आन्‌ त्याच्या आधीपून धरनात समदं बुडाल्याव ममयला प्वाट भरायला गेल्याली खोऱ्यातली लय लोकं हेच करत्यात म्हंतो."

आबा हनुमंताविषयी असं सांगत असतानाच म्हादूला हनुमंता चारपाच वर्षांपूर्वी पठारावर आल्याची आठवण झाली. म्हणाला,

"आबा, हन्या नसबंदीच्या भीतीनी पठाराव आला व्हता दडून बसायला. तव्हा खालच्या कितीतरी गावातले गडी पठारावंच लपून बसले व्हते."

"हां. तव्हा लयच भ्या घातलं व्हतं सरकारनी. गावागावातून डाक्टर फिरायचे. दिसंल त्याची नसबंदी करायचे. गड्यांनी लयीच धोसरा घेतला व्हता तव्हा डाक्टरांचा आन्‌ त्या संजय गांधीचा."

आबानंही त्या नसबंदीच्या काळातली आठवण सांगितली. तसा म्हादू म्हणाला,

''म्हंजी आता चारपाच वरीस झाली हन्याला पठाराव येऊन. आजाची काय आठवान झाली नाय त्याला. आता सरकार परत नसबंदी कराया लागलं, तर आला तर येईल गडी.''

म्हादूच्या या बोलण्यावर आबा हसला. म्हणाला,

''तोबी आता तुझ्या देवावानी झालाय बघ, कुनीकं जात नाय का येत नाय.''

देवाचा विषय निघाल्यावर म्हादू एकदम गप झाला. आबानंही तो दुखरा कोपरा ओळखला. म्हणाला,

''मामा, तव्हा आपून रीत पाळली. आपून काय मानूसघाने नाय. गाव, गावकी संभाळायची म्हंल्याव त्यांचे रिवाज पाळलेच पायजे. म्हनून मीबी तव्हा इरोध केला. पन म्होरं देवा असा व्हईल हे कुनाला दिसलं व्हतं! गावकरता...''

''कसलं गाव आन् कुठंय गाव. या पठारवस्तीला क्वान गाव म्हंतंय. पन तव्हा ज्योतिरूपेश्वरबाबानं बुद्ध्याच दिली नाय आन् देवा मानसातून उठून गेला.''

म्हादू आबाचं बोलणं मध्येच थांबवत बोलला. त्याच्या बोलण्यात खंत होती आणि दुःखही होतं. नामदेवला त्याचं कोडं पडलं. हे दोन्ही म्हातारे आपल्या बापाविषयी नेमकं काय बोलतात, ते त्याला समजेना. म्हनून देवाविषयी ते नेमकं काय बोलत आहेत हे तो विचारणार तेवढ्यात सरस्वतीनं आवाज दिला. म्हणाली,

''आल्यापून निस्त्याचं गप्पा मारताय. आता पह्यल्यांदा न्हिरी करून घ्या आन् मंग बसा परत गप्पा मारीत.''

''तेबी खरं हाये. आज काय आबा जानार नाय. त्यामुळं आजून अर्धा दिस आन् आख्खी रात हाये गप्पा मारायला.''

म्हादू असं बोलल्यावर, जेवल्यावर विचारू असं मनाशीच ठरवून नामदेव उठला आणि आबाला हात धुवायला पाण्याचा तांब्या भरून आणून दिला.

नामदेवला आता आबाकडून बरंच काही माहिती करून घ्यायचं होतं.

म्हणून जेवणं झाल्यावर त्यानं आबाला वावराकडं नेलं. आबाही त्या वावरात पूर्वी भात लावायला यायचा. तोही गेला लगेच. पाऊससुद्धा उघडला होता. मग गेले दोघेजण गप्पा मारत. चालता चालताच आबा हनुमंताविषयी बोलायला लागला. म्हणाला,

"नामा, गावाची कितीबी वढ असली तरी शाराबिगार इकास नाय बघ. माझा हन्या ममयला व्हता तवर कशाची चिंता वाटायची नाय. पावसाच्या दग्याफटक्याचं भ्या नव्हतं. दोनचार मन भात कमी झालं तरी काय वाटायचं नाय. हन्या ममईहून खर्ची पाठवायचा. बरं चाललं व्हतं समदं. पन आता ती गिरनी बंद पडली आन् परत मागचे दिस म्होरं आले. आता परत बायकू घिऊन जायचं म्हंतोय. मंग काय करतोय कुनाला माहीत. मामांनी तुला डोळ्याआड नाय केलं. पन उली जानता झाल्याव तू तुझ्या तुक्याला या पठाराव असा कातकऱ्यावानी नको ठेवू. शाराच्या वस्तीला गेल्याबिगर जग नाय दिसायचं. त्याला टाटानी या खोऱ्यात राहन्यावानी काय ठेवलं नाय. जगायचं असंल त् गावाबाहेर पडलं पायजे. अशी तऱ्हा हाये."

"तुक्याचे दिस लय लांब हायेत आजून. टाटा हितं उंद्या काय करील ते सांगवत नाय."

"ते कुनीच सांगत नाय. त्याच्या मनात येईल ते तो करनार. पन तूबी ती जमीन नावाव व्हन्याकरता वनवन करू नको. टाटाम्होरं नाय टिकाव लागनार आपल्यासारख्या शेतकऱ्याचा."

आबानं नामदेवला समजून सांगितलं. पण नामदेवनं शेतीच्या जुन्या कागदपत्रांचं खूपच मनावर घेतलं होतं. आबासुद्धा जुना माणूस. त्याला काही माहिती आहे का म्हणून नामदेवनं वावराकडं बघत त्यालाही तेच विचारलं. म्हणाला,

"आबा, ही जमीन आपल्या वाडवडलांची. म्हंजी ती कव्हातरी त्यांच्या नावाव असनारच की."

"असायलाच पायजे." आबालाही ते पटलं.

"ती तेवढी कागदं मिळाली पायजे. आता निस्त्याच भाडेपावत्या. जमीन त्याच्याच नावाव. आपून मात्र उपऱ्यावानी भाडंकरू. कुनीकून मुलखावून प्वाट भरायला आल्यावानी..."

"जाळीत गुरामागं देवा हाये वाटतं... देवा, होऽऽ"

आबाला वावराच्या वरच्या बाजूला जाळीत देवा दिसला. त्यानं लगेच हाकही मारली. पण देवानं हाकेला उत्तर दिलं नाही. तो तसाच पुढं गुरांमागं गेला. नामदेवही बोलता बोलता तिकडं पाह्यला लागला. मग जाळीकडंच बघत विषय बदलत म्हणाला,

''आबा, मघाशी तुमी बाबाइखी काय तरी बोलत व्हता. गाव, गावकीकरता रीत पाळली म्हनत व्हता.''

''जाऊ दे आता. ती लय जुनी गोष्ट झाली. आपून कितीबी बांधायच्या म्हनलं, नाय म्हनलं तरी समद्या गाठी वरंच बांधून येत्यात.'' आबानं नामदेवची उत्सुकता अजूनच ताणली. म्हणून नामदेवनं आणखी खोदून विचारलं,

''म्हंजी नेमकं काय झालं व्हतं?''

तेव्हा आबा म्हणाला,

''आता जुनी मढी उकरून काय उपेग नाय म्हना. पन शिवा महाराची आत्या, मुक्तीसंग देवाला लगीन करायचं व्हतं. तिच्याबी मनात तेच व्हतं. पर पठाराव पह्यल्यांदी ही दोनच घरं व्हती. दोन्ही घरांना येकमेकांचा येवढा लळा की ही पोरं तव्हा येका घरात जेवायची आन् दुसऱ्या घरात हात धुयाला जायाची. मोठी मानसं रानात राबायची. मंग ही पोरंच एकमेकांच्या आधारानी राह्याची. येकमेकांना जीव लावायची. आन् पठाराबिगार जग माहीत नाय. मंग गाव आन् गावातली जातपात कसली माहीत असनार त्या कवळ्या पोरांना. जीव काय कुठं समजून उमजून आन् ठरवून गुतत नसतो. तो जिथं गुतायचा तिथं बरुबर गुततो. देवाचंबी तसंच झालं. जनम झाला आन् आय मेली. म्होरं बहिनींनीच वाढवला. बहिनी आपापल्या घरी गेल्याव पठाराव थोड्या दिस दोन्ही घरांचा भाकर तुकडा मुक्तीच करीत व्हती. तव्हा आमचं नयानीच लगीन झाल्यालं. पठाराव आलं की दोघांचं हसनं खिदळनं बघून आमच्याबी मनात पाल चुकचुकायची. पन ते घर म्हाराचं. आपलं मराठ्याचं. असं काय नसंल म्हनून आमी समद्यांनीच कानाडोळा केला. पन येक दिस तुझ्या आत्यानी मला सांगितलं. म्हनाली,

''देवाला आन् मुक्तीला लगीन करायचंय.''

मी म्हनालो असं कसं व्हईल. पोराचं वय हाये उनाड. पन मामा म्हाराच्या घराशी कितीबी जवळीक असली तरी म्हाराची सून कशी आनीन घरात. तव्हा तिचंबी वय व्हतं उनाड. म्हनाली,

"त्यांना दोघांना येकमेकांची लय सवं हाये. त्यांचं लगीन झालं तर बाबाच्या भाकरतुकड्याची काळजी मिटन."

भाकर तुकड्याकरता म्हाराशी सोयरीक करायची, त्यापरीस जीव दिलेला बरा की. चारदोन लोकांत ऊठबस करनारी मानसं आपून. नाक कापून घ्यायचं का आपून त्यांच्यात. तसं झालं तर पठाराव कव्हा पाऊल ठेवनार नाय मी. आन् तूबी जाऊन ऱ्हा तिकडंच. असं लय काय बाय बोललो मी मालीला. ती लागली रडायला. देवाव लय जीव तिचा. त्या दिशी ती रडली रडली आन् गप बसली. मी मात्र दोन दिसांनी पठाराव आलो. बघतो तर माझ्या आधी वडुस्त्याचं पाव्हनं येऊन बसल्यालं. शालनबाईचे मालक. त्यांनी मामांना समदं सांगून टाकलं व्हतं. त्यायेळी मामांनी आमालाच कोड्यात टाकलं. म्हनाले,

"पाव्हनं, मीबी आकसईत व्हतो तव्हा म्हारांची सावलीबी अंगाव नाय घ्यायचो. पन या पठाराव आलो आन् समद्याचा इसर पडला. इथं प्वारांना जगवन्याकरता जे करता येईल ते समदं केलं. जातिपातीला चिकटून जगनं सोडून देत्यात ती मानसं कसली. आता ते म्हाराचं घर असलं तरी आमच्या घरात मिळून मिसळून ऱ्हातंय. त्या घराशी सोयरीक करायला मला काय वावगं वाटत नाय. पन तुमीबी सोयरं. तुमाला पह्यलं इचारलं पायजे. तव्हा आता तुमीच सांगा काय करायचं ते."

त्यायेळी मामांचं ते बोलनं काय आमाला पटलं ना.

"तुमच्या मनाला वाटन ते करा."

असं म्हनून आमी दोघंबी रागारागनी निघून गेलो. वडुस्त्याच्या पाव्हन्यांनी शालनबाईंना आन् मी मालीला सांगून टाकलं. म्हनालो, "मामांनी त्या म्हाराच्या घराशी सोयरीक केली तर आपलीबी सोयरीक नाय टिकायची. त्या नव्या नवऱ्यांच्या जिवांना येगळाच घोर लागला. दोन दिसात त्या येका मागूमाग येक आल्या पठाराव. आमी काय बोललो ते समदं सांगितलं बापाला. तव्हा मामा काय बोलले ते त्यांनी कव्हा आमाला सांगितलं नाय आन् मामांनीबी तो इषय कव्हा काढला नाय. पन म्होरच्या दोन मयन्यातच चांदिवलीतली येक गरिबाची पोरं पाह्यली आन् मामांनी देवाचं लगीन लावून दिलं. त्या लग्नात मुक्ती कुनीकं रानात लपून बसली व्हती. दोन दिसांनी घवली. आधीच येकला येकला ऱ्हानारा देवा तव्हापून मानसात नसल्यावानीच

वागायला लागला. त्या लग्नात या दोन्ही घरातल्या मानसांची त्वांडं सुताक असल्यावानी व्हती.

सा मयन्यात मुक्तीचं लगीन झालं. मागून सालाभरानी तिचा बापबी गेला. बापाच्या मातीला आली असंल ती तेवढीच. परत कव्हा ती या पठाराव आल्याची मी ऐकलं नाय. आता त्याचं मामांना काय वाटतं ते माहीत नाय. पन जे झालं ते बरं झालं. नाय तर म्होरल्या पिढ्यांना इनाकारन त्याचा तरास व्हत ऱ्हातो. फक्त तेवढं देवाचं असं व्हयाला नको व्हतं. त्यात तुझी आयबी लय जगली नाय. त्यानीबी उखाडला गडी. जनमल्यापून समदं वंगाळच घडत गेलं त्याच्या आयुष्यात.

"मुक्तीच्या बापाला माहीत व्हतं का हे?"

नामदेवानं अजून खोदून विचारलं. कारण त्यानं मुक्तीचं नाव शाली-माली, म्हादू आणि शिवा महाराच्या तोंडूनही बऱ्याचदा ऐकलं होतं. आबा म्हणतात तशी ती कधी पठारावर आलेलीही त्यानं पाहिली नाही. म्हादूची महाराबरोबर सोयरीक करायची तयारी होती. पण म्हादूसाठी जिवाला जीव देणाऱ्या मुक्तीच्या बापाला या सोयरिकीविषयी काय वाटत होतं हे नामदेवला जाणून घ्यायचं होतं. आबाही आज त्याला सगळं सांगत बसला. म्हणाला,

"मामांचं आन् मुक्तीच्या बापाचं म्हंजी शिवा महाराच्या आजाचं येकमेकांबिगार पान हालायचं नाय. जेवायला, बसाया-उठाया, कामाला येकत्र. मंग बोलनं झाल्याबिगार राह्यलं असंल का? पन त्यांचं दोघांचं काय बोलनं झालं असंल ते कव्हा ना मामांनी मला सांगितलं ना तुझ्या आत्याकून मला कळलं. पन तो म्हार कसाबी असला तरी तुमच्या घराव लय जीव व्हता त्याचा. आन् त्याच्याव मामांचा. तव्हा त्यांनी इचार करूनच काय ते ठरावलं असंल."

बोलत बोलतच दोघंजन पठारावर मावळतीच्या उताराजवळ आले. मावळतीच्या या उताराच्या बाजूनं दहा पावलांवर खाली धरनाचं पाणी लागतं. पावसाळ्यात आणखी वर येतं. उताराखालचं धरणाचं ते निमुळतं पात्र खूप रुंद नाही, मात्र खोल मात्र खूप आहे. त्यामुळं त्यात उतरण्याचं धाडस कोणी करत नाही. पात्राच्या पलीकडच्या बाजूला फणसवाडी. उतारावरून खाली उतरलं की, वाडीत जायला चालत पाच मिनिटाचं अंतर. मात्र पाण्यानं रस्ता अडवलेला. धरणाचं हे निमुळतं पात्र पुढं रूंद होत जातं आणि पठाराला

वेढा घालतं. म्हणजे फणसवाडीला जायचं असेल तर निम्म्या धरणाला वेढा घालून जायला लागतं. समोर पाच मिनिटांच्या अंतरावर डोळ्यानं दिसणाऱ्या वाडीत जाण्यासाठी चारपाच तासांची पायपीट करायला लागते. कधी कधी दोन्ही काठाव बसून पठारावरचे आणि वाडीमधले गुराखी एकमेकांशी गप्पा मारत बसतात. आताही पलीकडं गुराखी आहेत. आबाकडं आणि नामदेवकडं बघत त्यातल्याच एकानं आवाज दिला. म्हणाला,

"उंद्या पौडाला मातीला येनार का?"

"कुनाच्या?"

नामदेवनं विचारलं. तसा तो गडी म्हणाला,

"तुमा पठारवस्तीच्या लोकांना जगात काय चाललंय ते काहीच माहीत नसतं; का मातीला यायचं नाय म्हनून माहीत नसल्याचं ढाँग करता तेच कळत नाय. आरं, मावलीमहाराज गेले आपले. आज घोटावड्यात कीर्तान व्हतं. सप्त्याचं कीर्तान करता करताच गेले. उंद्या सकाळी माती हाये. आमी जानार हाये. तू येनार असशील तर माल्यात भेटू. मिळून जाऊ म्होरं."

माउलीमहाराज तालुक्यातले जुने कीर्तनकार. वारकऱ्यांमध्ये मोठा मान असलेला माणूस. पण त्यांची तेवढीच ओळख नाही. या माउलीमहाराजांनी सत्याग्रहात भाग घेतला होता. त्या वेळी ते गावोगावी कीर्तनं करून लोकांना सत्याग्रहाची माहिती सांगायचे. खोऱ्यातल्या शेतकऱ्यावर कोणतं संकट आलं आहे आणि त्याचे परिणाम काय होणार आहेत, हे सांगण्याबरोबरच हे संकट आपण परतवून नाही लावलं तर शेकडो शेतकऱ्यांची हजारो एकर जमीन एका पैसेवाल्याच्या हातात जाईल आणि इथले शेतकरी पुण्या-मुंबईसारख्या शहरात मजूर बनून लाचारीचं जीवन जगतील. म्हणून गांधीजींच्या मार्गानं जाऊन सत्याग्रहात सहभागी व्हा आणि आपल्या जमिनी वाचवा, असा ते आग्रह करायचे. पलीकडच्या फणसवाडीच्या काठावरून त्या गड्याच्या तोंडून माउलीमहाराजांचं नाव ऐकल्याबरोबर आबाच्या डोळ्यांसमोर त्यांची कीर्तनं उभी राहिली. आबानी सत्याग्रहाच्या काळातली कीर्तनं ऐकली नव्हती. तेव्हा आबा लहान होते. पण पुढं मोठे झाल्यावर खोऱ्यात कोणत्याही गावी माउलीमहाराजांचं कीर्तन असलं की आबा आवर्जून ऐकायला जायचे. अलीकडं त्यांचं वय झालं होतं. तरी ते बसून कीर्तन करायचे. माउलीमहाराजांनी बसून केलेली कीर्तनंच आबानी जास्त ऐकली होती. आज तेच माउलीमहाराज वारल्याचं ऐकून आबा नामदेवला म्हणाला,

“नामा, उंद्या माउलीमहाराजांच्या मातीला गेलं पायजे बघ. आपलं वारकऱ्याचं खोरं. कीर्तान सांगनारे लय झाले हितं, पन माउलीमहाराजांवानी कीर्तान सांगनारा व्हनार नाय परत. जाऊ आपून, मीबी येईन उंद्या तुझ्याबरं. तेवढंच पुन्याचं काम. माती झाली की मी जाईन मपल्या गावाला आन् तू ये पठाराव परत.”

नामदेवच्या मनात मात्र त्या क्षणी वेगळाच विचार सुरू झाला. माउलीमहाराज सत्याग्रहाच्या काळातला माणूस. म्हणजे त्यांच्या अंत्यविधीला त्या काळातले कोणी असतील ते नक्की येणार. त्यांच्या बोलण्यातून चार गोष्टींची माहिती मिळाली, तर बघता येईल असा विचार करून नामदेवनंही ‘जाऊ’ म्हणून मान हलवली. आणि दोघंही परत घराकडं फिरले. येतायेता म्हादूनं पाटाची राहिलेली माती वर ओढायची होती ती ओढली आणि टीकाव घेऊन घरी आले.

घरी आल्याआल्याच आबानी म्हादूला माउलीमहाराज वारल्याचं सांगितलं. म्हादू हळहळला. म्हणाला,

“शब्दाला जागनारा आनखी येक मानूस कमी झाला या जगातून. या जगातून अशी भली मानसं येकयेक करून कमी झाली की या जगाला कुनी तारनार नाय. मावलीमहाराजांच्या कीर्तानानी आमाला बळ मिळायचं, सत्याग्रहात मार खान्याचं. सत्याग्रहाच्या मांडवात तव्हा त्यांचीबी कीर्तानं लय रंगायची. पोरगेलेच व्हते तव्हा ते. निकतंच मिसरुढ फुटायला लागलं व्हतं. पन काठाचं धोतार, पैरन आन् डोक्याच्या फेट्याचा तुरा काढला की ते रूप बघायलाच लय गर्दी व्हयाची. आन् कीर्तानाला उभं राहून बोलायला लागले की निस्तं ऐकत राहुशी वाटायचं. आवाजबी लय गॉड. रूपाचा अभंग घ्यावावा तो मावलीमहाराजांनीच. ते कीर्तान करायला उभं राह्यले की त्यांच्यामागं टाळ घिऊन उभं राह्यालाबी लय भूषान वाटायचं टाळकऱ्यांना... गेले आता. आता काय तसलं कीर्तान कुनाला ऐकायला मिळायचं नाय. धरान झाल्याव समद्या वाटा पान्यात बुडाल्या आन् वारीबी सुटली.”

बोलता बोलताच म्हादूनं नामदेवकडं पाहिलं. म्हणाला,

“नामा, माती व्हयाची हाये का झाली?”

“उंद्या सकाळी हाये पौडात.”

तेव्हा म्हादूनं बसल्या जागीच दोन्ही हातांनी दोन्ही गुडघ्यांवर हात फिरवला. म्हणाला,

“गुडघ्यांनी लय लवकर दम खाल्ला. नायतर मीच गेलो असतो. पन घरातून क्वान तरी या मातीला गेलं पायचे. आन् नामा, आता घरात तुझ्याबिगार दुसरं कुनी जानारं नाय. उंद्या कायबी कर आन् मातीला जा.”

“ते आमचं आमी ठरावलंय आधीच, मामा. ती नका काळजी करू तुमी. जातो आमी उंद्या.”

आबा मध्येच म्हणाला.

“पन मातीवरून परत या नामासंग, नायत् पौडाहून जाल तसंच घरी परत.”

“जायलाच पायजे. लगीच माघारी या म्हनालीये तुमची पोर. तिचं डोळं माझ्या वाटंला लागलं असतील.”

आबाच्या या बोलण्यावर म्हादू हसला. म्हणाला.

“बरंबरं, जावा तर मंग. पन मालीला म्हनाव, बयव काय काळजी करू नको. तुझ्या बापाला येवढ्या लवकर मरान नाय यायचं आन् म्हनाव दोन्ही म्हशी गाभन हायेत. याल्या की नामाच्या हातून खरुज पाठवून देतो. तिला लय आवडतो तो. तवर पावसाळाबी संपतोय.”

रात्री जेवणं झाल्यावर आबानं देवाशी बोलायचा प्रयत्न केला. त्याची ख्याली-खुशाली विचारली. त्याला वाटलं देवा आपल्या बहिणीची, भाच्याची, त्याच्या बंद पडलेल्या गिरणीची चौकशी करेल; पण एकही शब्द न बोलता तो जेवण करून एका कोपऱ्यात जाऊन बसला. आता पावसामुळं त्याला मांडवावर झोपता येत नाही. त्यामुळं पाऊसकाळ संपेपर्यंत तो कोपराच त्याची रात्रीची जागा. तो काही बोलत नाही हे बघून मग आबानं नामदेवकडं पाहिलं. नामदेवनं आबाला डोळ्यांनीच जाऊ दे म्हणून खुणावलं. आबाही मग म्हादूजवळ येऊन बसला. तेवढ्यात टाळ-पखवाजाचा आवाज आला. तो ऐकत आबानं नामदेवकडं पाहिलं. म्हणाला.

“नामा, आज देवळात भजन हाये वाटतं.”

“आज काय रोजच असतं. या पठारवस्तीव दुसरं काय नसतं. ना कीर्तान, ना तमाशा, ना भारूड. भजान मात्र कव्हा चुकत नाय. कामाच्या दिसात कामानी आन् इतर दिसात पौडाबिवडाला जाऊन आलं की धरनाला येढा मारून चालून चालूनच अंग गळाठतं. मंग रातीचं देवळात उली भजनाला बसलं की तेवढंच मन रमतं आन् शिनवटा जातो.”

असं म्हणून नामदेवही भजनाला जायला निघाला. तसा आबाही उठला जागेवरून. म्हणाला,

"मंग मी काय करून घरात बसून. चल, तेवढंच त्वांडात देवाचं नाव यईल."

दोघंही जायला लागले. तसा म्हादू म्हणाला,

"अंगाव इरली न्या. आता जरी उघाडल्याला असला तरी या पठाराव पावसाचं काय खरं नसतं. आन् नामा, आबांना लय येळ जागवू नको. तुमाला हाये पहाटंपरेन भजान रंगवायची सवं. आबा बरुबर असल्याचं भान राहू दे आज."

"येतो लवकर."

म्हणत नामदेव आणि आबा इरली घेऊन घराबाहेर पडले. सरस्वती दारातल्या अंधारात बराच वेळ चिमणी घेऊन उभी राहिली, चिमणीच्या उजेडावर चमकणारा चिखल तुडवत, ते पार देवळासमोर जाईपर्यंत.

देवळात भजनाला आठ-दहा गडी होते. मध्यभागी एक मोठी चिमणी होती. तिच्या प्रकाशात सर्व गड्यांच्या सावल्या भिंतीवर पडल्या होत्या. गाभाऱ्यात मात्र अंधार होता. आबा आणि नामदेव गाभाऱ्याकडं जायला लागले तसं गड्यांनी भजन थांबवलं. आणि 'पाव्हनंय, पाव्हनंय.' म्हणत एका गड्यानं मधली चिमणी उचलून गाभाऱ्याकडं वळवली. देवळातल्या सर्व सावल्या हलल्या. त्यांनी जागा बदलल्या. त्या चिमणीच्या उजेडात आबा आणि नामदेवनं देवाचं दर्शन घेतलं आणि दोघंही भजनात येऊन बसले. मग पार मध्येरात्रीपर्यंत भजन रंगलं.

दुसऱ्या दिवशी पहाटेच नामदेव आणि आबा पौडला निघाले. अजून पायाखालची पायवाट नीट दिसत नव्हती. पण अंत्यविधी चुकायला नको म्हणून ते लवकर निघाले होते. त्यात पावसाचे दिवस. एखादी सर आली आणि ओढा भरून वाहायला लागला तर अडकून पडण्याची भीती. ओढ्याचं पाणी ओसरेपर्यंत तिकडं माती जायची होऊन. त्यामुळं दोघांनीही अंधारातच ओढा पार करून घेतला. खडकावरच्या आंब्याजवळ म्हसोबाचं दर्शन घेतलं तेव्हा आबाला जुनी आठवण झाली. ती नामदेवला सांगत आबा म्हणाला,

"वाटंव हे द्याव हायेत म्हनून आता वाट सरती. नाय तर पूर्वी या वाटंनी चालायचं म्हंजी जीव मुठीत घिऊन चालायला लागायचं."

“आजूनबी तीच तऱ्हा हाये.” नामदेव.

“तू धरान झालं तव्हा समद्या पायवाटा बुडालेल्या पाह्यल्या नाय म्हनून असं म्हंतोस. तव्हा पठारवस्तीव येनं तर लय लांबची गोष्ट व्हती. खाली ज्या गावातली धाईसधाईस घरं राह्यली व्हती, त्या गावांमधी जायालाबी वाट राह्यली नव्हती. कितीतरी दिस त्या गावातल्या मानसांना येकमेकांची त्वांडं दिसत नव्हती. गावाभायेर पडायला कुनीकूनच वाट नव्हती. कुनीकं बघाव तिकडं पानी. फक्त डोंगर तेवढे वाचले व्हते. पाऊस काळाचे दिस व्हते. त्यामुळं त्या डोंगराव झाडंझुडपं माजली व्हती. त्यात घुसून वाट काढायची म्हनलं तरी म्होरं परत धरनाचं पानी आडवं यायचं नाय तर डोंगर आडवा यायचा. जी घरं वाचली व्हती त्यांना कोंडवाड्यात टाकल्यावानी झालं व्हतं. ना त्यांना बाहेर जाता येत व्हतं ना बाहेरच्यांना तिथं येता येत व्हतं. त्यात पाऊसकाळ व्हता तवर झऱ्याचं पानी प्यालं. पाऊसकाळ संपल्याव झरंबी आटलं. हिरीतर धरनात बुडालेल्या. बरं म्होरं धरनाचं पानी दिसतंय पन टाटाची मानसं तिकडं फिरकून द्यायची नाय. म्हंजी धरान झालं आन् तहान भागवायला पानी मिळाना झालं. अशी तऱ्हा झाली तव्हाच्या लोकांची. या धरनाच्या पान्यानी हितल्या शेतकऱ्याला जमिनीपूनबी तोडलं आन् आपल्या मानसापूनबी तोडलं. ना पाव्हन्यारावळ्यांकं जाता यायचं ना लग्नंयाव्ह जमायची. उरलेली अर्धीमुर्धी गावं रानात ह्या जनवारांच्या भीतीनी रातभर शेकुटी करून बसायची. या धरनाच्या पान्यानी रानची जनवारंबी भयाकल्याली. त्यांचंबी ठावठिकान व्हतंच की. आन् धरान रातीच्या प्वाटात भरलं. रातभर फिरनारी जनवारंबी अडकून पडली. आड्यालली आड्याल आन् पड्यालली पड्याल. कितीतरी दिस मंग वाघ, कोल्हं, तरसं, रानडुकरं अशी जनवारं घरांभवती हिंडायची. गायम्हशींवर तर त्यांचा डोळा असायचाच पन मानसांनाबी नेयाची वढून. मानसाला मानसापून तोडल्यावर मानूस जसा कावराबावरा व्हतो तसंच या रानच्या जनवारांचंबी. शातं पान्यात बुडाल्याली, प्यायला पानी नाय. गावाबाहेर जायला वाटा नाय. अशी समदी तऱ्हा व्हती तव्हा...पन त्यातूनबी जगली लोकं. डोंगराव, वरकस जमिनीव नाचनी, वरई करायला लागली. पावटा लावायला लागली. अस्तीअस्ती बांधनीत येखादं वावार काढायला लागली. त्यात भात करायला लागली. तव्हा पेरायला त्या भाताचं बीसुदीक मिळायचं नाय. त्याकरता लोकं डोंगराडोंगरानी धरनाखालच्या मालं, चालं,

पौड, घोटावडं अशा गावात यायची आन् बी घेऊन परत डोंगराडोंगरानी गावात जायाची. म्हंजी ज्या घरात आंबेमव्हराच्या तांदळाच्या पोत्यांची उतरंड असायची. माचवान कंगुल्यांनी भरल्यालं असायचं त्या घरात या धरनानी ब्यांपुरतंबी भात ठेवलं नव्हतं. मंग अस्तीअस्ती धरनाच्या मेरंमेरंनी वाटा करत लोकं गावाबाहेर पडायला लागली. रानच्या वाटांवर वरदळ राह्यली, ये-जा राह्यली तर त्या वाटा टिकत्यात. नायतर परत त्यात झुडपं वाढत्यात. तव्हा त्या वाटंवरून किती लोकांना वाघानी खाल्ल असंल त्याचा काय कुनी हिशेब ठेवला नाय. आन् वाटमारीत् काय इचारू नको. समदं बुडाल्याव लोकांना खायाला मिळत नव्हतं. मंग गुडघं टेकलेला हितला तुरळक मानूस जगन्याकरता वाटमारी करून प्वाट भरायला लागला. जनवारांबरुबर त्यांचीबी भीती असायची वाटंनी. येकट्या दुकट्यानी जायाची सोय नव्हती तव्हा वाटंनी. पन तरी जायाला लागायचंच. मागून मागून येकमेकांच्या गावांना जान्यायेन्याबिगार काम भागत नव्हतं. धाईस गावांमधून तव्हा दोन सुतार, दोनतीन न्हावी आणि दोनचार चांभार राह्यले व्हते. बाकी समदे गेले व्हते खोरं सोडून. जमिनी बुडाल्याव शेतकऱ्याचीच खायाची मारामार व्हनार तिथं तो बलुतं कुनीकून घालनार. कोळी तर नाव घ्यायलाबी राह्यला नव्हता. लानीच्या वक्ताला इळंकोयतं लावायला पौडाला जायाला लागायचं. तिथंबी गर्दी असायची. मंग येक दिस इळंकोयतं ठेवून यायचं आन् मंग दोन दिसानी आनायला जायाचं. डोक्याला कातर लागत नव्हती आन् पायाला व्हान मिळत नव्हती, अशी तऱ्हा व्हती तव्हा. मोठ्या हौसंनी बनावलेल्या बैलगाडीवाल्याच्या बैलगाड्या दारातच कुजून गेल्या. आन् उरल्यासुरल्या चुलीत. या धरनानी अशी दैना केली हितल्या शेतकऱ्याची आन् त्याच्या गावाची. कितीतरी दिस लोकांना सनवार माहीत नव्हता की गावात यात्रा जत्रा व्हत नव्हती. गावाबरं तेबी समदं बुडालं. रीतीरिवाजबी बुडालं आन् उरूसबी बुडालं. सनवार नाय की यात्रा नाय. वयात आली म्हनून कशीतरी लग्नयाव्हं उरकायची. तेबी धरनातली म्हनल्याव भायेरचे कुनी पोरीबाळी द्यायचं नाय. कुनी उपकार केल्यावानी पोर दिली तर गरीब लायकीनी लग्न व्हयाचं. अंगाव चांगलं कापड येन्यावानी दिस कव्हा उगवायचा नाय. त्या मानानी आता पायवाटांनी दिसभर चालून का व्हईना पन येकमेकांच्या गावांना जाता येतंय. तेच लय म्हनायचं.''

आबा बोलत व्हता आणि नामदेव चालत चालत शांतपणे ऐकत होता. आबाच्या बोलण्यावरून त्याला म्हादूसारखीच जुन्या काळातली बरीच माहिती आहे असं समजून नामदेवनं त्याला बोलतं ठेवलं. म्हणाला,

"वाटा नव्हत्या. पन टाटानी येक लांच ठेवली व्हती. त्यानी तुमी कव्हा गेलाय का?"

"छ्या. येवढ्या गावांना येक नाव, ती किती पुरनार. निस्ती नावाला व्हती ती. तिकडची सुसाळ्याची आन् वाघवाडीची लोकं कव्हाबव्हा यायची त्यानी. ती दोन्ही गावं पान्यानी पार याढल्याली. तुमच्या पठारवस्तीचीबी तीच तऱ्हा. पाऊसकाळात वाटा पान्याखाली. तुमी आमच्याकं यायचं नाय आन् आमी तुमच्याकं जायाचं नाय. वाळीत टाकल्यावानी राह्याचं त्यांनी. आन् तू जी नाव म्हंतो ती तर फक्त दुधालाच वापरत्यात. तीबी सोसायटीवाल्यांना दुधाचं कमिशान मिळतंय म्हनून ते चालवत्यात. नायतर तीबी बंद पडली असती कव्हाच. नामा, मानसाची किंमत नाय राह्यली कुनाला. तुमाला गरज असंल तर पायवाटनं चालत या नायतर जिथं ऱ्हाताय तिथंच मरा. कुनाला त्याचं काय सुताक नाय. आमचं आयुष्य निस्तं असं ढोरावानी चालन्यातच गेलं."

"आन् आमचं तरी काय, तसंच चाललंय की, पौडात कव्हाबव्हा दिसनारी येसटी आता पोमगावपरेन सुरू झालीये म्हनं. पन ती दिसातून येकदा कव्हा येती आन् कव्हा जाती ते काय कळत नाय." नामदेव.

"ऐकलंय मीबी येसटी सुरू झाली म्हनून. पन मी कव्हा पाह्यली नाय. आन् येसटी यायला सडाक तर पायजे. का या पायवाटांनी येईल. तू पोमगावपरेन येती म्हंतो. पन त्या पोमगावची सडाक तरी कुठं धड हाये. दोन बैलगाड्या आल्या समुरासमुर तरी पंचाईत व्हती. त्यात मधी दोन वढं. त्यातला येक वढा तर पावसाळ्यात मानसाबरं येसटीबी नेईल वढून."

"सुरू झाली असली तरी आता पावसाळ्यात बंदच व्हनार ती. पन इतक्या वर्षांत येका गावात का व्हईना येसटी आली याचंच पोमगाववाल्यांना नवाल! आता म्होरल्यासाली तीच येसटी म्होरं कुंभेरीकून घुसळखांब करून लोनावळ्याकं निघनार. म्हंजी तेवढ्या तीनचार गावांना व्हईल त्याचा फायदा. मात्र आपल्या वाट्याला आपली पायपीटच ऱ्हानार."

नामदेवनं पौडला जाता-येता आणि कागदपत्रांच्या निमित्तानं

कोणाकोणाला भेटताना मिळालेली माहिती आबाला सांगितली. त्याला धरण झालं त्या काळातल्या घटनांविषयी आणखी जाणून घ्यायच होतं. धरण झाल्यानंतर जवळजवळ साठ वर्षांनी पोमगावला एसटी आली; पण त्याही अगोदर चिंचवड ते मुळशी अशी टाटाची रेल्वे होती, असं नामदेव लहानपणापासून ऐकत आला आहे. मागं एकदा म्हादूनं त्याला त्या रेल्वेविषयी सांगितलंलं होतं. त्याच रेल्वेला अडवून सेनापती बापटांनी गोळीबार केला होता. आणि इथंच सत्याग्रह संपला होता. असं म्हादू अनेकदा बोलताना त्यानं ऐकलं आहे. आता वाटांचा विषय निघाल्यावर आणि खोऱ्यात एका गावात का होईना पण एसटी आल्यावर त्याला त्या रेल्वेविषयीची उत्सुकता वाटली. आणि त्यानं आबाला विचारलं. म्हणाला,

"आबा, आता येसटी आली. पन तव्हा तुमी टाटाची रेल्वेबी बघितली असंल!"

"बघितली तर. पन तव्हा बारीक व्हतो मी. तव्हा माझा बाप करवांदं इकायला जायचा पौडाला. त्याच्या मागं लागून मीबी जायाचो. तव्हा कव्हा बव्हा दिसायची ती. ती लांबून जरी येताना दिसली तरी आमी पळत जायचो तिला बघायला. माझ्याम्होरं बाबा पळायचा. पौडाकून खालून जोरात यायची. पन अकावल्याबशी आली की अस्तीअस्ती म्होरं जायाची. दोन्ही बाजूला लोकं बघत उभी राह्याची. मोठी मानसं, बायका आन् पोरंबी. तवर आमी बैलगाडीबिगार दुसरं काय बघितल्यालं नव्हतं. त्यात ही येवढी लांबलचक गाडी. तीबी सडकवून नाय तर लोखांडाच्या फाळावून पळती म्हंल्याव लोकं नवलाईनं बघायची. डोक्याव वझं असलं तरी लोकं थांबायची आन् बघायची. आमी पोरं तर तिच्या मागं पळायचो. पार माल्यापरेन..."

"चला आलो माल्यात. रेल्वेनी पोचावलं आपल्याला माल्यात." असं म्हणून नामदेव माल्याच्या रस्त्याला लागल्यावर एका बाजूला थांबला. आबाही बोलता बोलता त्याच्या मागं थांबला. नामदेवनं आजूबाजूला नजर फिरवली. फणसवाडीचे गडी कुठं दिसतात का, ते पाहिलं. ते कुठं दिसले नाहीत. पण पळशाहून आणि संभव्याहून काही माणसं पायीचं पौडच्या दिशेनं चालली होती. त्यातली दोन संभव्यातल्या दूध सोसायटीतली होती. या दूध सोसायटीमुळं त्यांच्या गावागावांतल्या माणसांशी ओळखी होत्या. नामदेवनंही त्यांना ओळखलं. जवळ आल्यावर त्यातल्या एकानं नामदेवकडं बघून भुवया उंचावल्या. म्हणाला,

“काय बोडके पाव्हनं, मातीला का?”

“हां.” नामदेव.

“मंग चला.”

नामदेव आणि आबाही मग त्यांच्याबरोबर पौडच्या दिशेनं चालायला लागले.

आज पाऊस चांगला उघडला होता. आभाळ भरून येत होतं पण लगेच फाकत होतं आन् ऊन पडत होतं. बावीस मैलावर येईपर्यंत उन्हं चांगली वर आली होती. तिथं खेचरे, कोंढावळे आणि बेलावडेकडून आलेली माणसं त्यांच्यात सामील होऊन चालायला लागली. सगळी गावं वारकऱ्यांची. त्यामुळं सगळीकडून आज पौडच्या दिशेनं लोक येत होते.

सगळं पौड आज वारकऱ्यांनी भरलं होतं. आळंदी, देहू आणि पंढरपूरवरूनही लोक आले होते. अंत्यविधीला एवढी मोठी गर्दी नामदेव आणि आबा पहिल्यांदाच बघत होते. माउलीमहाराजांच्या अंत्यदर्शनाला रांग लागली होती. त्याच रांगेत मागून येणारे लोक थांबत होते. आबानंही नामदेवाला रांगेत थांबायला चल म्हणून खुणावलं. मात्र नामदेवची नजर सगळीकडं फिरत होती. तेवढ्यात त्यांच्या मागोमागंच माल्याकडून एक बैलगाडी आली आणि त्यातून पैरण घालून खांद्यावर उपरणं घेतलेला एक म्हातारा उतरला. आणि रांग पाहून रांगेत उभा राह्यला जायला लागला. ते पाहून चारपाच माणसं त्याच्याजवळ गेली आणि त्याला हाताला धरून थेट माउलीमहाराजांच्या पार्थिवाजवळ नेलं. तशी मागं कुजबुज सुरू झाली.

“तात्या हायेत पोमगावचे. मुळशी धरणग्रस्तांसाठी पुण्याहून येथे येऊन राह्यलाय हा मानूस.”

ती कुजबुज ऐकून नामदेवचं लक्ष तात्यांकडंच लागून राहिलं. तात्या माउलीमहाराजांच्या पार्थिवाचं दर्शन घेऊन तिथंच थांबले. आता अंत्यविधी झाला, की आपण तात्यांना भेटायचं असं मनाशी ठरवून नामदेव आबांबरोबर अंत्यदर्शनासाठी रांगेत थांबला.

अंत्यदर्शन, अंत्यविधीपेक्षा नामदेवचं लक्ष आता तात्यांकडं आणि त्यांच्याकडून काय माहिती मिळती का, याकडंच होतं. मात्र थोड्या वेळानं त्याचं लक्ष रांगेत उभ्या असलेल्या दोन माणसांकडंही गेलं. ते बहुतेक पौडमधलेच असावेत, असं त्यांच्या बोलण्यावरून नामदेवला वाटलं. कारण ते सारखे तान्यावाण्याचं नाव घेत होते. त्यातला एकजण म्हणत होता,

‘‘याला म्हणतात खरी गर्दी. माउलीमहाराजांनी कोणाला काय दिलं असेल तर ती कीर्तनातून संतांची शिकवण. एवढा मोठा कीर्तनकार पण कधी नारळाचीसुद्धा अपेक्षा ठेवायचा नाही. पण त्या दिवशी तान्यावाण्याच्या मयतीची गर्दी वेगळी होती. तान्यावाण्याच्या दुकानात उधारी उसनवारीवर मिळतं म्हणून लोकं तिथं बाजार घेतात. तेव्हा माप मारलं तरी बोलायची चोरी असते. पण गरीब लोकं काय करणार! माप मारून का होईना पण उधारीवर बाजार मिळतोय हेच त्याचे उपकार समजायचे... आणि सावकारी चालू आहे ती वेगळीच. पापाचा पैसा असा कधी कधी पचतोसुद्धा आणि वाढतोसुद्धा...’’

असं बरंच काही तो माणूस दबक्या आवाजात बोलत होता. नामदेव ते कान देऊन ऐकत होता. तान्यावाण्याविषयी अजून काही ऐकायला मिळतंय का, ते तो बघत होता. कारण कालच त्यानं आबाकडून तान्यावाण्याविषयी ऐकलं होतं. पण नामदेवला जे अपेक्षित होतं ते त्याला ऐकायला मिळालं नाही. मग तो तात्यांकडंच लक्ष लावून राहिला.

अंत्यविधी झाल्याझाल्याच आबा जायला निघाले. पण पोमगावचे तात्या अजून निघाले नव्हते. त्यामुळं नामदेवचं पाऊल तिथून निघत नव्हतं. आता जाऊ, थोड्या वेळानं जाऊ करत दुपार झाली तरी नामदेव जायचं नाव घेईना तेव्हा आबा म्हणाला,

‘‘नामा, पावसापान्याचे दिस हायेत. माउलीमहाराजांची पुन्याई मोठी म्हनून उघडीप दिलीये सकाळपून. पन आता कव्हा येईल ते सांगता येत नाय. आता ऊन असलं तरी या दिसात पाऊस कव्हा कोसळंल ते सांगता येत नाय. तुझा पाय काय निघत नाय. पन मला गेलं पायजे. आन् तूबी जा उजेडीचाच.’’

असं म्हणून आबा जायला लागले तेव्हा नामदेव ‘‘म्हस याल्याव येतो खरूज घिऊन.’’ एवढंच बोलला आणि परत तात्यांकडं डोळे लावून बसला.

पार दुपारनंतर तात्या बैलगाडीत येऊन बसले. त्यांच्याबरोबर आणखी दोन माणसं बसली आणि गाडी परत फिरली. नामदेवही गाडीच्या बरोबरीनं निघाला. रस्त्यावर पावसानं खड्डे पडले होते. काही मोठ्या खड्ड्यांमध्ये पाणीही तुंबलं होतं. त्यामुळं गाडी हळूहळूच चालली होती. पार बावीस

मैलापर्यंत नामदेव बैलगाडीच्या बरोबरच होता. बावीस मैलावर तात्यांनी नामदेवकडे पाहिलं. म्हणाले,

''पाव्हणं, माल्याच्या बाजूला यायचं असेल तर बसा गाडीत.''

नामदेवलाही तेच पाहिजे होतं. मग चालत्या गाडीतच नामदेव गाडीत चढला आणि तात्यांशेजारीच जाऊन बसला. एवढा वेळ घालवल्याचं सार्थक झालं असं मनाशीच म्हणत तो बराच वेळ काही न बोलता नुसताच बसून राहिला.

थोड्या वेळानं तात्यांनीच त्याला विचारलं,

''मातीला आला होता वाटतं?''

''व्हयं.''

''गाव?''

''पठारवस्ती.''

नामदेवनं गावाचं नाव पठारवस्ती सांगितल्याबरोबर तात्यांनी त्याच्याकडं आश्चर्यानं पाहिलं. म्हणाले,

''म्हणजे गाव नाही म्हणा तुम्हाला.''

''तसंच म्हनायचं तर काय आता!''

''तसंच म्हणायचे नाही तसंच आहे. तुमच्या पठारवस्तीसारख्या बऱ्याच वस्त्या आहेत या भागात. ती सगळी टाटांची देण आहे. मी त्या सर्व वस्त्यांचा अहवाल तहसीलदार आणि कलेक्टरला दिला होता. धरण होऊन पंचावन्न वर्षे होऊन गेली आणि स्वातंत्र्य मिळून पस्तीस वर्षे झाली तरी धरणात सर्वस्व बुडालेल्या या लोकांना आपण किमान अत्यावश्यक सोयीसुविधा देऊ शकत नाही. यांच्या बलिदानावर तिकडं मुंबईत मात्र झगमगाट आहे. त्या झगमगाटात राहणाऱ्यांना तुमच्याशी काही घेणंदेणं नाही. इथला शेतकरी आता नुसता नावाला शेतकरी आहे. टाटाच्या तोंडातून वाचलेली जमीन कधी पाऊस वेळेवर पडत नाही म्हणून पिकत नाही, तर कधी खूप पडला म्हणून पिकत नाही. म्हणजे शेतकरी असूनसुद्धा दोन वेळच्या भाकरीची मारामार. समोर धरण भरलेलं दिसत असताना पाणी प्यायला मिळत नाही. जाण्यायेण्याला साध्या पायवाटा नीट नाहीत, मग रस्ते तर लांबची गोष्ट. पौडशिवाय दवाखाना नाही. तिथं धरणाला वेढा घालून जाईपर्यंत माणूस वाटेतच मरतो. दोन-चार गावात शाळा आहेत, तर तिथं शिक्षक नाही.

शिक्षकाला इथं येणं जिवावर येतं. दोन–चार महिन्यात तो बदली करून निघून जातो. मग ती एक शिक्षकी शाळा बंद पडते. तेव्हा मी त्या अहवालात कलेक्टरांना विनंती केली की, गेली पंचावन्न वर्षे काळ्या पाण्याची शिक्षा भोगत असल्यासारखं ज्यांचं जगणं आहे, ते तुम्ही एकदा बघा आणि मग त्यांच्यासाठी काय करायचं ते करा. कारण त्यांच्या गावांना अजून गावठाण दर्जा नाही. मग गावाचा विकास कसा होणार? आणि त्यांच्या दारापर्यंत स्वातंत्र्याची फळे जाणार कशी? पण माझा तो अहवाल बहुतेक त्यांनी रद्दीत टाकला असावा. ना तहसीलदार इकडं कधी फिरकले ना कलेक्टर. त्यांच्या गाड्या इकडं यायला रस्ते नाही. मग ते तुमच्या वस्तीवर येणार कसे? तलाठी, ग्रामसेवकाचं काम तर गावातच. पण तेही इकडं कधी फिरकत नाही. आणि तुम्हा लोकांनासुद्धा आता त्याची सवय झाली. एकही माईचा लाल आता टाटाच्या आणि सरकारच्या विरुद्ध दंड थोपटून उभा राहत नाही. पूर्वीच्या काळी तशी लोकं होती. तेव्हा तर इंग्रज सरकार होतं. त्यांच्या आणि टाटाच्या विरोधात लोकांनी सत्याग्रह केला. पुण्याच्या ब्राह्मणांनी नंतर पाठ फिरवली; पण इथल्या शेतकऱ्यांनी सत्याग्रहाचं पालन शेवटपर्यंत केलं...''

''त्यात माझा आजापन व्हता.''

नामदेव मध्येच बोलला. तसे तात्या त्याच्याकडं आश्चर्यानं बघत म्हणाले,

''तुमचे आजोबा सत्याग्रहात होते?''

''हां. लय सोसलं त्यांनी त्यात.'' नामदेव.

''काय नाव?''

''म्हादू. म्हादू पांडू बोडके. आमी आकसईचे. पन धरनात समदं बुडाल्याव आजा पठाराव जाऊन राह्यला लागला.''

नामदेवनं नाव सांगितल्यावर तात्यांनी काहीतरी आठवल्यासारखं केलं आणि म्हणाले,

''असंल. सर्व सत्याग्रहींची नोंद करून ठेवायला तेव्हा तिथं कोणी कागदपेन घेऊन नव्हते बसले... मग तुम्हांला सत्याग्रहाचे काय माहीत आहे की नाही?''

''हाये उली. कव्हाबव्हा आजा सांगत असतो. सेनापती बापट, भुस्कुटेबाबा, साठे गुरुजी यांची नाव ऐकून हाये. आजा साठे गुरुजीसंगंच असायचा.''

नामदेवनं जेवढी नावं ऐकली होती तेवढी तात्यांना सांगितली. ती ऐकून तात्यांनी त्याच्या पाठीवर हात ठेवला. म्हणाले,

‘‘पाव्हणं, तुमच्या घरातच मुळशी सत्याग्रही आहे म्हणून तुम्हांला थोडं तरी माहीत आहे. पण आपल्या तालुक्यात एवढी मोठी घटना घडली हेच आजच्या तरुण पिढीला फारसं माहीत नाही. त्यांना आपल्या तालुक्यात मुळशी धरण आहे आणि ते टाटानं बांधलं आहे, एवढंच माहीत. पण ते कसं बांधलं. त्यात आपलं काय गेलं आणि कोणाला काय मिळालं हे कधी आजचे तरुण जाणून घेताना दिसत नाही. कोणीतरी येईल आणि आपल्याला मदत करून संकटातून सोडवेल ही भावना आता इथल्या शेतकऱ्यांनी सोडून दिली पाहिजे. याच दुसऱ्यांवर विसंबून राहण्याच्या वृत्तीनं आपण पंचावन्न वर्षांपूर्वी सत्याग्रहात हारलो. महात्मा गांधींचा हा सत्याग्रहचा मार्ग. पण कोणाच्या निरोपावर आणि आदेशावर चालणाऱ्यांची जी अवस्था होते, तीच त्या वेळी आपल्या मुळशीतल्या शेतकऱ्यांची झाली. हे पुण्याच्या मंडळींवर विसंबून राहिले. आणि पुण्याची मंडळी आपापसात राजकारण करत राहिली. पण या लोकांवर नुसतंच विसंबून न राहता, कोणाच्या निरोपाची आणि आदेशाची वाट न पाहता जर इथल्या शेतकऱ्यांनी सत्याग्रह केला असता तरी ज्या मार्गानं ते हारले त्याच महात्मा गांधींच्या मार्गानं ते जिंकले असते. गांधीजींनी त्या काळात तो मार्ग रामबाण मार्ग बनवला होता. त्याच मार्गानं त्यांनी इंग्रजांना हा देश सोडायला लावला. मात्र त्याच मार्गानं आपण टाटाला या खोऱ्यातून घालवू शकलो नाही...’’

तात्या बोलता बोलताच थांबले आणि मन लावून ऐकणाऱ्या नामदेवच्या तोंडाकडं बघत म्हणाले,

‘‘समजत आहे ना, मी काय म्हणत आहे ते. मला हे समजायला उशीर लागला म्हणून विचारत आहे. कारण हे मी माझ्या मनाचं सांगत नाही, तर तुम्ही आता ज्या लोकांची नावे घेतली, त्यातल्याच साठे गुरुजींच्या आत्मचरित्रात मी हे वाचलं आहे. ते वाचलं आणि पुण्यातील शाळेतून रिटायर्ड झाल्या झाल्या आपल्या जन्मगावी येऊन राहिलो. आज पाच वर्षे झाली मी पोमगाव शिवारात राहत आहे. गावाच्या अलीकडं दोन किलो मीटर. थोडा गावाबाहेर आहे, पण आता तात्या म्हणलं की कोणीही सांगतं. इथल्या लोकांच्या समस्या घेऊन सरकारशी भांडत आहे. गावात एक-

शिक्षकी शाळा होती. तो शिक्षक दर महिन्याच्या एक तारखेला पौडला पगार आणायला गेला, की आठ आठ दिवस येत नाही. त्याला धरणाच्या आतील शाळेतील नोकरी नको असते. इथे रस्ते नाहीत. त्यामुळे त्याला कुटुंबाकडे जाता येत नाही. जिथे कधी वर्तमानपत्र दिसत नाही, साध्या ट्रांझिस्टरचा आवाज ऐकायला येत नाही असं आदिवासींसारखं जीवन जगणाऱ्या भागात त्यांचे कुटुंब येत नाही आणि त्यांनाही ते आणायचं नसतं. मग पगार आणायला गेला, की तो आठदहा दिवस घरी राहून येतो. शिवाय शाळेपर्यंत गाडी जात नाही त्यामुळं शिक्षणखात्याचे अधिकारी कधी तो शिक्षक शाळेत आहे, की घरी हे बघायला येत नाही. शिक्षकाला पगार मिळत राहतो. शिक्षण खात्याला त्या गावात शाळा आणि शिक्षक असल्याचं कागदोपत्री दाखवता येतं. पण यात नुकसान होतं ते मुलांचं. म्हणून त्या शिक्षकाच्या गैरहजेरीत मीच त्या शाळेत शिकवायला लागलो. म्हटले, चला, चाळीस वर्षे पुण्यातल्या शाळेत जे शिकवलं ते इथं शिकवू. मग दोन शिक्षकी शाळेसाठी शिक्षणखात्याकडं पाठपुरावा केला; पण त्याचा काहीच उपयोग झाला नाही. चौथीच्या पुढे शिकलेली मुलं इथं शोधून सापडत नाही. आणि सापडतील तरी कशी? चौथीच्या पुढे शिकायचं म्हटल्यावर तिकडं लोणावळ्याच्या बाजूला तरी जायला लागतं नाहीतर इकडं पौडला तरी यावं लागतं. आणि एवढं मोठं अंतर रोज यायचं म्हटल्यावर यायला वाहनं नाही. वाहनांना रस्ते नाही. धरणातून यायला एक लाँच आहे. पण ती पहिल्यांदा मिल्क फेडरेशन आणि आता सोसायटी फक्त दुधासाठीच वापरते. पोटापाण्याचा तेवढा एकच धंदा असल्यानं लोकांनाही त्याचं काही वाटत नाही. उलट शेतकरीच सांगतात, आम्ही काय धरणाच्या कडेच्या वाटेनं जाऊ. पण दुधासाठी लाँच वेळेवर येऊ द्या. ती चालवणाऱ्यांनाही तेच पाहिजे. मग लोकं आपली पौडला यायचं म्हटलं तरी वीस-पंचवीस किलोमीटर पायी येतात आणि पायी जातात. आता मुलांना शाळेत वेळेवर यायचं म्हटल्यावर ते कसं जमणार? आणि रोज वीस-पंचवीस किलोमीटर चालणारा विद्यार्थी शाळेत बसणार किती आणि घरी येऊन झोपणार किती? म्हणून मी पाठपुरावा केला तेव्हा कुठं पोमगावपर्यंत एसटी मंजूर झाली. ती मंजूर होऊनसुद्धा खूप दिवस झाले पण आता आता ती यायला लागली. रस्ता चांगला नाही म्हणून ड्रायव्हर इकडं यायला तयार नसतात. त्यामुळं कधी येते कधी येत नाही. पण आता गावात एसटी येते

एवढं समाधान तरी आहे. मात्र शाळेच्या विद्यार्थ्यांसाठी ती काही उपयोगाची नाही... तुमच्या घरात शिकलं आहे का कोणी?''

बोलता बोलता तात्यांनी नामदेवाला विचारलं.

''पोरगं हाये माझं तिसरीला. पन तुमी म्हंता तसंच गुरुजी काय टिकत नाय साळंला.''

नामदेवच्या मुलाच्या शाळेची अवस्थाही तीच होती. बोलता बोलता गाडीनं माले सोडलं आणि गाडी पोमगावच्या रस्त्याला लागली. पावसानं आज चांगलीच उघडीप दिली होती. मात्र वरच्या बाजूचं डोंगररान आता हिरवंगार दिसायला लागलं होतं, तर खालच्या बाजूला धरणाचं भरलेलं पात्र लक्ष वेधून घेत होतं. त्याच्याकडं बघतच तात्या म्हणाले,

''बोडके पाव्हणं, या धरणानं इथल्या शेतकऱ्यांचं सर्वस्व घेतलं. पण स्वातंत्र्य मिळून आज पस्तीस वर्षे झाली तरी त्यांना जगण्यासाठीच्या मूलभूत गोष्टीही मिळत नाही. त्या मिळायच्या असतील तर कोणावर विसंबून न राहता आता तुम्हालाच भांडायला लागणार आहे. सरकारशी आणि टाटाशीसुद्धा. कारण या सगळ्या मूलभूत गोष्टी करून देण्याचं आश्वासन टाटानं धरण बांधण्याच्या आधीच दिलेलं आहे. पण टाटानं त्या करारालाही जुमानलं नाही. आपल्याला सर्व माहीत नाही. पण साठे गुरुजींनी त्यांच्या आत्मचरित्रात जेवढं लिहिलं आहे, त्याच्या आधारे तरी टाटानं या लोकांवर अन्यायच केला आहे, असंच म्हटलं पाहिजे.''

नामदेव नुसतंच ऐकत होता. त्याला तेच पाहिजे होतं. टाटानं अन्याय केला आहे. आणि अजून करत आहे. नामदेवला त्याची पठारावरची जमीन डोळ्यासमोर दिसायला लागली. टाटाच्या भाडेपावत्या दिसायला लागल्या. नामदेवच्या मनात आलं त्याविषयी तात्यांना काही विचारावं. म्हणून त्यानं त्याच्यांकडं पाहिलं. पण आता ते धरणाच्या पाण्याकडं एकटक बघत होते. नामदेवही बराच वेळ मग त्या पाण्याकडं बघत राहिला.

थोड्या वेळानं तात्यांनी गाडीवानाच्या पाठीवर हात ठेवला. म्हणाले,

''सूर्य मावळेल आता. जरा लवकर चला. अंधार पडला तर या रस्त्यावरून बैल आपल्याला पोमगावऐवजी खाली धरणात घेऊन जातील.''

मग नामदेवकडं बघत म्हणाले,

''आता तुम्हांला इकडून जवळची वाट कुठून आहे?''

“काळ्या खडकापून.”

“आणि तिथून?”

“तिथून म्होरं धरणाच्या मेरंमेरंनीच हाये वाट.”

“अंधाराच्या आत जाल ना?”

तात्यांच्या या प्रश्नावर नामदेव हसला. म्हणाला,

“त्याचं आमाला काय वाटत नाय. अंधार सारखा आन् उजेडबी सारखा. समद्या वाटा वळखीच्या झाल्यात आता.”

असं बोलतानाच नामदेवच्या मनात तात्यांनी नाव घेतलेल्या साठे गुरुजींविषयीची उत्सुकता वाढली. हे नाव नामदेवनं म्हादूच्या तोंडून अनेकदा ऐकलं होतं. म्हणून काळा खडक जवळ आल्यावर तो तात्यांना म्हणाला,

“माझ्या आज्याला साठेगुरुजीइखी बोलायला दिवसरात पुरत नाय. त्याला सांगतो आता तुमी साठे गुरुजींची आठवान काढली व्हती म्हनून.”

“इतकी वर्षे साठेगुरुजींची आठवण ठेवणारे तुमचे आजोबा त्यांच्या जवळचेच असले पाहिजेत.” असं बोलून तात्यांनी थोडा विचार केला आणि म्हणाले,

“बोडके पाव्हणं, तुमचा मुलगा तिसरीला आहे ना? त्याला लिहितावाचता येतं का?”

“त्याचे पह्यले गुरुजी म्हनायचे आख्ख्या शाळेत त्यालाच लिव्हता-वाचता येतं म्हणून. परवा टाटानी दिलेल्या भाडंपावत्याबी वाचून दावल्या आमाला त्यानी.”

“म्हणजे येत असणार. असतात एकएखादी मुलं तल्लख बुद्धीची... हे तुम्हांला विचारण्याचं कारण म्हणजे इथं शाळा आहे पण शिक्षण नाही अशी अवस्था आहे. त्यामुळं मुलं चौथी पास झाली तरी त्यांना लिहिता वाचता येत नाही. शाळेत शिक्षक नाही आणि घरात मोठे कोणी शिकलेलं नाही. मग मुलांना अक्षरओळख होणार कशी?”

बोलता बोलताच तात्यांनी नामदेवला नीट निरखून पाहिलं आणि म्हणाले,

“आणि तुम्हांला?”

“म्हंजी?” नामदेवनं गोंधळून विचारलं. तसे तात्या हसले. म्हणाले,

“तुम्हांला लिहिता वाचता येतं का?”

“नाय. आमच्या येळंला जवळ कुनीकं साळाच नव्हती. आता पोराच्या येळंला जवळच्या गावात झाली म्हनून तो जातोय.” नामदेव तात्यांकडं पाहत बोलला. तेव्हा नामदेवच्या मांडीवर हात ठेवत तात्या म्हणाले,

“तरीसुद्धा तुमचा मुलगा लिहितो वाचतो ही मोठी गोष्ट आहे. त्याचा आता उपयोग करा. माझ्याबरोबर पोमगावला चला. मी तुम्हांला माझ्याकडचं साठेगुरुजींचं आत्मचरित्र देतो... काय... आत्मचरित्र म्हणजे साठे गुरुजींनी त्यांच्याविषयी आणि त्यांनी केलेल्या सत्याग्रहातल्या कामाविषयीचं पुस्तक. ते तुमच्या मुलाला द्या. तुमच्या आजोबांना वाचून दाखवायला सांगा. त्यातून त्यांना कळेल, की ते जेव्हा सत्याग्रह करत होते, तेव्हा पुण्याच्या मंडळींमध्ये आतून काय राजकारण शिजत होतं ते. हे त्यांना वाचून दाखवण्याचं कारण ते त्या सत्याग्रहाचा एक भाग होते म्हणून. त्याचं खरं महत्त्व त्यांनाच. तुम्हा आम्हांला नाही. पण पुस्तक वाचून झालं की परत आणून द्यायचं.”

नामदेवनं मान हलवली. म्हणाला,

“देतो. परत आनून देतो.”

ही गोष्ट त्याच्यासाठी मोठी होती. सिधा पडवळाच्या प्रकरणापासून अलीकडं पठारावरच्या जमिनीसाठी सगळीकडं फिरताना त्याच्या लक्षात एक गोष्ट आली, ती म्हणजे हातात कागदपत्रं असल्याशिवाय आपल्याला कोणी उभं करणार नाही. आणि आता जुनं रेकॉर्ड शोधल्याशिवाय त्याला ती मिळणार नाही. त्यामुळं जुनी कागदपत्रं आणि जुन्या आठवणी यातूनच तो काही मार्ग निघतोय का, हे बघत चालला आहे.

आज त्याला तात्या आयतेच साठेगुरुजींचं पुस्तक देत आहेत. त्यामुळे त्यात नेमकं काय आहे याची त्याला आता उत्सुकता लागून राहिली. त्या उत्सुकतेपोटीच तो त्याच बैलगाडीतून पोमगावला गेला.

पोमगावजवळ गाडी आली तेव्हा अंधार पडला होता. गावाच्या अलीकडंच, गावाबाहेर वाटावं अशा एका घरासमोर गाडी थांबली. तात्या, नामदेव आणि बरोबरचे दोन गडीही उतरले. अंधारात चाचपडत तात्या घराचं दार उघडायला लागले. कुलूप नव्हतंच. नुसती कडी उघडून तात्या आत गेले. खुंटीला अडकवलेला कंदील पेटवला. कंदिलाच्या उजेडात नामदेव आत गेला. आतून घर मोडकळीला आल्यासारखं दिसत होतं. पण त्याच्या

बांधणीवरून ते पूर्वीच्या वैभवाची साक्षही देत होतं. नामदेव ते सगळं बघत असतानाच तात्यांनी ट्रंकेतून एक पुस्तक काढून नामदेवच्या हातात दिलं. म्हणाले,

"हेच ते साठे गुरुजींचं आत्मचरित्र."

कंदिलाच्या उजेडात अस्पष्ट दिसणारं ते पुस्तक नामदेव डोळ्याजवळ नेऊन पाहायला लागला. तेवढ्यात तात्या त्याला म्हणाले,

"बोडके पाव्हणं, आता अंधार पडलाय. सकाळीच जा तुम्ही. मी काय इथं एकटाच राहतो. गावातल्या एका घरातून रोज जेवण येतं, तेच आपण थोडं थोडं खाऊ."

नामदेवनं पुस्तकावरची नजर हटवून तात्यांकडं पाहिलं. म्हणाला,

"नाय नाय. अंधाराची सवं हाये आमाला. आन् मातीहून आलोय, आंघूळ केली पायजे. आता पुस्तकाच्या नादात तसाच आलो आत. आन् रातीच्या अंधाराचा इचार केला, तर घरी कव्हाच जानं व्हनार नाय."

"बरं, पण जपून जावा... आणि पुस्तक..."

"पोरानी वाचून दावलं की परत आनून देतो."

असं म्हणून नामदेव साठे गुरुजींचं ते आत्मचरित्र घेऊन तात्यांच्या घरातून बाहेर पडला. आणि पठारवस्तीकडं जाणाऱ्या अंधारातल्या वाटेला लागला.

✧✧✧

चार

दुसऱ्या दिवशी सकाळी उठल्या उठल्याच नामदेव अंगणात आभाळाकडं डोळे लावून बसलेल्या म्हादूजवळ गेला. म्हादूला काल झालेल्या माउलीमहाराजांच्या अंत्यविधीची आणि तिथं आलेल्यांची उत्सुकता होतीच. रात्री खूप उशिरा दमून आलेल्या नामदेवला त्यानं काही विचारलं. नाही. पण आता त्यानं विचारलं,

"लय येळ लागला वाटतं काल मातीला? लांबून लांबून लोकं आली असतील!"

"लोकं येनारच. समदं खोरं झाडून आलं व्हतं. पन भायेरचीबी लोकं व्हती मायंद्याळी."

"जुनी जानती लोकंबी असतील?" म्हादूनं उत्सुकतेनं विचारलं. तेव्हा हातातल्या पुस्तकाकडं बघत नामदेव म्हणाला,

"जुनी जानतीबी व्हती आन् तरनीताठीबी व्हती. तिथं पोमगावचे तात्या भेटले व्हते. येकटेच ऱ्हात्यात गावाभायेरच्या घरात. त्यांच्या बैलगाडीत आलो तिथपरेन. त्यांना तू सत्याग्रहात व्हता हे सांगितल्याव बरं वाटलं. मंग त्यांनी घरी न्हेऊन हे पुस्ताक दिलंय. साठे गुरुजींचं. तुला वाचून दाव म्हंले,"

असं म्हणून त्यानं हातातलं पुस्तक म्हादूसमोर धरलं. त्यावरील साठे गुरुजींचा फोटो बघून म्हादूनं ते हातात घेतलं आणि निरखून पाहायला लागला.

"तेच हायेत ना?" नामदेवनं त्याच्याकडं बघत विचारलं आणि तुकारामला आवाज दिला,

"तुक्याऽऽ ये तुक्याऽऽ"

"आलो." म्हणत तुकाराम अंगणात आला. आणि म्हादूच्या हातातल्या पुस्तकाकडं बघत,

“मला पुस्तक आणलं!” म्हणत ते म्हादूच्या हातातून घ्यायला लागला. तसा नामदेवनं त्याला मागं ओढला. म्हणाला,

“तुला नाय. लोकाचं हाये ते. तू फक्त आमाला ते वाचून दाव. वाचून दावलं की परत द्यायचंय ते.”

असं म्हणून नामदेवनं म्हादूच्या हातातल्या पुस्तकाकडं पाहिलं. म्हादू ते मोठ्या नवलाईनं बघत होता. त्याच्यावरच्या साठेगुरुजींच्या फोटोवर हात फिरवत तो नामदेवला म्हणाला,

“नामा, आपली शातं वाचाव म्हणून हा मानूस लय खपला. टाटासंग लढला. इंग्रजांसंग लढला आन् इंग्रज गेल्याव आपल्या मानसांसंगबी लढला. पन त्याचा काय उपेग झाला नाय. कव्हा भेटले की हात जोडायचे. म्हनायचे, आमाला माफ करा बाबांनो, आमी तुमाला सत्याग्रहाच्या नादाला लावलं आन् आमीच वाऱ्याव सोडलं. तमाखल्या जीवाला लय लावून घेतलं व्हतं त्यांनी.”

“तात्या म्हनत व्हते, तेच समदं लिव्हलंय त्यांनी या पुस्ताकात.” असं म्हणत नामदेवनं म्हादूच्या हातातलं पुस्तकं घेतलं आणि तुकारामच्या हातात दिलं.

“मुळशीचा पराभव. शेतकऱ्यांच्या अस्ताला सुरुवात. साठे गुरुजी...” असं तुकारामनं लगेच वाचायलाही सुरुवात केली. तेवढ्यात सरस्वती अंगणात आली. म्हणाली,

“तुक्या, खापर घे आन् पावसाच्या आत साळंत जा.”

“मी नाय जाणार आज शाळेत.”

तुकाराम पुस्तक उघडत म्हणाला. म्हणून सरस्वती त्याच्याजवळ येऊन त्याच्या हातातल्या पुस्तकाकडं बघत म्हणाली,

“का? आन् हे पुस्ताक कुनाचं आन्लं?”

“बाबानी आणलंय ते. वाचून दावायचंय. आन् ते नवे गुरुजी काय शिकवत नाय. रोज दारू पिऊन येत्यात. कुनी पोरं येत नाय शाळेत. मी आणि शिरवलीची दोनतीन पोरं असत्यात फक्त. त्या परीस घरी हे पुस्तक वाचतो.”

असं म्हणून तुकाराम पुस्तकाची पानं उलटायला लागला. नामदेवला ते पुस्तक वाचून घ्यायचं होतं म्हणून तोही सरस्वतीला म्हणाला,

“नाय जात आजच्या दिस तर नको जाऊ दे. उंद्या जाईल.”

तसं तिनं तुकारामला हाताला धरू ओढलं. तेवढ्यात सुलोचना, कलावती आणि फुलाबाय तुकारामजवळ येऊन त्याच्या हातातलं पुस्तक ओढायला लागल्या. म्हणून ते नामदेवनं तुकारामच्या हातातून घेतलं. बदली होऊन गेलेले गुरुजी तुकारामला शाळेत एकट्याला वाचता येतं म्हणून घरी वाचण्यासाठी पाठ्यपुस्तकं द्यायचे. बाकी घरात पुस्तकं येण्याचा प्रसंग कधी यायचाच नाही. त्यामुळं आज त्या पुस्तकाचं सगळ्यांनाच आकर्षण वाटत होतं. मग नामदेवच्या हातातल्या त्या पुस्तकाकडं बघतच सरस्वती म्हणाली,

''उंद्याचा काय धरमधक्का नाय. पावसाचा जोर वाढून वढा वाह्यला लागला, की घरीच राह्यला लागनार हाये दोनतीन मयने.''

म्हादूलाही सरस्वतीचं बोलणं पटलं. खरंच होतं ते. एकदा पाऊस सुरू झाला आणि ओढा वाहू लागला, की पठारवस्तीवर येण्याच्या आणि जाण्याच्या वाटा बंद होणार. मग कसली शाळा आणि कसला अभ्यास. म्हणून म्हादू म्हणाला,

''नामा, सरी म्हंती ते खरं हाये. जाऊ दे त्याला साळंत. तो साळंतून आल्याव रातच्याला वाचीन.''

''म्हंजी रातभर चिमनी जळनार. आघुटीच्या बाजाराबरं जेवढं घासलेट मिळालंय तेवढं पाऊसकाळ संपंपरेन पुरवायचंय. अशी रातभर चिमनी जाळून निम्मा पावसाळा अंधारात काढायला लागंन.''

सरस्वतीला वेगळीच काळजी लागली. आणि तिची काळजी खरीही होती. पावसाळ्यात ना पौडला जाता येत ना लोणावळ्याला. मग घरात आहे तेच पुरवून वापरायला लागतं. त्यातही हळद, मीठ, मिरची अशा वस्तू पठारावर कोणाच्या तरी घरी उसन्या मिळतात. मात्र रॉकेलची संगळ्यांकडंच ओरड. ना ते उसनं मिळत ना दुकानावर जाण्याची सोय. धरणाला वेढा घालून दिवसभर पायपीट करून पौडला गेलं तरी दुकानात ते मिळेलच याची खात्री नाही. आणि दुकानदार नुसतं रॉकेल देत नाही. त्यासाठी काही तरी बाजारही करायला लागतो. अशा अवस्थेत घरातल्या काडेपेटीतल्या काड्या वाचवण्यासाठी जी रोज चुलीतल्या राखेत निखारा झाकून ठेवून चूल पेटवते ती सरस्वती एवढा बारीक विचार करणारच! पण नामदेवनं त्याकडं दुर्लक्ष केलं. म्हणाला,

''बघू, संपलं तर मी देईल आनून.'' असं म्हणून त्यानं तुकारामला बजावलं. म्हणाला,

“तुक्या, पन रातच्याला वाचायचं. लवकर जेवून घे आणि पेंगायचं नाय.”

“नाय पेंगणार.” म्हणत तुकारामनं मान हलवली. सरस्वती त्याला हाताला धरून घरात नेत म्हणाली,

“चल खापर घे आन् साळंत जा. नाय पेंगनार म्हनं. त्वांड बघ.”

संध्याकाळनंतर पावसाला सुरुवात झाली. दोन दिवसांच्या विश्रांतीनंतर आता त्यानं जोर धरला होता. तुकाराम त्या पावसातच भिजत आला. त्यालाही पुस्तक वाचायची ओढ होती. रात्री जेवण झाल्याझाल्याच तो नामदेवला म्हणाला,

“बाबा, चल वाचू पुस्तक.”

मग नामदेवनं जेवणं झाल्यावर ओटीवर चिमणी घेतली. पोरी झोपल्या होत्या. सरस्वती भांडी घासत होती आणि देवा त्याच्या कोपऱ्यात अंथरुणावर पडला होता. चिमणीला अगदी खेटून तुकाराम पुस्तक घेऊन बसला. त्याच्यासमोर नामदेव आणि म्हादू त्याच्याकडं बघत तो काय वाचतोय ते कान देऊन ऐकायला लागले. तुकारामनं पुस्तक उघडलं आणि वाचायला सुरुवात केली–

“माझी साक्ष, मुळशीतल्या मावळ्यांना ज्याच्या श्रद्धेनं आणि शपथेनं आपल्या पिढ्यान्‌पिढ्याच्या जमिनी वाचविण्यासाठी लढण्याचे बळ दिले त्या ज्योतिरूपेश्वराच्या चरणी अर्पण...

केवळ शेतकरी नाही म्हणून मी जिवंत राहिलो आणि त्या ऐतिहासिक मुळशी सत्याग्रहाची साक्ष देण्याची वेळ आज माझ्यावर आली. मी त्या लढ्यात उतरलो ते मुळशी पेट्यातील शेतकऱ्यांसाठी. मात्र आज त्या लढ्याची साक्ष मी देत आहे ती केवळ माझ्यासाठी. ती देणे माझ्यावर बंधनकारक नाही; मात्र ती दिल्याने कदाचित माझ्या मनाच्या वेदना कमी होतील अशी माझी समजूत आहे. साक्षीदाराने साक्ष देताना खरे ते सांगावे हीच न्यायदेवतेची अपेक्षा असते. गीतेवर हात ठेवून खोटे बोलणारा न्यायदेवतेला आणि समाजाला फसवेल. पण स्वतःला कसा फसवू शकेल. समाजाला फसवून ज्याचे मन स्वस्थ बसते तो माणूस नाही आणि मला पशू म्हणून मरायचे नाही. माणूस म्हणून मरण्यासाठीची ही माझी धडपड! मी शेतकरी

असतो तर धरणात सर्वस्व बुडाल्यानंतर पुणे-मुंबईसारख्या मोठ्या शहरांमध्ये मिळेल ती मजुरी करीत गुलामासारखे लाजिरवाणे जीवन जगत राहिलो असतो. असे जीवन जे स्वाभिमानाने, सन्मानाने जगणाऱ्या शेतकऱ्याला मृत्यूसमान असते. त्या अर्थाने मुळशी धरणाने अशा शेकडो शेतकऱ्यांना देशोधडीला लावून त्यांचा बळी घेतला आहे. त्याच बळींचा मी साक्षीदार आहे.

आज मुळशी लढ्याचा साक्षीदार होणे माझ्यासाठी जितके वेदनादायक आहे, तितकेच योगायोगाने का होईना, पण एका शाळामास्तराला साक्षीदाराच्या पिंजऱ्यात उभे राहून जीवनाला सामोरे जावे लागते, हेसुद्धा वेदनादायक आहे. खरे तर ही साक्ष मी लिहायला घेतली तेव्हा माझा सत्तर वर्षांचा जीवनपट माझ्या डोळ्यांसमोर उभा राहिला. पण या सत्तर वर्षांत मी खरा जगलो ते चारच वर्षे. बाकी सहासष्ट वर्षे केवळ पोटभरणेच होते. मग पोटार्थ्याने काय लिहावे? आज मागे वळून बघतो, तेव्हा वाटते, करवीर संस्थानातून मुळशी पेट्यात शिक्षक म्हणून आलो नसतो तर ती चार वर्षेही जगलो नसतो. आणि मरताना, विद्यादान करत आपणही हे जीवन किती परोपकारी वृत्तीने जगलो! असे म्हणत समाधानाने डोळे मिटले असते. पण जीवन म्हणजे काय हे मला मुळशी लढ्याने शिकवले. अगोदर नावागावाने कोणीही असलो तरी या लढ्यानेच साठे गुरुजींना जन्म दिला. मलाही आता फक्त साठे गुरुजी म्हणूनच मरायला आवडेल. म्हणून मी, माझे कुटुंब, माझे घर... यापेक्षा मुळशी लढ्यातील ती चार वर्षे, हेच माझे आयुष्य समजतो आणि त्यालाच सामोरा जातो.

खरे तर मी मुळशी पेट्यात आलो तेच मुळात नाखुशीने. कोल्हापूरमधील अंबाबाई मंदिरासमोरच्या आमच्या घराचा परिसर आणि मुळशी पेट्यातील एका खेड्यातला परिसर दोन्ही कमालीचे भिन्न होते. हा पेटा डोंगरांनी वेढलेला होता. या डोंगरांमुळेच पेट्याचे दोन भाग पडले. एक आवळस खोरे आणि दुसरे ताम्हिणी खोरे. यापैकी ताम्हिणी खोऱ्यांतून वाहणाऱ्या निळा नदीच्या काठावर, वडगावमध्ये मल्लिर्जुनचे मंदिर होते. आणि आवळस खोऱ्यातून वाहणाऱ्या मुळा नदीच्या काठावर आकसईमध्ये ज्योतिरूपेश्वराचे मंदिर होते. या स्वयंभू देवालयांवर पेट्यातील लोकांची अपार श्रद्धा होती. धरण झाल्यावर ती दोन्ही मंदिरे पाण्यात बुडाली. त्या अपार श्रद्धेचे पुढे काय

झाले, याचा शोध मात्र मी अजूनही घेत आहे! श्रद्धेवरच मनुष्य आणि समाज टिकून असतो. त्याला जगण्याचे बळ मिळते, असे थोडे अवजड मुलांना सांगितले, की मला वर्गात काहीतरी चांगले शिकविल्याचा आनंद मिळत असे. आणि असा आनंद मिळविण्यासाठी मी मुलांना ते किती समजते आहे याचाही विचार करत नसे!

या दोन मंदिरांव्यतिरिक्तही पेट्यात असंख्य मंदिरे होती. तीसुद्धा बुडाली. भात, नाचणी, वरई, तूर, हरबरा... अशी पिके इथला शेतकरी घेत होता. आंबेमोहोर आणि साळ या भाताच्या दोन जाती इथे मोठ्या प्रमाणात लावल्या जात. वरकस जमिनीवर नाचणी, वरईसारखी पिके घेतल्यानंतर ती जमीन गवतासाठी रिकामी ठेवली जाई. पावसाळ्यानंतर ते सर्व गवत कापून उन्हाळ्यातील गुरांच्या चाऱ्यासाठी ते रचून ठेवले जाई. इथे आंबेमोहोर इतका पिकायचा, की या पेट्याला आंबेमोहोराचे कोठार म्हटले जायचे. येथील हवामान, पावसाचे प्रमाण या पिकासाठी पोषक होते. आणि तेच त्यांच्या उपजीविकेचे मुख्य साधन होते. तूप, लोणी, मध, करवंदे, जांभळे, तोरणे, आंबे अशा काही गोष्टींतूनच येथील शेतकऱ्याला पैसा दिसत होता. त्या विकण्यासाठी त्यांना पौडला नाहीतर पुण्याला जावे लागत होते. अशा पूर्णतः निसर्गावर अवलंबून असणाऱ्या शेतीप्रधान पेट्याने हळूहळू मला भुरळ घातली. निसर्गातले असे स्वयंपूर्ण जीवन मला भावले. अजून पेट्यात कुठेही कारखानदारीने प्रवेश केला नव्हता. पेट्याला पुणे शहर चिकटलेले असले तरी अजून इथं ग्रामीण संस्कृती मूळ धरून होती. मराठा आणि कुणब्यांच्या येथील गावात अठरापगड जातीची लोकं होती. सुतार, चांभार, न्हावी, कोळी... असे बलुतेदार शेतकऱ्यांची कामे करून त्यांच्याकडून बलुते घेत होते. येथील जवळजवळ प्रत्येक गावात महारवाडा होता. गावात त्यांचेही स्थान आणि कामे ठरलेली होती. गाव, गावकी आणि भावकी करत असला तरी येथील शेतकरी समाधानाने जगत होता. यात्रा, उरूस आणि बाराही महिने सण साजरे करीत होता. पंढरपूर, आळंदीची वारी तर त्याचा केवढा जिव्हाळ्याचा विषय! येथे घरोघरी असणारे वारकरी कायम भजन-कीर्तनात रंगलेले दिसतात आणि वारीची वाट पाहतात. त्या वारीतच त्यांना दुःख विसरण्याचे बळ मिळते. इथला शेतकरी असा आपला आनंद मिळवत होता. मीसुद्धा तो मिळवायला लागलो. आणि त्यांच्यात मिसळून त्यांच्यातलाच

एक झालो. मुळशी पेट्याशी माझे नाते जुळले ते असे. पुढे या पेट्याशीच मी एकरूप झालो.

एकदा एकरूप झालो की अंतरंग दिसायला लागते. सुखी, समाधानाने जगणाऱ्या येथील शेतकऱ्यांच्या जीवनाला एक दुखरी, काळी किनारही होती. हळूहळू मला ती दिसायला लागली. ती म्हणजे येथील सावकारी! येथील सर्व शेती पावसावर अवलंबून होती. ती करणारा शेतकरीही गरीब होता. श्रीमंत शेतकरी पेट्यात नव्हताच. श्रीमंत होते ते वतनदार आणि सावकार. या वतनदार आणि सावकारांमध्ये जास्त करून ब्राह्मण आणि गुजर होते.

काही शेतकऱ्यांना मी त्यांनी गहाण ठेवलेल्या जमिनींची गहाणखते आणायला सांगितली. तेव्हा ते शेतकरी सावकाराकडे जाऊन गहाणखते बघायला मागू लागले. सावकारांनी त्यांना त्यांची गहाणखते दाखविण्यास नकार दिला. शेतकऱ्यांना असे थोडे जागृत करण्याचा माझा प्रयत्न होता.

मला येथील शेतकरी असा सावकारी पाशातून सुटण्याची चिन्हे दिसत असताना, त्या शेतकऱ्यांचे उज्ज्वल भविष्य दिसत असताना. एक दिवस पेट्यात अचानक एक बातमी येऊन धडकली, 'मुळशी पेटा पाण्यात बुडणार.' या बातमीने पेट्यातील सर्व शेतकरी अस्वस्थ झाले. सावकारही अस्वस्थ झाले. काही दिवसांनी कळले की पेट्यात मुळा आणि निळा नदीच्या संगमावर परीटवाडीजवळ टाटा पॉवर कंपनी एक धरण बांधत आहे आणि त्याला सरकारने परवानगी दिली आहे. त्यामुळे सरकार आणि कंपनीने जमिनी ताब्यात घेण्याचा सपाटा लावून पेट्यातील चार-दोन शेतकऱ्यांना तशा नोटिसाही दिल्या. एक दिवस एक शेतकरी माझ्याकडे त्याला मिळालेली नोटीस घेऊन आला.

ती नोटीस घेऊन मी पुण्यातील माझ्या एका वकील मित्राला भेटलो. त्याला मुळशी पेट्यातील शेतकऱ्यांची अवस्था सांगितली. गहाणवट जमिनींविषयी सांगून त्याच्यापुढे त्या शेतकऱ्याची ती नोटीस ठेवली.

"अशा अवस्थेत आता मुळशी पेट्यातील शेतकऱ्यांनी काय करायचं?"

मी त्या शेतकऱ्याच्या मनातला प्रश्न थेटपणे माझ्या वकील मित्राला विचारला. तेव्हा तो लगेच म्हणाला,

"भरपाईची मागणी."

पेट्यात आल्यावर मला एक समाधानकारक बातमी समजली की,

पेट्यातील सावकारांनी धरणाच्या विरोधात आता काहीतरी हालचाल सुरू केली आहे. आणि ते सर्व सावकार शेतकऱ्यांना घेऊन गावोगावी बैठका घेत आहेत. आपण आताच हालचाल नाही केली तर आपली जमीन जाईल, ही भावना जरी त्यांच्यात असली तरी हालचाल करायची म्हणजे नेमके काय करायचे. हे त्यांना अजून काही सुचत नव्हते. पेट्यातील काही सावकारांचा पुण्याशी नेहमीच संबंध येत असे आणि पुण्यात काहींचे वाडेसुद्धा होते. ते सावकार काहीतरी करतील अशी त्या वेळी मला आशा वाटली. याच सावकारांची आणि मोठ्या शेतकऱ्यांची आवळसमध्ये बैठक झाली, त्या बैठकीला मी हजर राहिलो. त्या बैठकीत सर्वांनी पेट्यावर आलेल्या संकटाचा सामना कसा करता येईल याचा विचार केला आणि टाटांच्या योजनेला विरोध करण्याचे ठरविले. त्या बैठकीत मी माझ्या वकील मित्राने सांगितलेल्या काही महत्त्वाच्या गोष्टी सांगितल्या. सरकार आणि टाटा यांच्यात करार झालेला नसताना सार्वजनिक हिताच्या नावाखाली ही योजना येथे राबवून जमीन संपादन कायद्याचा हवा तसा वापर करून सरकार शेतकऱ्यांच्या जमिनी काढून घेण्याच्या विचारात असल्याचे आणि ते बेकायदेशीर असल्याचे सांगितले. शिवाय ही योजना सार्वजनिक हितासाठी असेल आणि त्यासाठी जर आपली जमीन घेतली जाणार असेल तर आपल्याला भरपाई मिळाली पाहिजे. मी असा भरपाईचा विषय काढल्यावर आवळसचे एक सावकार म्हणाले,

''हो. आपल्याला भरपाई मिळाली पाहिजे.''

त्या वेळी मी त्यांना म्हणालो,

''भरपाई मिळेल. मात्र त्यासाठी आपण सर्वांनी मिळून एकजुटीने सरकार आणि कंपनीला आपली बाजू सांगितली पाहिजे. आपण या योजनेला विरोध करायचे ठरविले आहे, तर तो विरोध आपण अशा पद्धतीने करू.''

माझ्या या मताला सर्व सावकारांनी होकार दर्शविला. त्या वेळी माझ्या लक्षात एक गोष्ट आली आणि ती म्हणजे योजनेला विरोध करण्यात आणि भरपाईच्या बाजूने बोलण्यात सर्व सावकार आघाडीवर आहेत. मात्र ज्यांची शेती प्रत्यक्ष पाण्याखाली जाणार होती ते शेतकरी मात्र पुढे होऊन काहीच बोलत नव्हते. त्या वेळी माझ्या मनात एक शंका आली. पेट्यात श्रीमंत शेतकरी खूप कमी आहेत. बहुतेक शेतकरी हे गरीब आणि काही केवळ मजुरी करणारे आहेत. या बहुसंख्य गरीब शेतकऱ्यांची जमीन सावकारांकडे

गहाण पडलेली आहे. उद्या विरोध लक्षात घेऊन सरकारने आणि टाटाने शेतकऱ्यांना भरपाई देण्याचे ठरविले तर ती मूळ शेतकऱ्याला मिळणार, की त्या सावकाराला मिळणार ज्याच्याकडे या शेतकऱ्यांची जमीन गहाण पडली आहे. माझे मन मला सांगत होते, की ही भरपाई त्या मूळ जमीनमालक शेतकऱ्यालाच मिळाली पाहिजे. तरी परत पुण्याला गेल्यावर आपण आपल्या वकीलमित्राला ते विचारावे असे मनाशी ठरवले. मात्र त्या वेळी मनात आलेली ती शंका मनातच ठेवली. जर त्या वेळी मी ती बोलून दाखविली असती तर सावकार आणि शेतकरी हे येथील जे मुख्य दोन वर्ग होते. त्यांच्या मनातही शंका येऊन एकजुटीला बाधा निर्माण झाली असती. आणि याचा फायदा साहजिकच टाटांना झाला असता. आता गरज होती ती आलेल्या संकटाला सामोरे जाऊन एकत्र लढण्याची. आणि त्याला सावकारांनीच पुढाकार घेतल्यामुळे गावोगावी प्रतिसादही मिळत होता. याशिवाय आपण विरोध करायचा तो शांततेच्या आणि घटनात्मक मार्गाने यावरही सावकारांचे एकमत झाले होते. अशा वेळी भविष्यात काय होईल याचा विचार आताच करून दुही माजवण्यात काही अर्थ नव्हता. मात्र भविष्यात ती दुहीच मुळशी सत्याग्रहाच्या पराजयाचे कारण ठरली. ती कशी हेच सांगण्यासाठी या घटनेचा सुरुवातीपासूनच साक्षीदार या नात्याने ते सर्व आपणांसमोर सांगण्याचा उपद्व्याप मी करत आहे.

ज्या सावकारांचा पुण्याशी सतत संपर्क होता आणि ज्याचा सावकारीचा धंदा मुळशीत, मात्र मुक्काम पुण्यात असणारे सावकार स्वतः काँग्रेस कमिटीचे सदस्य होते आणि त्यांचे पुण्यातील काँग्रेस नेत्यांशी जवळचे संबंध होते. हे सावकार काँग्रेसच्या नेत्यांना सर्व प्रकारची मदत करत होते. या सर्वांनी हालचाल करायला सुरुवात केलीच, पण शेतकऱ्यांनाही आपल्यावर आलेल्या संकटाची भयानकता समजू लागली होती. पेट्यातील सावकारही बरोबर असल्याचे बघून त्यांना आता धीर येऊन बळही आले होते. या सावकारांनी पेट्यावरील संकटाची माहिती पुण्यातील काही मोठ्या पुढाऱ्यांना दिल्यानंतर टाटांसारखा मोठा भांडवलदार, त्याचे इंग्रज सरकारशी असलेले जवळचे संबंध पाहून आणि कायद्याचा टाटा हवा तसा वापर करणार, सरकारी अधिकारी, पोलीस, कोर्ट या सर्वांचे टाटांना मिळणारे संरक्षण पाहून या सर्वांच्या विरुद्ध आपण कशा प्रकारचे आंदोलन केले तर टिकू, यावर सावकार आणि

पुढाऱ्यांमध्ये चर्चा सुरू झाली. हे सर्व पुढारी काँग्रेसचे असल्यामुळे काँग्रेसच्या अनेक अंतर्गत घडामोडी त्यांना माहीत होत्या. काँग्रेसमधले अनेकजण टाटांचे मित्र होते. शिवाय टाटांचे इंग्लंडपासून भारतापर्यंतचे गोपाळ कृष्ण गोखले, महात्मा गांधी, इंग्रज सरकारमधील मोठे अधिकारी... अशा अनेकांशी असलेले निकटचे संबंधही सर्वांना माहीत होते. एवढी पोहोच असलेल्या टाटांना अशा योजना मंजूर करून घेणे आणि त्या राबवणे काहीच अवघड नव्हते. अशा अनेक योजना टाटांनी याअगोदर शेतकऱ्यांना देशोधडीला लावून राबवलेल्या दिसत असताना, मुळशी पेट्यातही तसेच झाले तर आपणही देशोधडीला लागू ही भावना शेतकऱ्यांमध्ये होती. सावकारांनाही या योजनेमध्ये आपले प्रचंड नुकसान दिसत होते. सावकारीच्या धंद्यात त्यांना प्रचंड प्रमाणात पैसा आणि धान्याच्या रूपात उत्पन्न मिळत होते. ते थांबणार होते. वर्षानुवर्षे पेट्यात जे अनेक सावकार गरीब शेतकऱ्यांची जी पिळवणूक करून अधिकाधिक श्रीमंत होत होते त्या सर्व सावकारांच्या जागी आता एकच मोठा भांडवलदार येऊन सगळेच गिळंकृत करून एकटाच श्रीमंत होणार होता. आणि बाकी सर्वांना आपले गुलाम बनविणार होता. अशा मोठ्या शक्तीशी लढण्याचा मार्गही काहीतरी त्याच तोलामोलाचा असला पाहिजे. म्हणून या सावकारांनी एक बैठक घेतली. आवळसमधील केशवराव जोगळेकर, नानासाहेब देशपांडे आणि पेट्यातील इतर अनेक सावकारांबरोबर मी या बैठकीला पुण्याला गेलो. पेट्यातील एक सावकार अण्णासाहेब गद्रे आणि अप्पासाहेब गद्रे यांचा शनिवार पेठेत एक मोठा वाडा आहे. या वाड्यात ती बैठक झाली. अनेकांनी कोणत्या मार्गाने लढा द्यायचा हे सांगितल्यानंतर शांततेच्या आणि अहिंसेच्या मार्गानेच गेल्यावर आपण टिकू आणि त्यासाठी वाटलेच तर 'सत्याग्रह' करू असे त्या बैठकीत ठरले. हे सर्वजण काँग्रेसशी संबंधित असल्यामुळे महात्मा गांधींनी दक्षिण आफ्रिकेमध्ये अहिंसा आणि सत्याग्रहाच्या मार्गाने लढा देऊन यश मिळविले होते, हे या पुढाऱ्यांना आतापर्यंत चांगलेच समजले होते. या मार्गाने आपण गेलो, सत्याग्रह केला तर महाराष्ट्रभरातून आपल्याला पाठिंबा मिळेल आणि त्या जोरावर आपण आपल्या जमिनी वाचवू शकू, असे सर्वांना वाटायला लागले. पेट्यातील शेतकऱ्यांना भरपाईची फारशी माहिती नव्हतीच. त्यामुळे जमिनी कशा वाचतील हाच त्यांच्यापुढे प्रश्न होता. सावकार म्हणतील त्या मार्गाने जाऊन जर आपल्या जमिनी वाचणार असतील तर त्या

मार्गाने जाण्याची त्यांची तयारी होती. तोपर्यंत पेट्यातील शेतकऱ्यांना सत्याग्रह म्हणजे काय हे माहीत नव्हते. मुळशी पेट्यातील या शेतकऱ्यांना सत्याग्रहाची आणि पर्यायाने महात्मा गांधींची ओळख करून दिली ती पेट्यातील सावकारांनी आणि पुण्यातील पुढाऱ्यांनी. जमीन वाचेल या आशेवर त्यांनीही तो मार्ग स्वीकारला. पेट्यातील मराठा, कुणबी, महार, सुतार, न्हावी, कातकरी- आदिवासी... अशा संमिश्र जाती पाहून आणि मराठा जात शिवाजी महाराजांच्या मावळ्यांशी सांगत असलेले नाते पाहून ते सत्याग्रहासारख्या अहिंसक मार्गावर टिकू शकतील का? यावर या पुण्यातील पुढाऱ्यांच्या मनात शंका होती. मात्र सावकार आणि पुढाऱ्यांमध्ये हितसंबंध असल्यामुळे सावकारांनी या गोष्टीकडे जाणीवपूर्वक दुर्लक्ष केले आणि पुढाऱ्यांनाही करायला लावले. कारण मूठभर सावकार सत्याग्रह करून महाराष्ट्राचे लक्ष वेधू शकणार नव्हते. शिवाय ते श्रीमंत सावकार महाराष्ट्राच्या जनतेचा भावनिक पाठिंबाही मिळवू शकणार नव्हते. त्यामुळे त्यांना सत्याग्रह करण्यासाठी पेट्यातील शेतकरी हवा होता. आणि पेट्यातील शेतकऱ्याला आपल्या जमिनी वाचविण्यासाठी, पर्यायाने जगण्यासाठी सत्याग्रह करायचा होता. मी या दोन्ही गोष्टींकडे नीट लक्ष ठेवून होतो...

... सार्वजनिक हिताच्या नावाखाली कंपनी सरकारला हाताशी धरून जमीन संपादन कायदा आपल्या मर्जीनुसार राबवत आहे, अशी भावना सावकार आणि पुढाऱ्यांमध्ये होती. अशा वेळी अहिंसेच्या मार्गाने आणि सत्याग्रहाच्या मार्गाने जायचे ठरल्यानंतर पेट्यातील सर्व गावात पुन्हा बैठका सुरू झाल्या. आणि त्या बैठकांमध्येच एक कार्यकारी समिती नेमण्यात आली. या समितीने पेट्यावरील आलेले संकट आणि त्याने शेतकरी आयुष्यातून उठून त्याला पुणे-मुंबई सारख्या शहरात कसे हलाखीचे जीवन जगायला लागेल यासंबंधीची माहिती आणि शेतकऱ्यांचे गाऱ्हाणे जिल्हाधिकाऱ्यांच्या कानावर घातले. काही सावकारांचे केसरीचे संपादक नरसोपंत केळकर यांच्याशी संबंध होते. ते सावकार त्यांना भेटून आले. त्या वेळी मीही त्यांच्याबरोबर होतो. मुळशी पेट्यावर आलेल्या संकटाची जाणीव त्यांना करून दिली. केसरीच्या माध्यमातून आणि टिळकांनंतरचे एक मोठे

पुढारी म्हणून आपण त्यासाठी काहीतरी करावे अशी त्यांना आम्ही सर्वांनी विनंती केली.

कारण मुळशी पेट्यात टाटा कंपनीने कामास सुरुवात केली होती. दावडी, परीटवाडी अशा काही गावांत मोठमोठ्या साखळ्या लावून जमिनीची मोजणी सुरू झाली होती. तिपाईवर नळकांडे ठेवून जमिनीची पाहणी सुरू झाली. मजूर शेतात घुसून दाढी-रोपांच्या जागेवर खड्डे खणू लागले. खुंट्या ठोकून शेतकऱ्याला त्याच्याच वावरात जायला बंदी घालू लागले. हे सर्व करीत असताना शेतकऱ्यांच्या शेतात असलेल्या पिकाचे नुकसान होऊ लागले.

काही सावकारांच्या माध्यमातून मी पेट्यातील शेतकऱ्यांवर होणाऱ्या अत्याचाराची माहिती केसरी वर्तमानपत्रापर्यंत पोहोचवली. आणि केसरीनेही त्याची दखल घेतली. केसरीने अधिक लक्ष वेधले आणि सरकारी अधिकारी टाटांच्या अशा बेकायदेशीर कृत्याला समर्थन देऊन गरीब शेतकऱ्यांच्या तक्रारींची दखल घेत नसेल तर अशा शेतकऱ्यांनी कुठे जायचे? अशा आशयाची बातमी छापली. केसरीची ती बातमी पुण्यातील 'लोकसंग्रह'या वर्तमानपत्रातील बातमीदार विनायकराव भुस्कुटे यांच्या वाचनात आली आणि ते पेट्यात आले.

पेट्यात असलेली ज्योतिरूपेश्वर, मल्लिकार्जुनसारखी स्वयंभू देवालये पाण्यात बुडणार असल्याने लोकांमध्ये मोठ्या प्रमाणात असंतोष निर्माण झाला होता. कारण पेट्यातील शेतकरी अत्यंत धार्मिक वृत्तीचा आणि देवाला मानणारा असा होता. मोठी देवालयेच नाही तर वाटेवर असणारी म्हसोबा, वाघजाई... अशी देवांची ठाणी आणि प्रत्येक शेतकऱ्याच्या कौटुंबिक भावविश्वात वेगळे स्थान असणारी शेतातली देवाची ठाणी पाण्यात बुडणार, या कल्पनेनेही तो अस्वस्थ झाला होता. त्यांना आपल्यावर आलेल्या संकटाचा प्रतिकार कसा करावा हे सांगणारा आणि त्यांचे नेतृत्व करणारा कोणीतरी नेता हवाच होता. त्यांना तो पहिल्यांदाच भुस्कुटेंमध्ये दिसला. भुस्कुटे गावोगावी हिंडत होते. शेतकऱ्यांच्या घरात, त्यांच्या खोपटात, मांडवात कोठेही राहत होते. त्यांच्याच घरी जेवण करत होते. थंडी, वारा, पाऊस कशाचीही तमा न बाळगता पेट्यातील शेतकऱ्याला वाचविण्यासाठीची त्यांची तळमळ शेतकऱ्यांना दिसत होती. ज्याप्रमाणे शेतकरी त्यांना ओळखायला

लागले होते, तसेच भुस्कुटेही शेतकऱ्यांच्या शेकोटीसमोर शेकता शेकता शेतकऱ्यांच्या मनात नेमकं काय चालले आहे ते जाणून घेत होते. त्यातून त्यांना जे जाणवले ते भुस्कुटेंनी एक दिवस माझ्याजवळ बोलून दाखवले. म्हणाले,

"गुरुजी. या शेतकऱ्यांना आपल्या जमिनी तर वाचवायच्या आहेतच, पण त्यांना सावकाराच्या पाशातूनही सुटायचे आहे. ज्या सावकारशाहीने त्यांच्या जमिनी तात्पुरत्या बळकाविल्या आहेत आणि जी भांडवलशाही त्या कायमच्या बळकाविण्याच्या विचारात आहे, त्या सर्वांतून या शेतकऱ्यांना सुटायचे आहे. त्या आशेनेच हा शेतकरी सत्याग्रहाकडे आणि आपल्याकडे पाहत आहे. त्यामुळे आपल्यासमोर आता फार मोठे आव्हान उभे आहे. आपल्याच माणसाने परकीय सरकारला हाताशी धरून आपल्याच माणसांना नागविण्याचा जो प्रयत्न चालविला आहे, तो जर आपण हाणून पाडण्यात अयशस्वी झालो तर भविष्यात जरी हा देश परकीय सत्तेच्या जोखडातून मुक्त झाला तरी तो टाटांसारख्या भांडवलदाराच्या हातचे बाहुले होईल आणि येथील गरीब शेतकरी भांडवलदारांचा गुलाम होईल. मग इंग्रज राजवटीच्या जागी एक नवी भांडवलशाही या देशात निर्माण होऊन येथील गरीब जनतेवर राज्य करीत राहील."

भुस्कुटे जे बोलत होते ते टाटांची जुलूमशाही आणि गरीब शेतकऱ्यांची अवस्था पाहूनच बोलत होते. त्या वेळी माझ्याही मनात असेच काही विचार येत होते. मात्र पेट्यात झालेल्या मोठ्या तीन सभांमुळे शेतकरी आता जागा होऊ लागला होता आणि विशेष म्हणजे तो सत्याग्रहाला तयार झाला होता.

धरणाचं काम एका बाजूला सुरू होतं. सत्याग्रहाच्या तारखेवरून पुढाऱ्यांमध्ये असा वादही सुरू होता. यात त्यांच राजकारण असलं, तरीही मुळशी पेट्यात आपल्या हक्कासाठी जागरूक झालेल्या शेतकऱ्यांची आज टाटांच्या विरुद्ध एकजूट झाली आहे, याची येथील सावकारांनी धास्ती घेतली होती. यावरून भांडवलदार, पैसेवाल्यांना या गरीब शेतकऱ्यांविषयी काय वाटते हे माझ्या लक्षात येत होते. त्यांना गरिबांनी मान वर करून बघावे असे वाटतच नाही. त्यांनी कायम आपल्यासमोर मान खाली घालून जगावे. आपल्या दारातील इमानी कुत्रे म्हणून जगावे अशीच त्यांची इच्छा. त्या इच्छेविरुद्ध मुळशी पेट्यातील तेराशे शेतकरी सत्याग्रहाला तयार झाले, तेव्हा

सावकारांनी आपल्या सत्तेला सुरुंग लागतो की काय, असे वाटून टाटाचा काटा काढायला निघालेले येथील शेतकरी उद्या आपलाही काटा काढतील आणि मग धरण जरी नाही झाले तरी आपण सत्ता कोणावर गाजवणार या विचाराने ते धास्तावले होते. म्हणूनच सत्याग्रहाची भीती दाखवून जास्तीत जास्त भरपाई घेऊन हा पेटा सोडण्याचा त्यांचा विचार होता. आता तर मला हेच सावकार केळकरांसारख्या मोठ्या पुढाऱ्यांच्या तोंडून बोलतात असे वाटायला लागले होते. कारण भुस्कुटेंबरोबर राहून या पुढाऱ्यांमध्ये काय बोलणी चालतात हे मी रोज ऐकत होतो. त्यामुळे पुण्यातील आणि राष्ट्रीय पुढाऱ्यांतील, त्यांच्या राजकारणातील अनेक गोष्टी मला समजत होत्या. टाटा जसे राष्ट्रीय पुढाऱ्यांना मदत करतात तसेच येथील सावकार पुण्यातील पुढाऱ्यांना मदत करतात. मग हे पुढारी सावकारांच्या विरुद्ध जातील कसे? सावकारांचे अहित होईल असे वागतील कसे? कारण सावकारांचा तोटा म्हणजे पर्यायाने त्यांचाही तोटाच होता.

मात्र, हे मी शेतकऱ्यांना सांगू शकत नव्हतो. त्यांची सत्याग्रहाची मानसिकता बळावली होती. बारामती परिषदेवरून येण्याअगोदर शेतकऱ्यांमधील आत्मविश्वास म्हणत होता,

“सावकार आमच्याबरोबर नसले तरी चालतील. आम्ही सत्याग्रह करू. त्यात जिंकू. पहिल्यांदा टाटाचा काटा काढू आणि मग सावकारांचा काटा काढायला कितीसा वेळ लागतो!”

पिढ्यान्‌पिढ्या सावकारांच्या दावणीला बांधलेल्या या शेतकऱ्यांमध्ये हा जो आत्मविश्वास आला होता तो मला खूप महत्त्वाचा वाटत होता. आपल्याच शेतात आपण वर्षभर कष्ट करायचे आणि वर्षाच्या शेवटी पीक आले, की ते घ्यायला खळ्यावर सावकाराची बैलगाडी उभी राहायची. हाच शेतकरी खळ्यातले आपले पीक त्या सावकाराच्या बैलगाडीत भरायचा. एवढा अन्याय होऊन कधी सावकाराशी कमी पीक दाखवून गद्दारी करायची त्याची भावना होत नसे. अन्याय सहन करणे हे त्याच्या रक्तातच भिनले होते. तोच शेतकरी आज टाटांसारख्या बलाढ्य शक्तीविरुद्ध उभा राहून सावकारांचा काटा काढायची भाषा करत होता. हे आम्ही गेले काही दिवस पेट्यात करत असलेल्या कामाचे फळ होते.

अष्टमीच्या दिवशी पांडुरंग बापट पुण्यातून काही स्वयंसेवकांना घेऊन

पेट्यात आले. मंडपात त्यांना बघून पुण्याच्या काही मंडळींनी बापटांच्या शुद्ध सत्याग्रहाचा आणि त्याच्या हिंसक मतांचा उल्लेख करून ते सत्याग्रहाचे नियम पाळतील का? अशी शंका उपस्थित केली. तेव्हा 'सत्याग्रहाच्या मर्यादा मला माहीत आहेत. त्या मी पाळीन आणि सत्याग्रह मंडळ ठरवील त्या स्थितीत मी वागेन' असे बापटांनी कबूल केल्याचे आम्ही सांगितल्यावर ही शंकेखोर मंडळी गप्प बसली. आम्हांला पांडुरंग बापटांविषयी काही माहीत नव्हते; पण भुस्कुटे त्यांना चांगले ओळखत होते. *त्यांच्याकडूनच मला समजले की बापट केवळ मुळशी पेट्यातील शेतकऱ्यांसाठी आपली ज्ञानकोशाची शंभर रुपये पगाराची नोकरी सोडून आले आहेत. त्यामुळे सुरुवातीपासूनच त्यांच्याविषयी माझ्या मनात आदर निर्माण झाला. भुस्कुटेंच्या चेहऱ्यावर मात्र बापट आल्याचा आनंद मला दिसत होता. त्यांना बापटांचा मोठा आधार वाटला आणि ते खरेसुद्धा होते. कारण आम्ही कोणत्याही मोठ्या पुढाऱ्यांशिवाय केवळ शेतकऱ्यांच्या विश्वासावर आणि भविष्यात पुण्यातील, महाराष्ट्रातील पुढाऱ्यांना या मुळशी पेट्यातील शेतकऱ्यांच्या दुःखाची जाणीव होईल आणि ते आम्हांला मदत करतील या आशेवर या सत्याग्रहाचे पाऊल उचलले होते.*

रामनवमीच्या मुहूर्तावर सुरू झालेला हा सत्याग्रह पुढे पंधरा दिवस चालला. शेतकरी सत्याग्रह नियमांचे पालन करीत होते. त्याला कोठेही बाधा पोचेल असे कृत्य त्यांच्या हातून होत नव्हते. आणि दुसऱ्या बाजूला मजुरांना काही काम करता येत नव्हते. कारण प्रत्येक कामाच्या ठिकाणी शेतकरी आडवा पडत होता. त्यामुळे मजुरांची मजुरी तर जात होतीच पण काम काही होत नव्हते. म्हणून कंपनीचे एक अधिकारी मि. कॅमेरॉन यांनी धरणाच्या पायासह मुळशीच्या हद्दीतील सर्व कामे पुढील सहा महिने बंद ठेवण्याचा निर्णय घेतला. आणि या प्रश्नाचा निकाल लागेपर्यंत परत काम सुरू करण्यात येणार नाही, अशी तडजोडीची बोलणी आमच्याशी केली. आम्ही विचार करून त्याला होकार दिला. आणि पंधरा दिवसांनी हा सत्याग्रह थांबला.

पंधरा दिवस शेतकऱ्यांनी स्वयंस्फूर्तीने स्वतःच्या हिमतीवर आपल्या मायभूमीच्या रक्षणाकरिता बलाढ्य भांडवलदार कंपनी आणि तिला साथ देणारे इंग्रज सरकार यांच्या विरुद्ध सत्याग्रह चालविला. त्यात तात्पुरते यश मिळाले होते; जे पुढील लढाईसाठी प्रेरणादायी होते.

ही वार्ता वर्तमानपत्राच्या माध्यमातून साऱ्या महाराष्ट्रभर पसरली. कारण

मुळशीतील शेतकरी आपल्या जमिनी वाचविण्यासाठी टाटा कंपनी आणि सरकारविरुद्ध सत्याग्रह करीत आहे ही बातमी ऐकून अनेक वर्तमानपत्रांचे बातमीदार मुळशीत आले होते. त्यांच्या राहण्याची व्यवस्था आम्ही मंडपातच केली होती. यातील काही बातमीदार शेतकऱ्यांशी बोलून त्यांची सत्याग्रहामागची भूमिका जाणून घेत होते. आणि त्याला प्रसिद्धीही देत होते. त्यामुळे मुळशी पेट्यातील शेतकऱ्यांची व्यथा महाराष्ट्रभर पोचली.

सहा महिने काम थांबल्याचा आम्हांला आनंद होता. पण दुसऱ्या बाजूला सत्याग्रह लांबणीवर टाकण्यात अयशस्वी झालेल्या सावकार आणि त्यांच्याशी संबंधित पुढाऱ्यांच्या वेगळ्याच हालचाली सुरू झाल्या आहेत, असे माझ्या कानावर यायला लागले. भुस्कुटेंकडूनही मला तसे अनेकदा ऐकायला मिळाले. त्याला कसे तोंड द्यायचे याचे आता आणखी वेगळे नियोजन आम्हांला करायला लागणार होते. कारण ज्या टाटांनी सरकारला हाताशी धरून अशा अनेक योजना राबवल्या त्यांना मुळशीतील शेतकऱ्यांनी सत्याग्रह करून मोठा धक्का दिला होता. मोठे साम्राज्य पसरवून देशावर राज्य करण्याची महत्त्वाकांक्षा असणारा भांडवलदार आता गप्प बसणार नव्हता हे उघड होते. पैशाच्या जोरावर टाटा आता अनेक लटपटी करणार हेसुद्धा उघड होते. त्यामुळे पुढचे दिवस आमच्यासाठी मोठे कठीण होते...''

तुकाराम असं वाचता वाचताच चिमणी विझली आणि अंधार झाला.

''हिला आताच जायचं व्हतं!''

असं म्हणून नामदेवनं अंधारातच चिमणी उचलली. त्याला ती एकदम हलकी लागली म्हणून त्यानं हलवून पाहिली तर तिच्यातलं रॉकेल संपलं होतं. रॉकेल भरण्यासाठी तो आतमध्ये गेला आणि रॉकेलचा डबा शोधायला लागला. त्या आवाजानं सरस्वतीला जाग आली आणि ती उठली. तिच्या बांगड्यांच्या आवाजानं ती उठल्याचं नामदेवला जाणवलं आणि त्यानं तिलाच विचारलं,

''घासलेटचा डबा कुनीकं ठेवलाय?''

''म्हंजी काय आजबी रातभर चिमनी जाळली का काय तुमी?'' तिनंच उलट नामदेवला प्रश्न केला. त्यावर नामदेव म्हणाला,

''आधी डबा कुनीकं सांधीकोपऱ्याला ठेवलाय ते सांग.''

तसा तिनं अंधारातच तिपाडात ठेवलेला रॉकेलचा डबा काढला आणि रागारागानंच नामदेवच्या पायाजवळ आपटला. म्हणाली,

“घ्या. आन् आघुटीभर नाय पुरलं तर बसा रोज अंधारात.”

तो डबा हातात घेऊन नामदेव चुलीसमोर गेला. चुलीत निखारा होता. त्यात कोपऱ्यातल्या फाट्यांमधल्या बारीक काड्या टाकून तो पेटवला आणि त्याच्या उजेडात चिमणीत रॉकेल भरता भरता तो सरस्वतीला म्हणाला,

“सोन्यावानी घासलेटाचा डबा तिपाडात ठेवलाय. तसं काय कुनी चोरून नेनार हाये!”

“रातीच्या अंधारात सोनं नाय उपेगाला येनार. येक दिस आघुटीला रातीच्या अंधारात सयपाक करून दावा आन् मंग बोला. संपलं तर आख्ख्या पठाराव कुनी थेंबभर घासलेट देत नाय, की काड्याच्या पेट्यातली येक काडी देत नाय.”

सरस्वतीची अशी तणतण ऐकून,

“बरं बरं. संपल्याव आनून देईन. अजून दोन-तीन दिवस चालंन आमचं, परत बोलू नको.”

असं म्हणून नामदेव रॉकेल भरलेली चिमणी पेटवून परत म्हादूजवळ जायला लागला. तेवढ्यात कोंबडा आरवला. तसा म्हादू नामदेवकडं बघत म्हणाला,

“रात संपली की रं पुन्याच्या मंडळीचं राजकारान ऐकत. आमी आपलं पुन्याच्या मंडळीचं पाय धुवून प्यायाचा इचार करत व्हतो आन् ते आमच्या मागून आमचा घात करीत व्हते.”

असं म्हणून त्यानं तुकारामकडं पाहिलं, तेव्हा तुकाराम बसल्या जागीच आडवा होऊन झोपला होता. त्याच्याकडं बघत त्याच्या अंगावर गोधडी टाकत म्हादू म्हणाला,

“आजबी पोराला रातभर जागवलं.”

कोंबड्याच्या आवाजानं सरस्वतीचाही हात आता सुरू झाला होता. ते ऐकून परत म्हादूच म्हणाला,

“नामा, आता यांनी म्होरं आनखी काय दिवं लावलं ते उंद्या बघू.”

आज नामदेवनं चिमणी घेतल्यावर सरस्वतीनं पुन्हा तोंड वाकडं केलं.

पण नामदेवनं तिच्याकडं रागानं पाहिल्यानं ती काही बोलली नाही. तुकाराम तीन रात्री जागला होता. पण साठे गुरुजींच्या या पुस्तकानं त्याची वाचनाची हौस भागत होती. त्यामुळे आजही उत्सुकतेनं त्यानं पुस्तक हातात घेतलं. अक्षरांशी खेळता खेळता आलेल्या आपल्या वाचनकौशल्यावर स्वतःच खूश होत तो ते चिमणीच्या उजेडात वाचायला लागला–

"...या कठीण दिवसांनी पुढे तीन वर्षे आमची परीक्षा घेतली. कारण टाटांनी सहा महिन्यांसाठी काम थांबवले असले तरी त्यांच्या कारवाया चालूच होत्या. पौडहून मुळशीकडे येणाऱ्या लोकल बोर्डाच्या रस्त्यावर कंपनीने रेल्वेचे रूळ अंथरायला सुरुवात केली होती. ही रेल्वे चिंचवडहून मुळशीमध्ये येणार होती. आणि त्यातून धरणासाठी लागणारा कच्चा माल येणार होता. याचा अर्थ आता तात्पुरते सहा महिन्यांसाठी कंपनीने काम थांबवले असले तरी धरण पूर्ण बांधण्याचा कंपनीचा डाव उघड दिसत होता. म्हणजे एक प्रकारे कंपनी आमची फसवणूकच करत होती.

महाराष्ट्रातून सत्याग्रहाला पाठिंबा मिळत असताना पेट्यात मात्र काही सावकार आपल्या शपथा मोडायला लागले. शेतकऱ्यांच्या गहाणवट जमिनीचे पैसे घेऊ लागले. त्यांना चाप बसावा म्हणून आम्ही वडगावमधील मल्लिकार्जुनच्या मंदिरात सावकारांची सभा घेऊन त्यांना भरपाई घेण्यापासून रोखण्याचा प्रयत्न केला. पण त्यांनी पैसा नाही आणि जमीनही बुडणार, मग सत्याग्रह कशाला करायचा? असा आम्हांलाच प्रश्न केला. हळूहळू काही शेतकरीही असेच बोलू लागले. त्यांचीही काही चूक नव्हती. कारण सावकार त्यांच्या जमिनीचे पैसे घेत होता अशी त्यांना कुनकुन लागली होती.

धरणाची भिंत उंच उंच दिसायला लागली होती. ती पाहून शेतकरी खचला होता. सत्याग्रह करून काहीच उपयोग झाला नाही आणि होणारही नाही अशी त्यांच्या मनाची अवस्था झाली होती. अशा वेळी या गरीब शेतकऱ्यांचे आणखी नुकसान होऊ नये, म्हणून सेनापती बापटांनी शेतकऱ्यांना नुकसान भरपाई घेण्याची परवानगी दिली. बापटांनी असा निर्णय घेण्याला पेट्यातील परिस्थिती कारणीभूत असली तरी आम्हांला त्यांच्या नुकसान भरपाईबाबतच्या भूमिकेचे आश्चर्य वाटले. ज्या शेतकऱ्यांनी 'जान किंवा जमीन' म्हणून सत्याग्रहात भाग घेतला त्या शेतकऱ्यांना भरपाई घ्यायला सांगणे म्हणजे तुम्ही आता पाण्यात बुडून मरा नाहीतर तुम्ही तुमचे बघून घ्या,

अहिंसक मार्गाने सुरू झालेल्या सत्याग्रहाचा शेवट असा हिंसक मार्गाने झाला. हिंसक मार्गाचे समर्थन मी करणार नाही. भुस्कुटेंनीही त्या वेळी ते केले नाही. पण बापटांना हे करायला भाग पाडले ते टाटा आणि सरकारने अवलंबलेल्या नीतीने. सेनापतींनी हिंसक मार्गाचा अवलंब केला असला तरी तो कोणाचा जीव घेण्याच्या हेतूने केला नव्हता, असे मला वाटते. कारण तसे असते तर सगळे कायदे मोडून, सरकारला हाताशी धरून, भल्याबुऱ्या मार्गाचा अवलंब करून, गरीब शेतकऱ्यांना त्यांच्या पिढ्यान्‌पिढ्यांच्या जमिनीवरून हाकलून लावून आपल्याला हवे तेच करणाऱ्या टाटांनाच त्यांनी गोळी घालून ठार केले असते. मात्र बापटांनी गोळी झाडली ती सडलेल्या यंत्रणेवर. यात त्यांच्या विचारांची प्रगल्भता दिसते. खरे तर त्या वेळी ते काहीही करू शकले असते. ते परदेशातून बॉम्ब बनविण्याचे प्रशिक्षण घेऊन आलेले होते. त्यांच्याकडे हत्यारे होती. त्यांच्या हिंसक मार्गात त्यांना साथ करणारे कार्यकर्ते त्यांच्याकडे होते. तरीही त्यांनी टाटांना लक्ष्य केले नाही. त्यांनी लक्ष्य केले ते टाटा वृत्तीला!

मुळशी पेट्यातून मात्र बापटांच्या या कृत्यावर उलटसुलट प्रतिक्रिया ऐकायला येऊ लागल्या.

"असं हत्यार घिऊन लढायचं व्हतं तर आमाला सत्याग्रहाची वाट कशाला दावली? ते आमी कव्हाच घेतलं असतं आणि टाटाचा काटा काढला असता. आन् आता सेनापतींना हत्यारच उचलायचं व्हतं तर रेल्वे आन् त्याचा डायव्हर कशाला पायजे व्हता! टाटा आन् त्याचं धरान व्हतं की, आमच्या उरावर बांधल्यालं. एवढा बॉम्ब बनवता येतो तर येक आनायचा आणि टाकायचा धरनाच्या पायाव."

शेतकरी असे बोलायला लागल्यावर, त्यांना काय उत्तर द्यावे असा प्रश्न माझ्यापुढे उभा राहू लागला. काही शेतकरी तर सेनापतींनी धरणावर बॉम्ब टाकला नाही म्हणजे त्यांनाही धरण पाहिजे होते असे बोलायला लागले.

"काय घ्या. आमच्या सत्याग्रहाची वाट लावन्याकरता टाटानीच सेनापतींना खोऱ्यात आनलं असंल"

असे जेव्हा काही शेतकरी बोलायला लागले तेव्हा मात्र मला पेट्यात फिरणं अवघड झाले.

खरे तर सेनापती बापटांसारखा एक चांगला देशभक्त सात वर्षे तुरुंगात

गेला ही मुळशी सत्याग्रहात झालेली आणखी एक मोठी हानी होती. पेट्याबाहेर या गोष्टीची हळहळ व्यक्त होत होती. मात्र पेट्यात आता सत्याग्रही शेतकरी बापटांकडे थोड्या शंकेनेच पाहायला लागले होते.

या सत्याग्रहात बहुतेक पुढाऱ्यांनी आतापर्यंत तुरुंगावास भोगला होता. मी मात्र शेतकरी आणि पुढाऱ्यांची एकजूट करण्यात गुंतलो होतो. त्यामुळे धरपकडीपासून वाचलो होतो. आता एकजूट राहिली नव्हती. ज्या शेतकऱ्यांनी निवाडे घेऊन घरात ठेवले होते, ते आता तक्रारी करायला पुढे यायला लागले होते. इथेही त्यांची फसवणूक व्हायला नको म्हणून या शेतकऱ्यांना एकत्र करून मी त्यांना एक वकील गाठून दिला. सत्याग्रहाच्या पहिल्या मोहिमेच्या वेळी पुण्यातील गाडगीळ नावाच्या बातमीदाराशी माझी ओळख झाली होती. ते चांगले वकील आहेत हे कळल्यावर मी या शेतकऱ्यांना त्यांच्याकडे घेऊन गेलो. पुण्यात माझे दुसरे वकीलमित्रही होते, पण गाडगीळ वकिलांना या सत्याग्रही शेतकऱ्यांविषयी आस्था आहे, असे मला वाटत होते. कारण सत्याग्रहाच्या काळात मी त्यांना या शेतकऱ्यांशी अनेकदा बोलताना पाहिले होते.

वकिलांकडून खटला दाखल केल्यावर भरपाई मिळते म्हटल्यावर इतरही अनेक शेतकरी गाडगीळ वकिलांकडे जाण्यासाठी माझ्याकडे येऊ लागले. मीही त्यांना त्यांच्याकडे न्यायचो. अशा अनेक शेतकऱ्यांना गाडगीळ वकिलांनी भरपाई मिळवून दिली. वकिलांनाही फी मिळत होती. त्यातून त्यांनी शनिवार पेठेत वाडा बांधला. शेतकऱ्यांच्या केसेसच्या निमित्ताने त्या वाड्यावर मी नंतरही अनेक वर्षे जात होतो. नंतर नंतर मुळशी पेट्यातील शेतकरी त्या वाड्याला 'मुळशी महाल'च म्हणायला लागले.

या खटपटीत एक गोष्ट लक्षात आली. ती म्हणजे टाटा पैसे द्यायला तयार होता तेव्हा 'जान किंवा जमीन' म्हणत ते शेतकऱ्यांनी घेतले नाही आणि आता त्याच शेतकऱ्यांना भरपाई मिळावी म्हणून वकिलाला फी देऊन कोर्टात जावे लागत होते. यात सावकारांचे हसू झाले. टाटांचा विजय झाला. आमचा पराजय झाला असला तरी तो केवळ टाटा, सावकार आणि सरकारने केला नाही तर आपले म्हणणाऱ्या लोकांनीही या पराजयाला हातभार लावला आहे.

पुण्यातील ब्राह्मणांनी शेतकऱ्यांना सत्याग्रहासाठी पुढे करून ते मागच्या

मागे पळून गेले. पण जे या शेतकऱ्यांचे भाईबंध होते त्या ब्राह्मणेतरांनी तरी यांना कोठे साथ दिली!...

... अशा प्रकारे नेत्यांच्या आपापसातील राजकारणाचा फटका मुळशी सत्याग्रहाला बसला.

माझी पुण्यातील ब्राह्मण आणि ब्राह्मणेतर अशा सगळ्याच पुढाऱ्यांकडे ऊठबस वाढली होती. त्यातून माझ्या लक्षात आले की ब्राह्मणेतर पक्ष-संघटना मुळशी सत्याग्रहाच्या नुसत्या विरोधातच नाही तर त्यावर टीका करण्यातही आघाडीवर होती. काही वर्तमानपत्रातून ते मला प्रकर्षाने जाणवायचे. ही चळवळ म्हणजे पुण्यातील ब्राह्मणांना आंबेमोहोर तांदूळ खायला मिळावा म्हणून चालू आहे. पाश्चात्त्य सुधारणांची कसलीही ओळख नसलेल्या मुळशी पेट्यातील भोळ्या शेतकऱ्यांना पुण्यातील जहाल ब्राह्मणांनी आपल्या स्वतःच्या स्वार्थासाठी विनाकारण या सत्याग्रहात गोवले आहे. पुण्यातील या ब्राह्मणांना आणि पुढाऱ्यांना मुळशी पेट्यातील शेतकऱ्यांची एवढी काळजी वाटत असेल, तर शनिवार पेठेत राहून मुळशी पेट्यात सावकारी करणाऱ्या ब्राह्मणांना तेथील शेतकऱ्यांची कर्जे माफ करून त्यांची गहाण खते पहिल्यांदा रद्द करायला सांगावीत. ही सावकारी पहिली संपवा आणि मग पेट्यात येणाऱ्या टाटांसारख्या मोठ्या सावकाराविरुद्ध आम्ही उभे राहतो. जी जमीन सावकारांकडे गहाण आहे, त्या जमिनीसाठी 'जान किंवा जमीन' अशी घोषणा करून हे ब्राह्मण मुळशी पेट्यातील शेतकऱ्यांना मारायला निघाले आहेत. यात या पुण्यातील ब्राह्मणांचा डाव असून पेट्यातील शेतकऱ्यांना पुढे करून त्यांना सरकारविरुद्ध सत्याग्रह करायचा आहे. आणि त्यातून आपली राजकीय ताकद वाढवायची आहे. त्यांना पेट्यातील शेतकरी आणि त्यांच्या जमिनीशी काही देणेघेणे नाही. या सत्याग्रहाच्या निमित्ताने पेट्यातील शेतकरी आपल्या पक्षात येतील, त्यातून मोठी चळवळ उभी राहील आणि पुन्हा पेशवाई येईल असे या ब्राह्मण पुढाऱ्यांना वाटत आहे. म्हणजे मुळशी पेट्यातील शेतकऱ्यांना सुळावर देऊन हे ब्राह्मण मुळशीच्या सत्याग्रहाकडे एक प्रयोग म्हणून बघतात. पुन्हा पेशवाई आणण्याचा प्रयोग! यातून त्यांचा दुहेरी फायदा आहे. शेतकऱ्यांना सत्याग्रह करायला लावायचा. त्यांच्याकडून भात गोळा करायचे. महाराष्ट्रभर दौरे करून वर्गणी गोळा करून ती हडप करायची. आणि यावर भावनिक

आवाहन करून महाराष्ट्रातील जनतेला सत्याग्रहात सामील व्हा म्हणून सांगायचे. खरे तर मुळशी पेट्यातील शेतकऱ्यांना सावकारांच्या पाशातून सुटण्याची हीच एक संधी आहे. ज्या जमिनी गहाण आहेत, त्याचे पैसे घ्यायचे आणि वर धरणावर काम करून आपल्या कुटुंबालाही आर्थिक मदत मिळवायची. पण या जहाल ब्राह्मणांनी त्यांची डोकी भडकवली आहेत... अशा अनेक गोष्टी मी रोज ऐकत होतो. वर्तमानपत्रांतून वाचत होतो. त्यामुळे मुळशी सत्याग्रहाकडे ब्राह्मणेतरांचा बघण्याचा दृष्टिकोन कसा आहे ते माझ्या लक्षात आले होते. त्यांच्याकडून या सत्याग्रहाला सुरुवातीपासून हातभार लागण्याची अपेक्षा नव्हती, पण त्यांच्या अशा विचाराने आणि टीकेने मुळशी सत्याग्रहाच्या पराजयाला मात्र हात लावला.

हे जसे मी ऐकत होतो तसेच ज्यांच्यापासून प्रेरणा घेऊन आम्ही हा सत्याग्रहाचा मार्ग पत्करला त्या महात्मा गांधींविषयी आणि त्यांच्या पाठिंब्याविषयीसुद्धा ऐकत होतो. पुण्यातील जहाल ब्राह्मणांचे धोरण न पटणारे काही मवाळ ब्राह्मणही पुण्यात होते. त्यामुळे गांधींविषयी चांगल्या आणि वाईट अशा दोन्ही गोष्टी ऐकायला मिळायच्या. मात्र भुस्कुटे आणि मी त्याकडे फार लक्ष देत नव्हतो. उलट मुळशी सत्याग्रहाला गांधीजींचा आशीर्वाद आणि पाठिंबा कसा मिळेल यासाठी आमचे सुरुवातीपासून प्रयत्न होते. सत्याग्रहाला आलेल्या पहिल्या यशानंतर भुस्कुटे त्यांना भेटायला गेले होते. तेव्हा त्यांनी जे भाषण केले होते, ते ऐकून भुस्कुटेंना मोठा आधार वाटला होता. गांधीजींचे ते मुळशी सत्याग्रहाच्या पाठिंब्याचे भाषण भुस्कुटे सर्वांना सांगायचे. त्या भाषणात गांधी म्हणाले होते, मुळशी पेट्यातील सत्याग्रहींविरुद्ध आपली टाटा कंपनी काही कारवाई करणार नाही अशी मला आशा वाटते... जमीन संपादनाच्या कायद्याचा आधार घेऊन जमीन संपादन करणे ही युरोपीय संस्कृती आहे. पण ती संस्कृती सैतानी आहे, असा माझा विश्वास आहे. तिच्याशी मला काही कर्तव्य नाही. मुळशी पेट्यातील लोक जोपर्यंत आपला लढा शांततेच्या मार्गाने चालवतील तोपर्यंत साऱ्या हिंदुस्थानने त्यांना पाठिंबा दिला पाहिजे. जी योजना भारताला वरदान ठरणार आहे, असे टाटांना वाटते. मात्र, त्याने एका जरी माणसाचा त्याच्या मनाविरुद्ध बळी जाणार असेल तर त्या वरदानाचा काय उपयोग... असे ऐकल्यावर मुळशी पेट्यातील शेतकऱ्यांना सत्याग्रहासाठी हुरूप यायचा. महात्मा गांधींचे मन आपल्यासाठी कळवळते याचे त्यांना अप्रूप वाटायचे.

मात्र, शेतकऱ्यांचा हा हुरूप फार काळ टिकला नाही. सत्याग्रह मंडळातील काही पुढाऱ्यांनी त्यांना पत्र पाठवून मुळशीविषयी आपले मत विचारले तेव्हा त्यांनी उत्तर पाठवले. त्यात म्हटले होते, बहुसंख्य शेतकऱ्यांनी मोबदला घेतला आहे. धरणाचे कामही अर्धेअधिक झाले आहे. शिवाय या सत्याग्रहाचा नेता अहिंसेवर शंभर टक्के विश्वास नसणारा आहे. ते सत्याग्रहाला घातक आहे. त्यामुळे मुळशी पेट्यातील शेतकऱ्यांनी हा सत्याग्रह आता स्थगित करावा... सेनापती बापटांकडे नेतृत्व गेल्यापासूनच गांधीजींना मानणाऱ्या मवाळांचे हे आरोप होते. प्रत्येक व्यक्तीत परमेश्वर असतो, असे म्हणणारे बापट लोकांचा जीव व संपत्ती नष्ट कशी करतात, असे म्हणून ते सत्याग्रहावर टीका करीत. सेनापती बापटांमुळेच अखिल भारतीय काँग्रेसने मुळशी सत्याग्रहाकडे दुर्लक्ष केले आहे, असे मवाळ उघडउघड बोलायला लागले. गांधीजींचा फक्त शाब्दिक पाठिंबा घ्या, ते मुळशीत कधीच येणार नाहीत. तुम्ही ज्यांच्या नादी लागला आहात ते जहाल ब्राह्मण तुमचा घात करायला निघाले आहेत. हे मला पुण्यात गेले की सारखेच ऐकायला मिळत होते. दुसरीकडे जहाल ब्राह्मणांकडून गांधीजींच्या आंदोलनाविषयी ऐकायला मिळायचे. ते म्हणायचे, गांधी शेतकऱ्यांची पिळवणूक करणाऱ्या जमीनदार - सावकारांविरुद्ध आंदोलन करीत नाही. टाटा या देशातला मोठा सावकार आणि जमीनदार आहे. त्यामुळे गांधी मुळशी पेट्याकडे फिरकणार नाही. हे खरे किती ते मला माहीत नाही. पण महात्मा गांधींनी मुळशी पेट्याला कधीच भेट दिली नाही हेही तेवढेच खरे आहे. काही जहाल मंडळी तर गांधीजींचे आणि टाटांचे जवळचे संबंध असल्याचे सांगायचे. टाटांनी गांधीजींच्या दक्षिण आफ्रिकेतील आंदोलनासाठी पैसे दिल्याचे सांगताना मोठ्या नेत्यांना असे भांडवलदार पैसेवाले हवेच असतात. त्यामुळे गांधीजींचा नाद तुम्ही सोडून द्या, असे म्हणून हसायचे. त्या वेळी माझ्या मनात यायचे, गांधीजींचे टाटांशी एवढे जवळचे संबंध आहेत आणि ही योजना त्यांना हवी होती तर कमीत कमी बुडणाऱ्या गावांच्या पुनर्वसनासाठी तरी गांधीजींनी प्रयत्न का केले नाहीत?

गांधीजींनी मुळशी सत्याग्रहाकडे पाठ फिरवण्याला काही पुढारी जातीय रंग देत होते. गांधीजी गुजराथी आहेत. टाटा कंपनी ही पारशी गुजराथ्यांची आहे. शिवाय ज्या मुंबईतील कारखानदारीसाठी हे धरण होत होते, ते कारखानदारही बहुसंख्येने पारशी-गुजराथी आहेत. तेव्हा गांधीजी आपल्या या

जातबांधवांविरुद्ध जाणार नाहीत. हा जातीय वाद आणि प्रांतवाद आम्हांला पटणारा नव्हता. पण आम्हांला एवढे कळत होते की गांधीजी मुळशी पेट्यात आले असते तर मुळशी सत्याग्रहाला नक्कीच अखिल भारतीय स्वरूप आले असते. आणि त्यातूनच कदाचित स्वातंत्र्यलढा सुरू झाला असता, जो पुण्यातील जहाल ब्राह्मणांना अपेक्षित होता. पण तसे झाले नाही.

मुळशी सत्याग्रहाच्या अपयशाला महात्मा गांधींचे दुर्लक्ष जसे कारणीभूत आहे तसेच पुण्यातील पुढाऱ्यांचे राजकारणही कारणीभूत आहे. ज्या जहालवादी केळकरांच्या प्रेरणेतून आणि नेतृत्वातून हा सत्याग्रह सुरू झाला होता, त्याला जर अपयश येत असेल तर टिळकांनंतर पुण्यात आणि महाराष्ट्रात गांधी विचारसरणी रुजविणाऱ्या मवाळ पुढाऱ्यांना ते हवेच होते. केळकरांच्या अपयशाने अखिल भारतीय काँग्रेसमध्ये गांधीजींचे वर्चस्व वाढणार होते. ते वाढण्यासाठी हे मवाळ पुढारी मुळशी पेट्याचा बळी द्यायला निघाले होते. यात गांधीजींना अत्यंत आवडणारा ग्रामीण भाग, त्यातले खेडे उद्ध्वस्त होणार होते. ज्या कारखानदारीला त्यांचा विरोध होता ती कारखानदारी वाढून एकाच घराण्याच्या हातात आर्थिक सत्ता एकवटणार होती. आणि खेड्यातील शेतकरी शहरात मजूर म्हणून जगणार होता. हे गांधीजींच्या स्वप्नातील भारताच्या अगदी विरोधी होते. तरीसुद्धा गांधीजींनी ते मान्य केले. स्वराज्यासाठी गांधीजींनी जे त्याग केले, त्यातलाच हा एक त्याग असावा. मात्र हा त्याग करताना त्यांच्या मनाला वेदना झाल्या असतील एवढे मात्र नक्की!

आपल्या वडिलोपार्जित जमिनी वाचविण्यासाठी सत्याग्रह करणाऱ्या मुळशी पेट्यातील शेतकऱ्यांचा पराभव झाला. टाटांना मुंबईतील आपल्या सहकाऱ्यांना वीज पुरवायची होती. आणि ज्या विजेवर यंत्र चालणार होती त्या यंत्रांसाठी मजूरही पुरवायचे होते. त्यात टाटांना यश आले. आपले म्हणणाऱ्या सर्वांनीच या सत्याग्रहाशी असहकार केल्याने त्याला अपयश आले. सत्याच्या मागे परमेश्वर असतो. त्याचाच विजय होतो याला तडा गेला आणि मुळशी पेट्यातील शेतकऱ्यांचे जग बुडाले. घर, जमीनजुमला सर्व पाण्याखाली गेले. शेतकरी देशोधडीला लागले. ज्यांना शक्य होते ते शहरात जाऊन मजूर बनले. ज्यांचे पाय इथल्या मातीत रुतले होते ते वरकस जमिनीवर जाऊन तिथल्या आपल्या वडिलोपार्जित जमिनीवर पुन्हा वावरे

काढून जगू लागले. पेट्यातील सालगडी, मजुरांच्या नावावर कसलीच जमीन नव्हती. मात्र मालकाच्या जमिनीत राबताना त्या जमिनीशी त्यांचं भावनिक नातं जडलं होतं, ते नातं कायमचं तुटलं. पुढे हे सालगडी आणि मजूर कुठे गेले याचा शोध ना मालकाने घेतला ना टाटाने. तळातल्या माणसाकडे बघण्याची ही हीन वृत्ती मला मात्र अजूनही अस्वस्थ करीत आहे. धरणातील पाण्याने मुळशी पेट्याचे चित्र बदलून टाकले. बैलगाडीचे रस्ते, पायवाटा पाण्याखाली गेल्या. पेट्याचा शहराशी संपर्क तुटला. पेट्यातील राहिलेल्या शेतकऱ्याच्या वाट्याला जनावरासारखे जीवन आले. टाटा आणि सरकारच्या करारात रस्ते बांधून देण्याची अट होती. शाळा, दवाखाने काढण्याची अट होती. पण टाटांनी ज्या शेतकऱ्यांना किड्यामुंग्यांसारखे समजले त्यांच्यासाठी त्यांनी या मूलभूत सोयीही केल्या नाहीत. ज्यांनी शेतकऱ्यांच्या शपथा मोडण्यासाठी, प्रतिज्ञा तोडण्यासाठी भल्याबुऱ्या मार्गाचा अवलंब केला, तो स्वतः करार कसला पाळणार आणि शब्द कसला पाळणार? वरकस जमिनी शेतकऱ्यांना कसण्यासाठी मोफत देण्याची अट होती. मात्र टाटाने सरसकट सगळ्याच वरकस जमिनी सरकारला हाताशी धरून आपल्या नावावर करून घेतल्या आणि त्या वर सरकलेल्या शेतकऱ्यांना भाडेपट्ट्याने दिल्या. भिऱ्याला तयार होणारी वीज मुंबईपर्यंत वाहून नेण्यासाठी शेतकऱ्यांच्या शेतात त्यांच्या परवानगीशिवाय कोणतीही भरपाई न देता खांब रोवले. ही टाटांची दांडगाई अजूनही चालू आहे.

सार्वजनिक हिताच्या गोष्टी करणारे टाटा चिंचवड-मुळशी रेल्वे बंद करायला निघाले तेव्हा अनेकांनी विनंती केली, की त्यांनी ती जिल्हा लोकल बोर्डाकडे चालवायला द्यावी. सरकारी अधिकाऱ्यांनाही तसे वाटत होते. ती रेल्वे राहिली असती तर पेट्यातील लोकांना शहराशी संपर्क ठेवणे सोपे झाले असते. पण टाटा मुळशी पेट्याशी सूड उगवल्यासारखे वागायला लागले. मुळशी पेट्यातील लोकांचे जीवन त्यांना पशूसारखे करायचे होते. पेट्याचे दळणवळणच बंद करायचे होते. म्हणूनच मोठा खर्च करून सुरू केलेली रेल्वे टाटांनी बंद करून भंगारात काढली. यावरून टाटांचे आपल्या देशबांधवांविषयीचे प्रेम दिसून येते. रेल्वे राहिली असती तर कंपनीलाच उत्पन्न मिळाले असते. पण खुनशी माणसाला कशाचा आनंद मिळेल ते सांगता येत नाही!

गावे उठली. काही जवळपासच्या गावात जाऊन राहू लागले.

आवळससारखे मोठे गाव बुडाले. त्यातले काहीजण जवळच्या आंबवणेला खेटून राहू लागले तेव्हा आंबवण्याच्या विहिरीतील पाणी लवकर संपायला लागले. म्हणून गावकऱ्यांनी विनंती केली की विहिरीच्या वरच्या डोंगराची झाडे तोडावीत म्हणजे विहिरीला जास्त पाणी मिळेल. पण टाटांनी नकार दिला. म्हणजे वरकस जमिनींचे टाटा सावकार झाले. त्या त्यांनी भाडेपट्ट्याने लावल्या. खंडीने भात पिकवणाऱ्या शेतकऱ्याला अन्नपाण्यासाठी मोहताज बनवलं. पेट्याबाहेर पडले ते मजूर झाले, गुलाम झाले की भुकेने मेले याचे ना टाटांना सोयरसुतक, ना सरकारला, ना ज्यांच्यासाठी त्यांना हे दिवस बघायला लागले त्या मुंबईला!

तेव्हा बोलूनचालून इंग्रज सरकार होते. टाटांकडून जमिनीची पट्टी म्हणून सरकार दरवर्षी सोळा हजार रुपये आणि स्थानिक अधिकार म्हणून दोन हजार रुपये घेत होते. त्यातूनही या पेट्यात अनेक सुखसोयी करता आल्या असत्या. पण त्या ना इंग्रज सरकारने केल्या, ना स्वातंत्र्यानंतर देशी म्हणविणाऱ्या आपल्या सरकारने.

स्वातंत्र्यानंतर मुळशी पेट्याचा मुळशी तालुका झाला. मला या स्वातंत्र्याकडून फार मोठी अपेक्षा होती. गांधीजी म्हणत, स्वराज्य म्हणजे स्वतःचे राज्य. ते स्वतःचे राज्य आल्यावरही काही फरक पडला नाही. पेटा जाऊन तालुका झालेल्या मुळशीतील शेतकरी जसा होता तसाच राहिला. इंग्रज सरकारला दोष देऊन काय उपयोग! आज स्वतःच्या राज्यातील सरकारही तसेच वागत आहे. टाटांनी इंग्रज सरकारशी करार केला आणि देशी सरकारकडून वाढवून घेतला. मग दोघांत फरक तो काय! तेव्हाच्या पुण्यातील ब्राह्मण पुढाऱ्यांनी घात केला मग स्वातंत्र्यानंतर निवडून आलेल्या तालुक्यातल्या आणि महाराष्ट्रातल्या पुढाऱ्यांनी वेगळे काय केले? मुळशी सत्याग्रहाने महाराष्ट्राला नेते दिले. जे पुढे राज्याच्या आणि देशाच्या राजकारणात चमकले. टिळकांनंतर गांधी महाराष्ट्राच्या कानाकोपऱ्यांत पोचले. भुस्कुटे ज्या काँग्रेस कमिटीचे सदस्य मुळशीतील गावागावांत करत होते, त्या काँग्रेसची सत्ता आली तेव्हा मात्र भुस्कुटेंनी बनवलेले ते मुळशीतील काँग्रेस कमिटीचे सदस्य कोठे गेले? याचा सर्वांनाच विसर पडला.

ज्या मुंबईच्या गिरण्यांना वीज मिळावी म्हणून धरण झाले त्या गिरण्या कोठे गेल्या आणि त्यातले गिरणीमालक कोठे गेले?

टाटांचे साम्राज्य मात्र वाढले. आता दिसण्यासारखे तेवढेच आहे. गांधीजींना देशाची आर्थिक सत्ता कोणा ठरावीक व्यक्तींच्या हाती नको होती. मात्र घडतेय तर तसेच!

मुळशीतील शेतकऱ्यांची कागदपत्रे घेऊन मी स्वातंत्र्यानंतरही भांडलो. पण इंग्रज सरकारने टाटांवर जी उदार मनाने कृपा केली होती, त्या विरोधात जाण्याचे धाडस आपल्या देशी सरकारने अजूनही दाखवले नाही. जमीन संपादन कायदा हा त्यातलाच एक भाग. भांडवलदार आणि सत्ताधाऱ्यांचे संगनमत झाल्यास गरिबांनी असेच अन्याय सहन करून मरायचे. असे तर या व्यवस्थेला सुचवायचे नसेल? पण यातूनही शेतकऱ्यांना वाचवणारा कोणीतरी जन्माला येईल अशी मला आशा आहे. तो नेता या शेतकऱ्यांतूनच आला तर त्याला मातीचे नाते कळेल. तो बाहेरून आलेल्या पुढाऱ्यांवर विसंबून राहील तर देशोधडीला लागेल. त्याला आता स्वतःच पुढारी व्हावे लागेल आणि आपला लढा आपणच लढावा लागेल.

आता मुळशीच्या त्या बहुतेक शेतकऱ्यांच्या जमिनीची जुनी कागदपत्रे मिळत नाहीत. गावाचे नकाशे मिळत नाहीत. त्या वेळी टाटांनी आणि सरकारने काय करामती केल्या आहेत, ते तेव्हाच्या मुळशी पेट्यात झालेल्या निवाड्यांवरून कळेल. तेव्हाची कढई पत्रके. फाळणीबारा, खर्डाबुक काढून त्याच्यातून निवाडे कसे झाले हे जरी सरकारने काढले तरी टाटा उघडे पडतील. पण हे धाडस दाखविण्याऐवजी ही सर्व कागदपत्रे नष्ट करून या शेतकऱ्यांचे अस्तित्वच नाहीसे करायला निघालेली नवी यंत्रणा शेतकऱ्यांच्या मुळावर उठली आहे. दहा-बारा वर्षे भांडून माझ्याकडची जी होती ती सर्व कागदपत्रे दोन वर्षांपूर्वी मी लोणावळ्याच्या पिठनाक आल्हाटांना दिली. आता हा स्वातंत्र्यसैनिक किती दिवस लढतोय ते त्याचे त्यालाच माहीत. मी मात्र थकलो. टाटांपुढे, इंग्रज सरकारपुढे आणि देशी सरकारपुढे हात टेकले.

मुळशीतील शेतकऱ्यांनो, मी तुमचा अपराधी आहे. हे तुम्हाला सांगण्याची गरज नाही. ते तुम्ही जाणताच. तुम्ही सत्याग्रह करत असताना तुमच्या मागे सुरुवातीपासून पुढाऱ्यांचे काय चालले होते, ते तुम्हाला माहीत असावे म्हणून हा लिखणाचा खटाटोप मी केला आहे. आता हे सगळे तुमच्यापुढे कबूल केल्यानंतर, ज्योतिरूपेश्वराशपथ खरी साक्ष दिल्यानंतर माझा अपराध कोणता होता आणि त्याला कोणती शिक्षा आहे, हे आता तुम्हीच ठरवायचे आहे. समाप्त...''

तुकाराम वाचता वाचताच थांबला.

"संपलं."

असं म्हणून त्यानं पुस्तक नामदेवच्या हातात ठेवलं आणि झोपायला निघून गेला. नामदेवनं म्हादूकडं पाहिलं तेव्हा चिमणीच्या उजेडात त्याचे भरून आलेले डोळे चमकले. ते बघून नामदेव म्हणाला,

"काय रं, काय झालं? रडाया काय झालं?"

तेव्हा म्हादू धोतराच्या कोपऱ्यानं डोळे टिपत म्हणाला,

"काय नाय. गुरुजीवानी भल्या मानसाला अपराध्यावानी वाटतंय, हेच मनाला लागलं. आपल्या जमिनी वाचाव म्हनून हा मानूस लय झिजला. हाबी झिजला आन् भुस्कुटेबाबाबी झिजले. तेवढं सेनापतीनी हत्यार उचलायला नको व्हतं. तिथं ज्योतिरूपेश्वराची शपथ मोडली. ते माझ्या मनालाबी लय लागलं. देवाशी आन् त्याच्या अंगाऱ्याशी असं खेळून नाय चालत. तो कुनीकं ना कुनीकं दगाफटका करतोच. हितंबी झाला. पन सेनापती तरी काय करनार, त्यांना तरी बुध्दच्या कुनी दिली, समदे खेळ त्या परमेश्वराचे. आपून फक्त भोग भोगायचे. पुढाऱ्यांनी घात केला. गांधीबाबांनी आमच्याकं बघितलं नाय म्हनून आमी हारलो. पन त्यांना तसं करायला कुनी लावलं... नाय, गुरुजी आमची कुनाच्या इरोधात तक्रार नाय. तुमी नका घेऊ मनाला लावून."

असं स्वतःशीच बोलल्यागत करून म्हादू एकदम गप्प झाला. तेव्हा पुस्तकावरचा साठे गुरुजींचा फोटो नीट न्याहाळत नामदेवनं विचारलं,

"ज्योतिश्वर पाण्यात बुडाल्यावर सेनापती बापट पाण्यात बुडायला आले का?"

"क्वान बुडालं आन् क्वान तरलं, हे वैरून आता काय उपेग. आपलं समदं बुडालं तेवढं खरं!"

असं बोलून म्हादू बसल्या जागेवरच आडवा झाला आणि अंगावर गोधडी ओढली. नामदेवनं चिमणी उचलून भानवशीवर नेऊन ठेवली आणि विझवली. मग अंधारातच अंथरुणावर आला. पुस्तक उशाला ठेवलं आणि त्यानंही अंगावर गोधडी ओढली.

आज त्याला कोंबडा आरवल्याचं कळलंच नाही. पार उजाडल्यावर पावसाच्या आवाजानं त्याला जाग आली.

"आता पाऊस लागून ऱ्हातोय वाटतं. जोर वाढलाय." सरस्वती दारात उभी राहून बाहेर डोकावत म्हणाली.

"लक्शान त् दिसतंय तसंच."

असं म्हणून नामदेव अंथरुणातून उठून दारात आला. त्यानं दारातूनच पठारावर लांबपर्यंत नजर टाकली. पावसाला चांगलाच जोर होता. मग त्यानं आभाळाकडं पाहिलं. त्याला पाऊस पडल्याचा आनंद झाला होता, तरी तो सरस्वतीसारखा व्यक्त करावा असं वाटत नव्हतं. त्याच्या मनातून अजून रात्रीचा विषय गेला नव्हता. तो परत अंथरुणाजवळ आला आणि उशाचं पुस्तक उचलून तुकारामच्या हातात दिलं. म्हणाला,

"या पुस्तकात त्या साठे गुरुजींनी शेवटी ती कागदं लोनावळ्याच्या मानसाला दिली म्हनत्यात. त्या मानसाचं नाव सांग बरं परत."

नुकत्याच झोपेतून उठलेल्या तुकारामनं ते हातात घेऊन त्याची शेवटची पानं काढली. काही मजकूर नुसताच पुटपुटला आणि म्हणाला,

"...दोन वर्षांपूर्वी मी लोणावळ्याच्या पिठनाक आल्हाटांना दिली."

"पिठनाक आल्हाट."

नामदेव स्वतःशीच बोलला आणि तुकारामच्या हातातलं पुस्तक घेऊन ते तिपाडावर ठेवलं.

पाच

पावसानं आता चांगलाच जोर धरला आहे. डोंगर हिरवेगार झाले आहेत. डोंगरातल्या लहान-मोठ्या ओहळा भरून ओढ्याला मिळतात आणि ओढे धरणाला. धरण हे सगळं पाणी पोटात घेत फुगत चाललं आहे. अजून तीन-चार दिवस असाच जोर राहिला तर सिधा पडवळाच्या पडक्या घराच्या उंबऱ्याला पाणी लागेल. सिधा पडवळ होता तेव्हा त्याची बायको पावसाळ्यात उंबऱ्यात बसून धरणाच्या पाण्यानं भांडी घासायची. पठाराच्या उतारावरील लाल मातीचा चिखल व्हायचा. त्यामुळे तिला पठारावरल्या झऱ्यावर हंडे घेऊन जाता यायचं नाही. मग पावसाळ्याचे तीन-चार महिने सिधा पडवळाचं घर वळचणीच्या पाण्यावरच जगायचं. पण मध्येच टाटाच्या माणसांची फेरी झाली, की उंबऱ्याजवळच्या तारेच्या कुंपणावर कोंभळाच्या आणि बाभळीच्या फांद्या पडायच्या. पावसाळा संपल्याव सिधा पडवळ वाळक्या फांद्या काढून टाकायचा. तोवर धरणाचं पाणी बरंच खाली गेलेलं असायचं. असं बरीच वर्षे चालू होतं. दरवर्षी टाटाची माणसं सिधा पडवळाला इथं राहू नको म्हणून धमकी देऊन जायची. सिधा पडवळ ऐकायचा नाही. म्हणून मग टाटानं त्याची भाडेपट्ट्याची जमीनच घेतली काढून. ती जमीन पाण्यात बुडत नव्हती. सिधा पडवळ पिकवून जगत होता. आता त्या जमिनीवर कोंभळ माजलेत. त्या जमिनीला खेटून असलेला बारकूदा पठारावर सर्वांना कायम सांगत असतो,

"कोंभळ उगले नाय. इतकी वर्षे त्या वावरात भात पिकत व्हतं. कोंभळ कुनीकून आले त्यात. समदी टाटाच्या मानसांची करनी. त्यांनीच वावरात कोंभळाच्या ब्या पिरून कोंभळ उगवलेत, परत सिधा पडवळानी नायतर आनखी कुनी तिकडं फिरकूने म्हनून. तारंचं कुडान घातलंय ते यागळंच."

माळकरी बारकूदा खोटं बोलणारा माणूस नाही. म्हणून पठारावरची

सगळीच घरं आपापल्या वावरांची कितीतरी दिवस राखण करत होती. टाटाची माणसं पठाराकडे सरकली, की आपापल्या वावराजवळ जाऊन थांबत होती. अजूनही पठारावरल्या सगळ्यांनाच ती धास्ती आहे. पावसाळा सुरू झाला, की पठारावर सिधा पडवळाच्या वावरातल्या कोंभळाची चर्चा होत नाही असं कधीच होत नाही. नामदेवच्या वावरात ती या वर्षीसुद्धा झाली.

दाढी-रोपं चांगली वीतभर वाढली आहेत. त्यातलं रानगवत उपटून टाकताना नामदेवला बारकूदाचं ते बोलणं आठवत होतं. त्याला बेणणीला हातभार लावावा म्हणून वावरात आलेल्या शिवा महाराला नामदेव तेच सांगायला लागला. म्हणाला,

"आज दाढीतलं गदाळ उपाटतो. पन उंद्या कोंभाळ वाढलं की कसं उपाटनार?"

"उगाच काय वैरू नको. आन् लय म्होरला इचारबी करनं सोडून दे आता. अशानी याड लागायची पाळी येईल. लोनावळ्याच्या बाजूला असा क्वान म्हातारा हाये म्हनं. माही जमीन पान्यात गेली, माही जमीन पान्यात गेली असं म्हनत टाटाला आन् पांढऱ्या कपड्यात दिसंल त्याला निस्त्या शा देत असतो. तो शा देतो आन् लोकं हासत्यात. असं लोकांचं हासू व्हयाला नको. तव्हा समदं सोडून दे आन् लावन्या उरकून या साली वारीला चल."

नामदेवनं जमिनीचा जास्त विचार करत बसू नये म्हणून शिवा महार आता त्याला दिसेल तेव्हा समजून सांगत असतो. पण नामदेवच्या मनातून जमिनीचं खूळ काही जात नाही. या खुळामुळंच नामदेव गेली सहा वर्षे वारीलाही गेलेला नाही. म्हादूला याचं खूप वाईट वाटत होतं. आकसईत असताना आषाढी वारी म्हणजे नुसतं चैतन्य असायचं. कानाला विठ्ठलाचा गजर आणि ज्ञानोबा-तुकोबाशिवाय दुसरं काही ऐकायला यायचं नाही. महिनाभर वारी केली, की वर्षभर शेतात राबायला बळ यायचं. वारी शरीर-मनाला धष्टपुष्ट बनवायची. मुळशी खोऱ्यातून निघालेला ज्ञानोबा-तुकोबाचा गजर अंगात संचारायचा. खोऱ्याची पावलं पंढरीच्या दिशेनं चालायला लागायची. पंढरीच्या त्या सावळ्या विठ्ठलाच्या दर्शनानं मन तृप्त व्हायचं. पण खोऱ्याला मिळणारं ते सुख धरणानं हिरावून घेतलं. त्यात म्हादूसुद्धा होताच. म्हादू पठारावर आला आणि त्याची पंढरीच्या पांडुरंगापासून ताटातूट झाली. रानातल्या जनावरांसारखं जीवन जगताना लहान लहान पोरं पठारावर टाकून

वारीला जायला त्याचा जीव कधी झाला नाही. वारीचा विचार मनात आला तरी पठारावर फिरणारे वाघ त्याला डोळ्यासमोर दिसायचे. मग तो पठारावरूनच पांडुरंगाला हात जोडायला लागला ते अजून जोडतच आहे. पण नामदेवनं वारी करायला सुरुवात केल्यावर त्याला केवढा आनंद झाला! नामदेवच्या रूपानं घराण्यातील वारीची परंपरा परत सुरू झाली होती. मात्र आता जमिनीच्या नादानं नामदेवनं तीसुद्धा परत थांबवली. शिवा महारानं त्याच वारीची आठवण करून दिल्यावर नामदेव म्हणाला,

''निस्तं देहानी पंढरपूरला जाऊन काय उपेग? मन तर हितं वावरात गुतलंय. सपनात इठ्ठल दिसन्याऐवजी रातुंद्या टाटा दिसाया लागलाय. राक्षसावानी वावार गिळाया येतो असं दिसतं.''

''म्हनून म्हंतो तू त्या टाटाचा इचार काढून टाक. रातुंद्या त्या इठ्ठलाचाच इचार कर. म्हंजी मंग तोच दिसाया लागल. उगीच ज्याचं भ्या वाटतं त्याचा इचार करून काय उपेग. जागंपनी पन तोच दिसनार आणि झोपल्यावबी तोच दिसनार.''

शिवा महार वाऱ्यानं अंगावरील उडणारा कागद पकडत म्हणाला. वाऱ्याबरोबर पावसाची एक मोठी सरही आली. पावसाच्या थेंबांनी दोघांच्याही अंगावरचे कागद तडतड करायला लागले. अगदी जवळ असूनही दोघांनाही एकमेकांचं काही ऐकायला येईना. म्हणून दोघंही बराच वेळ काही न बोलताच दाढ बेणत बसले.

त्याच पावसात वावराच्या वरच्या बाजूला देवा गुरांच्या मागं उभा होता. या पावसाच्या दिवसात गुरांच्या मागं डोळ्यांत तेल घालून उभं राहायला लागतं. पाण्याजवळ जरी गुरं गेली तरी टाटाची माणसं काठीनं मारतात. मारताना जनावराचं पाय बघत नाही की तोंड बघत नाही. पाठीपोटावर वळ वठलेली गुरं पठाराव उधळतात. गाभण जनावर असंल तर पोटावरल्या मारानं मरून जातं. आजपर्यंत पठारावर अशी किती तरी गाभण जनावरं मेली आहेत. देवानं ते सगळं पाहिलेलं आहे. त्यामुळंच एवढ्या मोठ्या पावसातही तो दोन्ही गाभण म्हशींच्या मागंमागं असतो.

पाऊस पडल्यापासून वावरांच्या आसपास भरपूर ओला चारा झाला आहे. तरीसुद्धा चरत चरत पाण्याच्या बाजूला जनावरं खाली उतरतात. कधी टाटाच्या माणसांइतकीच जनावरं उतारावरच्या ओल्या मातीत घसरण्याचीही

भीती असते. आणि एकदा जनावर घसरून धरणाच्या गाळात रुतलं की परत निघतच नाही. धरणानं जनावरांनाही असं सगळीकडून मरण पेरून ठेवलं आहे!

पावसाचा जोर आज कमी होण्याची लक्षणं दिसत नव्हती. डोंगरातून वाहणाऱ्या ओहळा आपला लाल रंग बदलत नव्हत्या. नामदेवचं आणि शिवा महाराचं लक्ष सारखं त्या ओहळांकडं जात होतं. पावसाचा जोर कमी झाला, की या ओहळा आपलं रूप बदलतात. जोराच्या पावसात रागवून अगदी लालबुंद होऊन खाली कोसळतात, मात्र पाऊस उघडला की लगेच त्यांचा राग शांत होतो. पांढऱ्याफटक पडतात आणि निवांत दिसतात. पण आज काय पाऊस त्यांना निवांत होऊन देत नव्हता. त्या ओहळांकडं बघतच शिवा महार म्हणाला,

"नामा, दाढ बेनायला गदाळ काय दिसत नाय तुझ्या वावरात. सालभर राबत असतो वावरात. तुला बघून गवातबी घाबारतं तुझ्या वावरात उगवायला. चल उगीच नको दाढ तुडवायला."

नामदेवलाही दाढीत कुठं गवत दिसत नव्हतं. त्याच्याआधी दोन दिवस सरस्वतीनंही गवत वेचलं होतं. त्यामुळं आता लावणीला आलेली दाढ नको जास्त तुडवायला म्हणून दोघंही दाढीतून बाहेर आले आणि बांधावर येऊन थांबले.

"सरीला उंद्या निवधबोनं करायला सांगतो. म्हंजी सताठ दिसात घिऊ वावार लावून."

नामदेव दाढीकडं बघत म्हणाला, तेव्हा टापशीची सैल झालेली दोरी आवळत शिवा महार म्हणाला,

"उरकायलाच पायजे. पाऊस आता कोसळतोय आभाळ फाटल्यावानी, पन उंद्या त्वांड लपवलं की चिखलाला पानी मिळायचं नाय. तव्हा दोन-चार दिसात नाचनी घिऊ लावून. तवर दाढबी व्हतीये मूठ बांधन्याजोगी. मंग घालू वावरांना हात."

असं बोलत दोघंही बांधाबांधांनी घराकडं निघाले. कोपऱ्यावर बांधावरून खाली उतरताना शिवा महारानं जाळवाणाकडं पाहिलं. म्हणाला,

"म्हातारा पावसाळ्यातबी दिसाचा घराकं फिरकत नाय!"

"त्याला पाऊसबी सारखाच आन् ऊनबी सारखंच!"

नामदेव जाळवाणात देवा कुठं दिसतोय का बघत म्हणाला. पण

वावराच्या वरच्या जाळवाणात त्याला देवा दिसला नाही. नामदेवनंही डोळ्याला जास्त त्रास दिला नाही आणि ते बांध उतरले.

इथल्या मुसळधार पावसात रानातली जनावरं कड्याकपारीच्या घळीत नाहीतर झाडाझुडपात लपत असतील. किडे–मुंग्या दगडांखाली घुसत असतील, सापबीपबी असाच कुठल्या कपारीचा आश्रय घेत असतील. पाखरंही असंच कुठं जाळवाणात नाहीतर कड्याकपारीला घरटं करून राहत असतील. जोराच्या पावसात ती जास्त दिसणार नाहीत. पण देवाचं तसं नाही. देवाला या पावसाचं काहीच वाटत नाही. पावसाला घाबरून तो कधी दिवसाचा घरी येत नाही. कधी कधी काळी जनावरं अशा पावसात घरचा रस्ता धरतात. तेव्हा त्यांना घरी येऊन बांधणार आणि डोंगरावर सरकलेल्या पांढऱ्या गुरांच्या मागं अंधार पडेपर्यंत थांबणार. अंगात कोपरी, गुडघ्याच्या वरपर्यंत आवरलेलं धोतर, कमेरला आकडीबरोबर भाकरी बांधलेलं फडकं आणि डोक्यावर इरलं. अशा रूपातलं हे दोन पायांचं जनावर सगळ्या रानात अनवाणी हिंडत असतं. रात्री अंधार पडत नसता आणि घरून कोणी शोधायला येणारं नसतं तर तो रात्रीही घरी आला नसता. नामदेवला आता त्याची सवय झालेली आहे. हे रान त्याचं आहे. ते त्याला दगाफटका करणार नाही. असं समजून तो घरात निर्धास्त असतो. आताही तो निर्धास्तपणेच घरी आला.

घरासमोर आल्याआल्याच त्याला दारात मल्हारी उभा असल्याचा दिसला. म्हणून नामदेवबरोबर शिवा महारही दाराजवळ गेला. दोघांनीही टापशी सोडून माचुळीवर ठेवली आणि वळचणीच्या पाण्यानं चिखलाचे पाय धुवायला लागले. तेव्हा नामदेवकडं बघत मल्हारी उत्साहानं म्हणाला,

‘‘नामादा, तुझ्या रासानकार्डाचं काम व्हतंय.’’

‘‘कसं?’’

पाय धुवून ओटीवर येतायेता नामदेवनं विचारलं.

‘‘समदं व्हतं नामादा, तू उगीच नको त्या मानसांकं जातो आन् कायतरी ऐकून येऊन इचार करीत बसतो. निस्ता इचार करून जनम गेला तरी रासानकार्ड मिळायचं नाय तुला.’’

असं बोलतच मल्हारीनं ओटीवर ठेवलेल्या पिशवीतून एक कागद काढला. म्हणाला,

‘‘हे बघ, तलाठी भावसायबानीच अर्ज लिव्हलाय. आता त्यावर तुझा

अंगठा दे म्हंजी एक दिस वढ्याला उतार मिळाला की जाऊन देतो त्यांना, म्हंजी मयनाभरात मिळंल."

मल्हारीनं अर्ज नामदेवसमोर ठेवला आणि तुकारामला आवाज दिला. म्हणाला,

"तुक्या, पेन आन रे."

"पेन नाय. खडू देऊ का?." तुकारामनं आतल्या घरातूनच आवाज दिला.

"आता काय अंगठ्याला खडू लावतो काय? पेन नाय तर साळंत जाऊन करतो काय?" मल्हारी.

"आता चार मयने शाळा बंद. पाऊसकाळ संपस्तवर."

तुकारामनं परत आवाज दिला. त्याचं खरंच होतं. आता ओढे वाहायला लागले आहेत. शाळेतच जात नसेल तर तो दफ्तराकडं लक्ष तरी कशाला देणार! आणि त्याचं दफ्तर म्हणजे तरी काय? बाजार आणल्यावर घरात पडलेली तेलकट पिशवी. तुकाराम ती शाळेत नेतो. त्यात त्याला शाळेत घातला तेव्हा आणलेल्या पाटीचं खापर आणि एक खडूचा तुकडा असतो, म्हणून त्याला तुकारामचं दफ्तर म्हणायचं. त्याचीही आज आठवण झाली ती नामदेवच्या अंगठ्याला पेनाची शाई लावण्यासाठी. पण पेनच नाही म्हटल्यावर मल्हारीनं अर्ज परत पिशवीत ठेवला. म्हणाला,

"राहू दे, नामादा. अंगठा तू केला काय आन् मी केला काय. तलाठी भावसायेब काय बघायला नाय. पौडला गेल्याव आता कुठंतरी मीच अंगठा करतो आणि देतो तलाठी भावसायबांना. सांगतो तुझाच आनलाय म्हनून. ते काय बघायला येत नाय हिकडं."

"ते कसले येत्यात. उघडपिला येत नाय तिथं आता समद्या वाटा बंद झाल्याव कसले यायला. दे. अंगठ्याव काय नाव नाय लिव्हल्यालं. पन मल्हारी, ते तलाठी भावसायेब तुझ्या येवढ्याच वळखीचं असतील तर आपल्या भाडेपावत्याबी दाव त्यांना. म्हनाव ही आमची जमीन टाटाच्या नावाव कशी काय चढली. आमच्याच जमिनीचं आमी भाडं भरतोय म्हनाव."

नामदेवला रेशनकार्ड मिळणार याचं फार कौतुक नव्हतं. ते रेशनकार्ड नाही म्हणून आपण उपाशी मरणार नाही हे त्याला कळत होतं. पण जमीन गेली तर मात्र उपाशी मरण्याची वेळ येईल याची त्याली भीती होती. म्हणून

रेशनकार्ड काढून देणारा तलाठी मल्हारीच्या एवढ्या ओळखीचा असेल तर त्याच्याकडून आपल्या जमिनीचं काही होतंय का? म्हणून त्यानं मल्हारीला तसं सुचवलं. पण मल्हारी ते सगळेच प्रयत्न अगोदर करून थकलेला आहे. तो नामदेवला म्हणाला,

"ते समदं बोलून झालं नामादा, मला काय कळत नाय व्हय. रासान कार्ड मत्वाचं की जमीन मत्वाची ते. पन तो म्हंतो या टाटाचं आमच्या हातात काय नाय. पुन्याला कलेक्टरकं जायला लागंल. पन तिथं निस्ता अर्ज देऊन काय उपेग नाय. आपल्याकं जुनी कागदं काय नाय. आन् ती काढायची म्हंली तर मिळतबी नाय. अशा येळी गप बसन्याबिगार दुसरं हातात काय नाय. जवर टाटा हाकलून देत नाय तवर जगायचं पठारावं."

"आन् मंग." नामदेव.

"मंग लढायचं परत. म्हाताऱ्यागत."

मल्हारी म्हादूकडं बघत बोलायला लागला. म्हणाला,

"आपले ममयकर आन् पुनंकर आता हातपाय हालवायला लागलंत म्हनं. काय तरी व्हईल."

"पन त्यांनी नको त्या मागन्या केल्यात. नाय झाल्या सडका तर काय फरक पडतो. कुठं आपल्याकं गाडीघोडा हाये त्या सडकांवर पळवायला." नामदेव.

"आरे ही सुरुवात हाये. अस्तीअस्ती घालतील जमिनीलाबी हात."

मल्हारी जागचा उठत म्हणाला. तसा एवढ्या वेळ गप्प ऐकणारा म्हादू म्हणाला,

"कुनाच्या आशेव बसू नका. क्वान तरी येईल आन् तुमची जमीन वाचवील असं सपान बघू नका. ते लय अवघाड. टाटा असा सहजासहजी आऱ्हाटनारा नाय. त्याला जे करायचं ते तो करनारच. तव्हा तिथं आपलं रगात आटवू नका."

मग तो शिवा महाराकडं बघत म्हणाला,

"आन् शिवादा, तू या पोरांच्या नादी लागू नको. उत्याला पोरबीर बघ. आतापून बघायला सुरुवात केली तर दोन-चार सालात व्हईल. माझ्या नामावानी व्हयाला नको. या पठारवस्तीला राह्याला, त्यातबी टाटाच्या आसऱ्याला म्हनून कुनी पोरगी देत नव्हतं. मागून नांदिवलीच्या पाव्हन्यानी

दया दावली म्हनून उशिरा का व्हईना झालं. नायतर येळंत लगीन झालं असतं तुझ्यावानी तर त्यालाबी तुझ्यावानी सून आली असती. तव्हा त्या टाटाच्या नादी लागून घराकं पाठ करू नका.''

''आजून काय त्याचं लग्नाचं वय नाय.'' शिवा महार

''जमंपरेन व्हईल. तुझ्यापरीस लय उन्हाळेपावसाळे बघितले म्हनून सांगतोय.''

म्हादूनं विषय असा उत्तमच्या लग्नाकडं वळवला. तेवढ्यात बारकूदाच्या घराकडून ओरडण्याचा आवाज आला. सगळ्यांचंच लक्ष तिकडं गेलं.

''बारकूदाचा इठ्ठल परत दारू पिऊन आला वाटतं.''

असं म्हणून मल्हारीनं हातात पिशवी घेऊन इरलं अंगावर घेतलं आणि बारकूदाच्या घराकडं पळाला. पाठोपाठ नामदेव आणि शिवा महारही डोक्याला टापशी बांधून पळाले.

बारकूदाचं घर. उगवतीच्या बाजूचं एकदम शेवटचं. त्याच्या पलीकडं सिधा पडवळाची जमीन होती आणि खाली लगेच धरणाचं पाणी. आता टाटानं वर सरकून सिधा पडवळाची जमीन ताब्यात घेतल्यानं बारकूदाचं घर टाटाच्या कंपाऊंडलाच टेकलंय. त्यात सिधा पडवळाच्या जमिनीत कोंभळ-बाभळी, करवंदीच्या जाळ्या वाढल्यानं तिथं रानातली जनावरं फिरायला लागली आहेत. कधी कधी कोल्हे, तरस, रानडुकरं तर वस्तीच करायला लागलेत. त्यामुळं बारकूदाच्या घराला रोजच जीव मुठीत घेऊन जगायला लागतं.

बारकूदा म्हणजे पठारवस्तीवरचा एकुलता एक कीर्तनकार. मुळशी तालुक्यातल्या गावागावांत कीर्तनकार असले तरी पठारवस्तीवर यायला ते टाळतात. त्यामुळं आषाढी-कार्तिकीला, माघी शिवरात्रीला पठारावरच्या मंदिरात बारकूदाचंच कीर्तन होतं. लोकही ते आवडीनं ऐकतात. पठारवस्तीवर जन्मणाऱ्या नव्या पिढीला वारी आणि ज्ञानोबा-तुकोबांसारख्या संताच्या शिकवणीचं बाळकडू बारकूदामुळंच मिळतं. वारीत मिळणारा आनंद काय असतो तो ऐकाव ते बारकूदाकडूनच. त्याच्या घरात चार पिढ्यांची वारीची परंपरा आहे. अशा परंपरा पूर्वी मुळशी खोऱ्यातील अनेक गावांतल्या अनेक घरांमधून होत्या. पण धरण झालं. गावं बुडाली. घरं बुडाली आणि बहुतेक गावातील त्या परंपराही बुडाल्या. बारकूदासारख्या काही विठ्ठलभक्तांनी मात्र

आपली वारीची परंपरा सोडली नाही. धरणात सगळं बुडाल्याच्या धक्क्यानं वारीच्या वाटेवरच बारकूदाचा बाप मेला. 'विठ्ठला!' हा त्याच्या तोंडातून आलेला शेवटचा शब्द. तेव्हा बारकूदा दहा-बारा वर्षांचा होता. सगळं बुडालंय, आता घराण्याची परंपरा बुडायला नको, म्हणून बारकूदाच्या आईनं वारी चालू ठेवली. तिच्याबरोबर बारकूदा जायला लागला. आई मेल्यावरही जात राहिला. आणि आता पार म्हातारा झाला आहे तरी जातच आहे. पठारावस्तीवर कमरेएवढ्या उंचीच्या दगड-मातीच्या भिंतींवर लाकडं टाकून वर गवतानं शेकारून केलेल्या निवाऱ्याला तो घर म्हणतो. आणि त्या घरात राहणाऱ्या आपल्या कुटुंबाला पठारावरच्या एक एकराच्या वावरावर जगवतो. धरणानं बारकूदाचं नातं गरिबीशी जोडलं असलं तरी पठारवस्तीवर कीर्तनानं आणि वारीनं त्याला प्रतिष्ठा दिली होती. तेवढी तरी कायम टिकून राहावी, असं त्याला वाटत होतं.

पण ती प्रतिष्ठा त्याच्या थोरल्या मुलानं घालवली.

गरिबीशी दोन हात करणारं बारकूदाचं कुटुंब एका वावरात किती पिकवणार आणि किती खाणार. मग उपासमार पाचवीलाच पूजलेली. माळकरी कुटुंब. मागच्या कितीतरी पिढ्यांत घरात अभक्ष भक्षण झालेलं नाही. पण बारकूदाच्या थोरल्या मुलानं ते केलं. घरात काही खायला नाही म्हणून ते वाढत्या अंगाचं पोरगं आंबं, फणसं, करवंदं, तोरणं अशा रानमेव्यावर जगायचं. त्यासाठी रानभर हिंडायचं. त्यातूनच कातकरवाड्यावरील काही कातकऱ्यांशी त्याची ओळख झाली. मग तो त्यांच्यातच राहायला लागला. हळूहळू त्यांच्यासारखाच त्याला शिकारीचा नाद लागला. रानडुकरं, ससे, भेकरं अशी जनावरं मारून कातकरवाड्यावर मटणाचे वाटे होतात. तिथं झोपड्याझोपड्यांमधून मटण शिजण्याचा वास यायचा तेव्हा त्याच्या पोटातल्या भुकेची आग आणखीच भडकायची. पण आपल्या माळकरी घराची आणि गळ्यातल्या माळेची जाणीव ती आग तेवढ्यापुरती शांत करायची. मात्र ती फार दिवस शांत राहिली नाही आणि एक दिवस विठ्ठलमधल्या माळकऱ्याला भुकेनं खाल्ला. कातकरवाड्यावर त्यानं रानडुकराचं मटण खाल्लं. दारू प्यायला आलेल्या पठारवस्तीवरील काही लोकांनी ते पाहिलं आणि त्यांनी ते बारकूदाला सांगितलं. ते ऐकून तो विठ्ठलाचं नाव घेत मटकन खाली बसला. पोरानं पाप केल्याचं दुःख तर होतंच, पण त्यानं घराण्याची अब्रू गेली या

विचारानं तो तेव्हा कितीतरी दिवस घराबाहेर पडत नव्हता. त्या वर्षीच्या आषाढी-कार्तिकीला मंदिरात कीर्तन झालं नाही. मटण खाणारं वारकऱ्याचं घर, असं लोकांनी बोलायला नको. भर कीर्तनात कोण इज्जत काढतं की काय, या भीतीनं तो कीर्तन करत नव्हता. पण नंतर वस्तीवरच्या लोकांनीच त्याची समजूत काढली. म्हणाले,

"पोरानी शान खाल्लं त्याला तू काय करनार!" बारकूदा मात्र, नुसता विठ्ठलला दोष देत नव्हता. तो त्या लोकांना म्हणाला,

"विठ्ठलमधल्या भुकेनी वशाट खाल्लं! पांडुरंगानी तेवढी भूक आन् प्वाट दिलं नसतं तर हे पापतरी कशाला घडलं असतं!"

नंतर बारकूदा कीर्तन करायला लागला; पण त्याचं मन त्याला कायम खात असतं. त्याला सारखं वाटत असतं, आपण कीर्तन करायच्या लायकीचे नाही. बारकूदा आपल्या मुलानंही आपल्यापेक्षा मोठा कीर्तनकार व्हावं आणि त्याच्या हातून रोज पांडुरंगाची सेवा व्हावी म्हणून धडपडत होता. पांडुरंगाच्या भक्तीपोटीच त्यानं आपल्या थोरल्या मुलाचं नाव मोठ्या हौसेनं विठ्ठल ठेवलं. पण विठ्ठल त्याच्या नावाला साजेसा वागला नाही. त्यानं बारकूदाची धडपड मातीत मिळवली. घराण्याची परंपरा पायदळी तुडवली. पुढं आपली चूक विसरायला निघालेल्या विठ्ठलनं दारूचा आधार घेतला. आता त्याला वाटतं त्या आधाराशिवाय आपण जगूच शकत नाही. विठ्ठलच्या या दारूला आणि गरिबीला कंटाळून बारकूदाचा धाकटा मुलगा काही वर्षांपूर्वी मुंबईला निघून गेला आहे. त्याचाही सिधा पडवळाच्या पोरासारखा कुठं ठावठिकाणा नाही.

मल्हारी, नामदेव, शिवा महारासह पठारावरची इतर माणसंही बारकूदाच्या घरात आरडाओरडा ऐकून आली होती. विठ्ठल दारू पिऊन आपल्या बायकोला मारत होता आणि बारकूदा आणि त्याची बायको तिला सोडवत होते. ते बघून विठ्ठलची चारही पोरं मात्र घाबरून ओरडत होती.

बारकूदाच्या घरात असे प्रसंग वरच्यावर घडत असतात. अशा वेळी वस्तीवरची लोकं विठ्ठलला देवळात आणतात. मग दारू उतरेपर्यंत त्याला तिथंच ठेवतात. दारू उतरल्यावर विठ्ठल घरी जाऊन बारकूदाचे आणि बायकोचे पाय धरतो. आणि परत दारू पिणार नाही म्हणून पोराची शपथ घेतो. पण त्याची ती शपथ फार दिवस टिकत नाही. आजही त्यानं ती मोडली. जमलेल्या माणसांनी त्याला पकडून पावसात भिजतच देवळात

आणला. मल्हारी आणि आणखी चार-पाच माणसं तिथंच त्याच्याजवळ बसली, बाकीचे मात्र, रोजचं मढं म्हणत आपापल्या घरी गेली.

आठवड्याभरानं लावणीला सुरुवात झाली.

सरस्वतीनं रानातल्या देवांना गूळभाताचा नैवेद्य ठेवला. नामदेवनंही बांधावर नाचणी लावून वावार लावायला घेतलं. पावसाचा जोर कमी झाला असला तरी या वर्षी लावणीला पाहिजे तशी उघडीप मिळाली नाही. उघडीप मिळाली नाही, की दिवसभर चिखलपाण्यात उभं राहून आणि वरून पावसाच्या सरी झेलून शरीर काकडून जातं. लावणीच्या धामधुमीत त्याच्याकडं लक्ष दिलं जात नाही, पण लावणी झाल्यावर अंगात मुरलेला गारठा डोकं वर काढायला लागतो. वस्तीवर घराघरांतून माणसं आजारी पडायला लागतात. वाटा पाण्याखाली गेलेल्या असल्यानं पौडच्या दवाखान्यातही जाता येत नाही. अगदी कोणी मरायलाच लागलं तर मात्र त्याला डालात नाहीतर झोळीत घेऊन धरणाच्या कडंकडनं झाडीझुडपातून पौडला न्यायचं, पण त्यासाठी पाच-सहा माणसं लागतात. बाकी आजार झाडपाल्यांनीच बरे होतात.

नामदेवला लावलेलं वावर बघायला खूप आवडतं. मग लावणी झाल्यावर तो बरेच दिवस वावराभोवतीच घुटमळत असतो. ते हिरवंगार वावर बघत राहतो. बांधावर सरळ रेषेत आखलेल्या तासांवर अंथरलेल्या नाचणीच्या रोपांना जीव धरून उभं राहताना बघणंही त्याला असाच आनंद देऊन जातं. एकदा आपल्या हातानं लावलेलं रोप जीव धरून वाढायला लागलेलं बघितलं, की मन भरून येतं. मग आपल्या हातात काही राहत नाही. आभाळाकडं डोळं लावायचं आणि पांडुरंगाचं नाव घेत वारीला जायचं. पाऊस नीट पडला तर कष्टाचं चीज. नाहीतर सगळंच मातीत. कधी वेळेवर पडत नाही आणि पडला तर सगळंच धुऊन नेतो. त्यातून जे वाचेल त्यावर जगायचं. पठारवस्तीवर मागच्या दोन-तीन पिढ्या असंच चाललंय. पण पांडुरंगाच्या कृपेनं जमिनीचा तुकडा पाच पक्वान्न देऊ शकत नसला तरी पोट भरायला दोन वेळची अर्धी का होईना भाकरी तरी देत आहे. नामदेवला आपल्या देखण्या वावराकडं बघताना त्या अर्ध्या भाकरीची काळजी काय सोडत नव्हती.

त्यातच या वर्षी सरस्वतीनं अंथरूण धरलं. थंडी, ताप आणि जुलाबानं

तिच्यात जीव राहिला नाही. थंडी-तापानं आजारी माणसाला कोणी वाटा उघड्या असतानाही पौडला नेत नाही. पठारवस्तीवर हे असले आजार असणाऱ्याला कोणी दुखणकरी म्हणतच नाही. त्यामुळं नामदेवच्या मनातही सरस्वतीला पौडला नेण्याचा विचार आला नाही. तो झाडपाल्याचं औषध करीत राहिला. सरस्वतीही आज उद्या बरं वाटेल म्हणून वाट बघत अंथरूण धरून राहिली. शेवटी कंटाळून थंडी-तापानंच तिचं शरीर सोडलं. खडखडीत होण्याला पाच-सहा दिवस गेले. पण तिचं अंथरूण सुटलं.

पोमगावच्या तात्यांकडून आल्यापासून नामदेव पठार उतरला नव्हता. आता लावण्या उरकल्या होत्या. बारकूदाबरोबर पठारावरची बरीच माणसं वारीला गेली होती. शिवा महारानं किती विनवलं तरी नामदेव काय याही वर्षी वारीला गेला नाही. लावणीत मन अडकलं होतं, ते आता परत मोकळं झालं होतं. काहीतरी केलं पाहिजे ही भावना त्याला शांत बसून देत नव्हती. साठे गुरुजींच्या पुस्तकातलं, तुकारामच्या तोडून ऐकलेलं पिठनाक आल्हाट हे नाव जसं त्याच्या मनात सारखं घोळत होतं, तसंच पोमगावचे तात्याही त्याच्या डोळ्यासमोरून जात नव्हते. त्यांना त्यांचं पुस्तक द्यायचं होतं. म्हणून एक दिवस त्यानं ते पुस्तक घेतलं. डोक्याला टापशी बांधली आणि पोमगाव गाठायचा विचार करून तो पठारावरून उतरला.

पावसाचा जोर थोडा कमी झाला असला, तरी रानातल्या झऱ्यांनी ओढ्याचं पाणी काय कमी झालेलं नव्हतं. पाण्याचा लोंढा बघून नामदेवचं ओढ्यात उतरण्याचं धाडस झालं नाही. मनात मात्र तात्याला भेटण्याची ओढ होती. मग धरणाच्या कडंकडंनं चालत त्यानं पोमगाव गाठायचा विचार केला. चांगला तास-दीडतास चालला, पण आता धरण भरल्यानं उन्हाळ्यात पठाराच्या कडंची वाटही पाण्याखाली गेल्याची त्याला दिसली. ही कुंभेरीकडून जाणारी वाट पठाराच्या शेवटच्या टोकाला दोन्ही डोंगरांना जोडते. त्यामुळं धरणाचं पाणी कमी झाल्यावर ओढ्याच्या मधल्या वाटेशिवाय आंबवणेला जायला ही वाट लांबची असली तरी उपयोगी पडायची. आताही नामदेवचा आंबवण्याहून परत पोमगावला फिरण्याचा विचार होता. पण आता मागच्या काही वर्षांपासून धरणाचं पाणी थोडं जास्तच साठायला लागलं आहे, त्यामुळं ही कडेची वाटही पाण्यात बुडायला लागली. त्यानं बाहेर जायचा शेवटचा

दूरचा मार्गही चार महिने बंद झाला. असं धरणाचं पाणी आडवं आलं आणि त्याला परत पठारवस्तीवर फिरायला लागलं. आता पाऊस थांबेपर्यंत आणि ओढ्याचं पाणी कमी होईपर्यंत पठारवस्तीवरून कुठं जाता येणार नाही.

"या धरनानी कोंडून ठेवलंय पठाराव. या कोंडवाड्यातून कव्हा सुटनार कुनाला माह्यती..." असा मनाशीच बोलत नामदेव परत पठारवस्तीवर आला.

दोन दिवस घराभोवती वाढलेली झुडपं तोडली. ती दरवर्षीच्या पावसाळ्यात तोडायला लागतात. नाहीतर या झुडपांमधले काही वेल भिंतीच्या आधारानं आढ्यावर चढतात आणि माजतात. रानातले साप त्याचाच आधार घेतात आणि आढ्यावर वस्ती करायला लागतात. मग वाघांपेक्षा या सापांचीच भीती जास्त वाटायला लागते! वाघ आल्याचं सगळ्या पठाराला कळतं. कुत्री भुंकून त्याची चाहूल देतात. पण रात्रीच्या अंधारात आढ्यावरून अंथरुणात पडलेला साप बिनबोभाट आपलं काम करतो. त्याच भीतीनं नामदेवनं घराभोवतीची झुडपं काढली. भिंतीला खेटून उगवलेलं गवतही उपटून टाकलं.

आता पावसाळ्याभर अशाच कामात दिवस जाणार. भाताला पाणी बघ. नाचणीचा बांध बेण, कुठं फुटलेले पाट धर... या कामांतच सगळा पावसाळा निघून जातो. दुसरं काही करताच येत नाही. आणि करायचं म्हटलं तरी पठारावरून कुठं जाता येत नाही. मग बाहेरचा कोणी नातेवाईक मेलेला कळत नाही आणि पठारवस्तीवर कोणी मरायला लागला तरी त्याला पौडला औषधपाण्यासाठी नेता येत नाही. असं बंदिवान जीवन पठारवस्तीच्या आता अंगवळणी पडलं आहे. मात्र तरीही पठारवस्तीला या जीवनाविषयी ना खंत ना खेद! ज्यांनी याच्या पलीकडचं चांगल, मुक्त जीवन कधी बघितलेलंच नाही, त्याची या जीवनाविषयीची तक्रार ती काय असणार!

नामदेवही त्यातलाच एक. मात्र आता नामदेवचा पाय पठारवस्तीवर स्थिर राहत नाही. पोटाला घास देणारी जमीन जाणार ही भावना त्याला एका जागेवर थांबून देत नव्हती. त्यामुळं आता पावसाळा संपेपर्यंत पठारावर राहणं त्याला बांधून ठेवल्यासारखंच वाटायला लागलं होतं. जमीन कशी वाचवायची या विचाराबरोबरच आता पावसाळ्यात पठारावरून धरणाबाहेर कसं पडायचं या विचारानंही त्याला हैराण केलं. या विचारातूनच त्याला लाँचची आठवण

झाली. पावसाळ्यात पठारवस्तीवरून धरणाबाहेर जाण्याचा तेवढाच एक मार्ग आहे. पण पुणे जिल्हा दूध उत्पादक संघाच्या ताब्यातील ही लाँच दुधाच्या कँडांशिवाय दुसरं काही लाँचमध्ये घेत नाही. लाँचमध्ये माणसांना प्रवेश वर्षातून फक्त एकदाच. तोही वारीला जाणाऱ्या वारकऱ्यांकरिता. पठारवस्तीवरच्या वारकऱ्यांना वारी घडते ती या लाँचमुळंच. त्याच लाँचनं दुधाच्या वेळेत जाता येईल का? म्हणून नामदेव सकाळी सकाळीच पठारवस्तीवरील दूधवाल्यांबरोबर डेअरीवर लाँचजवळ गेला. तेव्हा सगळ्याच दूधवाल्यांना आश्चर्य वाटलं. कारण दुधाशिवाय कोणी लाँचसाठी येत नाही. आणि आला तर कामदार त्याला लाँचमध्ये घेत नाही. हा कामदार म्हणजे सोसायटीचा दूध गोळा करणारा गडी. पहाटे साडेपाचला लाँच घेऊन वांद्रे, पिंपरी, बार्पे, शेडाणी, सुसाळे, पोमगाव, तिस्करी, कुंभेरी करत आंबवणेपर्यंत रिकामी कँडं वाटत जातो आणि भरलेली कँडे लाँचमध्ये घेऊन परत येतो. त्याचा सगळा दिवस असा लाँचमध्ये पाण्यावर जातो. अंगावरचे कपडे तेलकट, कळकटलेले असतात. त्यांना दुधाचा वास येत असतो. पहाटे लवकर निघतो, त्यामुळं चार-चार दिवस अंघोळ करत नाही. थंडीनं फुटलेल्या पायात कधी चप्पल न घालणारा कामदार लाँचमधून दूध पोहोचवलं, की दिवस मावळेपर्यंत सोसायटीची भली-मोठी कँडं धुवत असतो. असा हा फाटका माणूस शेतकऱ्यांवर रुबाब करतो ते लाँच त्याच्या ताब्यात असल्यामुळं. आणि ती लाँच चेअरमननं त्याच्या ताब्यात दिली आहे ती त्याला तोडकं-मोडकं लिहिता वाचता येतं म्हणून. आपल्याला लिहिता वाचता येतं याचा त्याला भारी अभिमान! दूधवाल्यांचं दूध मोजून घेताना, दुधाची फॅट तपासताना आणि त्या सगळ्याची कार्डावर नोंद करताना त्याचा मोठा रुबाब असतो. दुधाचं कँड आणि कार्ड घेऊन आपल्यासमोर उभे असणारे दूधवाले त्याला एकदम लाचार वाटत असतात. एक पाय वाकडा करून कानाला अडकवलेला पेन मोठ्या ऐटीत काढून तो दूधवाल्यांच्या कार्डावर दुधाची नोंद करत असतो. त्यानं कार्डावर केलेल्या नोंदीला कोणी हरकत घ्यायची नाही. घेतली तर दुसऱ्या दिवशी फॅटमध्ये गडबड होऊन दूध घरी परत पाठवतो. कधी लाँचमध्ये दूध न घेण्याचीच धमकी देतो. आणि लाँचशिवाय दूध धरणाबाहेर काढण्याची वाट नाही, त्यामुळं कामदाराला जाब विचारण्याचं धाडस कोणी करत नाही. या कामदाराचा सगळा दिवस लाँचमध्ये पाण्यावर जात असला, तरी त्याला

प्रत्येक गावातली खडान्खडा माहिती असते. प्रत्येक वाडी-वस्त्यांवरच्या एखाद्या तरी दूधवाल्याला त्यानं आपलंसं करून ठेवलं आहे. त्यामुळं कोणाच्या घरातलं दूध आटत आलंय आणि कोणाच्या म्हशी व्यायला आल्यात याची नोंद त्याच्या डोक्यात सतत होत असते. त्यामुळंच आज नामदेवला बघून त्यानं विचारलं,

"म्हशी याल्या वाटतं?"

"नाय. पन येतील येवढ्या मयन्याभरात."

नामदेव कामदाराकडं बघत म्हणाला. तेव्हा कामदार हसला. म्हणाला,

"मंग लांच चालू हाये का बंद पडली ते बघाया आला की काय? मी हाये तवर नाय पडत बंद."

"तसं नाय. समद्या वाटा पान्याखाली गेल्यात. आता पानी वरपरेन साठायला लागल्यापून कुंभेरीकडची वाटबी पान्याखाली जायला लागली. त्यामुळं पावसाळ्यात कुनीकं बाहेर जाताच येत नाय."

"मंग?" कामदार.

"उली अडचनीचं काम व्हतं. तेवढं पोमगावपरेन लांचमधून सोडलं असतं तर..."

"असं प्रत्येक गावातल्या येकयेका मानसानी म्हनलं तरी समदी लांच मानसांनीच भरंन. मंग दूध काय राक्षसावानी पिऊन माझ्या पोटात नेऊ काय!"

कामदार नामदेवचं बोलणं मध्येच थांबवून बोलला. तसा नामदेव त्याच्याजवळ गेला. हातातलं पुस्तक दाखवत म्हणाला,

"हे पुस्ताक पोमगावच्या तात्यांना द्यायचंय. लय दिस झालं. पन या पान्यानी येढा घातल्यानी जाता नाय आलं. तात्या मोठा मानूस. मोठ्या मानसांमधी उठबस असनारा. त्यांची वस्तू त्यांना येळंत द्यायला पायजे म्हनून, नायतर कव्हा आजारपनात तरी मी लांचकरता आलोय का?"

"नाय पन चेअरमची ताकीद हाये मला. कँडांबिगार लांचमधी दुसरं काय गचपान भरायचं नाय."

कामदारानं त्याला नकारच दिला. पण नामदेव त्याला लाँचमध्ये कँडं भरू लागल्यावर आणि त्यानं पोमगावच्या तात्यांचं नाव सांगितल्यामुळं

"येवढीच येळ. आन् तेबी पोमगावपरेनच."

असं म्हणत कामदारानं नामदेवला लाँचमध्ये घेतलं.

दहा मिनिटांत लाँच पोमगावच्या किनाऱ्याला लागली आणि नामदेव कामदाराचे आभार मानत डोक्याची टापशी घट्ट बांधून लाँचमधून उतरला. दहा मिनिटांच्या अंतरासाठी त्याचं दिवसभर अंगावर पाऊस घेत चालणं वाचलं.

तात्यांच्या घरात आज गर्दी होती. पोमगावबरोबरच सुसाळे, वाघवाडी आणि पठारवस्तीचं नाव सारखं लोकांच्या तोंडून ऐकायला मिळत होतं. सुसाळ्यात साप चावलेला माणूस दोन दिवसांनी मेला. कामदारानं त्याला दुधाच्या लाँचमध्ये घेतला असता तर तो वाचला असता. शेडाणी, घुसळखांबची तर बंद झालीच, पण आता पोमगावपर्यंत सुरू झालेली एसटीसुद्धा बंद झाल्यानं लोकांनी आता करायचं काय, असे प्रश्न लोक संतापून तात्यांना विचारत होते. तात्या मात्र शांतपणे त्यांच्याकडं बघत ऐकत होते. नामदेवला दारात बघून त्यांनी आश्चर्यानं विचारलं. म्हणाले,

''बोडके पाव्हणं, धरणाचं पाणी ओलांडून तुम्ही कसं काय आलात बाहेर?''

''लांचनी.''

''तुमच्याव बरी झाली कामदाराची मेरबानी!'' बसलेल्या लोकांमधील एकजण म्हणाला.

''झाली. हात जोडलं तव्हा.''

असं म्हणून नामदेव तात्यांजवळ गेला आणि प्लास्टिकच्या पिशवीमधलं पुस्तक काढून त्यांच्या हातात दिलं.

''एवढ्यासाठी पावसापाण्याच्या दिवसात कशाला जीव धोक्यात घालून यायचं. पुस्तक काय कुठं पळून जात होतं की काय?''

तात्या पुस्तकाकडं बघत बोलले.

''आलो. पठाराव पाय थराना.''

असं म्हणून नामदेवही जमलेल्या लोकांमध्येच बसला. मग त्या सगळ्यांकडं बघत तात्या बोलायला लागले. म्हणाले,

''लाँच नुसत्या दुधासाठी नाहीतर माणसांसाठीसुद्धा आहे. पण सबसिडी मिळते, म्हणून दूध संघाने ती चालवायला घेतली. पण आता हे माकडाच्या हाती कोलीत दिल्यासारखं झालं आहे. दूध गोळा केलं की कमिशन मिळतं

म्हणून दूध संघ आणि सोसायटी फक्त आपलाच फायदा बघायला लागली आहे. माणसांपेक्षा सोसायटीला दूध महत्त्वाचं वाटायला लागलं आहे. म्हणूनच सुसाळ्यात साप चावलेल्या माणसाला कामदारानं लाँचमध्ये घेतलं नाही. त्यात त्या कामदाराचा काय दोष नाही. तो काय सांगकाम्या. दोष आहे तो त्याला तसे करायला सांगणाऱ्याचा.''

''म्हंजी चेरमनचा!''

एकजण मध्येच म्हणाला. तेव्हा त्यांच्याकडं बघत तात्या म्हणाले,

''नुसत्या चेअरमनलाच नाही तर सोसायटीच्या सर्व मेंबरलाच आपण याचा जाब विचारला पाहिजे. इथल्या शेतकऱ्याला चार पैसे दिसतात ते दूध धरणाबाहेर काढण्याचा एकच मार्ग आहे, तो म्हणजे लाँच. ते दूध घालायला लाँचपर्यंत येण्यासाठीसुद्धा शेतकऱ्याला दहा-बारा किलोमीटर चालत जायला लागतं. कधी कधी एक लीटर दुधासाठीसुद्धा ही दहा-बारा किलोमीटरची पायपीट करायला लागते. उत्पन्नाचं दुसरं साधन नसल्यानं गवळ्याला दुसरा पर्यायसुद्धा नसतो. तेव्हा लाँच जर दुधासाठी वापरली नाही तर ते दूध शेतकऱ्याच्या घरातच नासून जाईल. म्हणून लाँचचा दुधासाठी वापर झालाच पाहिजे, पण याचा अर्थ असा नाही की सोसायटीनं शेतकऱ्यांच्या अगतिकतेचा फायदा घेऊन त्यांची अडवणूक करायची. कमिशन मिळतं, सबसिडी मिळते म्हणून फक्त दूध न्यायचं आणि शेतकऱ्यांना लाँचमध्ये चढूच द्यायचं नाही. आता याच्या विरोधात जर आपण बोललो तर उद्यापासून सोसायटी विरोध करणाऱ्यांचंच दूध घेणं बंद करेल. मग त्याला पर्याय काय? म्हणून आपण चेअरमन आणि सोसायटीशी बोलून काहीतरी मार्ग काढू. नाहीतर पुण्यात कात्रजला जाऊन दूध संघात सोसायटीची तक्रार करू. आता पावसाळा सोडला तर शेडाणी, घुसळखांबपर्यंत एसटीसुद्धा सुरू झाली आहे. आपल्या पोमगावलाही येती अधूनमधून, तेव्हा पावसाळ्यापुरता काहीतरी मार्ग निघेल.''

''काय मार्ग निघनार तात्या? आमची वाडी-वस्त्यांवर ऱ्हानाऱ्यांची अडचन निस्ती पावसाळ्यापुरती नाय. आमच्या वाट्याला हा वनवास बारा मयन्यांचा हाये. येसटी म्हंता, पन ही येसटी सडकवल्या शेडानी, पोमगाव, घुसळखांबसारख्या गावांनाच हाये. आमी त्या सडकंपरेन तरी कसं यायचं. आन् सडकंपरेन येता आलं तर आमाला तुमच्या येसटीची काय गरज नाय. आमचे पाय हायेत आमाला जिकडं पायजे तिकडं न्यायला. तव्हा आमची

अडचन हाये ती आमाला अडवं आलेल्या धरनाच्या पान्याची. ते पानी आमच्या मार्गातून कसं जाईल ते बघा.''

एक गडी तावातावानं बोलायला लागला. ते बघून त्याच्या शेजारी बसलेला एक म्हाताराही म्हणाला,

''हे पानी आमच्या जीवाव उठलंय. आता त्यात मी जीव देऊन मरायचं, का त्याच्यामुळं कुनीकं जाता येत नाय म्हणून त्याच्याकं बघत मरायचं.''

''तुम्ही म्हणता ते सगळं खरं आहे.''

तात्या त्या म्हाताऱ्याकडं बघत बोलायला लागले. म्हणाले,

''... पण आपल्याला शेतकऱ्यांच्या दुधाच्या धंद्याचासुद्धा विचार करायला लागणार आहे. सोसायटीनं दूध नाही घेतलं तर तिकडूनही नुकसान आहे. आपल्याला या दूध सोसायटीशिवाय दुसरा पर्याय नाही. त्यामुळे त्यांची ही अरेरावी चालली आहे. त्यांना माहीत आहे, या शेतकऱ्यांना आपण काही केलं तरी ते कुठं जाणार नाहीत. म्हणून पहिल्यांदा आपण आपल्याला दुसरा काही पर्याय आहे का? ते पाहिलं पाहिजे.''

''आता दूध सोसायटीबिगार दुसरीकं कुनीकं दूध घालनार?''

एकानं तात्यांना शंका विचारली.

''पर्याय आहे. पण त्यासाठी शेतकऱ्यांनी एकजूट दाखवली पाहिजे.'' तात्या.

''दावू की.''

आणखी एकजण म्हणाला.

''मग आपण मुळेश्वर दूध सोसायटीला दूध न घालता ते लोणावळ्याच्या बाजूला न्यायचे. एकदा त्यांना दूध मिळणं बंद झालं की त्यांची अरेरावी थांबेल.''

तात्यांचा हा पर्याय सर्वांनाच पटला. मापात मारणं, फॅटमध्ये दोष काढणं. कमिशन घेणं... अशा प्रकारच्या दादागिरीनं शेतकरी वैतागले होते. पण तरीही दुसरा पर्याय नाही म्हणून ते सोसायटीत दूध घालत होते. आता तात्यांच्या या दुसऱ्या पर्यायानं शेतकऱ्यांना लोणावळ्याच्या बाजूची वाट धरावी लागेल, पण त्यानं मुळेश्वर सोसायटी जागेवर येईल, असं शेतकऱ्यांना वाटत होतं म्हणून ते लगेच तयार झाले. मात्र कामदाराला तात्यानं एकदा

समज द्यावीच, असं सांगून जमलेली मंडळी एकएक करून उठून गेली. मग इतका वेळ शांत बसून ऐकणाऱ्या नामदेवकडं बघत तात्या म्हणाले,

''बोडके पाव्हणं, बघितलं, कशी दैना केली आहे या धरणानं आपली. तेव्हा टाटानं इंग्रजांना हाताशी धरलं होतं. पण आता आपलीच माणसं आपल्याला नीट जगू देईनात. तेव्हा इंग्रजांना शिव्या घालत होतो. आता कोणाला घालणार?''

''पन तात्या, या लांचचा खटका येकदा मिटवला पायजे. सराईत करवांदाच्या, आंब्याच्या पाट्याबी घेत नाय लांचमधी. त्या घेतल्या तर घरागनीकं चारपाच, चारपाच पाट्या पार पुन्यापरेन जातील. त्यानी आनखी चार पैसे दिसतील. पन रान येवढं देत असताना ते धरनामुळं भायेर नेता येत नाय. डोक्याव पाटी घिऊन दिवसभर चालन तव्हा कशीबशी येक पाटी पौडाला जाती. तीबी धरनाला येढा घालून जाईपरेन सगळी सुकत्यात. मंग रुपयाचा माल आठान्याला वपून परत फिरायला लागतं. अशानी वर कसं यायचं आमी.''

नामदेवनं तात्यांना आणखी एक समस्या सांगितली. त्यांना तीसुद्धा माहीत होती. पण एक लाँच पाच-पन्नास गावांमधून माणसांची वाहतूक करणार, दूध वाहतूक करणार की मालवाहतूक करणार? तात्यांसमोरही हा प्रश्न होता. समस्या होती ती वाहतुकीच्या साधनांची. आणि पाण्यानं वेढलेल्या या डोंगरातील वाड्यावस्त्यांना लाँचशिवाय दुसरा स्वस्त पर्याय सध्या तरी तात्यांना दिसत नव्हता. कच्च्या रस्त्यावरून, भांडून सुरू झालेली सरकारची एसटी वेळेवर येत नाही, तिथं इतर वाहनं येणं अशक्यच होतं. म्हणून आणखी दोन लाँच वाढवण्यासाठी सभापतींशी बोललं पाहिजे असा विचार तात्यांच्या मनात या क्षणी आला. आणि सभापतींना भेटायचं त्यांनी मनाशी पक्कही केलं. मग शेजारचं पुस्तक हातात घेत म्हणाले,

''पंचावन्न-साठ वर्षे चालू असलेला अन्याय असा एक दिवसात नाहीसा नाही होणार. तो अन्याय कसा झाला ते तुमच्या मुलानं तुम्हांला वाचून दाखवलंच असंल. इथून तिथून सगळे पुढारी सारखेच. आता सत्याग्रहातली जुनी लोकं पुण्याच्या ब्राह्मणांना शिव्या देतात. त्यांनी आमच्या जिवावर पुण्यात शुक्रवार-शनिवार पेठेत वाडे बांधले म्हणतात. पण आता दूध सोसायटीतले पुढारी आपलेच नाहीत का? ते काय वेगळे करतात? तेव्हा बोडके पाव्हणं, आपली लढाई आपल्यालाच लढायला पाहिजे.''

"लढायला मस लढू. पन हातात कसलाच कागद नसल्यानी समदेच उपरे समजायला लागलेत."

नामदेव त्याच्या मनातली व्यथा सांगायला लागला. म्हणाला,

"तात्या, जिकडं जाईल तिकडं सांगतो. तुमालाबी सांगतो. पठारवस्तीव आमची वाडवडलांची जमीन हाये. गाव बुडाल्याव आमी वर सरकलो आन् त्या जमिनीत वावार काढून जगायला लागलो. टाटा भाडेपट्ट्याच्या पावत्या देत व्हता आन् आजा ते भरत व्हता. आता त्या भाडेपट्ट्याच्या पावत्या पौडाच्या वकिलाला दावल्याव ते म्हंत्यात ती जमीन टाटाच्या नावाव हाये. आधी सिधा पडवळावानी टाटा जमीन काढून घेन्याची भीती व्हती. पन आता तर जमीनच त्याच्या नावाव निघाली म्हनल्याव तो कायबी करील. आता अशायेळी जमीन कशी वाचवाव तेच कळत नाय."

नामदेवची व्यथा ही तालुक्यातल्या वरकस जमिनीवर राहणाऱ्या बहुतेकांची होती. तात्यांना ती माहीत होती. टाटा कराराप्रमाणे वागला नाही. पाण्याबाहेरच्या वरकस जमिनी आपल्या नावावर करून घेतल्या. त्या भाडेपट्ट्यानं लावल्या. ज्या शेतकऱ्यांना त्यांच्या गावातून उठवलं, त्या वर सरकलेल्या अर्धमेल्या शेतकऱ्यांचं रक्त पुन्हा प्यायला सुरुवात केली. टाटा त्या गरीब शेतकऱ्यांचा सावकार होऊन बसला. आता या वरकस जमिनी कसणाऱ्या शेतकऱ्यांना, मरणाइतकीच या जमिनी जाण्याची भीती वाटायला लागली आहे. त्यातले काही शेतकरी अगोदरपासूनच भांडतात तर शेजाऱ्याचं मरण पाहिल्यावर नामदेवसारखे आता कुठे हातपाय हालवायला लागले आहेत. तात्या नामदेवला हातातलं पुस्तक दाखवत म्हणाले,

"या पुस्तकात आहे सगळं. छोटे सावकार गेले. आता एकच मोठा सावकार आपल्या उरावर बसला आहे. त्यानं सगळं ओरबाडून तर घेतलंच आहे, आता उरलंसुरलंही त्याला सोडायचं नाही. पण आपण त्याच्या विरोधात कंबर कसली पाहिजे. आता कसेल त्याची जमीन आणि राहील त्याचं घर होतंय. कूळकायदा आहे आता. तहसीलदार आणि जिल्हाधिकाऱ्यांकडं अर्ज करा. आणि त्या अर्जाला टाटानं दिलेली भाडेपट्ट्याची पावती जोडा. मावळातल्या आणि काही मुळशीतल्याही टाटा धरणग्रस्तांनी असे अर्ज केलेत. त्यांना अजून जमिनी मिळाल्या नाहीत. पण एवढे अर्ज गेल्यावर जिल्हाधिकाऱ्यांना काहीतरी निर्णय घ्यावाच लागेल. गावठाण मंजुरीचे अर्जही

आम्ही केलेत, त्यातही बऱ्याच गावठाणांच्या जागा टाटाच्याच नावावर निघत आहेत. त्या काय तो सोडायला तयार नाही. त्यामुळं गावठाण मंजूर होण्याला अडचणी यायला लागल्या आहेत. खरे तर मुळशी धरणासाठी टाटानं जी गावे उठवली त्या सर्व गावांचे जसेच्या तसे पुनर्वसन करायला पाहिजे होतं. पण ते न करता उठलेले लोक डोंगरात कसेतरी जगतात, तेसुद्धा टाटा त्यांना जगून देत नाही. आता पुण्या-मुंबईची आपली पोरं थोडी हालचाल करतात, पण आपणही त्यांना साथ दिली पाहिजे. नाहीतर मागची इतकी वर्षे टाटा जसा वागला तसाच पुढे वागत राहणार आणि आपल्या वाट्याला कायम असाच वनवास राहणार. तेव्हा आपण सगळ्यांनी मिळून तर लढायचंच पण आपल्या जमिनी वाचवण्यासाठी केवळ दुसऱ्यांवर विसंबून न राहता एकट्यानंही लढा द्यायचा. तेव्हा तुम्ही तो अर्ज करा.''

''कूळकायद्यानी माझी जमीन मला मिळंल?''

नामदेवला तात्याच्या बोलण्यानं थोडा धीर आला. कसेल त्याची जमीन होणार असेल तर तो त्याची जमीन कसत होता. म्हणून तात्या म्हणाले,

''या देशात कायदा सगळ्यांना सारखाच असंल तर तुमची जमीन तुम्हांला मिळालीच पाहिजे. पण त्यासाठी तुम्हांला हातपाय हालवायला लागतील. खटपट करायला लागेल. सारखे पौड-पुण्याला पळायला लागणार. तहसीलदार, जिल्हाधिकाऱ्यांना भेटायला लागणार. आणि हे तुमच्यासारख्या अशिक्षित शेतकऱ्यांना तेवढं शक्य नाही हे आमच्या आता लक्षात आलं आहे.''

''मंग आता आमी काय करायचं?'' नामदेव

''तेच सांगतो. आपण सगळ्यांनी एकत्र आलं पाहिजे म्हणून आपण एक संघटना काढली आहे. मुळशीतला एकएक शेतकरी आता त्यात येऊन मिळायला लागला आहे. तुम्हीही या. चार गोष्टी माहिती होतील तुम्हांला. त्यातून कायतरी मार्ग निघतो. आता तर तुम्हांला सत्याग्रह कसा झाला, तुमच्या जमिनी टाटानं कशा घेतल्या आणि धरण झालं कसं ते सगळं या पुस्तकातून कळलंच आहे. तेव्हा अपयश येऊन थांबलेली चळवळ आता आपण परत सुरू करायची. आणि आता मघाशी म्हटल्याप्रमाणं पुढाऱ्यांवर विसंबून राहायचं नाही. आपला पुढारी आपणच बनायचं. मग ते कागदपत्रं

काढण्याची गोष्ट असू. अर्ज अधिकाऱ्यांपर्यंत पोहोचवण्याची गोष्ट असू नाही तर मोर्चात सहभागी होण्याची गोष्ट असू. कुणाच्या आदेशाची वाट बघायची नाही.

"आता कागद मिळत नाय. पन या पुस्तकात साठे गुरुजींनी समदी कागदं लोनावळ्याच्या पिठनाक आल्हाटाकं दिल्यात म्हनं"

नामदेवला कागदपत्रांचा विषय निघाल्यावर पुस्तकातलं ते नाव आठवलं. म्हणून तो तात्यांना मध्येच थांबवून म्हणाला. तेव्हा तात्या म्हणाले,

"तेच आपल्या संघटनेचे अध्यक्ष आहेत. पिठनाक आल्हाट. पण सगळेजण त्यांना नानाजी म्हणतात. त्यांच्याकडं पोत्यानं कागदपत्रं आहेत. साठे गुरुजींनी तर त्यांना दिलीच. पण त्यांचे वडील सत्याग्रहात होते. तेव्हापासून कागदपत्रं गोळा करायचे. आता पंचवीस वर्षे झाली त्यांना वारून. पण त्यांचा मुलगा नानाजी आहे. तुम्ही त्यांच्याकडं जा. आता आपणच आपले पुढारी बनायचं तर आहेच, पण ज्यांना आपली कीव येऊन मनापासून आपल्यासाठी लढतात, त्यांच्या पाठीशीही उभं राहायचं आहे. अशा दोन्ही पातळीवर लढायची कसरत आता आपल्याला करायची आहे. आपला हात आपल्यासाठी आहेच. पण, चार हात लागले की संघटनेला बळ मिळतं."

"पण ते लोनावळ्यात राहत्यात कुनीकं?" नामदेव.

"लोणावळ्यात नाही. लोणावळा सोडला त्यांनी दोन वर्षांपूर्वी. आता ते आंबवण्यात आहेत. गावाबाहेर एकच घर आहे. कुणालाही विचारा. इथं नानाजी कुठं राहतात म्हणून. कोणीही सांगेल. ते तुम्हांला अर्जही लिहून देतील. असली कामं करायला त्यांना खूप आवडतं. तो अर्ज तुम्ही कलेक्टरला द्या. पुढे काय होतं ते बघू आपण."

असं बोलून तात्या जागेवरचे उठले. म्हणाले,

"बोडके पाव्हणं, जरा सरपंचाकडं जाऊन येतो. उद्या दूध सोसायटीच्या चेअरमनला आणि काही मेंबरला भेटतो. लाँचमध्ये माणसांना नाही घेतलं तर त्यांनी गावाबाहेर पडायचं कसं... काय म्हणतात ते बघू नाहीतर पौडला जाऊन सभापतींना भेटायला लागेल."

नामदेवही जागचा उठला आणि जायला लागला.

"आता लाँच परत जायला निघाली असंल. पण कामदार तुम्हाला परत घेणार का?"

तात्यांनी नामदेवला विचारलं.

“आता जोडायचं परत हात. तीबी घवली तर. आभाळानी दिस दिसत नाय. म्होरं निघून गेली असंल तर काढायची कुनीकं तरी रात उंद्यापरेन.” नामदेव.

“तसं झालं तर परत या इथंच. मी एकटाच असतो घरात. कुठं पावसात कुणाच्या वळचणीला नका थांबू. परवा तो कातरवाड्यावला भरमू कातकरी ओढ्याला उतार नाही मिळाला म्हणून दोन दिवस ओढ्याच्या कडेला झाडावरच बसून राहिला होता. तसं करू नका.”

“बरंय!” म्हणत नामदेवनं मान हालवली आणि डोक्याची टापशी आवळत बाहेर पडला.

डॉक्टर खटावकर, कुलकर्णी वकील आणि पौडातल्या भाऊसाहेबांचं बोलणं ऐकून नामदेवला आपण आपल्याच तालुक्यात, आपल्याच पठारवस्तीवर उपरे असल्यासारखं वाटायला लागलं होतं. त्यात शिरवलीचा चांभारही गावाबाहेरचा म्हणून व्हाण शिवून देत नव्हता. ती गोष्ट तर त्याच्या मनाला खूपच लागली होती, पण तात्याच्या बोलण्यानं त्याला थोडा धीर आला. कूळकायद्यानं आपली जमीन आपल्या नावावर होईल, ही आशा तरी त्याच्या मनात आज जागी झाली. त्यामुळं आता नानाजीला कधी भेटतो असं त्याला झालं होतं. पण पावसानं आणि चहू दिशांना आडव्या आलेल्या पाण्यानं सगळ्या वाटा अडवलेल्या होत्या. तेव्हा आता पाऊस कमी होऊन ओढे आटले, की पहिलं नानाजींकडं जायचं, असा मनाशी पक्का विचार करतच तो लाँचकडं निघाला होता. गच्च भरलेल्या आभाळानं दिवस कुठवर आला आहे तो दिसत नव्हता. ज्याचं घड्याळच सूर्य होता, तोच आज त्याला दिसत नव्हता. त्यामुळं त्याला लाँचच्या वेळेचा अंदाज आला नाही. तो जागेवर येण्याआधीच लाँच निघून गेली. मग सात-आठ किलोमीटर पायपीट करत नामदेव पुन्हा पोमगावमध्ये आला आणि ती रात्र त्यानं तात्यांच्याच घरात काढली. तिथंच जेवला आणि दुसऱ्या दिवशी लाँच यायच्या आधीच तिची वाट बघत जागेवर जाऊन थांबला. लाँच आली आणि कामदारानं नामदेवला पाहिल्या पाहिल्याच तोंड वाकडं केलं. म्हणाला,

“आजून हायेच का तू आमच्या उराव!”

“मंग कुनीकून जानार. पान्यानी वाटा आडवून जगनं अवघाड केलंय! आता तुमीच जगवायचं आमाला!”

नामदेव स्वतःहूनच दुधाची भरलेली कँडं लाँचमध्ये चढवत बोलला.

कामदारालाही ते हवं होतं. पाच-पंचवीस गावातली कँडं उचलून त्याचा जीव निघत असतो. त्यामुळं नामदेवसारखा अडलेला त्याला रोज कोणी तरी हवाच असतो. पण ते न दाखवता तो नामदेवला बोलतच राहिला. म्हणाला,

"तुला जगवन्याचा मी ठेका नाय घेतला. आन् तुला जगवून मला मरायचं नाय. तुला लांचमधी घिऊन येक कँड कमी ग्यालं तर पन्नास रुपयांची खोटी व्हनार. त्यापरीस तू येऊ नको."

"मंग मी जाऊ कसा परत?"

"पव्हत जा!"

"म्हंजी जीव द्यायलाच सांगताय तुमी! येवढ्या बारीनी न्या. पुनाच्यान नाय येनार कव्हा!"

असं बोलत नामदेव लांचमध्ये जाऊन एका कँडावर बसला. म्हणाला,

"म्हशी यायला झाल्यात. आमचंबी दूध सुरू व्हनार हाये. येवढी येळ मारून न्या!"

नामदेवनं कामदारापुढं हात जोडले. नामदेवच्या म्हशींचंही दूध येणार हे कामदाराला माहीत होतच. आणि ते त्याला हवंही होतं. मंग त्याच्यावर मोठं उपकार केल्यासारखं करत कामदार म्हणाला,

"तुमा लोकांना कितीबी हाडहूड केलं तरी लाज नाय. चल. पन दुधाचं तेवढं लक्षात ठेव."

असं म्हणून कामदारानं लाँच सुरू केली. आणि नामदेवचा जीव भांड्यात पडला.

तात्या सरपंच आणि आणखी दोन-चार लोकांना घेऊन दुसऱ्या दिवशी सकाळी सकाळीच चेअरमनला भेटले. संभव्यात नाहीतर माल्यात धरणातील सगळी गावं आणि वाड्यावस्त्यांवरची दूधं गोळा होतात. या दोन गावांतून शेडाणी, पोमगावपासून पार कुंभेरीपर्यंत गाडीचा कच्चा रस्ता असल्यानं पावसापाण्याच्या दिवसातही जाण्या-येण्याला अडचण नसते. त्यामुळं पुढाऱ्यांची ऊठबस या दोन गावांतून जास्त असते. त्यातही माले पौडच्या आणखी जवळ त्यामुळे पौडमध्ये नाहीतर माल्यात पुढारी भेटणारच. तात्यांना ते माहीत होतं. म्हणूनच ते तडक माल्यात आले. चेअरमनबरोबर सोसायटीचे तीन चार मेंबरही त्यांच्याबरोबर होते.

तात्या मुळशी धरणग्रस्तांसाठी निवृत्तीनंतर पुणे सोडून इथं राहतात आणि धरणग्रस्तांच्या समस्या सरकारपर्यंत पोहोचवतात हे चेअरमनला माहीत होतं. त्यामुळं तात्यांना पाहिल्या पाहिल्याच चेअरमननं त्यांना नमस्कार केला. म्हणाले,

"तात्या, आज पावसापान्याचे धरनाभायेर पडले?"

"तुम्हांलाच भेटायला आलोय आमी." तात्या.

"नशीब आमचं. आमच्यासारख्या गवळ्याला तुमच्यासारखी मोठी मानसं भेटायला येत्यात."

चेअरमन हसत हसत बोलले. तशी तात्यांनी सरपंचांकडं एक नजर टाकली आणि चेअरमनकडं बघत म्हणाले,

"परवा सुसाळ्यातला एक माणूस साप चावून मेला. त्याला वेळेत पौडला नेला असता तर तो वाचला असता. पण तुमच्या कामदारानं त्याला लाँचमध्ये घेतला नाही..."

"हां. ते आलं माझ्या कानाव. लय वराडलो त्याला. मानसापरीस दूध म्हत्त्वाचं हाये का तात्या? पन आता पावसाळ्यात दूध वाढलंय. कँडं ठेवायलासुद्धा जागा नसती लांचमधी. त्यातून एखाद्या गवळ्याचं दूध नाय घेतलं तर त्याचंच दोन-चार रुपायांचं नुकसान व्हतं. म्हनून आमी पहिली गवळ्याची दूधं घेतो. आन् मंग जागा उरली त् मानसंसुद्धा येत्यातच की त्यात."

चेअरमन तात्यांना थांबवत मध्येच सारवासारव करायला लागले. तसे सरपंच म्हणाले,

"लांच रोजच दुधाच्या कँडांनी भरती. मंग मानसांना जागा कव्हा व्हनार त्यात."

"सरपंच, त्याला आता आमी काय करनार! तुमी सांगत असाल तर दूध बंद करतो आन् फक्त मानसांनाच आन्तो."

चेअरमननं असं कोंडीत पकडल्यावर सरपंचांनी त्यात्यांकडं पाहिलं. लाँचमधून दुधं नाही आली तर धरणाबाहेर दुधं येणार कशी. शेती सोडली तर चार पैसे दाखवणारा धंदा म्हणजे सराईतले आंबे, करवंदे आणि हा दूध धंदा. पण लाँचशिवाय त्याला पर्याय नाही. चेअरमनला ते माहीत आहे, म्हणूनच ते असे तडकाफडकी बोलले. लाँच हातात म्हणजे सगळ्या नाड्याच

हातात. मग अशी अरेरावी येणारच! तात्यांना हे माहीत होतं. म्हणूनच त्यांनी थोडं नरमाईनं घेतलं. म्हणाले,

''चेअरमन, दूध बंद करून कसं चालेल. आमचं म्हणणं आहे दुधाबरोबर अडीअडचणीला माणसांनासुद्धा लाँचमधून येता-जाता आलं पाहिजे. आमच्या काही गावांचं ठीक आहे. पण कितीतरी वाड्यावस्त्यांना लाँचशिवाय पर्याय नाही. त्यातल्या त्यात उन्हाळ्यात ओढे कोरडे असतात. धरणातल्या काही वाटासुद्धा पाण्याबाहेर येतात. मग ते बिचारे दिवसभर पायपीट करून जातात-येतात. पण पावसाळ्यात ते सगळेच बंद असतं. आता साप चावलेल्या माणसाला घेतला नाही म्हटल्यावर बाकीच्यांची काय अवस्था असेल!''

''तसं नाय तात्या. आमी कुनाची आडवनूक करत नाय. लांच कँडांनी भरन्याआधी चिकार लोकं शिरवली, पोमगाव पार कुंभेरीपरेन जात्यात. पन लांच सगळ्या गवळ्यांची दुधं घिऊन शेवटच्या गावातून परत यायला निघाली की पाय ठेवायला जागा नसतो. मंग तो कामदार तरी काय करनार? तरीसुद्धा सुसाळ्याच्या साप चावलेल्या मानसाला घ्यायला पायजे व्हतं. हे मला मान्य आहे. कामदाराला मी तसं सांगूनसुद्धा ठेवलंय. दोन कँडं कमी कर. पन अशा आजारीबिजारी मानसांना पह्यलं घे म्हनून. तव्हा तो अशा लोकांना नाय अडवनार आता.''

तात्या समजुतीनं बोलल्यावर चेअरमनही थोडं समजुतीनं बोलायला लागले. पण बोलेल तसा चेअरमन वागेल याची तात्यांना आणि सरपंचांना खात्री नाही. कामदार स्वतःच्या मनाचा कारभार कधी करणार नाही. त्यामुळं चेअरमन आता काही सांगत असले आणि यापुढं आजारी माणसांना घेणार म्हटलं तरी ते होणार नाही. कारण या अगोदरही चेअरमनकडं अशा तक्रारी धरणामधील गावातल्या शेतकऱ्यांनी केलेल्या आहेत. त्याची चेअरमनला आठवण करून द्यावी म्हणून तात्यांच्याबरोबर आलेल्या पोमगावमधील काही लोकांनी तात्यांच्या कानात तसं सांगितलं. ते बघून सोसायटीचा एक मेंबर लागला तावानं बोलायला. म्हणाला,

''तात्या. असं कुनी कान फुकलं म्हनून तुमी फुगून जाऊ नका. आख्ख्या धरन भागाला येक लांच हाये. ती काय काय व्हानार? दूध नाय आनलं तर गवळी तिकडूनबी तक्रार करत्यात. आता आमी त्यांचं भलं करायला निघालोय तर ते आमालाच खोटं पाडायला निघाल्यात. अशानी

गवळ्यांचीच नुकसानी व्हनार हाये. दूध जानं म्हत्त्वाचं, की मानसं जानं म्हत्त्वाचं? नायतरी या घातच्या दिसात वावरात मान वर करायला येळ नसतो. तिथं गावाबाहेर आन् वाडीबाहेर क्कान जात असतो. आन् जायला तरी कशाला पायजे.''

''कशाला जायला पायजे म्हंजी? वाडी-वस्तीवल्या आजाऱ्याला दवापानी मिळून द्यायचा नाय का तुमाला?''

पोमगावमधला एक गडी तावातावानं बोलला. तसा सोसायटीचा दुसरा मेंबरही झाला पुढं. म्हणाला,

''दवापानी करायला आमी काय डाक्टर नाय. आन् तुमाला येवढीच डाक्टरची पडली असंल तर गावात काढा दवाखाना.''

''ते तुमी नका सांगू आमाला. तुमी लांच चालवायला घेतली म्हंजी मालक नाय झाला लांचचे. आन् दूध आनून काय उपकार नाय करीत गवळ्यांवर. लिटरमागं पाच पैसे कमिशन घेता. त्याची कार्डावर नोंद करत नाय की हिशेब देत नाय. हे काय आमाला माह्यती नाय व्हय.''

पोमगावच्या गड्यानं सोसायटीची अशी लबाडीच बोलून दाखल्यावर एक मेंबर आला त्याच्या अंगावर धावून. तात्यानं त्याला आवरला. म्हणाले,

''हमरीतुमरीवर येऊ नका. सोसायटीत दूध गेलंच पाहिजे. पण म्हणून काय माणसांनी गावाबाहेर पडायचंच नाही असं कसं म्हणून चालेल.''

मग चेअरमनकडं बघत म्हणाले,

''चेअरमन, अडीनडीला माणसांनासुद्धा लाँचमध्ये घेतलं पाहिजे एवढंच आम्ही सांगायला आलो होतो. ते सांगणंही तुम्हांला आवडणार नसंल तर त्यावर आम्ही काय बोलणार!''

''तसं नाय तात्या. लोकं दोन्हीकून बोलनारी असत्यात. आता आजारी पडल्याव, कधी कुनाच्या नातेवाइकांच्या मयतीला अशा कारनाच्या येळंला लोकांना बाहेर पडायलाच लागतं. हे काय आमाला कळत नाय व्हय. पन त्यावरून लगीच आमचं कमिशन काढायचं आन् हिशेब मागायचा हे किती बरं दिसतं!''

चेअरमन पोमगावच्या गड्यांकडं बघत बोलले. तात्यांना आता चेअरमनसमोर बोलण्यात काही अर्थ वाटत नव्हता. शेतकऱ्यांच्या केवळ दुधावर डोळा असणाऱ्या या मंडळींना शेतकऱ्यांनी गावाबाहेर कधी पडूच नये

असंच वाटत होतं. तरी तात्यांनी आता जास्त वाद वाढू नये म्हणून सांगितलं. म्हणाले,

''तुमच्या ताब्यात लाँच आहे म्हणून आम्ही तुमच्याकडं आलो. दुधाबरोबर माणसंही महत्त्वाची आहेत. आता तुमच्या बुद्धीला कसं पटेल तसं वागा. आम्ही आपलं सांगायचं काम केलं.''

तात्या एवढं बोलून निघाले. त्यांच्या मागं सरपंच आणि पोमगावचे गडीही सोसायटीच्या मेंबरकडं रागानं बघत निघाले.

थोडं पुढं आल्यावर तात्या पोमगावकडं न वळता पौडच्या दिशेनं चालायला लागले. तसे सरपंच म्हणाले,

''तात्या, पौडाला कशाला?''

''सभापतींना भेटू. चेअरमन आणि सोसायटीची अडवणूक आणि वर दादागिरी शेतकऱ्यांचा जीव घेणारी असंल तर ते सभापतींच्या कानावर घातले पाहिजे.''

''पन तात्या, चेअरमन सभापतींचाच मानूस. त्यांच्याच जीवाव चेअरमन गमज्या करतो.''

सरपंचांनी तात्यांना आतलं राजकारण सांगितलं.

''तरी कानावर घालू त्यांच्या. त्यातूनही काही नाही झालं तर झेडपीच्या अध्यक्षांना भेटू, पण लोकांच्या जिवाशी होणारा खेळ थांबवलाच पाहिजे.''

असं म्हणून तात्या चालतच राहिले.

पौडमध्ये येऊन तात्या थेट पंचायत समितीत सभापतींच्या कार्यालयात गेले. ते गावोगावच्या पुढाऱ्यांनी भरलं होतं. कोणी एसटी वेळेवर येत नसल्याच्या, कोणी विजेच्या खांबावरचे बल्ब गेल्याच्या तर कोणी बल्ब असून ते लागत नसल्याच्या तक्रारी सांगत होते. तात्यांनी त्या थोडा वेळ ऐकून घेतल्या. नंतर त्या संपेचनात असं वाटल्यावर ते पुढे होऊन बोलायला लागले. म्हणाले,

''सभापती साहेब, यांच्या गावांमधून एसटी येते, लाईटसुद्धा पोहोचली आहे. आमच्या धरणातल्या गावांमधून आणि वाड्यावस्त्यांमधून अजून तेही धड पोहोचलेलं नाही. त्यांच्या समस्याही थोड्या ऐकून घ्या. त्या फार नाहीत. पण या धरणातले लोक वाचण्यासाठी त्या महत्त्वाच्या आहेत. ज्यांच्या

जमिनीवर धरण होऊन मुंबई उजळली, त्यांच्या घरात अजूनही अंधार असला तरी त्याविषयी त्यांची काही तक्रार नाही. पण हे धरणाचं पाणी आता त्यांच्या जिवावरच उठले असेल तर त्यावर काही उपाय काढला पाहिजे.''

''काय, समस्या काय आहेत त्यांच्या तात्या, तुम्ही जे मागे अर्ज केले होते, त्यावर तहसीलदार आणि कलेक्टर निर्णय घेतील. त्या जमिनी टाटांच्या नावावर कशा झाल्या, त्या परत देता येतील का? टाटांना कूळकायदा लागू होतो का? ते सगळं वरिष्ठ पातळीवर होईल...''

सभापतींना वाटलं तात्या परत वरकस जमिनीचा विषय घेऊन आले की काय. कारण याअगोदर तात्यांनी धरणग्रस्तांच्या वतीनं असे अनेक अर्ज केलेले आहेत. मग तात्यांनीच सांगितलं. म्हणाले,

''ते होईलच. तो शेतकऱ्यांचा हक्कच आहे. पण त्या त्यांच्या हक्काच्या जमिनी, हक्काचे गावठाण मिळेपर्यंत तरी धरणातल्या वाड्या-वस्त्यांवरचा शेतकरी जगला पाहिजे. त्यांच्यापर्यंत एसटी जात नाही आणि गेली तरी एसटीपर्यंत येण्यासाठी त्यांना धरणाचं पाणी आडवं येतं. अशा वेळी लाँचशिवाय पर्याय नसतो. पण ज्यांच्या ताब्यात लाँच आहे ते फक्त दूधच घेतात. माणसं घेतच नाही. मग आजारी पडल्यावर माणसांना बाहेर पडता येत नाही म्हणून तिथंच मरायचं का?''

''तसं कसं होईल. ती लाँच माणसांसाठीच आहे.'' सभापती.

''पण ती फक्त दुधासाठीच वापरली जाते. साप चावलेल्या माणसालाही त्यात घेत नाही. मग अशा लोकांनी काय करायचं?''

तात्यांच्या या बोलण्यावर बसलेले सगळे गावपुढारी त्यांच्याकडं बघायला लागले. तसे सभापती तात्यांकडं बघत बोलायला लागले. म्हणाले,

''तात्या, कुणाचा जीव जाताना बघून त्याला लाँचमध्ये घेणार नाही असं कधी होणार नाही. एवढं वाईट कोणी नाही. उलट धरणाच्या पाण्यात जीव धोक्यात घालून सोसायटीवाले लाँच चालवतात. दूध वाहतूक करून गवळ्यांना चार पैसे मिळवून देतात.''

''आम्ही ते कुठं नाकारतोय. आमचे म्हणणे त्यातून माणसांचीसुद्धा वाहतूक झाली पाहिजे. आणि सुसाळ्याच्या माणसाचा जीवच जात होता की, त्याला कुठं घेतला लाँचमध्ये!''

तात्यांनी खरी समस्या सांगितली. सभापतींना त्याचा थोडा राग आला. म्हणाले,

“म्हणजे तात्या आम्ही खोटं बोलतोय का? कोणी आजारी आहे, कोणी पडलं, धडपडलं, पाय मोडला, हात मोडला, साप चावला अशा सगळ्यांनाच लाँचमध्ये घेतल्याशिवाय ते पौडापर्यंत येतात का?”

सभापतींच्या बोलण्यावरून त्यांना सुसाळ्याची घटना माहीतच नव्हती. आणि म्हणून ते सोसायटीची बाजू घेऊन बोलत होते. याचा तात्यांनाही थोडा राग आला. त्या रागातच ते म्हणाले,

“सुसाळ्याला साप चावून मेलेल्या माणसाला लाँचमध्ये घेतला असता तर तो वाचला असता, ही घटना तुम्हांला माहीत नाही. मग आजारी पडून औषधपाण्याविना मेलेल्यांची माहिती तुम्हांला धरणाबाहेरच्यांना कशी होणार? त्या वाड्यावस्त्यांवर असे किती जन्मतात आणि किती मरतात याची नोंद ठेवणारे भाऊसाहेब तिकडं कधी फिरकतच नाहीत. मग किती मेले आणि कशानं मेले, कसे मेले हे तुम्हांला कसं कळणार! तेव्हा माझी एवढीच विनंती आहे तुम्हांला, या माणसांना असं किड्यामुंग्यांसारखं मरून देऊ नका. माझ्या हातात त्यांची अडचण तुमच्यापर्यंत पोहोचवणं एवढंच आहे. आता त्यांना त्यांच्या मरणानं मरून द्यायचं, की आणखी काय करायचं हे तुमच्याच हातात आहे.”

“तात्या, तुम्ही म्हणता तसं जर खरंच असंल तर त्याच्यावर आपण नक्कीच काहीतरी मार्ग काढू. लाँच माणसांसाठी सुद्धा आहे. त्यात जर माणसांना घेत नसतील तर आपण त्यांना घ्यायला लावू. मी ती लाँच ज्यांनी चालवायला घेतली आहे, त्यांच्याशी बोलतो.”

“बास. एवढंच म्हणणं आहे आमचं. लोक काय हौसमौज करायला बाहेर पडत नाहीत. हौसेमौजेसाठी जीव धोक्यात कोण घालील. पण जगण्याची गरज म्हणून त्यांना कधीकधी बाहेर पडायलाच लागतं.”

तात्या शांतपणे बोलले. तसे ‘ठीक आहे’ म्हणत सभापती बसलेल्या पुढाऱ्यांकडं बघायला लागले. मग तात्या आणि त्यांच्यामागं सरपंच आणि पोमगवाचे गडीही बाहेर आले. बाहेर आल्याआल्याच सरपंच म्हणाले,

“तात्या, आपून चेअरमनची आणि सोसायटीच्या मेंबरांची अरेरावी सांगायला पायजे व्हती.”

“कोणाच्या तक्रारी करून काय साधणार नाही. आपली समस्या कशी सुटंल ते आपण बघायचं. आणि तुम्ही म्हणता तसे चेअरमन सभापतीचा

माणूस असेल तर सभापती असल्या तक्रारी कानाआडच करणार. उलट चेअरमन त्यानं अजूनच दुखावला जाणार. हे सगळे सारखेच!''

तात्या असं बोलल्यावर मात्र सरपंच काहीच बोलले नाही आणि मुकाट्यानं तात्यांच्या मागं चालत राहिले.

पाऊस थांबला. धरणाला फुगवून गेला. हा धरणाचा वेढा पठारवस्तीच्या पिढ्यान्‌पिढ्याला पुरणार आहे. ओढे मात्र आटले. आठ महिने ओढ्याची लांबची वाट तेवढी आता सोबत राहील. त्या वाटेवर चालण्यातच अर्ध जीवन जातं. उरलेलं पोटाच्या लढाईत. त्या लढाईत नामदेवला साथ देणाऱ्या त्याच्या दोन्ही म्हशी दोन दिवसांच्या अंतरानं व्यायल्या. चार-पाच दिवस खरवसाचा वास पठारवस्तीवर दरवळला. सरस्वतीनं सगळ्या पठारवस्तीवर खरवस वाटला. शिवा महाराला गरम खरवस खायला आवडतो. म्हणून तो दुसऱ्या दिवशीच नामदेवच्या घरात आला. दोन्ही पारड्यांकडं बघत म्हणाला,

''नामादा, चार म्हशी झाल्या दावनीला, आता या दोन पारड्या दुधाव आल्या, की चांगला मोठा गवळी व्हतोय तू.''

''कसला मोठा गवळी शिवादा! पारड्या दुधाव येईपरेन म्हशी तर राह्यल्या पायजेत ना दावनीला. त्यांची दोन यातं झाल्यात. आनखी किती वरीस दूध देनार हायेत त्या!''

''पन आता म्हनायला तर झालं ना चार म्हशींचा गवळी म्हनून.'' सरस्वतीनं दिलेलं खरवसाचं ताट हातात घेत शिवा महार म्हणाला.

''निस्तं म्हणून काम उपेग. म्हनायला आपून शेतकरीबी हाये. पन नावाव गुंजभर जमीन तरी हाये का? आता हे माझं, ते माझं असं म्हनून काय उपेग नाय. आता हातात कागदं लागत्यात. ज्याच्या नावाव कागदं तो मालक. हितं समदं टाटाच्या नावाव. त्यानी समदं घेतल्याव कसला शेतकरी आन्‌ कसला गवळी.''

नामदेवच्या मनात रात्रंदिवस घोळणारा विचार असा गप्पा मारता मारता केव्हाही बाहेर येतो. त्याला आता जमिनीशिवाय दुसरं काही दिसतच नव्हतं. त्यामुळं म्हशी व्यायल्याचा आणि डेअरीवर दूध जाण्याचा आनंद त्याला पूर्वी जसा होत असे, तसा आता होत नाही. जमीन गेली की पठारवस्तीवर उपाशी मरण्याची वेळ येणार. मग कसला गवळी आणि कसलं दूध! असा पुढचा

विचार त्याच्या मनाला सारखा खात होता. तोच विचार करत तो कुढत बसला होता. शिवा महाराला मात्र पुढं मरण येणार आहे, म्हणून त्याच्या विचारानं जिवंतपणीच रोज मरणं पटत नव्हतं. नामदेवनं असा कधी जमिनीचा विषय काढला, की तो त्याला जे सांगायचा तेच आताही सांगितलं. म्हणाला,

"नामादा, दूधदुभतं सुरू झालंय घरात. आता चार पैसे यायला लागतील, त्यातच आनंद मानायचा. उगीच म्होरं समदं जानार हाये म्हनून आताच हात टेकून कसं चालंल."

"शिवादा, मी हात टेकत नाय. तसं असतं तर सिधा पडवळ आन् दुसऱ्यांवानी म्होरचं म्होरं बघू म्हनत समदं डोळ्याआड केलं असतं. पन हे डोळ्याआड करनं म्हंजी मरनंच हाये. हे आजून तुला समाजलं नाय. मला ते दिसतंय म्हनून मी वनवन करतोय. चार लोकांना भेटल्याबिगर आन् आपल्याकरता आपूनच म्होरं होऊन दोन हात केल्याबिगार काय व्हयाचं नाय. तात्या म्हंत्यात, आपून पिढ्यान्‌पिढ्या जी जमीन करतो ती कूळकायद्यानी आपल्या नावाव व्हयाला पायजे. पन ती कुनी आयती करून देनार नाय. त्याकरता आपूनच हातपाय हालावले पायजेत."

नामदेवनं आपण असं का करतो ते शिवा महाराला सांगण्याचा प्रयत्न केला. पण शिवा महार ते पटत असलं तरी त्याच्याकडं दुर्लक्ष करत होता. पोटाची लढाई लढायची, का टाटाच्या विरोधात लढायचं? यात त्यानं पोटाची लढाई लढणंच पसंत केलं होतं. जगण्यासाठी तीसुद्धा महत्त्वाची होतीच. म्हणून तो नामदेवला म्हणाला,

"पायाला भिंगरी लावून समदीकं फिरायला तेवढा येळ तर पायजे. आता तुझ्यामागंबी दुधाचे याप लागले. वैरन, आंबवान, धारा काढून लांचच्या येळंत डेरीव दूध पोचवनं... हा समदा याप काय कमी हाये का? ते समदं सोडून कागदं कागदं करीत गावंगावं फिरनं कसं व्हनार?"

"व्हतं समदं. रातीचा दिस केल्याबिगर काय व्हनार नाय. तुझा मल्हारी आन् उत्या तरी तुला हातभार लावायला हाये. पन मला येकल्यालाच समदं बघायला लागतंय. पन तरी आता लढायचं ठरावलंय. तात्यावानी मानसं हायेत आपल्या मागं. दोन्ही आत्यांकं खरुज पोचवून आलो, की आंबवन्यालाबी जानार हाये, नानाजीकं. आता या लोकांच्या आधारानीच काय तरी व्हईल.

पन आपली जमीन आपल्या नावाव झाल्याबिगर चैन नाय पडायचं मला.''

"जुलमाइरोधात लढनं काय वाईट नाय..." असं म्हणत नामदेवचं आणि शिवा महाराचं बोलणं ऐकत बसलेला म्हादू त्यांच्याजवळ आला. म्हणाला,

"आमीबी लढलो. गांधीबाबानी दावलेल्या वाटंनी जात. आजूनबी त्याच वाटंव हाये, गांधीबाबांचंच नाव घेत. आजूनबी कसल्या शपथा इसरलो नाय. पन त्यानी हाती काय लागलं ते समदं जग बघतंय. गांधीबाबाच्या वाटंनी मानसं गेली तर त्यांना न्याय मिळतो. या वाटंम्होरं इंग्रजांनीबी हात टेकले आणि ते निघून गेले. पन ते इंग्रज या वाटंनी चालनाऱ्याला मानसं समजत व्हते. आपून किडामुंगी हाये. गांधीबाबाच्या वाटंनी जात असलो तरी या किड्यामुंग्याकं कुनी मान वाकडी करून बघनार नाय. मंग त्याच्यावरचा जुलूम कसा दिसनार आन् न्याय कसा मिळनार. किड्यामुंग्यांना कुनीबी पायाखाली तुडवलं तरी ते कुनाला दिसत नाय. मंग पापपुन्याच्या गोष्टी तर लय लांब राह्यल्या. नामा, आपला बळी दिलाय, ममयला सुख मिळाव म्हनून. आता ममय सुखात हाये. बळी देनारा मोठा झाला. बळी गेलेल्यांची पर्वा क्वान करतो. बळी गेलेल्याचं दुख करायचं नसतं, की त्याच्याव रडायचं नसतं. त्या बळीतून मिळालेल्या सुखाव तेवढा डोळा ठेवायचा. ते मिळालं की भोगत राह्यचं. मंग आता ममयवाले ते सुख भोगत्यात..."

"न्हावी आला देवळाम्होरं."

असं म्हणत चिंधूदा अंगणात आला. तसे नामदेव आणि म्हादूचं बोलणं थांबलं. सत्याग्रहाच्या लढ्याने जे मिळालं नाही ते आता नामदेवच्या लढ्यानं काय मिळणार. असं म्हादूला वाटत होतं. त्याला कारण होतं त्यानं दिलेला लढा आणि त्या लढ्याचे दिवस. सत्याच्या मार्गाचा पराजय त्याच्या जिव्हारी लागलेला होता. जिथं सत्याला पायाखाली तुडवलं जातं तिथं न्यायाची अपेक्षा काय ठेवायची. आणि म्हणूनच नामदेव असा वणवण करून जिवाला त्रास करून घेतो, हे त्याला फुकट वाटत होतं. तेच तो नामदेवला सांगण्याचा प्रयत्न करत होता. पण न्हावी आल्याचं कळताच तिघंही अंगणात गेले.

पठारवस्तीवर न्हावी नाही. त्यामुळं इथल्या सर्वच गड्यांना डोकी आणि दाढी करायला शिरवलीत जायला लागतं. पण तिथं गेलं तरी न्हावी

पहिल्यांदा शिरवलीतल्या गड्यांची डोकी करणार. मग गावाबाहेरचे म्हणून पठारवस्तीवरच्या गड्यांची. त्यामुळं पठारवस्तीवरून पायपीट करून तिथं जायचं आणि न्हाव्याच्या दारासमोर ताटकळत उभं राहायचं. त्यात वर शिरवलीकरांची अरेरावी. म्हणून आता न्हावीच दोन महिन्यांतून एकदा पठारवस्तीवर येतो आणि इथल्या सर्व गड्यांची डोकी आणि दाढी करून जातो. पठारवस्तीवरच्या म्हाताऱ्याकोताऱ्यांना आणि देवासारखा कधी पठार न उतरणाऱ्यांना ते सोयीचं होतं. न्हाव्याच्या घरालाही पठारवस्तीवर चांगलं बलुतं मिळतं. म्हणून त्याच्या पुढच्या पिढीनंही आपलं गाव सांभाळून पठारवस्तीची डोकी करणंही चालू ठेवलं. आता काढणी होईल, म्हणून झोडणीवर डोळा ठेवूनच न्हावी पाऊस थांबल्या थांबल्या पठारवस्तीवर आला होता.

न्हावी आल्याच्या आरोळ्या सर्व पठारावर घुमल्या आणि बघता बघता शेतात, गुरामागं गेलेले सर्व गडी देवळासमोर गोळा झाले.

न्हावी देवळासमोरच्या दगडावर बसला. पिशवीतून कात्री, वस्तरा, साबणाचा तुकडा आणि वाटी काढली. वाटीत पाणी घेतलं. डोक्यावरून कात्री फिरायला लागली. आणि साबणाचा ब्रश दाढीवर फेस करायला लागला. वस्तऱ्याचं पातं गावच्या सर्व गड्यांच्या दाढीवर फिरलं. गालांची आग झाली. पण गावातले सर्व गडी आज एकदम ताजेतवाने दिसायला लागले. नामदेवनं देवालाही गुरामागून बोलावून आणला. देवा पठारवस्तीला देवळासमोर दिसतो, तो असा न्हावी आल्यावरच. डोकं करून झाल्यावर म्हादू न्हाव्याला म्हणाला,

''तू दोन मयन्यानी येतो म्हनून तरी आमच्या डोक्याला कात्री लागती आन् दाढीहून वस्तरा फिरतो. नायतर रानच्या वांडरात आन् आमच्यात काय फरक राह्यला नसता.''

''असं कसं म्हंतो म्हाताऱ्या, तुमीबी मानसंच की. पन पह्यल्यांदा गावकी बघायला लागती, मंग येळ मिळाला तर भायेर. मलाबी तेवढंच चार मन भात मिळतं. तुमच्यावानीच फनसवाडीतबी न्हावी नाय. मंग तिकडंबी बघायला लागतं. अधूनमधून गावातली लोकं नाकं मुरडत्यात, पन आमी करतो कानाडोळा. बाप गावातून कव्हा हालत नाय. आमी दोघं भाव फिरतो समदीकं. गावात क्वान मेल्याव मात्र हालता येत नाय. कव्हा काय व्हईल

ते सांगता येत नाय. म्हनून म्हनलं उघडीप मिळाली तू पठारवस्ती घ्यावाव उरकून."

असं म्हणून न्हावी सगळं सामान परत पिशवीत टाकून उठला आणि,

"आता झोडनीलाच परत. आधीमधी नाय." असं म्हणून तो निघून गेला.

न्हावी बलुतं घेऊन एवढं करतो तरी पठारवस्तीला ते उपकारच वाटतात. त्यामुळं पठारवस्ती न्हाव्याला कधी दुखवत नाही आणि झोडणी-मळणीत बलुतं देताना घासाघीसही करत नाही.

न्हावी गेल्यावर चिंधूदा नामदेवला म्हणाला,

"नामादा, बरं झालं आज न्हावी आला. आता दोन दिसांनी डेरीव दूध जाईल तुझं. दूधबी ताज आणि गडीबी चांगला ताजातवाना."

"आता हे ताजंतवानंपन किती दिस ऱ्हानार. उंदया खुटं उगवायला लागतील परत तोंडाव."

नामदेव आग आग झालेल्या गालांवरून हात फिरवत म्हणाला.

"काही का असाना, पन न्हाव्यानी येळ बरुबर साधली. तुझ्या म्हशींनी मात्र पठाराला नाराज केलं.!"

"ते कसं काय?"

चिंधूदाच्या बोलण्यानं बुचकळ्यात पडलेल्या नामदेवनं विचारलं. तेव्हा चिंधूदा हसत हसत म्हणाला,

"आरे समदं पठार टोनग्याची वाट बघतंय. तुझ्या एका तरी म्हशीला टोनगा व्हईल असं समद्या पठाराला वाटत व्हतं. पन दोघींनाबी झाल्या पारड्याच. आता म्होरं तुझ्या दुधाची सोय झाली. पठारवस्तीची टोनग्याची आशा मात्र मावाळली."

"ते काय आता आपल्या हातात हाये व्हय. पठारवस्तीच्या नशिबात नाय टोनगा त्याला आपून काय करनार. पन तो नाय म्हनून काय पठारवस्तीवरून डेरीचं दूध काय कव्हा तुटलं नाय. हां. आता म्हस माजाव आल्याव तिला परगावात न्हेयाला लागती, तेवढा तरास हाये. दूधदुभतं पायजे म्हन्ल्याव तेवढा सोसायचा."

असं म्हणून नामदेव घरी आला. आणि दोन्ही पारड्यांना आज बऱ्याच दिवसांनी पडलेल्या उन्हात आणलं. नुकताच तोल सावरायला लागलेल्या

त्या पारड्या अंगणभर फिरायला लागल्या. त्यांच्या मागं नामदेवच्या तिन्ही पोरी आणि तुकारामही फिरायला लागले. पोरांचं खेळणं झालेल्या पारड्यांकडं नामदेव मंग बराच वेळ बघत राहिला.

दुसऱ्या दिवशी पहिल्या कोंबड्यालाच नामदेव खरवसाची दोन पातेली आणि लीटरभर चीक घेऊन घराबाहेर पडला. ते दोन्ही आत्यांच्या घरी पोहोचवून त्याला संध्याकाळी परत घरी यायचं होतं. आता त्याला रोज सकाळ संध्याकाळ धारा काढायचं काम लागलं होतं. त्यामुळं आता कुठं मुक्काम करता येणार नव्हता.

आता ओढे आटल्यानं ते आडवे नव्हते. आणि धरणाचं पाणी थोडं खाली गेल्यानं डोंगरवाटाही उघड्या पडल्या होत्या. त्यामुळं दिवस उजाडायलाच तो मालीच्या घरी पोचला. आबा त्याला दारात पाहूनच म्हणाला,

"म्हशी याल्या वाटतं?"

"हां."

हातातली पिशवी जोत्यावर ठेवत नामदेव म्हणाला. हनुमंताची बायको लगबगीनं ओटीवर आली आणि तिनं दांडीवरची घोंगडी बसायला टाकली. त्या घोंगडीवर बसून नामदेव दुखणाऱ्या पोटऱ्या दाबायला लागला. ते बघून आबा म्हणाला,

"मामांचं गुडघं कसं हायेत आता?"

"गुडघे काय, आयुष्यभर चालून चालून समदे पायच झिजले त्याचे. आन् आता आपलीबी तीच तऱ्हा व्हनार." नामदेव.

"ते तर हायेच. जनमभर धरनाला येढं मारलं, तेवढं देवाला मारलं असतं तर पुन्य तरी पडलं असतं पदरात... पन ते जाऊ दे. म्हशींनी काय दिलं, पारड्या की टोनगं?" आबानं विचारलं.

"पारड्या."

तेवढ्यात हनुमंताचा हात धरून माली आली ओटीवर. नामदेवच्या जवळ बसून लहान पोरासारखा त्याच्या तोंडावरून हात फिरवला आणि म्हणाली,

"देवा कसा हाये?"

"बरा हाये." नामदेव.

“आन् बाबा?”

“तोबी बरा हाये. तुला खरूज लय आवडतो म्हणून घेऊन जा म्हंला.”

“पठाराव घरात गॉड व्हयाचं ते असं म्हशी याल्यावच. मंग मन भरंस्तवर खायचो. देवालाबी लय आवडतो.”

“आजून तरी काय तेच हाये आत्या. तुझ्या ममयकरानी तुला चांगले दिस दावले.”

नामदेव हनुमंताकडं बघत म्हणाला. तसा हनुमंता जात्यावर बसला. म्हणाला,

“आता कसला आलोय ममयकर!”

“का रं, बंद पडल्याली गिरन चालू व्हत नाय व्हय परत?” नामदेव.

“आमची गिरणी बंद नाय पडल्याली अजून. आम्हीच संप केलाय. पण आता नेत्यांचं आन् मालकाचं काय चालंलय तेच कळाना. अजून काही दिवस असंच चालत राहिलं तर मात्र बंदच पडंल.”

“मंग?”

“मंग काय? ममयकर होणार परत मुळशीकर. बाबाला म्हणतोय. डब्याचा धंदा करतो, तर तो नको म्हणतो.”

तसा आबा मध्ये बोलला. म्हणाला,

“शाराच्या वस्तीला बाईमानसाला घिऊन राह्यचं म्हंजी अवघाड. गडी मानसाचं यागळं. तो कुनीकंबी खातो आन् कुनीकंबी पडतो.”

“येवढं घाबरून राह्यलं तर मुंबयचा नादच सोडला पायजे आता. आन् मी एकटाच नाय. मुळशीतल्या आन् मावळातल्या कितीतरी लोकांनी तिकडं डब्याचा धंदा सुरू केलाय. आणि पोरं इथं राहणार आहेत का आता?”

हनुमंता थोडा नाराजीनं बोलला. तसे सगळेच शांत झाले. हनुमंताची बायको चहा घेऊन आल्यावर मग नामदेवनंच विषय बदलला. चहा पितपितच तो म्हणाला,

“आबा, वारी कशी झाली या साली?”

“चांगली. या साली पार सोलापूर लागंपरेन पावसानी उघडीप दिली नाय. पन टाळ-पखवाजाच्या गजरात त्याचं काय वाटलं नाय. तू आता येत नाय, पन मी आपली रीत ठिवली चालू.”

"बघू, आता पांडुरंग हितल्या संकाटातून कव्हा सोडवतोय. आन् कव्हा बोलवतोय ते."

असं बोलत नामदेव उठला. म्हणाला,

"बरं, मी निघतो आता. शालू आत्याकं जाऊन परत धारंच्या येळंला वस्तीव गेलं पायजे."

"न्हिरी करून गेला असतास तर!" माली म्हणाली.

"नाय. आता ही काय न्हिरीची येळ नाय. शालू आत्याच्या घरी न्हिरीच्या येळंलाच पोचनं व्हईल आता."

असं म्हणून त्यानं पिशवीतल्या खरवसाचं एक पातेलं आणि डब्यातला निम्मा चीक काढून दिला.

बरोबर न्याहारीच्या वेळेलाच नामदेव शालीच्या घरी पोचला. शालीचा मुलगा नारायणसुद्धा मुंबईला गिरणीत होता. त्याच्याही गिरणीचा संप चालू आहे. म्हणून तोही आता गावाला येऊन राहिला आहे. मात्र त्याचा थोरला मुलगा सुदाम गावात राहत नाही. मुंबईची चटक लागलेल्या सुदामला गावात करमत नाही. तो एकटा मुंबईत काय कमवतो आणि काय खातो हे कधी नारायणला सांगत नाही. पण मुंबईला जाऊन येऊन राहणारे काही गिरणीकामगार नारायणला सांगतात, की सुदाम काही वाईट पोरांच्या संगतीला लागला आहे. सुरुवातीला नारायणनं आणि घरातल्या सगळ्यांनीच त्याच्याकडं दुर्लक्ष केलं. पण एकदा पोलीस त्याची चौकशी करत पार गावापर्यंत आले, तेव्हा तो मुंबईत करत असलेल्या चोऱ्यामाऱ्या आणि पाकीटमारीविषयी सर्व गावाला कळलं. त्या दिवसापासून शालीच्या घरात सुदामचं नाव कधी निघत नाही आणि मुंबईचा विषय कोणी काढत नाही.

आजही नामदेवनं सुदामचा विषय काढला नाही. शालीनं देवा आणि म्हादूची पुनःपुन्हा चौकशी केली. तेवढंच बोलून नामदेव न्याहारी करून भरदुपारीच परत पठारवस्तीकडं निघाला.

नामदेवच्या घरातून आता डेअरीवर दूध जायला लागलं. रोज सकाळी दुधाचं मोठं कँड घेऊन तो सात-आठ किलोमीटर चालत लाँच उभी राहती तिथल्या डेअरीवर येतो. पहिल्या चार-पाच दिवस कामदार त्याच्या कँडातलं

दूध रोज तपासायचा. लॅक्टोमीटर लावायचा, फॅट तपासायचा आणि पाणी घालत जाऊ नको. खाता सोडा, खत मिसळू नको म्हणून दम भरायचा. नंतर नंतर आठवड्यातून एकदा कधीतरी दूध तपासणी होऊ लागली. नामदेवला दिलेल्या कार्डावर त्याची नोंद होऊ लागली. आणि नामदेवला चार पैशांचा आधार झाला.

दुधाचं बस्तान असं बसल्यावर एक दिवस नामदेवनं नानाजीला भेटण्यासाठी आंबवणे गाठलं. तिथं टाटानं बांधलेल्या देवळात ज्योतिरूपेश्वराचं दर्शन घेतल्यावर देवळातल्याच एकानं त्याला नानाजीच्या घराची वाट दाखवली. त्या वाटेनं गेल्यावर आंबवण्याच्या बाहेर कोराईगडाच्या पायथ्याला एकुलत्या एक घरासमोर तो थांबला. दारात एक म्हस, एक गाय आणि दोन बैलं बांधलेले होते. ऐसपैस अंगणात आंब्याचं एक मोठं झाड होतं. त्याखाली एक लोखंडी आणि एक लाकडी खाट होती. त्या खाटेजवळ दोन पोरं खेळत होती. नामदेव त्या खाटेजवळ गेला. त्याला बघून त्या दोन्ही पोरांनी दाराकडं बघत एकदम आवाज दिला,

"नानाजी, मानसं आल्यात..." तसा आतून आवाज आला,

"आलो आलो, बसा म्हणाव."

पोरं काही न बोलताच घरात पळाली. नामदेव दाराकडं नजर लावून खाटेवर बसला.

थोड्या वेळानं धोतर-पैरण आणि गांधी टोपी घातलेला, कपाळावर अष्टगंधाचा टिळा लावलेला एक उत्साही म्हातारा हातात कागदपत्रांची एक मोठी पिशवी घेऊन अंगणात आला.

"हेच असणार नानाजी."

असं नामदेव मनाशीच पुटपुटला आणि खाटेवरून उठून नानाजींकडं बघत उभा राहिला. नानाजी मात्र नामदेवला न्याहाळत दुसऱ्या खाटेवर पिशवी ठेवत म्हणाले,

"कोणत्या गावचे?"

नानाजींकडं रोज कितीतरी लोक येत होते. सगळे टाटा धरणग्रस्त. मुळशीतली आणि मावळातली. कोण कागदपत्रं घेऊन येत होतं. कोण कागदपत्रं कशी काढायची म्हणून विचारायला येत होतं. आपल्या परीनं नानाजी त्यांना मदत करत होते. आपल्या वडिलांबरोबर राहून राहून टाटा

मावळ-मुळशीत कसा आला. त्यानं इथं धरणं बांधण्यासाठी जमिनी कशा घेतल्या. त्यावर धरणं कशी बांधली आणि त्यातून इथले हजारो स्वयंपूर्ण जीवन जगणारे शेतकरी देशोधडीला कसे लागले आणि जे उरले त्यांच्या समस्या काय आहेत हे ते चांगलं जाणून आहेत. कसलीही अपेक्षा न ठेवता मदत करण्याच्या वृत्तीनं त्यांनी या धरणग्रस्तांना आपलंसं केलं आहे. त्यामुळं त्यांच्याकडं लोकांचं येणं-जाणं सतत चालू असतं. अंगणातल्या या दोन खाटा त्या लोकांच्या बसण्या-उठण्यासाठीच ठेवलेल्या. नामदेवला मात्र, आज ते पहिल्यांदाच पाहत होते. म्हणूनच त्याला न्याहाळत त्यांनी त्याचं गाव विचारलं होतं. नामदेवनं नानाजींनी खाटेवर ठेवलेल्या कागदपत्रांच्या पिशवीकडं पाहत उत्तर दिलं. म्हणाला,

"पठारवस्ती. आत मुळशीत हाये. धरनात शिरवलीपाशी." पठारवस्तीच्या नावावरून आणि गावाच्या नावावरून पौडमधील भाऊसाहेबांसमोर झालेली फजिती नामदेव विसरलेला नव्हता. म्हणून त्यानं पठारवस्ती आणि ती कुठं आहे ते सगळंच सांगून टाकलं. मात्र इथं त्याला वेगळाच अनुभव आला. त्याचं गावाचं नाव ऐकून नानाजी हसले. म्हणाले,

"समजलं. म्हणजे गाव नसलेले धरणग्रस्त तुम्ही!"

"गाव नाय कसं? पठारवस्तीच आमचं गाव."

"त्याला तुम्ही गाव म्हणता. पण गाव म्हणावं असं काय आहे तिथं. वीज आहे? पाण्याची व्यवस्था आहे? स्मशानभूमी आहे? शाळा आहे? रस्ता आहे? दवाखाना आहे? की गावची व्यवस्था बघायला ग्रामपंचायत आहे? नाही ना! मग त्याला गाव कसं म्हणणार? रानात सरपटणारे जीव बिळात राहतात. वाघ, कोल्हे, तरसांसारखे प्राणी डोंगराचा नाहीतर रानातल्या झुडपांचा आसरा घेतात. तेव्हा विचार करा, त्यांच्यात आणि तुमच्यात काय फरक आहे ते!"

असं बोलतच नानाजी खाटेवर बसले. त्यांच्याकडं बघतच मग नामदेवही खाटेवर बसत म्हणाला,

"नानाजी, लाईट, पानी, सडाक, साळा, दवाखाना हे कायबी नाय मिळालं तरी चालन आमाला. त्याच्यावाचून काय मरत नाय आमी. पन भाडेपट्ट्याची जमीन गेली तर मरायची पाळी येईल आमच्याव."

"नाव काय तुमचं?" नानाजी

‘‘नामा... नामदेव देवा बोडके.’’

नामदेवनं नावही असं पूर्ण सांगितलं. ते ऐकून नानाजी पुन्हा हसले. म्हणाले,

‘‘दोघंही देव. तुम्ही नामदेव आणि वडील देवा म्हणजे देवच. दिवसभर या खाटांवर बसून सर्व देवांची नावं कानावर येतात आणि तोंडातही येतात. देवांना आणि संताना मानणाऱ्या या धरणग्रस्तांवर टाटाने अन्याय केला. पण आज धरण होऊन साठ वर्षे झाली तरी अजून देवाचंही आपल्या भक्तांकडं लक्ष गेलं नाही. बोडके, तुम्ही वीज, पाणी नको म्हणता, पण तो तुमचा हक्क आहे. आता आपण इंग्रजांच्या जोखडात नाही. पारतंत्र्य गेलं आता. हे स्वातंत्र्य आहे. आपल्या सर्वांचं. ते मिळवण्यासाठी सगळ्यांनीच खस्ता खाल्ल्या आहेत, तेव्हा त्याचे फायदेसुद्धा सर्वांना सारखेच मिळाले पाहिजेत. तुम्हांला ते मिळत नाहीत. म्हणजे तुम्हांला अजून ते स्वातंत्र्य मिळालेलं नाही, हे वाईट आहे. पण स्वातंत्र्यानं दिलेल्या मूलभूत गोष्टीही तुम्हांला मिळत नाहीत, याची खंतही तुम्हांला नाही, हे त्यावरून आणखी वाईट. देश स्वतंत्र झाला, पण या देशात तुम्ही कुठे आहात? पठारवस्तीवर, वाडीवर... का? गाव का नाही तुम्हांला? ते तुम्हाला मिळालं पाहिजे. हक्काचं गाव. आणि तेसुद्धा तुम्हांला तुमच्या नांदत्या गावातून हाकलून दिलं त्या टाटानेच दिलं पाहिजे. सर्व सोयीसुविधा पुरवून तुमचं पुनर्वसन केलं पाहिजे. आणि ते आपण करायचं. इथं हजारो लोक असंच तुमच्यासारखं जीवन जगत आहेत. त्यांनी सगळ्यांनी मिळून लढायचं. वस्त्यांना, वाड्यांना गावठाण दर्जा मिळाला पाहिजे. या स्वतंत्र भारत देशातला नागरिक तिथं सुखासमाधानाने जगला पाहिजे. पण त्यासाठी गरज आहे ते आता आपल्याच लोकांच्या विरोधात लढण्याची. आणि ती लढाई आम्ही लढतोय. गावठाण दर्जा मिळावा, टाटाने भाडेपट्ट्याने दिलेल्या वरकस जमिनी कसणाऱ्या शेतकऱ्याच्या नावावर व्हाव्या. टाटा धरणग्रस्तांना धरणग्रस्त म्हणून दाखले मिळावेत याशिवाय रस्ते, पाणी, वीज... अशा असंख्य गोष्टींसाठी आपली लढाई चालू आहे. ज्या गोष्टी इंग्रज सरकारने आणि टाटानं स्वतःहून करायला पाहिजे होत्या, त्या आता आपल्या सरकारनं तरी कराव्यात म्हणून कलेक्टर ऑफिसला चकरा मारतोय. पण अजून हाती काही लागलं नसलं तरी सत्याग्रहाला अपयश येऊन धरण झाल्यावर हताश झालेला इथला शेतकरी आता परत जागा होऊ लागला

आहे. त्याला आपल्या हक्काची जाणीव होऊ लागली आहे. तुम्हालांही ती झाली आहे. म्हणूनच तुम्ही इथंपर्यंत आला आहात. आपण सगळ्यांनी मिळून जर सरकारला धडक दिली तर टाटासारख्या भांडवलशाहीच्या दावणीला बांधलेलं आपलं म्हणणारं सरकार भानावर येईल आणि आपल्याला न्याय मिळेल.''

''म्हंजी आमची जमीन आमच्या नावाव व्हईल?''

नामदेव ज्या आशेनं नानाजींपर्यंत आला होता, त्या जमिनीविषयीच त्यानं थेट विचारलं. नानाजींना कायद्यांची चांगली माहिती. त्यामुळं नामदेवच्या या प्रश्नावर ते आत्मविश्वासानं म्हणाले,

''झालीच पाहिजे. टाटा कराराप्रमाणे वागलेला नाही. मुळात इंग्रज सरकारबरोबर झालेला तो करारच आताच्या आपल्या सरकारने रद्द करून टाटाची धरणं ताब्यात घेतली पाहिजेत. तेव्हाचा टाटासारख्या भांडवलदारांसाठी बनवलेला भूसंपादन कायदाही आपलं सरकार राबवत आहे. त्यात बदल झाले पाहिजे. आपलं सरकार हे करणार नसंल तर मात्र आपल्याला आंदोलन करायला लागणार आहे. आपण कसत असलेल्या जमिनी कूळकायद्याने आपल्याला मिळाल्या पाहिजेत म्हणून मी अनेक शेतकऱ्यांचे अर्ज कलेक्टरला दिले आहेत. पण टाटांना कूळकायदा लावून त्यांच्या नावावरच्या जमिनी कसणाऱ्या शेतकऱ्यांना देण्याविषयी कलेक्टर निर्णय घेत नाही. चौकशी चालू आहे. याच्यापलीकडे दुसरं काही ऐकायला मिळत नाही. गावठाणाचंही तसंच आहे. अनेक वाड्यावस्त्यांच्या जमिनी टाटांच्या नावावर निघाल्यात. त्यामुळं गावठाणाचा दर्जा मिळण्यासाठी पुनर्वसन अधिकाऱ्यांकडे केलेले अर्ज तसेच धूळ खात पडले आहेत. पण ते सगळं होईल. आणि आपण आपल्याला स्वातंत्र्यानं दिलेल्या अधिकारात ते करून घ्यायचं.''

नानाजींच्या बोलण्यानं नामदेवचा हुरूप वाढत होता. उत्साहानंच त्यानं पिशवीतल्या भाडेपट्ट्याच्या पावत्यांचं बंडल काढलं आणि नानाजींच्या हातात देत तो म्हणाला,

''ही येवढीच कागदं हायेत माझ्याकं.''

नानाजींनी ती पाहिली. म्हणाले,

''या पावत्याच आता तुम्हांला वाचवणार आहेत. कारण दुसरी काही कागदपत्रं आता मिळत नाहीत. सर्व गायब झाली आहेत. टाटाच्या लबाडीचे

पुरावे सहजासहजी मिळत नाहीत. पण याच्या आधारेही आपण कलेक्टरकडे अर्ज करू.''

असं म्हणून नानाजींनी पिशवीतून एक छापील अर्ज काढला. असे अर्ज रोज शेतकऱ्यांना लिहून द्यायला लागतात. म्हणून त्यांनी तो छापूनच घेतला आहे. फक्त नाव, गाव आणि तालुका टाकून ते त्या अर्जावर शेतकऱ्याची सही नाहीतर अंगठा घेऊन स्वतःच पुण्याला जाऊन कलेक्टरला देतात. नामदेवचंही अर्जावर नाव लिहून त्यांनी त्याच्यावर त्याचा अंगठा घेतला आणि तो अर्ज परत पिशवीत ठेवत ते म्हणाले,

''उद्याच जाणार आहे मी पुण्याला. दहा-बारा धरणग्रस्तांचे अर्ज द्यायचे आहेत. तुमचाही देतो. पण अर्ज दिला म्हणजे आपली जमीन आपल्या नावावर झाली असं नाही. त्यासाठी पाठपुरावा करायला लागणार आहे. आणि एकदा तुम्ही तुमच्या पठारवस्तीवरच्या सगळ्यांना घेऊन या. आपल्याला न्याय मिळेल ही भावना एकदा त्यांच्यात निर्माण झाली, की ते स्वतःहून तुमच्यासारखे इथपर्यंत येतील.''

असं म्हणत नानाजींनी पिशवीतलं एक वर्तमानपत्र काढून ते नामदेवला देत म्हणाले,

''हा पेपर आहे. वर्तमानपत्र. 'मुळशीच्या बेटावरून.' पुण्यातले एक पत्रकार धैर्यशील जोशी काढतात. मुळशी धरणात समुद्रातील एखाद्या बेटासारखं जीवन जगणाऱ्या धरणग्रस्तांचं आजचं जीवन ते या वर्तमानपत्रातून लिहितात. हे घेऊन जा आणि पठारवस्तीवर कोणाला वाचता येत असंल त्यांच्याकडून सर्वांना वाचून दाखवा. त्यातून तुम्हांला कळेल स्वातंत्र्यानं तुम्हांला तुमच्या हक्कांपासून कसं दूर ठेवलं आहे आणि टाटाने तुमच्यावर काय अन्याय केला आहे ते.''

नामदेवनं ते वर्तमानपत्र हातात घेऊन त्यावरचं छायाचित्र पाहिलं. ते कातकरवाड्यावरच्या उघड्यानागड्या लहान पोरांचं होतं. त्या पोरांच्या बाजूला दारूची बाटली घेऊन बसलेला कातकरी दिसत होता. नामदेवनं ते पिशवीत ठेवलं. नानाजींनी भाडेपावत्याही परत दिल्या. म्हणाले,

''या जपून ठेवा. त्याच्या आधारेच आपण टाटांना कोर्टात उभं करू.''

नामदेवनं त्या भाडेपावत्या पिशवीत ठेवल्या. मग पिशवी छातीशी धरून उठण्याच्याच तयारीत असलेल्या नामदेवला नानाजी म्हणाले,

‘‘पंधरा दिवसांनी, महिन्यानी चक्कर मारत जावा. हे वर्तमानपत्र तर घेऊन जावाच. पण इकडं तुमच्या अर्जाचं काय झालं, आपली टाटा धरणग्रस्तांची संघटना आहे, त्यात काय चाललंय तेसुद्धा कळेल तुम्हांला.’’

‘‘येतो. पोरगा चांगला वाचतो माझा. त्याच्याकूनच वाचून घेनार आता.’’

असं म्हणून नामदेव मोठ्या अपेक्षांचं गाठोडं घेऊन तिथून निघाला.

नामदेवला नानाजींच्या बोलण्यातून जमीन वाचण्याची आशा वाटायला लागली. अशीच आशा त्याला तात्यांकडूनही वाटत आहे. नानाजी केवळ बोलणारे नव्हते. त्यांचं आयुष्य या लढाईत गेलं आहे. अजून काही हाती लागलं नसलं तरी ते त्यांच्या वडिलांसारखेच सरकार आणि टाटांविरोधात लढत आहेत. अजूनही सत्यावर त्यांचा विश्वास आहे.

नानाजींचे वडील आपली जमीन वाचवण्यासाठी सत्याग्रह करून लढले. मात्र सत्याग्रहाला अपयश येऊन धरण झाल्यावर घरदार-जमीनजुमला सगळं धरणात बुडालं. जमीन विकली नव्हती, जमिनीचे पैसेही घेतले नव्हते. तरीही सगळं बुडाल्यावर ते पोट भरायला कुटुंबाला घेऊन मुंबईला गेले. तिथं गोदीत कामाला लागले. पण धरणात बुडालेल्या गावाची ओढ आणि खोऱ्याच्या आठवणीनं त्यांचा जीव काय तिथं रमत नव्हता. पण गावाला येऊन राहायचं कुठं आणि खायचं काय, या चिंतेनं ते मुंबईतच राहिले. गांधीजींनी ‘चले जाव’ ची हाक दिली. आणि आता आपल्याला स्वातंत्र्य मिळेल या आशेनं ते स्वातंत्र्यलढ्यात उतरले. इंग्रज सरकार जाऊन आपलं सरकार आलं, तर आपल्याला न्याय मिळेल. बुडालेलं घरदार व जमीनजुमल्याच्या बदल्यात आपलं पुनर्वसन होईल. दुसरं का होईना, पण गाव मिळेल. स्वाभिमानानं जगायला जमीन मिळेल. म्हणून ते चले जाव चळवळीत सामील झाले. पुढं पंधरा ऑगस्ट १९४७ ला स्वातंत्र्य मिळेपर्यंत या लढ्यात लढले. स्वातंत्र्याचा तो दिवस त्यांच्या आयुष्यात आशेचा नवा किरण घेऊन आला. त्यानंतर दोन-तीन वर्षे ते गोदीतच काम करत राहिले. मात्र २६ जानेवारी १९५० ला प्रजासत्ताकाची घोषणा झाली आणि मग एक दिवस नानाजींचे वडील डॉ. बाबासाहेब आंबेडकरांचा एक भलामोठा फ्रेम केलेला फोटो घेऊन लोणावळ्यात आले. लोणावळ्याच्या स्टेशनवर उतरून तो फोटो डोक्यावर घेऊन ते आपल्या गावाजवळ मोठ्या ऐटीत चालत गेले. त्या वेळी त्यांना

सगळ्यांना सांगायचं होतं, आता स्वातंत्र्य मिळालंय. आपलं सरकार आलंय. बाबासाहेबांच्या घटनेनं सर्वांना समान हक्क दिला आहे. आता इथं श्रीमंत-गरीब दरी राहणार नाही. स्पृश्य-अस्पृश्यता नाहीशी होणार, सर्वांना स्वाभिमानानं जगता येणार. त्यांची ही ऐट पुढे बऱ्याच दिवस टिकून होती. गावाजवळच छोटं घर बांधून राहायला लागले. पण हळूहळू त्यांच्या लक्षात आलं, स्वातंत्र्य अजून सर्वांना मिळायचं आहे. आपल्यासारख्या पीडितांना त्यासाठी परत लढा द्यावा लागणार आहे. मग त्यांनी लढा सुरू केला. स्वराज्यातल्या आपल्या सरकार विरोधात आणि इंग्रजांना हाताशी धरून माजलेल्या भांडवलशाही विरोधात. तो ते शेवटपर्यंत लढले. मरेपर्यंत. न्याय मिळाला नसला तरी नानाजींमध्ये लढाऊ वृत्ती सोडून, स्वातंत्र्यासाठी लढणारे नानाजींचे वडील स्वातंत्र्य मिळाल्यावर मात्र पारतंत्र्यातच मेले!

त्यांच्यानंतर नानाजींनी लोणावळा सोडला आणि ते आंबवण्यात आले. येताना तो बाबासाहेबांचा फोटोही घेऊन आले. नानाजींच्या घरात तो फोटो अजूनही आहे. प्रजासत्ताक राष्ट्राची आठवण करून देत भिंतीवर लटकत आहे!

नानाजींचं आयुष्य असं लढ्यातून उभं राहिलेलं आहे. अजूनही बाबासाहेब आंबेडकरांच्या कल्पनेतून साकारलेल्या घटनेवर त्यांचा विश्वास आहे. आणि त्याच बळावर ते नामदेवसारख्या धरणग्रस्तांमध्ये आपल्या हक्काविषयी जागृती निर्माण करत आहेत. नामदेव नानाजींकडून अपेक्षांचं गाठोडं घेऊ गेला ते त्यांच्या बोलण्यातून दिसणाऱ्या याच लढाऊ, आशावादी वृत्तीतून.

सहा

नानाजी आणि तात्यांसारखीच माणसं आता आपली जमीन वाचवतील, असं नामदेवला वाटायला लागलं आणि त्याच्या त्या दोघांकडंही चकरा वाढायला लागल्या. तात्यांकडं गेलं की नामदेवला दूध सोसायटी आणि चेअरमनविषयी बरंच काही ऐकायला मिळायचं. सोसायटीकडून होणारी अडवणूक आणि अरेरावीचं काहीतरी करायलाच पाहिजे असं आता तात्यांना आणि शेतकऱ्यांना वाटायला लागलं होतं. त्यासाठी दुसरी सोसायटी काढण्याचा विचार तात्यांच्या मनात बऱ्याच दिवसांपासून घोळत होता. तो त्यांनी आता शेतकऱ्यांना सुचवला. चेअरमनला धडा शिकवला पाहिजे असं वाटत असलं तरी बऱ्याच शेतकऱ्यांचं चेअरमनच्या विरोधात जाण्याचं धाडस होत नव्हतं. पण तात्या त्यांच्या मनाची तयारी करत होते.

ज्यांच्याकडं गेल्यावर दिलासा मिळेल अशी दोनच ठिकाणं आता नामदेवला दिसत होती. त्यापैकीच नानाजी एक. त्यांच्याकडं गेल्यावर त्याचा उत्साह वाढतो. नानाजींनी त्याचा अर्ज जिल्हाधिकारी कार्यालयातील कूळ कायदा विभागात दिला आहे. नानाजी जेव्हा केव्हा जिल्हाधिकारी कार्यालयात जातील तेव्हा त्यांनी दिलेल्या ढीगभर अर्जांची ते चौकशी करतात. पण टाटा धरणग्रस्तांच्या सर्वच अर्जांवर स्वतः जिल्हाधिकारी निर्णय घेतील, असं उत्तर त्यांना प्रत्येक वेळी ऐकायला मिळतं. नानाजींना ते उत्तर ऐकून ऐकून आता कंटाळा आला आहे. कूळ कायद्यासाठी, सिलिंग ॲक्टसाठी टाटांना वेगळे नियम आणि देशातील बाकीच्या नागरिकांना वेगळे नियम, हा कुठला नियम. टाटांचा करार इंग्रज सरकारबरोबर झाला असला, त्यांनीच मुळशीची जमीन संपादन करून टाटांना दिली असली तरी आता आपल्या सरकारचं आपल्या देशबांधवांविषयी काही कर्तव्य आहे, की नाही. त्या वेळचे सगळे निवाडे मिळत नसले तरी जे काही मिळतात त्यावरून कळेल की, तेव्हाच्या सरकारनं

या जमिनी टाटाच्या ताब्यात कशा दिल्या. आता आपलं सरकार म्हणून हे शेतकरी मोठ्या आशेनं बघत असताना, ते टाटासारख्या भांडवलदाराचं ऐकून तोच जुना करार पुढं किती दिवस चालू ठेवणार? अशा संतापानं नानाजी तिथं जातील तेव्हा बोलून येतात. तिथल्या कारकुनांना आता त्याची सवय झाली आहे. पण प्रकरण साहेबांकडं आहे, असं म्हणून ते आपली जबाबदारी झटकतात आणि नानाजींकडं दुर्लक्ष करतात. पण म्हणून काय नानाजी तिथं जाणं सोडत नाहीत.

आता नामदेवनं त्यांचा हा गुण घेतला आहे.

"तुमच्या अर्जावर अजून काही निर्णय झालेला नाही." असं नानाजींकडून ऐकण्याची आता नामदेवला सवय झाली आहे. काढणीच्या काळात तो चार वेळा त्यांच्याकडं गेला, त्या चारही वेळा त्याला तेच उत्तर मिळालं. जाताना तो आज काहीतरी चांगलं ऐकायला मिळेल या आशेनं जातो. तिथं गेल्यावर ती आशा पूर्ण होत नाही. पण नानाजींचं बोलणं ऐकून आणि 'मुळशीच्या बेटावरून' घेऊन तो पठारवस्तीवर परत येताना, त्याचा उत्साह पुन्हा वाढलेला असतो. नानाजी काहीतरी मार्ग काढतील. आणि आपली जमीन आपल्या नावावर होईल असं त्याला वाटायला लागल्यामुळं आजही त्याच मनःस्थितीत तो नानाजींकडून पठारवस्तीवर आला. हातात मुळशीच्या बेटावरून होताच.

घरात आला तेव्हा मल्हारी त्याची वाट बघत होता. त्याच्या हातात पेपर बघून मल्हारी म्हणाला,

"आता तुझं समदं पुढाऱ्यावानी झालंय, नामादा."

"कसलं आलंय. साधं रासानकार्ड काढता येतं नाय आन् म्हनं पुढारी. नानाजी देत्यात आन् तुक्या वाचून दावतो म्हनून कळतं समदं." असं बोलत नामदेवनं जोत्यावर टेकत तुकारामाला आवाज दिला. तोवर मल्हारीनं नामदेवच्या हातातला पेपर घेतला आणि त्याच्यावरचं छायाचित्र बघत म्हणाला,

"धरनाचा फोटू हाये."

"धरनाचा कसला मरनाचा म्हन."

नामदेव धोतराच्या सोग्यानं तोंडावरचा घाम पुसत बोलला. तसा हातातला पेपर नुसताच चाळत मल्हारी म्हणाला,

"नामादा, काय मरत नाय क्वान. आन् तुझं रासानकार्ड मिळंल म्होरल्या मयन्यात. कालच मिळालं असतं. पन तलाठी भावसायेब म्हनाले, पंचनामा करायला लागंल."

“कसला?”

नामदेवनं आश्चर्यानं विचारलं. त्यावर मल्हारी हसला. म्हणाला,

“घाबरून नको. तुझ्या जमिनीचा पंचनामा नाय करनार. तू हितलाच हाये, की नाय याचा पंचनामा करनार आणि मंग तुला रासानकार्ड देनार.”

“म्हंजी काय करनार?”

“म्हंजी तलाठी भावसायेब हितं येनार आणि चार लोकांचं जाबजबाब घेनार, तू हितलाच हाये, की नाय ते बघायला. वर शिरवलीच्या सरपंचाचा आणि पाटलाचा दाखलाबी घेनार आन् मंग तुला रासानकार्ड मिळनार. तलाठी भावसायेब चांगले हायेत. पन ते म्हंत्यात कुनीबी भायेरचं येतं आन् रासानकार्ड काढतं म्हनून असा पंचनामा करायला लागतो.”

“ज्यांच्या पिढ्यान्‌पिढ्या हितं गेल्या तेच आता भायेरचे झाले का म्हनाव. येकदा त्या टाटाचाबी पंचनामा करा म्हनाव असा. तो कसा आला हितं ते बघा... पन मी म्हंतो, हिकडं कव्हा न फिरकनारे तलाठी भावसायेब पंचनामा करायला तरी येनार का हितं?”

“ते कसले येत्यात. म्हनून तर म्हनाले, मयना जाऊ दे. पठारवस्तीव जाऊन पंचनामा केला असं दावू आन् देऊन टाकू. तवर सरपंचाचा आणि पाटलाचा दाखला नेऊन देतो मी. समदं व्हतं. माल्यात परवा त्यांना कोंबड्याचा निवध दावलाय. वर कातकरवाड्यावली पयल्या धारेची न्हेली व्हती. मंग काय नाय म्हंत्यात. पन तू आता ते मिळालं की जपून ठेव. नायतर लोकं येड्यात काढत्यात. म्हंत्यात रासानकार्ड नाय असं कव्हा व्हईल का. सरकार समद्यांना देतं. ज्यांच्याकं नाय त्यांच्याकं मंग उगीच उपऱ्यागत बघायला लागत्यात.”

“उपरेच झालोय आपून आता हितं. काय हाये आपलं हितं. हाये ती जमीन टाटानी घेतल्याव उपऱ्यावानीच पठारवस्तीहून जायला लागनार.”

“तू परत लागला म्होरलं वैरायला. सोसायटीत आता धान्य येळंत मिळनार म्हंत्यात. आधी धान्य कव्हा यायचं आन् कव्हा संपायचं ते कळायचं नाय. आपल्याला वाटायचं आपलं धान्य संपलं, आपून पठारवस्तीहून जाईपरेन. उशीर केला म्हनून आपून आपल्यालाच शा देत व्हतो. पन सोसायटीवाले आपल्या वाट्याचं धान्य पौडातच तान्यावान्याला इकत्यात आन् आपल्याला दिल्यालं दावत्यात. त्यानी त्यांचा डबल फायदा व्हतो. तान्यावान्याच्या

दुकानातून जास्तीचं पैसं मिळत्यात आणि धान्याची पोती बैलगाडीतून हितवर आनायचा तरासबी वाचतो. आपून मात्र येड्यावानी चार लिटर घासलेट देतो म्हनून तेच धान्य तान्यावान्याच्या दुकानातून इकत घेतो. तेबी जास्तीचं पैसं देऊन. त्यातून गब्बर झाल्याला तान्यावानी मेला आता. त्याची पोरं बापाच्या पावलापाऊल ठेवायला लागली व्हती. पन नव्या मामलेदारानी ते समदं बंद केलंय म्हंत्यात आता. तव्हा आपल्याला सोसायटीत धान्य मिळंल.''

''त्यानी काय व्हनार! चार मयने मिळंल, परत त्यांचं पह्यलं सुरू व्हनार. मला तर ते रासानकार्ड असलं काय आन् नसलं काय, दोन्ही सारखंच. पन तू आता काढून देतोच हाये तर काढ. परवा नानाजीबी म्हनत व्हते, रासानकार्ड असलंच पायजे. उंद्या सरकारला पुरावा द्यायचा झाला तर उपेगी पडंल.''

तेवढ्यात तुकाराम नामदेवच्या समोर येऊन थांबला. आता त्यालाही कळलं आहे, नामदेव नानाजींकडून आला, की पेपर वाचून दाखवायचा. मल्हारीनं स्वतःच्या हातातला पेपर तुकारामच्या हातात दिला. म्हणाला,

''हे घे बाबा. गुरुजीच्या वर थाट झालाय तुझा. दाव वाचून आमाला.''

तुकारामनं पहिल्यांदा पेपर खालून-वरून पाहिला आणि मोठ्यानं वाचायला लागला,

मुळशी धरणग्रस्त अजूनही पुनर्वसनाच्या प्रतीक्षेत.

मुळशी, दि. १५ जानेवारी, प्रतिनिधी

मुंबई शहराला वीजपुरवठा व्हावा म्हणून साठ वर्षांपूर्वी ब्रिटिश राजवटीत बांधण्यात आलेल्या टाटांच्या मुळशी धरणग्रस्तांच्या समस्या अजूनही सुटल्या नाहीत स्वातंत्र्यानंतरही या धरणग्रस्तांच्या पुनर्वसनाचा प्रश्न टाटा पॉवर कंपनी आणि सरकारने लोंबकळत ठेवला आहे.

मुंबईतील कापड गिरण्या विजेवर चालाव्यात, तेथील रेल्वे विजेवर धावावी आणि मुंबईत राहणाऱ्यांच्या घराघरांत विजेचा झगमगाट व्हावा म्हणून टाटा पॉवर कंपनीने मावळ-मुळशीत जी धरणं बांधली त्यापैकीच एक म्हणजे मुळशी धरण. येथील सुपीक जमिनीवर हजारो खंडी आंबेमोहोर तांदूळ पिकविणाऱ्या शेतकऱ्यांचा टाटांच्या या योजनेला सुरुवातीपासूनच विरोध होता. मात्र ब्रिटिश सरकारच्या मदतीने टाटांनी सर्व विरोध मोडीत काढून ही योजना पूर्ण केली. त्या वेळी झालेल्या करारात टाटांनी रस्ते, पाणी, वीज,

शाळा, दवाखाने अशा मूलभूत सुविधा बाधित शेतकऱ्यांना उपलब्ध करून देण्याचे आश्वासन दिले होते. मात्र धरण झाल्यावर टाटांना त्या कराराचा विसर पडला. शिवाय तत्कालीन ब्रिटिश सरकार आणि स्वातंत्र्यानंतरचे स्वदेशी सरकार यांनीही या बाधित शेतकऱ्यांच्या पुनर्वसनाकडे लक्ष दिले नाही. त्यामुळे आजही येथील शेतकरी मूलभूत सोयीसुविधांपासून वंचित आहेत. गावे बुडाल्यावर डोंगरावर सरकलेल्या येथील शेतकऱ्यांच्या वाड्यावस्त्यांना धरणाच्या पाण्याने वेढा घातलेला आहे. बेटाचे स्वरूप आलेल्या वाड्यावस्त्यांना धरणाबाहेर पडण्यासाठी केवळ एक लाँच आहे. ती सुद्धा नादुरुस्त होणे, दुधासाठी वापरणे अशा कारणाने शेतकऱ्यांसाठी उपलब्ध होत नाही. अशा वेळी आजारी व्यक्ती औषधपाण्याविना वाड्यावस्त्यांवरच मरतात. शेडाणी - पोमगाव - कुंभेरी या गावांना नुकतीच एसटीची सोय झाली आहे. मात्र ती खात्रीची नसते. याशिवाय या शेतकऱ्यांचा एसटीपर्यंत येण्याचा दहा-बारा किलोमीटरचा पायी आणि लाँचचा प्रवास चुकत नाही.

ज्यांच्या त्यागातून मुंबईला वीजपुरवठा होतो ते येथील शेतकरी मात्र अजूनही अंधारातच राहत आहेत. समोर धरण दिसत असताना प्यायला पाणी नाही, अशी बिकट अवस्था येथील शेतकऱ्यांची असून शाळांअभावी अशिक्षितांचे प्रमाण जास्त असल्याने येथील शेतकऱ्यांना आपल्या हक्कांची फारशी जाणीव नाही. धरण होऊन सर्वस्व बुडाल्यावर येथील शेतकरी पोट भरण्यासाठी पुणे-मुंबईसारख्या शहरांमध्ये गेला. तिथं मजुरी करून जगू लागला. मधल्या काळात त्याच पुणेकर-मुंबईकरांनी येथील सोयीसुविधांसाठी सरकारदरबारी आवाज उठविला. मात्र सरकारने काहीच दखल न घेतल्यामुळे या तरुणांनी टाटांचे भिऱ्याचे वीज निर्मिती केंद्र बंद पाडण्याची धमकी दिली. अशी धमकी दिल्यावर टाटांनी या तरुणांना मुळशीत सोयीसुविधा निर्माण करण्याचे आश्वासन दिले. मात्र टाटांच्या अधिकाऱ्यांनी सोयीसुविधांबाबत या तरुणांशी पुढे फारशी बोलणी न करता स्थानिक पुढाऱ्यांशी बोलणी करून त्यांनाच हाताशी धरण्याचे धोरण अवलंबिले आहे. स्वातंत्र्यानंतर स्थानिक पुढाऱ्यांनी येथील शेतकऱ्यांच्या समस्यांपेक्षा स्वतःचा आणि टाटांचाच फायदा पाहिला आहे. अन्यथा या स्थानिक पुढाऱ्यांनी टाटांना कराराप्रमाणे वागायला लावून या भागाचा विकास कधीच केला असता. मात्र टाटांनी त्या वेळी ब्रिटिश सरकार आणि आता स्थानिक पुढारी, सभापती, आमदार, खासदार यांना हाताशी धरले आहे.

त्यातून त्यांनी आपल्याला हवा तसा करार बनवलाच, पण त्याची अंमलबजावणीही ते त्यांना हवीतशीच करत आहे. या विरोधात नानाजी आल्हाटांसारखे काही जुने कार्यकर्ते लढा देत आहेत. आम्ही नानाजींशी संपर्क साधला तेव्हा ते म्हणाले, सरकार आणि टाटांनी या शेतकऱ्यांचा जास्त अंत पाहू नये. सत्याग्रहाच्या, अहिंसेच्या मार्गाने आजवर आपल्या न्याय्य हक्कांसाठी लढणाऱ्या येथील शेतकऱ्यांचे पूर्वज शिवाजी महाराजांचे मावळे होते. त्यांनी आपला मुलूख वाचवण्यासाठी हाती शस्त्र घेतले. त्यांचेच वंशज असलेल्या येथील शेतकऱ्यांनी नाइलाज म्हणून हा सशस्त्र मार्ग अवलंबला तर मोठा अनर्थ घडू शकेल आणि याला पूर्णपणे जबाबदार टाटा आणि आपलं सरकार असेल. नानाजींनी व्यक्त केलेले हे मत म्हणजे येथील शेतकऱ्यांची मानसिकता आहे. दि. १६ एप्रिल १९२१ला सुरू झालेली मुळशी सत्याग्रहाची चळवळ साडेतीन वर्षे चालून धरण झाल्यावर थांबली. ती अहिंसेच्या मार्गाने चाललेली सत्याग्रहाची चळवळ आता हिंसेचा मार्ग स्वीकारते की काय, अशी भीती आता येथील काही जुनीजाणती माणसे व्यक्त करू लागली आहेत.

शेडाणीची एसटी पुन्हा सुरू.

मुळशी, दि. १५ जानेवारी, प्रतिनिधी

पावसाळ्यात बंद पडलेली पुणे-शेडाणी एसटी आता पावसाळा संपल्यानंतर पुन्हा सुरू झाली. त्यामुळे रस्त्यावरील गावांना आता पौड-पुण्याला येणे सोयीचे होणार आहे. स्वारगेटहून सुटणारी ही एसटी संभवे, शेडाणीवरून कुंभेरीपर्यंत जाते. त्यामुळे या रस्त्याच्या जवळच्या आठ-दहा किलोमीटरवरील गावांना त्याचा लाभ मिळतो. मात्र एसटी येईलच याची खात्री नसल्याने शेतकरी तिच्या भरवशावर न बसता अजूनही पायी चालत जाणंच पसंद करतात. तरी सुद्धा स्वातंत्र्यानंतर पस्तीस वर्षांनी का होईना मुळशी तालुक्यात एसटी आली याचेच येथील लोकांना मोठे आकर्षण आणि कौतुक आहे.

धरणक्षेत्रात भातझोडणीला सुरुवात

मुळशी, दि. १५ जानेवारी, प्रतिनिधी

भात हे मुख्य पीक असलेल्या मुळशी तालुक्यातील धरणक्षेत्रातील गावे आणि वाड्यावस्त्यांवर भात झोडणीला सुरुवात झाली असून खळ्यांभोवती रचून ठेवलेली भातांची उढवी आता एकएक करून कमी होऊ लागली आहेत. या वर्षी पाऊस चांगला झाल्याने भाताचे पीक चांगले आले आहे. त्यामुळे भातझोडणी करणारा खळ्यावरील शेतकरी आनंदी आहे...

अशा बातम्या वाचून तुकारामनं पेपर नामदेवच्या हातात दिला. तो पेपर पिशवीत ठेवून नामदेवनं मल्हारीकडं पाहिलं. म्हणाला,

''बघ मल्हारी, या पेपरानी येवढं तरी कळतं आपल्याला. असला पेपर कव्हा बघायला मिळत नव्हता. आन् त्यात काय लिव्हलंय तेबी कळत नव्हतं. पन नानाजींमुळं समदं कळायला लागलं. ते म्हंत्यात समद्या पठाराव वाचून दाव. पन कुनाला त्याचं म्हत्त्वच वाटत नाय.''

''आता भातझोडनीत खळ्याव वाचून दावू समद्यांना. काय तुक्या, आता तुला खळ्याव पात हाकन्याबरूबर पेपर वाचून दावायचं काम लागलं.''

तुकाराम हसला.

''दावतो की.'' म्हणत त्यानं मान हलवली. आणि अंगणात पारड्यांबरोबर खेळणाऱ्या बहिणींकडं पळाला. तसा म्हादू जागेवरचा उठला आणि मल्हारीजवळ आला. म्हणाला,

''मल्हारी, सत्याग्रहाच्या काळात भुस्कुटेबाबा आणि साठे गुरुजी असंच पेपर वाचून दावायचे. केसरी. आता तुक्याला वाचताना बघून बरं वाटलं बघ.'' मग नामदेवकडं बघत म्हणाला,

''नामा, तुक्याला शिकू दे साळा. घरातला अंधार परवाडला. पन डोक्यातला आन् मनातला अंधार नको.''

नामदेवनं नुसतीच मान हलवली. त्याच्या मनात आलं आपण खरंच तुकारामला शिकवलं पाहिजे. साधा अर्ज लिहून घ्यायचा म्हटलं तरी आपल्याला नानाजीकडं जायला लागतं. दुधाचं कार्ड लिहिणाऱ्या कामदाराचा रुबाब सहन करायला लागतो. तो काय लिहितो ते कळत नाही. पण तुकाराम शिकला तर ते सगळं कळेल. नुसता पुढाऱ्यांना दोष देऊन काय उपयोग. आजपर्यंत आपले पूर्वज त्यांच्या मागं गेले. आता आपण जातो. पुढारी स्वार्थी बनतात. आपली झोळी भरून घेतात. पण आपण तरी कुठं सावध राहतो. अंधळेपणानं ते सांगतील तसं करतो. हे थांबलं पाहिजे. आपला पुढारी आपणच बनायचं असेल तर घरात कोणीतरी शिकलेलं पाहिजे. म्हणून तुकारामनं शिकलं पाहिजे. शिकून मोठं झालं पाहिजे!

पठारवस्तीवर दोनच खळी. एक नामदेवच्या वावरात आणि दुसरं शिवा महाराच्या वावरात. झोडणी सुरू झाल्यावर या दोन्ही खळ्यांवर सुतार, चांभार,

न्हावी आणि कोळ्याचं चकरा मारणं सुरू झालं. चार-पाच गावांना एकच सुतार. त्यामुळं पठारवस्तीच्या वाटेला तो फारसा येत नाही. पण अडीनडीला उपयोगी पडेल या आशेवर पठारवस्ती त्याला बलुतं देते. ऐन काढणीच्या वेळेला विळे-कोयते लावायला पौडला जाणारी पठारवस्ती बलुतं देताना हात आखडता घेत नाही.

नामदेवच्या पायाला वर्षभर व्हाण मिळाली नाही. पण झोडणीच्या वेळी बलुतं घ्यायला येताना चांभारानं ती आणली. आता पुढच्या भाजणीसाठी राब तोडायला सुरुवात होईल तेव्हा काट्याकुट्यातून हिंडायला लागणारच आहे. मग नामदेवनंही मागचं काही न काढता व्हाण घेतली आणि चांभाराला चार पायली बलुतं दिलं. न्हावीसुद्धा बोलल्याप्रमाणे झोडणीच्या दिवसात आला. सगळ्या पठारवस्तीवरच्या गड्यांची डोकी आणि दाढ्या केल्या आणि बलुतं घेऊन गेला.

पठारवस्तीवर कधी कोणाच्या घरात लग्न असेल तरच चूलबंद जेवण होतं. त्या वेळी पत्रावळ्या देण्यापुरताच पठारवस्तीला कोळ्याचा उपयोग होतो. पण म्हणून काय कोळी कधी बलुतं सोडत नाही. हे सगळेच बलुतेदार पठारवस्तीवरचे शेतकरी त्यांच्याकडं गेल्यावर त्यांना ताटकळत ठेवतात. आधी गावाचं काम, मग पठारवस्तीचं म्हणतात. गावातले लोकही तसेच, पठारवस्तीला बाहेरची समजणारे. आजपर्यंत पठारवस्ती हे सगळं सहन करीत आली आहे. त्यांना पठारवस्तीवर जगायचं आहे. गाव दूर लोटत असलं तरी आपण त्या गावाजवळ आहोत. त्या गावाशी असं नातं जोडून राहिलं की पठारवस्तीला आपण माणसात असल्यासारखं वाटतं. नाहीतर पठारवस्ती म्हणजे रानातली वस्तीच की! जनावरांची असती तशी!

झोडणी झाल्यावर नामदेव आणि सरस्वतीनं हळूहळू राब घ्यायला सुरुवात केली. रोज सकाळी दुधावरून आला की नामदेव रानात जाऊन दोन ओझी राब तोडायला लागला. मग दोघंजण दोन ओझी घेऊन ती वावरात आणून टाकतात. भाजणीच्या खूप आधी जर असा राब तोडून ठेवला तर तो चांगला वाळतो. मग महादेवाच्या डोंगरावरही जावं लागत नाही. तिकडं गेलं की टाटाच्या माणसांची भीती असते. पठाराला लागून असलेल्या या डोंगरावर राबासाठी तंटणीसारखी झुडपं तोडायचीही बंदी. जंगलतोड करता म्हणून पोलिसांची भीती दाखवली जाते. त्यामुळं त्या डोंगरावर राब तोडायला फारसं

कोणी जात नाही. त्याच्या पायथ्याला आणि दांडांना असलेली तंटणीसारखी झुडपं तोडायची, दवणा तोडायचा आणि त्याचीच ओझी बांधून आणायची. इथल्या रानात गवताला आणि झुडपांना तोटा नाही. त्यामुळं राब घेऊन होतो. तरी पठारवस्तीवरचे लोक सराईत, करवंद तोडायच्या निमित्तानं डोंगराच्या माथ्यावर जातातच. या डोंगरावर आलं की माथ्याच्या झऱ्याशिवाय पाणी प्यायला जागा नाही. झऱ्याचं थंडगार पाणी पिऊन मन शांत करायचं आणि शंकराच्या पिंडीवरील गडवा पाण्यानं भरून पाया पडून परत फिरायचं. मात्र बायकांना लाकूड फाट्यासाठी वणवण करायला लागते. टाटाच्या धाकानं वाळकी फांदीसुद्धा तोडायची भीती. मग या उन्हाळ्यात पाणी भरण्यात आणि लाकूड-फाटा गोळा करण्यातच बायकांचा सगळा वेळ जातो.

बऱ्यापैकी राब घेऊन झाल्यावर नामदेवनं नानाजींकडं आणि तात्यांकडं चक्कर मारली. अजून त्याच्या अर्जाचं पुढं काहीच झालं नव्हतं. पण नानाजींकडून पेपर घेऊन येऊन तो वाचत होता. झोडणीत खळ्यावर तुकारामनं पेपर वाचून दाखवल्यापासून पठारवस्तीवरच्या लोकांनाही आता त्याची उत्सुकता लागली आहे. अशा वेळी नामदेवच्या अंगणात पठारवस्तीवरच्या दहा-वीस माणसांसमोर तुकाराम पेपर वाचतो, तेव्हा नामदेवचा ऊर भरून येतो.

नानाजी आणि तात्यांकडं जाऊन नामदेवला लढण्याचं बळ मिळत होतं. मात्र दुसरीकडं दुधाच्या कमी पगाराचं कोडं काय त्याला बरेच दिवस सुटत नव्हतं. रोज सहा लिटर दूध डेअरीवर जातं तरी पंधरा दिवसाला होणारा पगार शंभर रुपयांच्या पलीकडं जात नाही. कामदाराला बोलायची चोरी. काही बोललं तर रोज दूध तपासणार. फॅट, लॅक्टोमीटर, थर्मामीटर अशा तपासण्या रोज होणार. त्यातून मग कामदार कधीकधी दूध परत घरी पाठवणार. साखरच टाकली. खाता सोडाच टाकला म्हणणार. कधी कधी तर युरियाच टाकलं म्हणणार. ते सगळं नको म्हणून नामदेव गप होता.

मात्र एक दिवस त्याला राहावलं नाही आणि त्यानं कामदाराला विचारलं,

''कामदार, रोज सा शेर दूध घालतोय मी, पन आजून कव्हा शंभर रुपायाच्या वर पगार हातात आला नाय. माझ्या हिशोबानी ज्यादा यायला पायजे व्हता.''

कामदाराला नामदेव कधी असं काही विचारेल असं वाटलं नव्हतं. नामदेवच काय, पण त्याला पगाराविषयी विचारण्याचं धाडस पठारवस्तीवरील

अजून कोणीच केलं नव्हतं. त्यामुळं रागानंच त्यानं नामदेवच्या हातातलं कार्ड घेतलं. कानातला पेन काढून त्या कार्डावर नुसताच फिरवत ते वाचल्यासारखं केलं आणि ते कार्ड नामदेवच्या तोंडासमोर धरत म्हणाला,

"हे कार्ड बघ. त्याच्याव समदं लिव्हलंय. येक पैसा हिकडचा तिकडं व्हत नाय. जेवढं दूध घालशील तेवढाच पगार मिळनार ना! तरी तुझ्या दुधाला रोज मीटर लावत नाय की फॅट बघत नाय. ते केलं तर आता मिळत्यात तेवढंबी पैसं मिळनार नाय तुला. उगच अडान्यागत कायबी बोलू नको."

कामदारानं रोज दूध तपासण्याचा असा गर्भित इशाराचा दिला. त्याची ही शेतकऱ्यांना धाकात ठेवण्याची पद्धतच आहे. कोणी त्याच्या विरोधात आवाज उठविला, की अशी रोज दूध तपासण्याची धमकी द्यायची. मग शेतकरी गप बसतो. दुधात काही मिसळत नसला, तरी फॅट कमी, लॅक्टोमीटर कमी, थर्मामीटर खाली अशी कारणं देऊन कामदार दूध परत घरी पाठवतो किंवा दर कमी लावतो. ते नुकसान नको म्हणून मिळेल तो पगार घ्यायचा आणि गप बसायचं. विरोध करायला दुसरा पर्याय नव्हता. दूध दुसरीकडं कुठं घालायची व्यवस्था नव्हती. ज्याच्या ताब्यात लाँच तेच मालकासारखे वागायला लागले होते. लाँचशिवाय दुसरीकडं कुठं दूध नेता येणार नव्हतं. त्याचाच कामदार आणि चेअरमन फायदा घेत होते. त्यांना माहीत होतं, कसंही पिळलं तरी हे शेतकरी आपल्याशिवाय दुसरीकडं कुठं जाऊ शकत नाही. अशा वेळी नामदेवनं पठारवस्तीवरच्या इतर शेतकऱ्यांसमोर कामदाराला पगार कमी का येतो याचं कारण विचारण्याचं धाडस केलं होतं. आज नामदेवनं विचारलं, उद्या आणखी दुसरा शेतकरी विचारेल. या विचारानं कामदारानं नामदेवला रोज दूध तपासण्याचा इशारा देऊन धाकात घेतलं होतं. असं केलं तर बाकीचे शेतकरी आपोआपच गप होतात, हे त्याला चांगलं माहीत आहे. कारण गेली अनेक वर्षे तो असाच धाक दाखवत राज्य करत आला आहे.

कामदाराचा आवाज चढल्यावर नामदेवला काय बोलावं ते सुचेना. त्याचा घरातल्या एक लिटरच्या मापावर विश्वास. घरातलं हे रोजचं माप म्हणजे एक लिटरचा तांब्या. म्हादूनं दुधाच्या मापासाठी आणलेला हा तांब्या दूध आटलं की पेटीत जातो. आता म्हशी व्यायल्यावर तो पुन्हा बाहेर आला आहे. असं वर्षानुवर्षे चालत आलंय. नामदेव काठोकाठ भरलेले सहा तांबे दूध कॅंडात टाकून डेअरीवर घेऊन येतो. ओला चारा होता तोवर त्यात कधी खंड

पडला नाही. अजूनही अंबोण्यानं दूध तेवढंच आहे. तरी पगार कमी येतो. आणि कामदार म्हणतो कार्ड बघ. त्या कार्डाप्रमाणेच पैसे मिळतात. कामदारानं कार्ड दाखवून एक प्रकारे नामदेवचं तोंडच बंद केल होतं. मग काही न बोलता त्यानं कामदाराच्या हातातलं कार्ड घेतलं आणि गप घरी निघून आला.

कामदार रोज माप लावून दूध घेतो. तोच त्याची कार्डावर नोंद करतो. मग त्यानं नोंद केली तसाच पगार मिळणार. म्हणून कधी नाही ते नामदेवनं त्याच दिवशी संध्याकाळी तुकाराम शाळेतून आल्याआल्या त्याच्या हातात कार्ड दिलं. म्हणाला,

''तुक्या, हे आपलं दुधाचं कार्ड. त्याच्याव आपलं रोज किती शेर दूध जातंय तेवढं वाचून दाव.''

तुकारामला असं जे काही मिळेल ते वाचायची मोठी हौस. नामदेवच्या अलीकडच्या उद्योगांनी ती भागते. नामदेव नानाजींकडं गेला की तो आता त्या पेपरची वाटच बघत बसतो. शाळेची पुस्तकं मिळत नाही. मग तो त्याची भरपाई अशी भरून काढतो. कार्ड हातात घेतल्या घेतल्याच त्यानं वाचायला सुरुवात केली.

''मुळेश्वर दूध उत्पादक सहकारी सोसायटी. दैनंदिन दूध संकलन कार्ड. दिनांक एक दोन एकोणीसशे ब्याऐंशी ते पंधरा दोन एकोणीसशे ब्याऐंशी. अनुक्रमांक, दूध लिटर, भाव, फॅट, लॅक्टोमीटर, थर्मामीटर, एक, पाच लिटर, एक रुपये साठ पैसे, सहा, एकोणतीस, पासष्ट, दोन, सहा लिटर, एक रुपये साठ पैसे, सहा एकोणतीस, सदुसष्ट, तीन, सहा लिटर, एक रुपये साठ पैसे, सहा अठ्ठावीस, एकोणसत्तर...''

तुकाराम असा कार्ड सलग वाचत राहिला. नामदेवला ते काही कळेना. म्हणून त्यानं त्याला मध्येच थांबवलं. म्हणाला,

''अरे, निस्ती उजळणी म्हनल्यासारखा काय वाचतो. त्याच्याव दूध किती शेर लिव्हलंय, भाव किती, फॅट किती लिव्हली ते समदं वाच.''

मग तुकाराम कार्डावरच्या एकएक रकाना वाचून दाखवायला लागला,

''दूध पाच लिटर, भाव एक रुपये साठ पैसे, फॅट सहा, लॅक्टोमीटर एकोणतीस, थर्मामीटर पासष्ट, नंतर दूध सहा लिटर, भाव एक रुपये साठ पैसे, फॅट सहा, लॅक्टोमीटर एकोणतीस, थर्मामीटर सदुसष्ट, नंतर दूध सहा लिटर, भाव एक रुपये साठ पैसे, फॅट पाच, लॅक्टोमीटर अठ्ठावीस, थर्मामीटर एकोणसत्तर...''

असं सगळं कार्ड तुकारामनं वाचून दाखवलं. त्यातून नामदेवच्या लक्षात आलं की पंधरा दिवसांत कामदारानं दोन वेळा सहाऐवजी पाच लिटर दूध कार्डावर लिहिलं आहे. शिवाय पंधरा दिवसांत एकदाही दुधाची तपासणी झालेली नसताना फॅट, लॅक्टोमीटर आणि थर्मामीटरची रोजची नोंद होती. म्हणजे कामदार आपल्या मनानंच दूध तपासणीच्या नोंदी करत होता. नामदेवच्या हिशेबाप्रमाणे त्याला रोजच्या सहा लिटर दुधाचा पंधरा दिवसांनी एकशे चव्वेचाळीस रुपये पगार झाला पाहिजे होता. मात्र नामदेवच्या हातात शंभरच्या पुढे कधी एक रुपयाही पडत नव्हता. म्हणून त्यानं दुसऱ्या दिवशी पुन्हा धाडस केलं आणि कामदाराच्या पुढं कार्ड धरून म्हणाला,

''कामदार, गेल्या सा मयन्यात मी रोज सा शेर दूध घालतोय, पन या कार्डावर मागच्या दोन वारात तुमी दोन येळा पाच शेर लिव्हलंय.''

कामदार आश्चर्यानं नामदेवकडं बघायला लागला. म्हणाला,

''क्वान म्हंतं? तुला वाचता येतं का?''

कामदारानं उलट प्रश्न करून नामदेवलाच परत धाकात घेण्याचा प्रयत्न केला. मात्र नामदेव शांतपणे बोलला. म्हणाला,

''मला नाय येत. पन माझ्या पोराला, तुक्याला येतं वाचता. त्यानीच दावलं समदं कार्ड वाचून. या कार्डाव तुमी रोजची फॅट लिव्हली हाये, लॅक्टुमीटर लावलाय, थर्मामीटर लावलाय. पन मागच्या दोन वारात तर हे काहीच तपासलं नाय. मंग कार्डाव कसं काय लिव्हलंय?''

नामदेवच्या या प्रश्नानं कामदार कावराबावरा झाला. त्याचा चेहरा पडला. जवळच बारकूदा आणि चिंधूदा होते. इतरही दूध घालायला आलेले शेतकरी होते. ते सगळेच नामदेवजवळ आले. नामदेवनं कामदाराला प्रश्न केला होता. कामदाराची लबाडी उघड होणार होती. सगळ्यांनाच ते हवं होतं. पण धाडस कोणी करत नव्हतं. नामदेवनं ते केल्यावर त्याच्या हातातल्या कार्डाकडं सगळे बघायला लागले. कामदाराला हे अनपेक्षित होतं. पठारवस्तीवरचे अडाणी गवळी असं काही विचारतील असं त्याला वाटलं नव्हतं. आपलं पितळ उघडं पडणार असं त्याला काही क्षण वाटलं. पण या कामात पक्का मुरलेल्या कामदारानं हातातलं माप कॅंडात बुडवून ते भरून बाहेर काढलं आणि परत धार धरून कॅंडात ओतायला लागला. मग त्या दुधाच्या धारेकडं बघतच तो तावातावानं म्हणाला,

“हे बघा, निस्ती दुधाची धार बघितली तरी या दुधाची फॅट किती आन् लॅक्टुमीटर किती ते कळतं मला. दुधात बोट घातलं की थर्मामीटर कळतो. इतकी वर्षी काय मी निस्ती दुधाची कँडं नाय घासली. माझ्या डोळ्यांना खोटं पाडून मशीनवर तुमचा इस्वास असंल, तर उंद्यापून समद्यांच्या दुधाला लावतो मसनी. लागू दे येळ लागला तर. मलाच लागंन. काय व्हईल, म्होरली दुधं घ्यायला उली येळ लागन, पन नामानी दावलं तसं आजून कुनी बोट नको दावायला आपल्याला. काय नामा, उंद्यापून तुझं दूध आपून मस्नीवरच तपासू.”

नामदेव गडबडला. त्याची बाजू खरी होती तरी गडबडला. ज्याची त्याला भीती होती तेच झालं. मग तोच समजुतीनं घेत म्हणाला,

“कामदार तसं नाय. पन म्हशीच्या दुधाला एक रुपया साठ पैसे भाव असंल आणि पंधरा दिसात शंभराला धा शेर कमी दूध मी डेरीवर घातलं असंल तर मला शंभरावर चाळीस आन् वर चार रुपय मिळायला पायजे. तेवढा पगार सरळ हिशेबानी आला असता तर मी कशाला कार्ड वाचून घेन्याच्या भानगडीत पडलो असतो आन् तुमाला इचारत बसलो असतो.”

“नामा, तुला येवढं समदं हिशेबाचं कळतं, मंग दुधाच्या तपासनीचंबी कळत असंल. आन् कळत नसंल तर कळून घे. फॅट मसीन, लॅक्टुमीटर, थर्मामीटर या मसनी काय निस्त्या नावाला नाय. दुधात पानी किती? खाता सोडा किती, साखर किती हे समदं सांगत्यात त्या मस्नी आमाला. मंग फॅट कमी भरली, लॅक्टुमीटर कमी, थर्मामीटर कमी आला की भावबी बदलतो. पगार दुधाचा मिळतो. तुमी त्यात कायबाय टाकता त्याचा नाय. आता तुला पगार मिळतो तो तू जेवढं दूध टाकलं तेवढा. तू कायबाय टाकून दूध आनत असशील तर त्याचा कसा मिळंल?”

कामदारानं नामदेववर असा सगळ्यांसमोरच आरोप केला. तसा नामदेवचाही आवाज थोडा वाढला. म्हणाला,

“आमाला हितं च्याला साखर मिळाना, दुधात टाकायला कुनीकून आननार. आमचं माळकऱ्यांचं घर हाये. अशी लबाडी आमच्याच्यानी व्हनार नाय. पांडुरंगाची शपथ, कव्हा येक थेंब पानी टाकत नाय मी दुधात.”

“अशा शपथांनी काम व्हत नाय. लोकं देवबी उचलून घ्यायला लागलेत आता. देवाचं भ्या कुनाला नाय राह्यलं आता... ते राहू दे समदं. तू जेवढं दूध घेऊन येतो आन् त्यात जेवढी फॅट घवती तेवढा पगार तुला मिळतो. तुझा आता

माझ्याव इस्वासच नाय तर उंद्यापून तुझं दूध रोज मस्नीवरच तपासू. काय मंडळी बरुबर की नाय. उगीच आपल्याला कुनाचा सबूत नको. आज इतकी वर्षे काम करतोय. कुनी बोट दावलं नाय माझ्याकं. तुमची दुधं घरात नासून जाऊनेत म्हनून पहाटं पहाटं लांच काढून येतोय तुमच्याकरता. त्याची बक्षिसी अशी मिळंल असं कव्हा वाटलं नव्हतं.''

कामदाराच्या चोरी करून उलट्या बोंबा होता. नामदेवभोवती जमलेली मंडळीही त्याच्या बोलण्यानं गार झाली. नामदेवच्या बाजूनं कोणीच काही बोललं नाही. कामदाराशी दुश्मनी घेऊन कोणाला आपलं नुकसान करून घ्यायचं नव्हतं. नामदेवच्याही ते लक्षात आलं. मग काही न बोलताच तो तिथून निघाला. बारकूदा त्याच्या मागं मागं आला. पार पुढं आल्यावर तो नामदेवला म्हणाला,

''नामादा, सापाच्या शेपटाव पाय देऊन काय उपेग नाय बघ. कामदारानी आपली चव वळखलीये. त्याला माह्यती हाये. काही केलं तरी आपून कुठं जाऊ शकत नाय. आपल्यालाबी ते माह्यतीये. म्हनूनच तुझं खरं व्हतं तरी कुनी काय बोललं नाय. आता मात्र त्याचं तुला त्रास देनं सुरू व्हईल. आता रोज तुझ्या दुधाला मस्नी लागनार.''

''लावू दे. आपल्याला माहीतंय आपून दुधात काय टाकीत नाय. तरीबी त्यानी तरास दिला त् एक दिस त्याच्याबी पापाचा घडा भरंल. हे कार्ड काय कामाचं नाय. समदं कामदाराच्या मनावलं हाये.''

असं म्हणत नामदेवनं हातातलं कार्ड कोपरीच्या खिशात कोंबलं आणि भराभरा पावलं उचलत चालायला लागला.

घरी आला तर तुकाराम आणि तिन्ही पोरी अंगणात पारड्यांबरोबर खेळत होत्या. तुकारामची शाळा बुडू नये म्हणून अलीकडं तो काळजी घ्यायला लागला होता. त्यामुळं तुकारामला अंगणात बघून त्यानं विचारलं,

''तुक्या, साळंत कनाय गेला आज?''

''गुरुजी गावाला गेल्यात.'' खेळता खेळताच तुकारामनं उत्तर दिलं.

''कव्हा येनार?''

''माह्यती नाय. ते येत नाय तवर बंद राहणार शाळा. कुलूप!'' तुकारामनं पारड्यांभोवती उड्या मारीत सांगितलं.

''आता हे गुरुजी आल्यापून दर मयन्याला सुरू झालंय. पन गुरुजी

आल्याव साळा बुडवू नको. नायतर आता सराय सुरू झाल्याव पळशील गुरांमागं. ते गुरांचं मी आन् बाबा बघतो काय करायचं ते. तू साळंचं बघ. आन् ती वार्शिक परिक्शा बुडवू नको, नायतर ऱ्हाशील परत तितंच... घरी राहू नको.''

असं तुकारामला ऐकवून नामदेव घरात गेला. शिक्षणाशिवाय काही नाही, असं आता त्याला चार लोकांमध्ये जाऊन, त्यांना भेटून वाटायला लागलं आहे. नानाजी आणि तात्या शिकलेले आहेत म्हणून त्यांना आपले हक्क माहीत आहेत. ते शिकलेले आहेत म्हणून दुसऱ्यांसाठी लढतात. आपण शिकेलेले असतो तर पौडमधल्या भाऊसाहेबांची बोलणी ऐकून घेतली नसती, की कामदारानं फायदा घेतला नसता. तुकारामला वाचता आलं म्हणून दुधाच्या कार्डवरची लबाडी समजली. साठे गुरुजींचं पुस्तक वाचून पुढाऱ्यांचं राजकारण समजलं आणि मुळशीच्या बेटावरून त्याला आपली झालेली परवडही दिसायला लागली. त्यामुळं आता तुकारामनं शिकलं पाहिजे असं त्याला वाटायला लागलं आहे.

कोपरीच्या खिशातलं कार्ड त्यानं फळीवर काढून ठेवलं. कामदाराची चोरी पकडली असली तरी आज त्यालाच मान खाली घालून परत यायला लागलं होतं. कमी मिळणाऱ्या पगाराचं कोडं त्याला आज उलगडलं होतं; पण त्याचा उपयोग काही झाला नव्हता. त्यानं हक्काचा पगार तर मिळणार नव्हताच उलट कामदाराचा त्रास वाढणार होता. एका बाजूला टाटा जमीन काढून घेण्याची भीती तर दुसऱ्या बाजूला कामदाराची अडवणूक. त्यातून नामदेवला सुटायचं होतं. आणि त्यासाठीच त्याची सगळी धडपड चालू होती. मात्र. नानाजींनी जिल्हाधिकाऱ्यांना दिलेल्या अर्जाचं अजून काहीच झालं नव्हतं. तरी जी जमीन आपण कसत आहे, ती जमीन आपल्या नावावर होईल, ही आशा तरी आता त्याच्यात नानाजींमुळं जागी झाली होती. तसाच नवीन दूध सोसायटी काढण्याचा विषय नामदेवनं तात्यांच्या घरात ऐकला होता. तात्या त्यासाठी परवानगी घेण्याच्या प्रयत्नात आहेत; पण शेतकरी अजून तात्यांच्या सोसायटीत सहभागी होण्याचं धाडस करीत नाहीत. दूध धरणाबाहेर नेण्याचा एकच मार्ग आहे आणि तो म्हणजे लॉंच. ती लॉंच आहे मुळेश्वर सोसायटीच्या ताब्यात. नव्या सोसायटीचं दूध लॉंचमध्ये नाही घेतलं तर ते धरणाबाहेर पडून पुण्यातील कात्रजच्या दूध संघापर्यंत पोहोचणार कसं, हा प्रश्न शेतकऱ्यांना

पडला होता. आणि तो सुटत नाही तोवर नव्या सोसायटीला शेतकरी जाऊन मिळणार नव्हते. मुळेश्वरच्या चेअरमनला हे माहीत होतं आणि म्हणूनच त्याच्या जिवावर कामदार रुबाब करीत होता. मात्र त्याच्या तावडीतून सुटण्याचा मार्ग आता तात्याच काढू शकतील, असं नामदेवला अलीकडं वाटायला लागलं होतं. इतक्या वर्षांत कामदाराला जाब विचारण्याचं धाडसही त्याच्यात तात्याकडं जाऊन जाऊनच आलं होतं. पण ते धाडस त्याच्याच अंगलट आलं होतं. आता त्यावर तात्यांकडूनच काही मार्ग निघतो का बघावा, म्हणून तो दुसऱ्या दिवशीच पोमगावला गेला.

तात्यांच्या घरात नेहमीप्रमाणेच गर्दी होती. पोमगावचे लोक तर होतेच, पण आसपासच्या वाड्यावस्त्यांवरचेही बरेच लोक आले होते. तिथं आठ दिवसांपासून बंद असलेल्या शाळेचाच विषय चालला होता. सरपंच तात्यांना सांगत होते,

"शाळेला एकच गुरुजी. ते दर मयन्याला पौडाला पगार आनायला गेले, की आठ दिस येत नाय. पूर्वीचं ठीक व्हतं. पायी जायला लागायचं आन् पायीच यायला लागायचं. पन आता येस्टी येती. त्या येस्टीनी जाऊन येका दिसात पगार घिऊन माघारी फिरता येतंय गुरुजींना. मात्र ते तसं करत नाय. हे आपून आता सभापतीपरेन पोचवलं पायजे."

"आन् दारू पिऊन साळंत येत्यात ते."

मध्येच एक गडी म्हणाला. तेव्हा त्याच्याकडं बघत तात्या म्हणाले,

"ती समज आम्ही गुरुजींना दिली आहे. त्यांनीही आता दारू पिऊन शाळेत जाणार नाही, असं वचन दिलं आहे आम्हांला. त्यावरही ते दारू पिऊन शाळेत आलेच तर मात्र आपण सभापतींना सांगून त्यांच्यावर कारवाई करायला लावू. त्यांच्यावर कारवाई करणं काय अवघड नाही. आपल्या सरपंचांनी तसा अर्ज दिला तर ती लगेच होईल; पण ते गुरुजी गेल्यावर शाळेला परत लवकर शिक्षक मिळायचे नाहीत. आपल्या धरण भागात बाहेरचे शिक्षक यायला तयार नसतात. त्यामुळे जे आलेत त्यांचे उपकारच मानले पाहिजेत आपण. तेव्हा तडकाफडकी कुठला निर्णय घ्यायला नको. आणि बाहेरून आलेल्या या शिक्षकांना दारूचे अड्डे कोण दाखवतं? आपलेच लोक ना! आपलीच माणसं त्यांना कातकरवाड्यांवर घेऊन जातात. आपण गुरुजींची दारू बंद होण्याची

अपेक्षा करतो, तशीच आपल्या लोकांची दारूही आपण बंद करण्यासाठी प्रयत्न केले पाहिजेत.''

''या दारूचा खेळ समद्या कातकारवाड्यांवर चालतो. तिथलं दारू इकनं बंद केलं पायजे. दारूच मिळाली नाय तर पिनार कशी. जावा म्हनाव धरनाभायेर, पौडाव प्यायला. परत येईपरेन समदी उतरवून येतील. आन् पावसाळ्यात तर तिकडंबी जाता येनार नाय.''

मध्येच दुसरा एक गडी म्हणाला, त्याच्याशीही तात्या शांतपणे बोलले. म्हणाले,

''आपला माळकऱ्यांचा आणि वारकऱ्यांचा तालुका आहे. वारीची मोठी परंपरा आपण धरणात सगळं बुडाल्यावरही चालू ठेवली. आता गरिबीनं गांजलेला इथला शेतकरी दारूच्या आहारी जायला लागला आहे, त्यावरही काहीतरी मार्ग काढला पाहिजे. पण नुसता कातकऱ्यांना दोष देऊन उपयोग नाही. ते काय कोणाच्या घरात जाऊन दारू प्या म्हणत नाहीत. तरी आपण कातकरवाड्यावर जाऊन कातकऱ्यांशी बोलू.''

मग सरपंचांना म्हणाले,

''सरपंच, आजचा आपला मुख्य विषय बाजूलाच राहतोय. किती झाले आपले सभासद? एकावन्न सभासद झाल्याशिवाय साहाय्यक निबंधक आपल्याला परवानगी देणार नाही. आणि त्यांच्या परवानगीशिवाय आपल्याला दूध संकलन करता येणार नाही.''

''तात्या, आतापर्यंत फक्त चाळीस गवळ्यांनीच पावत्या फाडून दूध घालायचं कबूल केलंय.''

सरपंचांनी माहिती सांगितली.

''म्हणजे आपल्याला अजून अकरा सभासद कमी पडतात. तेवढे मिळाले की आपण पुन्यातल्या मरीआईगेट जवळच्या सहकारी सोसायटीत जाऊन परवानगी घेऊ. आता हत्ती गेलाय आणि शेपूट राहिलंय. महिनाभरात चाळीस सभासद झाले. आता पंधराएक दिवसांत अकरा सभासद सहज होतील. आणि ते झालेच पाहिजेत. म्हणजे आपण पुढच्या महिन्याभरात दूधं गोळा करायला सुरुवात करू शकू.''

तात्यांच्या तोंडून हे ऐकल्यावर बराच वेळ तिथं बसलेल्या नामदेवला बरं वाटलं. तो बसल्या जागेवरचा उठला. म्हणाला,

''तात्या, मीबी कामदाराच्या जाचाला लय कंटाळलोय आता. आपली नयी सोसायटी व्हनार असंल तर मी मुळेश्वरला दूध टाकनार नाय.''

''बोडके, आम्ही तुम्हाला आमच्यात धरलेच आहे. पण तुम्ही तुमच्या पठारवस्तीवरचे आणखी तीन-चार सभासद बघा. म्हणजे आपले एकावन्न सभासद लवकर होतील. आणि तुम्हीसुद्धा कामदाराच्या जाचातून लवकर सुटाल.''

तात्या असं बोलल्यावर नामदेवनं कामदाराची लबाडी सांगितली. ते ऐकून जमलेली सगळीच मंडळी हसली. त्यातलाच एकजण नामदेवकडं बघत म्हणाला,

''ते काय नवं नाय. त्याच्या या चोऱ्या लयंदीपून चालू हायेत. लय जनांनी लय येळा पकडला त्याला. पठारवस्तीव हे पह्यल्यांदाच घडलं असंल. आमाला ते नवं नाय. कामदाराला पन ते सवंचं झालंय. पन आपली गावं अशी कोसावं. त्यात धरनानी वाटा आडवलेल्या, त्यामुळं त्याला वाटतं. कुनाला काय कळत नाय. आन् कळलं तरी त्याचं कुनी काय वाकडं करीत नाय. जव्हा घवन तव्हा चोर असून साव असल्याचा आव आनीत असं पह्यल्यांदाच घडल्याचं सांगतो आन् दुसऱ्या दिसापूत दुधाला मस्नी लावतो. मंग काय, गवळी गप. याला कारन चेरमनचा हात हाये त्याच्या पाठीव. आजपरेन त्याचं कुनीच काय वाकडं केलं नाय. आमाला वाटलं तुमी कामदाराचं काय आक्रीत सांगताय की काय!''

कामदाराच्या चोऱ्यांचा विषय निघाल्यावर सरपंचही लागले परत बोलायला. म्हणाले,

''बोडके, तुमी आता कामदाराच्या ज्या कार्डामधल्या चोऱ्या सांगताय ती कार्डं नको म्हनून आमी त्या येळी लय इरोध केला व्हता. कार्डाच्या आधी पावत्या व्हत्या. गवळ्यानी डेरीव दूध घातलं की रोजच्या रोज पावती मिळायची. त्या पावतीव सोसायटीला समद्या खऱ्याखुऱ्या नोंदी करायला लागायच्या. काळ्या कागदाखालची पावती पार कात्रज डेरीपर्यंत जायची. पगार कमी आला की काही गवळी पार कात्रज डेरीपरेन पावती घिऊन जायचे. मग तिथं पावतीच्या नंबरावरून काळ्या कागदाखालची पावती आणि गवळ्याची पावती पाह्यल्यावर सोसायटीची चोरी उघड व्हयाची. त्यानी सोसायटीच्या चोऱ्या थांबल्या. म्हनून त्यांनी ती कार्डं काढली. आता गवळी आडानी. दूध घातल्या

घातल्या कार्डावर काय लिव्हलंय ते त्यांना वाचता येत नाय. मंग कामदार त्याच्या मनानीच लिव्हतो. दुसरा काय पुरावा नाय. मंग त्यानी जे मनानी लिव्हलंय त्याच्यावच पगार निघतो.''

''या अशिक्षितपणाचाच फायदा घेतात सगळे. खूप पूर्वी छोट्या मोठ्या सावकारांनी घेतला. मग टाटा आला. त्यांनी घेतला. आणि आता आपले म्हणणारे घेतात. सरपंच म्हणतात तसं, ओरिजनल पावती गवळ्याला दिल्यावर कार्बन कॉपी त्यांच्याकडं राहायची. त्याच्यावरच पगार निघायचा. आता कार्बन कॉपी नसल्यामुळं त्यांच्या मनाचा कारभार सुरू झाला आहे. पण जाऊ द्या. इतके दिवस सहन केलं तसं अजून महिनाभर सहन करा. आपली सोसायटी एकदा सुरू झाली, की तिथं असलं काही चालणार नाही.''

तात्यांच्या बोलण्यातून आता सोसायटी निघणारच असं नामदेवला ठामपणे वाटायला लागलं. पण लाँचशिवाय दूध धरणाबाहेर जाणार कसं? हा प्रश्न नामदेवच्या मनात होताच. मनातली शंका काढावी म्हणून त्यानं लगेच विचारलं,

''तात्या, लांच कामदाराच्या ताब्यात. आपून त्याच्या शेपटाव असा पाय दिल्याव आपलं दूध घेनार का तो?''

''तो काय लाँचचा मालक नाही.'' तात्या बोलायला लागले. म्हणाले,

''लाँच सर्वांसाठी आहे. ती त्यांच्याकडं चालवायला दिली आहे, एवढंच. त्यात त्यांनी आपल्या मनाचा कारभार असाच चालू ठेवला तर आपण तक्रार करू. म्हणू आम्ही चालवतो म्हणून. पण आपल्याला लगेच तसं काही करायचं नाही. आपल्याला अडचण येणार आहे ती पावसाळ्यात. तेवढ्या काळापुरतं त्यांनी आपलं दूध घेतलंच पाहिजे. बाकीचे आठ-नऊ महिने आपण एसटीनं दूध पाठवायचे. त्यांनी वाड्यावस्त्यांवरच्या गवळ्यांना आठ-दहा किलोमीटर चालायला लागेल, पण त्याला दुसरा काही इलाज नाही. आम्ही एसटीच्या स्वारगेटमधल्या अधिकाऱ्यांशी जाऊन बोललो आहे. ते आपलं दूध न्यायला तयार झाले आहेत. बाकीची पुढची व्यवस्थाही करता येईल, पण अगोदर निबंधकांकडून परवानगी घेऊन दूध संकलन सुरू झालं पाहिजे. आणि त्यासाठी एकावन्न सभासद झाले पाहिजेत. तेव्हा बोडके, तुम्ही अकरा रुपये देऊन पावती फाडा आणि सभासद व्हा. आणि मघाशी म्हटल्याप्रमाणे पठारवस्तीवरचे तीन-चार सभासदही आणा.''

‘‘दोन दिसात आन्तो तात्या. आणि मीबी दोन दिसात येऊन त्यांच्याबरंच पावती फाडतो.’’

पठारवस्तीवरचे सगळेच आपल्यासारखे कामदाराच्या जाचाला कंटाळले आहेत, हे नामदेवला माहीत आहे. पण तेवढ्यावरूनच त्यानं ते सगळे तात्यांच्या नवीन होणाऱ्या सोसायटीत येतील असं गृहीत धरलं होतं.

पंधरा दिवसांत एकावन्न सभासद होतील याची आता तात्यांनाही खात्री झाली होती. त्यामुळं त्यांनी सर्व एकावन्न सभासदांच्या सभेचा दिवसही ठरवला. म्हणाले,

‘‘मंडळी, चार-पाच सभासद आता पठारवस्तीवरचेच झाले. बाकीचे पंधरा दिवसांत होतील. तेव्हा आपण या सर्व सभासदांची सभा गुढीपाडव्याच्या दिवशी घेऊ. आणि त्या सभेत सर्व सभासदांच्या संमतीनं आपला एक प्रवर्तक नेमू. आपल्या सोसायटीची नोंदणी होत नाही, तोवर हा प्रवर्तक दूध गोळा करणे, ते कात्रज डेअरीपर्यंत पोचवणे आणि गवळ्यांचा पगार देणे असली कामं करेल. एकदा कात्रज डेअरीवर आपलं दूध व्यवस्थित जायला लागलं आणि त्यांचं पत्र मिळालं की साहाय्यक निबंधकांकडं जाऊन आपण आपल्या सोसायटीची नोंदणी करू. मग त्यानंतर आपल्या सभासदांमधून नऊ पंच निवडायचे. त्यातून चेअरमन, सेक्रेटरी असा पुढचा सगळा मोठा प्रवास आहे. एकएक टप्पा पार करीत आपण तिथपर्यंत पोहोचू. तेव्हा सगळ्या एकावन्न सभासदांना गुढीपाडव्याच्या दिवशी यायला सांगा.’’

सरपंचांनी सर्व सभासदांना निरोप पोहोचविण्याची जबाबदारी घेतली. आता नामदेवलाही पठारवस्तीवर हे सगळं सांगण्याची घाई झाली होती.

पठारवस्तीवर परत आल्यावर तो पहिला शिवा महाराच्या घरीच गेला. घरात गेल्यागेल्याच मल्हारीनं त्याच्या हातात रेशनकार्ड दिलं. म्हणाला,

‘‘नामादा, हे घे तुझं रासानकार्ड. उगीच त्याची काळजी करीत बसला व्हता. ते काय वाटवल्या वाटसरुलाबी मिळतं.’’

‘‘ह्याची कसली काळजी आली तव्हा. ते असलं काय आन् नसलं काय, सारखंच. मी आपला जमिनीकरता पौडाला खेट्या मारीत व्हतो. तव्हा तो भावसायेब म्हनाला, तुमच्याकं रासानकार्ड नाय म्हंजी तुमी हितले नायच. ते लय जिवाला लागलं व्हतं.’’

नामदेव रेशनकार्ड खालून-वरून बघत म्हणाला. तेव्हा त्याच्याकडं बघत मल्हारी म्हणाला,

‘‘आता काय जिवाला लावून घिऊ नको. या रासानकार्डवर आता खरंच धान्य, साखर आन् घासलेट मिळनार हाये म्हंत्यात.’’

‘‘तेवढं घासलेट मिळालं तर बरं व्हईल. गेल्या पावसाळ्यात दोन दिस रातभर चिमनी जाळली तर घासलेट लवकर संपलं व्हतं. पंधरा दिस चुलीच्या उजेडावंच दिस काढले.’’

नामदेवनं असा अंधाराचा विषय काढला तेवढ्यात सरस्वतीही आली. नामदेवला बघून म्हणाली,

‘‘तुमी हितं येऊन बसलाय. आन् धारा काढायची येळ झाली म्हनून आमी तुमची घरी वाट बघतोय.’’

‘‘त्या दुधाचीच यवस्था लावायला आलोय हितं.’’

नामदेव शिवा महाराकडं बघत म्हणाला.

‘‘म्हंजी?’’ शिवा महारानं आश्‍चर्यानं विचारलं. तसा सावरून बसत नामदेव म्हणाला,

‘‘शिवादा, तात्या नयी सोसायटी काढत्यात. कामदाराच्या जाचातून सुटण्याची हिच येळ हाये. आपून आता कामदाराकं दूध टाकायचं नाय. तात्यांनी काढलेल्या सोसायटीत टाकायचं.’’

‘‘पन लांच कामदाराच्या ताब्यात...’’

‘‘ती समदी यवस्था तात्यांनी करून ठेवली. आपून फक्त अकरा रुपयांची पावती फाडून सभासद व्हायचं आन् तिकडं दूध टाकायचं.’’

‘‘तसं असंल तर चांगलंच हाये की, हितं रोज त्या कामदाराचा काच सोसन्यापरास ते बरं. अशानी कामदारबी येईल जाग्याव. त्याला वाटतं हितल्या गवळ्यांना आपल्याबिगार दुसरा कुनी वालीच नाय.’’

‘‘हेच म्हंत्यात समदीजनं. येकदा त्याची जिरावलीच पायजे. काय मल्हारी!’’ मग मल्हारीकडं बघत नामदेव बोलायला लागला. म्हणाला,

‘‘मल्हारी तुला काय वाटतं. मी तर ठरावलंय, आता कामदाराकं दूध नाय घालायचं.’’

‘‘पन नयी सोसायटी टिकन ना?’’ मल्हारीनं त्याच्या मनातली शंका विचारली. तेव्हा त्याला समजावून सांगत नामदेव म्हणाला,

"हितं तात्यावानी मानसं हायेत. आन् सभासद समदे आपल्यावानी, कामदाराला कंटाळल्याले. तव्हा ही नयी सोसायटी आपलीच असनार. आपूनच ती टिकवायची. कामदार आपल्या कष्टाचं मधल्यामधी खातो ते वाचल. वर त्याचा रुबाबबी उतरू समदा."

मल्हारीलाही ते पटलं. शिवा महार म्हणाला,

"नामादा, तू घालशील तिकडंच आमचंबी दूध जाईल."

"तू तर येशीलच. पन मला तात्यांनी पठारवस्तीवले तीन-चार सभासद आनायला सांगितलेत. मीबी त्यांना व्हय भरलीये. तव्हा उंद्या आपून बारकूदाला आन् चिंधूदालाबी तयार करू आणि परवा तात्यांकं जाऊन चौघांच्या पावत्या एकदम फाडू."

नामदेवनं लगेच कधी जायचं ते सुद्धा ठरवून टाकलं.

"जाई, दोन काड्या दे बाई काडेपेटीतल्या. पौडाला जाऊन आल्याव देते तुला परत. आज सकाळी चुलीतल्या राखंत इस्तू ठेवायचा इसरले. आता अंधार पडंल. ह्यांचं काय बोलनं उरकायचं नाय. मला आजून चूल पेटवायची हाये." सरस्वती मध्येच म्हणाली.

तेवढ्यात मल्हारीनं नामदेवच्या हातातलं रेशनकार्ड घेतलं आणि सरस्वतीच्या हातात देत म्हणाला,

"हे बघ, तुमचं रासानकार्ड. मिळालं आज."

"बरं झालं. घोर गेला ह्यांच्या जिवाचा. आता ती वनवन करनं सोडून द्या."

सरस्वती नामदेवकडं बघत म्हणाली. तेव्हा नामदेवनं तिच्या हातातलं कार्ड घेतलं. म्हणाला,

"निस्त्या कार्डाकरता वनवन करायला येडा नाय मी. जवर आपली जमीन आपल्या नावाव व्हत नाय तवर ती वनवन थांबत नाय."

तेवढ्यात मल्हारीची बायको-जाई काड्या घेऊन आली. आणि सरस्वतीच्या हातात देऊन परत चुलीसमोर गेली. त्या हातातल्या काड्या बरोबर आणलेल्या रिकाम्या काड्यापेटीत ठेवत सरस्वती म्हणाली,

"मल्हारी, रासानकार्ड काढलं तसं जमिनीचंबी बघा." मल्हारी हसला. म्हणाला,

"तेवढं जमलं असतं तर आमच्याच शाताचं काम नसतं का केलं."

“मंग व्हनार की नाय. की निस्तंच आशेव बसायचं?”

“कुनाला माहीत. पन मी वनवन करून थकलोय आन् आता गप बसलोय. नामादाला नानाजी भेटलेत. ते काय करतील ते करतील.”

“कर्म!”

सरस्वतीनं कपाळाला हात लावला. आणि जायला लागली. जाताजाता तिनं नामदेवकडं पाहिलं. म्हणाली,

“धारा काढन्यापुरती चिमनी लावनार हाये. लवकर या.”

पठारवस्तीला पौडशिवाय वाण्याचं दुकान नाही. त्यामुळं काड्यापेटीतील काड्या संपल्या. रॉकेल संपलं, चहा पावडर संपली, की असं एकमेकांकडून उसनं आणूनच वेळ मारून नेली जाते. कधी कधी मिठासाठीसुद्धा अशी शेजाऱ्याची उसनवारी करायला लागते. पठारवस्तीवर बहुतेक घरांत चुलीतल्या राखेत विस्तव पुरून ठेवला जातो. सकाळ-संध्याकाळ त्याच्यावरच थोड्या वाळक्या काड्या, वाळकं गवत टाकून फुंकून फुंकून जाळ केला जातो. आज सरस्वतीला ते जमलं नव्हतं. म्हणून जाईकडून उसन्या काड्या घेण्याची वेळ तिच्यावर आली होती.

नामदेवनं बारकूदा आणि चिंधूदालाही नव्या सोसायटीसाठी तयार केलं. मग चौघंजण मिळून तात्यांकडं गेले आणि पावत्या फाडून सभासद झाले.

आता नामदेव गुढीपाडव्याची वाट बघत बसला. नवीन दूध सोसायटी निघणार ही चांगली गोष्ट घडली होती, पण नामदेवच्या मागं कामदार हात धुऊन लागला होता. तो रोज नामदेवचं दूध तपासीत होता. काहीतरी खोट काढत होता. फॅट, लॅक्टोमीटर कमी दाखवत होता. थर्मामीटर वर जात नव्हता. म्हणून त्यानं पंधरा दिवसांत दोन वेळा नामदेवचं दूध परत पाठवलं होतं. नामदेव मात्र आता नवी सोसायटी होणार, गुढीपाडव्यापर्यंत काय करायचं ते करू दे. असं म्हणून दुर्लक्ष करीत होता.

गुढीपाडव्याच्या दिवशी मात्र नामदेवनं शिवा महार, बारकुदा आणि चिंधूदाला घेऊन दुपारच्या आतच तात्यांचं घर गाठलं. तिथं सगळेच सभासद जमले होते. तात्या त्यांना सांगत होते,

“आता आपण एक तारखेपासून दूध संकलन करायला सुरुवात करायची.

मात्र त्याअगोदर आज आपल्याला आपला एक प्रवर्तक नेमायचा आहे. सरपंच आणि वाडीतल्या दत्तोबा शिंदेंनी या सोसायटीसाठी खूप प्रयत्न केले आहेत. दोघंही लिहिता-वाचता येणारे आहेत. दोघांपैकी कुणाला करायचं हे तुमच्यावरच सोपवायचं होतं. पण सरपंचांनी दत्तोबांचं नाव पुढं केलं आहे. त्याला तुमची काय हरकत नसंल तर आपण त्यांच्या नावानं सहकारी सोसायटीतून परवानगी घेऊ. पण मी आणि सरपंचांनी हे नाव सुचवलं म्हणून तुम्ही ते मान्य केलंच पाहिजे असं नाही. तेव्हा ज्याला दत्तोबांच्या नावावर हरकत आहे त्यांनी हात वर करा.''

एकाही सभासदानं हात वर केला नाही. आणि सर्व संमतीनं दत्तोबा शिंदे नवीन दूध सोसायटचीचे प्रवर्तक म्हणून तात्यांनी जाहीर केले. मग दत्तोबा उभे राहिले. सर्व सभासदांचे आभार मानून म्हणाले,

''सगळ्या गवळ्यांना आता माझी एकच विनवनी हाये. आपून जे पाऊल उचाललंय ते परत मागं घ्यायचं नाय. मुळेश्वरच्या चेरमनला वाटतंय आपून चार दिवस दूध गोळा करू आणि तोंडावर पडून परत त्यांच्याच पायापशी जाऊ. तेव्हा आपून आपलं हसू व्हऊन द्यायचं नाय. लांच त्यांच्या ताब्यात हाये म्हनून त्यांना तसं वाटतंय. पन आपून आपलं दूध येस्टीनी न्यायाचं. लांचपरीस एस्टीला हाशील उली जास्तीचा जाईल, पन त्याला काय इलाज नाय. तिकडं पन्नास रुपये मधल्यामधी खात व्हते. हिकडं धाईस रुपये हाशिलाला जास्तीचे जातील. पन मुळेश्वरच्या चेरमनची आणि कामदाराची जिरल. ते ताळ्यावर येतील. आणि अस्तीअस्ती आपलं दूधबी लांचमधून न्यायला लागतील. तवर आपल्याला समद्यांनाच येस्टीपरेन येन्याकरता उली जास्त चालायला लागनार हाये. पन आता आपून समद्यांनीच ते सोसायचं.''

दत्तोबा जमलेल्या मंडळींच्या मनातलंच बोलत होते. ते सगळेच मुळेश्वर सोसायटीच्या त्रासाला कंटाळून या नव्या सोसायटीत येऊन सभासद झाले होते. तात्याही हे चांगलेच जाणत होते. त्यामुळंच ते लगेच सभासदांच्या वतीनं म्हणाले,

''दत्तोबा, या सर्व मंडळींनी जे काय सोसायला लागेल त्या सर्वांची मनानं तयारी करूनच सभासद झालेत. तेव्हा आपण आता त्याची काळजी करायची नाही. आता शेवटची एकच गोष्ट राहिली आहे. ती म्हणजे आपल्या सोसायटीचे नाव. खरंतर हे नाव सुरुवातीला ठरवायला पाहिजे होतं. पण गवळी नव्या

सोसायटीत येण्याचे धाडस करतात की नाही. एकावन्न सभासद होतात, की नाही याविषयी नाही म्हटलं तरी मनात शंका होती. पण आता सर्व शंका दूर होऊन आपली सोसायटी निघणार हे नक्की झालं आहे. तेव्हा आज सर्वजण जमलेले असताना आपण आपल्या सोसायटीचं नावही ठरवू. कुणाला काही नाव सुचवायचं असंल तर तेसुद्धा लगेच सांगा म्हणजे त्यातून एक नाव आपण नक्की करू.''

बसल्या जागेवरून बऱ्याच सभासदांनी नावं सुचवली. कोणी विठ्ठलाच्या नावानं, कोणी भैरवनाथाच्या नावानं, कोणी कोराईगडाच्या नावानं आपली सोसायटी असावी असं वाटून ती नावं सुचवली. ती सगळी ऐकल्यावर नामदेव मात्र जागेवरचा उठला. म्हादूच्या तोंडून ज्या ज्योतिरूपेश्वरबाबाची कीर्ती लहानपणापासून ऐकत आला, त्या ज्योतिरूपेश्वरबाबाचा आपल्या सोसायटीला आशीर्वाद असावा म्हणून तो सर्व मंडळींकडं बघत बोलायला लागला. म्हणाला,

''पंढरीचा इठ्ठल आपलं दैवत हाये. त्याचं नाव रातुंद्या आपल्या त्वांडात असतं. पन लयंदी आपल्या मुळशीत समद्यांच्या त्वांडात इठ्ठलाच्या बरुबरीनी आनखी येक नाव व्हतं. ते म्हंजी ज्योतिश्वर. आपली जुनी जानती मानसं आजूनबी त्याचं नावं काढलं, की बसल्या जागेवरून त्याला हात जोडत्यात. आकसईतलं ते ज्योतिश्वराचं देऊळ धरान झाल्याव त्यात बुडालं. म्होरं टाटानी ते आंबावन्यात बाधून दिलं म्हंत्यात. पन आकसईतलं सत्त्व काय अजून आंबवन्यात आलं नाय. या ज्योतिश्वराची माघी यात्रा पंधरा दिस चालायची. धरनानी ते समंद बुडावलं. अस्तीअस्ती आपल्या नव्या पिढीलाबी त्याचा इसर पडायला लागला. तव्हा मला वाटतं, आपून आपल्या सोसायटीला त्याचंच नाव दिलं तर त्याचा आशीर्वाद आपल्या पाठीशी राहील आन् ज्योतिश्वराचं नावबी आपल्या तोंडी राहील.''

सगळी मंडळी नामदेवकडं बघत राहिली. तात्यांनाही नामदेवचं कौतुक वाटलं. त्यांनीही साठेगुरुजींच्या पुस्तकात ज्योतिरूपेश्वराचं नाव वाचलं होतं. म्हणून मंग नामदेवकडं बघत ते म्हणाले,

''बोडके, धरणानं आपल्या यात्रा, जत्रा, परंपरा, रीतीरिवाजांसह देवही बुडवले. पण त्या देवांची जागा आपल्या मनात अजून तशीच आहे. तेव्हा तुम्ही अगदी योग्य नाव सुचवलंय. पण तुम्ही जो ज्योतिश्वर म्हणता तो खरा

ज्योतिरूपेश्वर. साठे गुरुजींच्या आत्मचरित्रात हे नाव येतं सारखं. आता हा ज्योतिरूपेश्वर नुसता भक्तीचाच नाही तर इतिहासाचाही भाग झाला आहे. असतो एकएकाचा महिमा.''

मग समोर बसलेल्या मंडळींकडं बघत ते म्हणाले,

''काय मंडळी, बोडकेंनी सुचवलेलं नाव तुम्हांला चालणार असंल तर तेच नाव देऊ आपल्या सोसायटीला.''

नामदेवनं सुचवलेल्या नावाला सर्व सभासदांनी एकमुखानं होकार दिला आणि नव्या सोसायटीचं नामकरण झालं. ज्योतिरूपेश्वर दूध उत्पादक सहकारी सोसायटी.

घरी आल्याआल्याच नामदेवनं सोसायटीच्या नावाची गोष्ट म्हादूला सांगितली. रात्रंदिवस ज्योतिरूपेश्वराचं नाव घेणाऱ्या म्हादूला याचा मोठा आनंद होणार हे नामदेवला माहीत होतं. म्हादूला तो झालाच. पण बसल्या जागेवरूनच त्यानं ज्योतिरूपेश्वराचं नाव घेत हात जोडले. म्हणाला,

''देवा ज्योतिरूपेश्वरा, पोरांनी धाडस केलंय. शेवटपरेन त्यांच्या मागं उभा राहा. सत्याग्रहात जसं समदे जुलूम सहन करन्याचं बळ दिलं तसंच बळ यांना दे.''

कायम भूतकाळातल्या आठवणीत रमणाऱ्या म्हादूच्या डोळ्यासमोर तो सत्याग्रहाचा काळ उभा राहिला. मनात आलं, सत्याग्रहाच्या त्या लढ्यातही ज्योतिरूपेश्वर आपल्याबरोबर होता. त्याचा अंगारा लावूनच सत्याग्रहाच्या शपथा घेतल्या होत्या. त्याचा आशीर्वाद होताच. तरीही अन्यायच्या विरोधातल्या त्या सत्याग्रहाला यश आलं नाही. तेव्हा तर शेतकऱ्यांबरोबरच टाटा ज्योतिरूपेश्वराला बुडवायला निघाला होता. माणसांबरोबर देवालाही किड्यामुंग्यासारखा समजणारा टाटा या मुळशीच्या रानात कधीच टिकणार नाही. या खोऱ्याला तो बुडवू शकणार नाही, असं तेव्हा म्हादूसारख्या ज्योतिरूपेश्वरावर श्रद्धा असणाऱ्यांना वाटत होतं. पण झालं उलटं. टाटाचं धरण राक्षसासारखं आलं आणि त्यानी सर्वांनाच गिळलं. त्याच्यापुढं ज्योतिरूपेश्वराचंही काही चाललं नाही. मात्र म्हादूला हे आपल्याच पापाचं फळ वाटत होतं. ज्योतिरूपेश्वराच्या शपथा मोडणारे मोडून गेले. देवाशी खेळणारे खेळून गेले. पण त्याचा कोप मात्र सर्वांवरच झाला. नाही तर या स्वयंभू ज्योतिरूपेश्वरासमोर टाटाचं काय चाललं असतं!

म्हादूच्या मनात असे विचार नेहमीच येतात. ते तो ओठावर न आणता मनातल्या एका कोपऱ्यात कोंबून ठेवतो. आज मात्र त्यानं त्यातली एक गोष्ट नामदेवला सांगितली. म्हणाला,

"नामा, ज्योतिरूपेश्वरबाबा तुमच्या पाठीशी हाये. पन निस्तं सोसायटीला त्याचं नाव देऊन थांबू नका. त्याच्या नावाला जागा. त्याला भजा. त्याच्या भक्तीत कुठं कमी पडू नका. आन् त्याचा कोप व्हईल असं हातून काय व्हऊन देऊ नका, म्हंजी तो तुमाला काय कमी पडून देनार नाय. आमच्यातल्या काही मानसांनी शान खाल्लं. शपथा मोडल्या आन् आमची दैना झाली. तशी तुमची व्हऊ देऊ नका."

"समदे तरासलेले हायेत. क्वान फुटनार नाय. तेवढ्या चेरमनंनी आन् कामदारानी काय राजकारन करूने म्हंजी झालं."

नामदेवला नवीन सोसायटीमधल्या सभासदांवर विश्वास होता. पण म्हादू यात पोळून निघालेला होता. म्हणाला,

"काय दिस बघायला लागलेत बघ नामा. आमी बाहेरून आलेल्या इंग्रज आन् टाटाच्या इरोधात लढलो. आन् आज तुमाला आपल्याच लोकांच्या इरोधात दुसरी सोसायटी काढायची पाळी आली. आता क्वान खरं आन क्वान खॉटं ते त्या ज्योतिरूपेश्वरबाबालाच माहीत."

तेवढ्यात फाट्याचा भारा अंगणात टाकून सरस्वती घरात आली. पदरानं तोंडावरचा घाम पुसत जात्यावर बसली. म्हणाली,

"या साली करवंदीच्या जाळ्या गच भरल्यात. आजून करवांदं हिरवी हायेत, पन धाबारा दिसात जाळ्या पिकून काळ्या पडतील."

"म्हंजी धाबारा दिसानी पौडाच्या खेपा सुरू व्हनार." नामदेव सरस्वतीकडं बघत म्हणाला.

"निस्त्या पौडालाच काय, मी तर म्हंते धाईस हारे पुन्याला गेले पायजे. रान येवढं देतंय पन आपल्याला घेता येत नाय. डोक्याव पाट्या घिऊन पौडाला जात कितीबी पाय झिजावलं तरी त्यात आघुटीचा बाजारबी व्हत नाय."

सरस्वतीचं खरंच होतं. रान आंबे, फणसं, करवंदं, तोरणं, आळू, जांभळं... किती किती म्हणून देतं. रानातली पाखरं आणि वांडरं त्याच्यावरच तर जगतात. तरीही त्यातून जे उरतं ते माणसांनाही खपत नाही. दोन्ही हातांनी तोडून कितीही खाल्लं आणि पौड-पुण्याला नेऊन विकलं तरी कमी पडत नाही. संसाराला मोठा

आधार देणारा हा रानमेवा मोठ्या प्रमाणात पौड-पुण्याला नेता येत नाही. तो बाहेर नेण्याच्या वाटा धरणाच्या पाण्यानं अडवल्यात. काही वर्षांपूर्वी लाँचमधून आंब्याचे आणि करवंदाचे हारे भरून पुण्यापर्यंत जायचे. पण आता लाँचवाले शेतकऱ्यांचा हा रानमेवा लाँचमध्ये घेत नाहीत. रान शेतकऱ्यांना मिळवून देत असलेला पैसा त्यांना बघवत नाही. त्यामुळं डोक्यावर जाईल तेवढी पाटी घेऊन हा शेतकरी पौडपर्यंत मजल मारतो आणि दोन-चार रुपये कमावतो.

सरस्वतीला आज जाळ्या बघून पैसा दिसायला लागला होता. पण त्या पैशाच्या मध्ये धरणाचं पाणी आडवं आलं होतं. नामदेवला त्याची चांगली माहिती होती. सराईत लाँचमधून हारे जावेत म्हणून अनेक शेतकऱ्यांबरोबर नामदेवनंही प्रयत्न केले होते. पण तुमचे हारे तुम्ही इथंच आम्हाला विका आम्ही ते पुण्याला नेऊन विकतो म्हणणाऱ्या दलालांनी सुरू केलेली अडवणूक अजून तशीच चालू आहे. त्यामुळं पुण्याला हारे जावेत असं सरस्वतीला कितीही वाटत असलं तरी ते शक्य नाही हे नामदेव ओळखून होता. आणि ते सरस्वतीलाही कळावं म्हणून तिच्याकडं बघत तो म्हणाला,

''सरे, आपली झेप पौडापरेन. हाऱ्याचं सपान नको बघू. आपल्या नशिबी पाटीच हाये. रानमेव्यानी आपलं नशीब बदलनार नाय. पन आता दुधानी बदलंन असं वाटतंय. येक तारखीपून तात्यांच्या सोसायटीत दूध घालायचं. ती आपली सोसायटी हाये, मी नाव दिल्याली. तिथं आता लांडीलबाडी व्हनार नाय. जेवढं दूध घालू तेवढा पगार मिळनार!''

''बरं झालं ते येकदाचं मार्गी लागलं. नायतर आनखी किती दिस त्या इचारात घालवले असते कुनाला माहीत. आता तेवढी जमीनबी नावाव व्हऊ द्या अशी म्हंजी समदाच घोर जाईल मागचा.''

सरस्वती असं बोलल्यावर नामदेवनं तिच्याकडं आश्चर्यानं पाहिलं. त्याला वाटत होतं जमिनीची काळजी फक्त आपणच करत आहे. पण ती काळजी सरस्वतीलाही आहे.

ती सहज बोलून गेली. नामदेव मात्र अस्वस्थ झाला. मनात आलं, या काळजीनं घराला खायला नको. या पठारवस्तीवर घरातलं बाईमाणूस पुरुषांसमोर घडाघडा बोलत नाही म्हणजे त्यांना काळजी नाही असं नाही. नामदेवला आता कुठं ते हळूहळू जाणवायला लागलं होतं. म्हणूनच तो पुढं होऊन हातपाय हालवायला लागला होता. त्याला वाटत होतं ते हालवले म्हणून आपण कामदाराच्या तावडीतून सुटलो. काय घ्या, उद्या टाटाच्या तावडीतूनही सुटू!

जिल्हाधिकाऱ्यांना दिलेल्या अर्जाचं अजून काहीच झालं नव्हतं. नामदेवची मात्र नानाजींकडं जाऊन अधूनमधून त्याची चौकशी असते. कुलकर्णी वकील, डॉक्टर खटावकर, पौडच्या तहसील कचेरीतले भाऊसाहेब यांच्याकडं जाऊन निराश होऊन परतण्यापेक्षा नानाजींकडं गेल्यावर त्याला आशा वाटत होती. नानाजी एकटे नव्हते. मुळशी आणि मावळ तालुक्यातील टाटांच्या सर्व धरणग्रस्तांना बरोबर घेऊन ते लढत होते. आपल्या सामूहिक शक्तीपुढं टाटा आणि सरकारला झुकायला लागेल आणि कूळकायद्याप्रमाणे टाटांना त्यांच्या नावावरच्या जमिनी कसणाऱ्या शेतकऱ्यांना द्याव्याच लागतील. नानाजींच्या अशा बोलण्यानं नामदेवचा हुरूप वाढतो आणि त्याची पावलं तिकडं वळतात. कुलकर्णी वकिलानं संघटित होऊन लढायला सांगितलं होतं. पिडलेल्यानं स्वतःहून संघटनेत सामील झालं नाही तर त्या संघटनेला बळ कसं मिळणार! असा मनाशी विचार करून नामदेव नानाजींकडं जातो. शिवाय टाटाच्या तावडीतून सोडवेल असा दुसरा कोणी त्याला दिसतही नव्हता. मात्र जेव्हा जाईल तेव्हा नानाजींकडं त्याला काहीतरी वेगळं ऐकायला मिळतं. कधी आपण निवडून दिलेले आमदार, खासदारांसारखे पुढारी टाटा धरणग्रस्तांकडं पाठ फिरवून टाटाच्या हिताचे निर्णय कसे घेतात. ज्यांच्या मतांवर निवडून यायचं त्याच्या समस्यांकडं दुर्लक्ष करून टाटाच्या अधिकाऱ्यांच्या मांडीला मांडी लावून बसत टाटांचे गोडवे कसे गातात. असं बरंच काही ऐकायलं मिळतं. आज मात्र नामदेवनं टाटांची एक अजब गोष्ट ऐकली. नामदेव नानाजींच्या अंगणात गेल्यागेल्याच ते म्हणाले,

''बोडके, माले गावात जाऊन टाटांचा कोडगेपणा पाहून आलात, की नाही.''

नामदेवला काही कळलं नाही. थोडं गोंधळूनच त्यानं विचारलं,

''कसला?''

नानाजींनी खाटेवरचा पेपर नामदेवच्या हातात दिला. म्हणाले,

''बघा, ज्या टाटांनी, ज्या सेनापती बापटांना तुरुंगात पाठवलं त्या टाटांनी आज त्याच सेनापती बापटांचा स्मारकस्तंभ माल्यात बांधला आहे. शेतकऱ्यांच्या हक्कासाठी सत्याग्रहाच्या मार्गानं लढणाऱ्या सेनापतींवर याच टाटांनी अत्याचार केले. खरंतर आपल्यावरील अन्यायाचं निराकरण करण्यासाठी प्रसंगी हातात शस्त्र घेऊन हिंसेच्या मार्गाचाही अवलंब करण्याची तयारी

असणारे सेनापती बापट मुळशीच्या अहिंसक सत्याग्रहात स्वतःहून सामील झाले आणि त्या अहिंसक सत्याग्रहाचे नियमही पाळले. पण टाटांनी तो सत्याग्रह सरकारच्या मदतीनं, धाकदडपशाहीनं मोडून काढला आणि सेनापतींना हातात शस्त्र घेण्यास भाग पाडलं. टाटांच्या विरोधात लढताना ज्या बापटांना मुळशीच्या मावळ्यांनी सेनापती बनवलं आज त्याच मावळ्यांच्या सेनापतींचं स्मारक टाटा बांधतो याचा अर्थ काय? टाटांसारखा धंदेवाईक माणूसच असा कोडगेपणा करू शकतो. मुळशीतल्या मावळ्यांवर केलेल्या अत्याचाराचा टाटांना कधी पश्चात्ताप झाला नाही. तो झाला असता तर इतक्या वर्षात या मावळ्यांना हलाखीत ठेवून त्यांच्याच जमिनी त्यांनाच भाडेपट्ट्यानं दिल्या नसत्या. आज त्याच मावळ्यांच्या सेनापतींचा स्मारकस्तंभ बांधून टाटा सर्व मराठी मुलखाची सहानुभूती मिळविण्याचा केविलवाणा प्रयत्न करीत आहे. हा असला समाजसेवेचा आव टाटांसारखा धंदेवाईकच आणू शकतो.''

''पन इतक्या वर्षांनी टाटाला हे आताच का करूशी वाटलं.'' नामदेव.

''ते टाटाला आणि आपून निवडून दिलेल्या पुढाऱ्यांनाच माहीत. म्हणे मुळशीतील पुढाऱ्यांना तसं वाटत होतं. आपल्या सरकारलाही तसं वाटत होतं. मुख्यमंत्री, ऊर्जामंत्री, दुग्धविकास राज्यमंत्री...सगळ्यांनीच पुढाकार घेतला होता यात. ऊर्जामंत्र्यांना अजून इथली अंधारातली गावं दिसली नाहीत, दुग्धविकास राज्यमंत्र्यांना या भागातल्या दुधाच्या धंद्यातल्या अडचणी दिसल्या नाहीत. करारप्रमाणे टाटाला वागायला लावायचं सुचलं नाही, मात्र टाटाकडून स्मारकस्तंभ उभारून घ्यायचं सुचलं. स्मारकं बाधून प्रेरणा मिळणार म्हणे... त्यासाठी माणसं जगली तर पाहिजेत. खरं तर या माणसांकडं बघायला सरकारला वेळ नाही. सगळे टाटाचे गुलाम आहेत. पण निमित्त सांगतात सेनापती बापटांच्या जन्मशताब्दी वर्षाचं. त्यात बापटांच्या पोराला वामनवारांना पुढे केला आहे. त्यांनाही सेनापतींच्या स्मारकाची अन् हारतुऱ्यांची भुरळ पडली, जी सेनापतींना कधीच आवडली नसती. या जन्मशताब्दी वर्षात मावळ्यांच्या मुळशी सत्याग्रहातील सेनापतीचं स्मरणचं करायचं होतं, तर त्यासाठी टाटांचा आधार कशाला घ्यायला पाहिजे होता. कोर्टाने ठोठावलेला दंड टाटाच्या तिजोरीत जाईल म्हणून तो न भरता तुरुंगवास पत्करणाऱ्या सेनापती बापटांच्या मृत्यूनंतर त्याच टाटांनी सेनापतींच्या स्मारकस्तंभासाठी असा खर्च करणे हा मोठा विरोधाभास आहे. आणि टाटांनी सेनापती बापटांचं

स्मरण करावं असं त्यांनी टाटांसाठी काय केलंय? असं स्मारक बांधून टाटा बापटांसारख्या निःस्वार्थी, धाडशी देशभक्ताकडं मावळ्यांना संशयानं बघायला लावत आहे. आम्ही इथल्या वाड्यावस्त्यांना गावठाण दर्जा मिळून तिथं राहणाऱ्या धरणग्रस्तांना माणसांसारखं जगता यावं म्हणून टाटांशी आणि सरकारशी भांडत आहोत. वरकस जमिनी टाटांनी भाडेपट्ट्याने लावल्या आहेत. इथं रस्ते नाही. पाणी नाही. वीज नाही. शाळा नाही, की दवाखाना नाही. अशा दयनीय अवस्थेत इथले मावळे जगतात. याला कारण आहे टाटा आणि आपले पुढारी. टाटा कराराप्रमाणे वागला नाही आणि आपल्या पुढाऱ्यांनी त्याला तसं वागायला लावलं नाही. टाटांनी यातल्या काही गोष्टी जरी केल्या असत्या आणि इथल्या मूलभूत समस्या सोडवून मावळ्यांना किमान चांगलं जीवन जगू दिलं असतं तरी ते सेनापती बापटांचं खरं स्मरण झालं असतं. पण अजूनही टाटा इथल्या मावळ्यांना किड्यामुंग्यासारखंच समजत आहे. मावळ्यांच्या जमिनीवर धरण बांधून त्यातलं पाणी मावळ्यांना प्यायलाही द्यायचं नाही. मात्र त्याच मावळ्यांच्या सेनापतींच स्मारक बांधायचं. केवढं दुर्दैव म्हणायचं हे! सत्याग्रहातले मावळे जिवंत असतील तर ते आज काय विचार करीत असतील?''

नानाजी बोलायला लागले की, असं लांबलचक भाषण दिल्यासारखं बोलतात. आज ते ऐकून नामदेवला म्हादूची आठवण झाली. नामदेव लहानपणापासून म्हादूच्या तोंडी सेनापती बापटांचं नाव ऐकत आला आहे. आपल्यासाठी त्यांना सात वर्षांची तुरुंगवासाची शिक्षा झाली याविषयी तो नेहमी हळहळायचा. पण सेनापतींनी सत्याग्रहाचे नियम मोडून हातात शस्त्र घेतल्याचा त्याला रागही यायचा. त्या म्हादूला आता सेनापतींच्या स्मारकस्तंभाचं कळल्यावर काय वाटेल, असं नानाजींसारखंच नामदेवच्याही मनात आलं. हातातल्या पेपरातला स्मारकस्तंभाच्या उद्घाटनाचं छायाचित्र बघत तो नानाजींना म्हणाला,

''नानाजी, अर्जाचं म्होरं काय झालं का नाय?''

''काही नाही. सरकारने झोपेचं सोंग घेतलंय. परवा आम्ही आमदार आणि खासदारांनाही निवेदन दिलं आहे. पण ते सगळेच थंड आहेत. आता जिल्हाधिकारी कार्यालयावर मोर्चा नेण्याचा विचार आहे. त्या मोर्चासाठी पठारवस्तीवरच्या बायका-पोरांसह सगळे या. अर्जांना काय ते दाद देत नाहीत. आता अशाच प्रकारची आंदोलनं आपल्याला करायला लागणार आहेत. पण

आपण हिंमत सोडायची नाही. बाबासाहेब आंबेडकरांनी आपल्यालाही हक्क दिले, आपल्या न्याय्य हक्कासाठी सनदशीर मार्गानं भांडण्याचं. आपला सनदशीर मार्ग आपण सोडायचा नाही. एका वळणावर आपल्याच पूर्वजांसाठी सेनापती बापटांना तो टाटांनी सोडायला लावला होता. त्यात सेनापतींचं आणि पर्यायानं आपलंच नुकसान झालं. आपण त्या मार्गानं जायचं नाही.''

''पन तरीही टाटा नाय ऐकला तर?''

''तर मग टाटांचं नशीब. त्यांच्या पापाचा घडा भरला असंल तर त्याला आपण काय करणार? शेवटी आपण मावळे शिवाजी महाराजांचे वंशज आहोत. अत्याचाराचा अतिरेक होऊन मावळ्यांनी हातात शस्त्र घेतलं तर या देशाला नको ते पाहण्याची वेळ येईल. पुण्या-मुंबईतल्या आपल्या पोरांनी भिऱ्याचं वीज केंद्र बंद पाडायची दिलेली धमकी हे त्याच दिशेनं जाणारं पाऊल आहे. उद्याचं कोणी काय सांगावं...''

असं बोलता बोलताच नानाजी एकदम शांत झाले. अहिंसेच्या मार्गानं जाणाऱ्या नानाजींना हिंसेचा मार्ग मानवणारा नव्हता. टाटांनी सत्याग्रहाच्या काळात बापटांचा अंत पाहून त्यांच्यावर हातात शस्त्र धरण्याची वेळ आणली. तशी वेळ टाटांनी आताच्या मावळ्यांवर आणू नये. नाहीतर अनर्थ घडेल अशी भीती त्यांच्या मनात दाटून आली. नामदेवही मग पुढं काही बोलला नाही.

तुकाराम आता मुळशीच्या बेटावरून सगळ्या पठारवस्तीला वाचून दाखवायला लागला होता. आज तर नामदेवनं अंगणात शिवा महार, मल्हारी, बारकूदा, चिंधूदा... अशा पठारवस्तीवरच्या सगळ्यांनाच बोलावलं. सेनापती बापटांविषयीची बातमी म्हणून म्हादूसुद्धा अंगणात बसून उत्सुकतेनं तुकारामकडं बघत होता. तुकाराम मोठ्या आवाजात वाचायला लागला,

''सेनापती बापट यांच्या स्मारकस्तंभाचे उद्घाटन.

टाटा कंपनीचे लाभले आर्थिक सहकार्य

मुळशी, दि. २५ फेब्रुवारी, प्रतिनिधी. सेनापती बापटांचे स्मारक हे त्याग, निःस्वार्थीपणा आणि धाडसाचे प्रतीक असून ते येणाऱ्या पिढ्यांना देशसेवेची कायम प्रेरणा देत राहील, असे मत ज्येष्ठ स्वातंत्र्यसैनिक किसनराव देशमुख यांनी व्यक्त केले. सेनापती बापट यांच्या जन्मशताब्दी सांगता समारंभात ते बोलत होते.

माले गावात मुळशी धरणाच्या भिंतीजवळ टाटा पॉवर कंपनीच्या आर्थिक सहकार्याने उभारण्यात आलेल्या सेनापती बापट यांच्या स्मारकस्तंभाचे उद्घाटन विधान परिषदेचे सभापती जयंतराव टिळक यांच्या हस्ते व आमदार ग. प्र. प्रधान यांच्या अध्यक्षतेखाली झाले. या वेळी दुग्धविकास राज्यमंत्री अनंतराव थोपटे. सेनापती बापट यांचे पुत्र वामनराव बापट, टाटा पॉवर कंपनीचे उपसरव्यवस्थापक के. आर. पंडित, उपव्यवस्थापकीय संचालक एस. पी. मानेकतला, तालुक्यातील राजकीय मंडळी तसेच सेनापती बापट यांना मानणारे त्यांचे असंख्य चाहते आणि मुळशीकर उपस्थित होते.

देशमुख पुढे म्हणाले की, ज्या मुळशी लढ्याने बापटांना सेनापती बनवलं, त्याच धरणाच्या पायाजवळ आज त्यांचं स्मारक होत आहे हा विलक्षण योगायोग आहे. या स्मारकाच्या माध्यमातून सेनापतींची स्मृती चिरंतन टिकून राहील. टाटांनी आपल्या विरोधकाचं स्मारक बांधून जगासमोर एक वेगळा आदर्श ठेवला आहे. असा आदर्श ठेवणारे टाटा हे जगातील कदाचित एकमेव उद्योगपती असतील. टिळक म्हणाले, सेनापती बापटांना अन्याय वाटला तेथे तेथे ते झगडले आणि अन्यायाला प्रतिकार केला. हाच त्यांचा गुण आजच्या तरुण पिढीने आदर्श ठेवावा असा आहे. तर सेनापती बापटांचे स्मारक म्हणजे इतिहासाची चक्रे कशी उलटी फिरतात याचं मूर्तिमंत उदाहरण म्हणजे हे स्मारक असल्याचे सांगत ग. प्र. प्रधान यांनी आपल्या भाषणात उपरोधिक भाष्य केलं. या वेळी आपल्या भाषणात सर्वच राजकीय वक्त्यांनी टाटांच्या या कृतीचं कौतुक करून सेनापती बापटांच्या स्मृती जागवत त्यांना आदरांजली वाहिली.

विशेष संपादकीय.
मुळशी सत्याग्रहाची शोकांतिका
मुळशी सत्याग्रह. भारतातील पहिलं धरणविरोधी आंदोलन. साठ वर्षांपूर्वी मुळशीतील शेतकऱ्यांनी आपल्या जमिनी वाचवण्यासाठी इंग्रज सरकार आणि टाटांसारख्या बलाढ्य भांडवलदाराविरुद्ध दिलेला लढा. या सत्याग्रहात पांडुरंग महादेव बापट यांना येथील मावळ्यांनी आपला सेनापती बनवलं. बापटही आपल्या सेनापतित्वाला शेवटपर्यंत जागले. मेळे घेऊन, व्याख्याने देऊन महाराष्ट्राला त्यांनी टाटांच्या विरोधात उभे करण्याचा प्रयत्न केला. अहिंसक

सत्याग्रहाच्या मार्गाने तर लढा दिलाच पण टाटांच्या रेल्वेवर सशस्त्र हल्ला करून हिंसक सत्याग्रहाचाही त्यांनी अवलंब केला. ज्या टाटांना सेनापती बापटांनी असा कडवा विरोध केला, त्याच टाटांनी ज्यासाठी सेनापती त्यांच्याविरुद्ध लढले त्या शेतकऱ्यांचे पुनर्वसन न करता आज सेनापती बापटांचे स्मारक बांधणे ही घटना मुळशी सत्याग्रहाची शोकांतिकाच आहे, असे म्हणावे लागेल. कारण मुळशी धरणग्रस्तांचे असंख्य प्रश्न अजून तसेच पडून आहेत. टाटा कराराप्रमाणे वागलेले नाहीत. मेंढरं हाकलावीत तसे इथल्या शेतकऱ्यांना हाकलून त्यांची घरेदारे आणि जमीनजुमला पाण्याखाली बुडवून टाटांनी मुळशी योजना पूर्णत्वास नेली. ब्रिटिश सरकारने औद्योगिक वाढीसाठी बनवलेल्या भूसंपादन कायद्याचा पुरेपूर फायदा टाटांनी घेतला. ज्याचं सर्वस्व लुटून, त्यांना वाऱ्यावर सोडून, त्यांच्या सेनापतींचं स्मारक उभारून टाटा आपल्या देशबांधवांना नेमकं काय सांगू इच्छित आहे? हा प्रश्न आता मुळशी आणि महाराष्ट्रातील अनेक सत्याग्रहींच्या समोर उभा राहिला आहे. अशा थोर देशभक्ताच्या स्मारकाला आर्थिक सहकार्य करून आपण अशा थोरांचा किती आदर करतो हे दाखवण्याबरोबरच टाटा देशातील चळवळीतील कार्यकर्त्यांमध्ये संभ्रम निर्माण करीत आहे. यातून देशभर सुरू असलेल्या चळवळी आणि यातील नेत्यांना बदनाम करण्याचा डाव दिसून येतो.

खरे तर आपल्या न्याय्य हक्कांसाठी प्रसंगी शुद्ध सत्याग्रह म्हणजे हिंसक सत्याग्रहाचा वापर करायलाही मागे-पुढे न पाहणारे सेनापती बापट मुळशीतील सामसत्याग्रह म्हणजेच अहिंसक सत्याग्रहात अगदी सत्याग्रह सुरू होण्याच्या आदल्या दिवशी सामील झाले. तेव्हा त्यांच्या हिंसक विचाराची माहिती असणाऱ्यांनी नाके मुरडली होती. मात्र सेनापती बापटांची देशभक्ती, समाजसेवेची आस आणि पीडितांच्या हक्कासाठी प्राण देण्याचा आणि प्राण घेण्याचा त्यांचा असलेला मनोनिग्रह पुण्यातील राजकीय आणि सामाजिक क्षेत्रातील काही मंडळी जाणून होती. याशिवाय मुळशी सत्याग्रहाचे प्रवर्तक विनायकराव भुस्कुटे यांनाही सेनापती बापटांच्या देशभक्तीविषयी तिळमात्रही शंका नव्हती. शोषितांवरील अन्यायाच्या विरोधात सेनापती बापट स्वतःहून पुढे येतात हे त्यांना माहीत होते. असा नेता मुळशीतील मावळ्यांवर आलेल्या संकटाने व्यथित होऊन ते दूर करण्यासाठी मुळशी सत्याग्रहात सामील होत असेल तर भुस्कुटेंना ते हवेच होते. त्यामुळे या काही मंडळींच्या पाठिंब्यावरच सेनापती

बापटांचा मूळ पिंड अहिंसक सत्याग्रहाचा नसला तरी त्यांचे मुळशी सत्याग्रहाशी नाते जुळले. त्यांनीही मुळशीतील मावळ्यांसाठी आपल्या मूळ पिंडाला मुरड घालून महात्मा गांधींच्या मार्गाने जाणाऱ्या सत्याग्रहाचे नियम पहिली साडेतीन वर्षे काटेकोरपणे पाळले. अहिंसक मार्गाने अन्याय दूर होत असेल तर विनाकारण हिंसेच्या वाटेला जायला सेनापती बापट दहशतवादी नव्हते. मात्र ते अधर्माच्या विरोधात होते. ते म्हणत, समोर अधर्म उघड दिसत आहे. त्याचा प्रतिकार झाला पाहिजे. सद्धर्माच्या स्थापनेसाठी उपयुक्त अशा सर्व धर्मसंमत साधनांचा उपयोग करणे हा अधर्म नव्हे. गांधीप्रणीत अहिंसक सत्याग्रह म्हणजे सामसत्याग्रह देशात इतरत्र यशस्वी होत असताना टाटांसारख्या भांडवलदारामुळे मुळशीत यशस्वी होत नाही, हे त्यांनी जाणले होते. त्यामुळेच ते नंतरच्या काळात हिंसक सत्याग्रहाच्या बाजूने झुकले होते. ते म्हणत, प्रथम चांगल्या मार्गाचा वापर केला पाहिजे. त्यातूनही न्याय मिळाला नाही तर आपण अन्याय करणाऱ्या माणसाविरुद्ध हिंसेचा वापर केला पाहिजे. माझा हिंसा व अहिंसा या दोन्हींवर विश्वास आहे. पण हा विश्वास मूर्खासारखा असू नये. मूर्खासारखी हिंसा करू नये आणि अहिंसाही चालू ठेवू नये. त्यांच्या याच विचारातून त्यांनी हिंसक सत्याग्रह केला. सेनापतींची ही कृती म्हणजे आत्यंतिक अत्याचाराचे फलित होते. अहिंसकतेचे सर्व मार्ग वापरून झाले होते. अन्यायाने परिसीमा गाठली होती. पैशाच्या आणि सत्तेच्या जोरावर गरिबाला पायदळी तुडवले जात होते. अशा वेळी मुळशीतील मावळ्यांना टाटांनी आणलेल्या संकटातून सोडविण्यासाठी सेनापतींनी त्यांचे शेवटचे अस्त्र बाहेर काढले. टाटांच्या रेल्वेवर गोळीबार केला. महात्मा गाधींना डोळ्यासमोर ठेवून अहिंसक मार्गाने सुरू झालेल्या मुळशी सत्याग्रहाची अखेर अशी हिंसक मार्गाने झाली!

या लढ्याच्या अपयशाला टाटांचा भल्याबुऱ्या मार्गाचा अवलंब, दडपशाही, कायदे पायदळी तुडवणे, इंग्रज सरकारला हाताशी धरून स्वकीयांवर जुलूमजबरदस्ती करणे हे जसे कारणीभूत आहे. तसेच बापटांचे मुळशी सत्याग्रहाशी असलेले नातेही कारणीभूत आहे, हे नाकारून चालणार नाही. मुळशी सत्याग्रह अहिंसक सत्याग्रहाच्या नियमांचे शेवटपर्यंत पालन करेल, की नाही याविषयी शंका घेणारी मंडळी महाराष्ट्रात होती. त्यांना ही शंका आली होती ती सेनापती बापटांमुळेच. त्यामुळे महाराष्ट्रातील ही मंडळी या सत्याग्रहाला पाठिंबा तर देत नव्हतीच, उलट उघड उघड विरोधच करीत होती. महात्मा गांधी अहिंसक

सत्याग्रहाचे काटेकोरपणे पालन करणारे होते. त्यांनीही मुळशी सत्याग्रहाकडे पाठ फिरविण्याचे हेसुद्धा एक कारण असावे. शिवाय अखिल भारतीय काँग्रेसने या सत्याग्रहाला कधीच पाठिंबा दिला नाही. जर गांधीजी मुळशीत आले असते, तर मुळशी सत्याग्रहाला अखिल भारतीय स्वरूप आले असते. इथून एक व्यापक शेतकरी चळवळ उभी राहू शकली असती, जिचे रूपांतर कदाचित पुढे स्वातंत्र्य चळवळीतही होऊ शकले असते. मात्र तसे घडले नाही. सेनापती बापटांसारखी हिंसक विचाराची व्यक्ती ज्या चळवळीशी जोडली आहे, त्यापासून गांधीजी आणि अखिल भारतीय काँग्रेस दूरच राहिले. त्याचा फटका निश्चितच मुळशी सत्याग्रहाला बसला. म्हणजेच एका अर्थाने सेनापती बापट यांचे मुळशी सत्याग्रहाशी असलेले नाते टाटांना उपकारकच ठरले होते.

सेनापती बापट यांच्या जन्मशताब्दी वर्षानिमित्त स्थापन करण्यात आलेल्या समितीवर सत्ताधारी मंत्र्याबरोबरच विधान परिषदेच्या विरोधी पक्षनेत्याचाही समावेश होता. सत्ताधारी आणि विरोधकांनी मिळून बापटांसारख्या थोर देशभक्ताची जन्मशताब्दी साजरी केली ही कौतुकाची बाब आहे. याच काळात सेनापतींच्या स्मारकस्तंभाची कल्पना पुढे आली आणि १२ नोव्हेंबर १९८० रोजी त्याचे भूमिपूजन झाले. आज जवळजवळ सव्वादोन वर्षांनी, सेनापतींनी ज्या धरणाला विरोध केला होता त्याच मुळशी धरणाच्या पायाजवळ हे स्मारक उभे राहिले आहे. पण प्रश्न आहे अशा स्मारकाने सेनापतींच्या आत्म्याला शांती मिळेल का? त्यांचे खरे स्मारक होऊ शकले असते ते मुळशी धरणग्रस्तांचे पुनर्वसन. धरणात सर्वस्व बुडालेले येथील शेतकरी अजूनही मूलभूत सोयींपासून वंचित आहेत. टाटांकडे या धरणग्रस्तांच्या हक्काचे पुनर्वसन करायला पैसे नाहीत मात्र, त्यांच्या नेत्याच्या स्मारकावर खर्च करायला आहेत. यातून टाटांची वृत्ती दिसून येते. स्मारक उभारायचेच होते तर सरकारने आपल्या तिजोरीतल्या पैशाने उभारायचे होते. शेवटी सरकारी तिजोरीतला पैसा जनतेचाच आहे. थोर देशभक्ताचं स्मारक जनतेच्या पैशातून उभे राहिल्याचे समाधान तरी मिळाले असते. त्यासाठी ज्याने सेनापतींवर अत्याचार केले, त्यांना तुरुंगात पाठवले त्या टाटांचा पैसा कशाला? यातून सरकार काय सूचित करत आहे, सरकारपेक्षा भांडवलदार टाटा मोठा आहे? खरे तर टाटांनी मुळशी खोऱ्यात सुखाने नांदणाऱ्या गावांना शहराच्या उभारणीसाठी बुडवले. ज्या गांधीजींनी मुळशीकडे पाठ फिरवून अप्रत्यक्षपणे टाटांना सहकार्यच केले, त्या गांधीजींच्या अत्यंत प्रिय

अशा खेड्याच्या विरोधातलीच भूमिका टाटांनी त्या वेळी अवलंबली होती. आज देशातील ग्रामीण भागाची अवस्था बघता गांधीजींचे 'खेड्याकडे चला'ही घोषणा केवळ घोषणाच राहून गेल्याचे आपल्या लक्षात येते. टाटांनी जे पातक केले त्याची परतफेड करणे शक्य नसले तरी त्याचे प्रायश्चित करण्याची संधी सेनापतींच्या जन्मशताब्दी वर्षानिमित्त चालून आली होती. मात्र समाजसेवेचा टेंभा मिरवणारे टाटा आपल्या देशबांधवांना किती हीन समजतात हे या स्मारकाच्या माध्यमातून समजते. धरणक्षेत्रातील काही गांवे, वाड्यावस्त्या अत्यंत दयनीय अवस्थेत जगत आहे. स्वातंत्र्यानंतरही ते मूलभूत सोयीसुविधांपासून वंचित आहेत. त्याला आपणच कारण आहोत असे समजून टाटांनी या गावांसाठी काही केले असते. कराराचा भंग करून ज्या जमिनी त्यांनी भाडेपट्ट्याने दिल्या आहेत, त्या जमिनी शेतकऱ्यांच्या नावावर करून दिल्या असत्या. अनेक वाड्यावस्त्यांना गावठाण दर्जा नाही, त्या वाड्यावस्त्यांच्या जागा आज टाटांच्याच नावावर निघत आहेत, त्या जागा परत करून गावठाण दर्जा असलेल्या गावात मूलभूत सुविधांसह जगण्याचे भाग्य येथील शेतकऱ्यांना दिले असते तर खऱ्या अर्थाने तेच सेनापतींचे स्मारक झाले असते. मात्र, मराठी मुलखाची सहानुभूती मिळवायला निघालेल्या टाटांनी तेवढी संवेदनशीलता दाखवलेली नाही. हे मुळशी सत्याग्रहाला पाठिंबा देणाऱ्या महाराष्ट्रीय बांधवांच्या आणि मुळशीतील बाधित शेतकऱ्यांच्या दृष्टीने दुर्दैवाचेच आहे. ज्यांच्या जमिनीवर टाटा उद्योगसमूह मोठा झाला ते शेतकरी आज साठ वर्षे झाली जनावरांसारखे जीवन जगत आहेत. सेनापती बापटांना हे नक्कीच अपेक्षित नव्हते. शेतकऱ्यांना देशोधडीला लावून अशी स्मारके बांधण्याला त्यांनी नक्कीच विरोध केला असता!

मुळशी प्रकरणात सात वर्षांची शिक्षा भोगण्यासाठी ते तुरुंगात गेले. पण चांगल्या वर्तणुकीबद्दल ते सात वर्षे पूर्ण होण्याआधीच सुटले. मुळशीला जाऊन त्यांनी टाटांचे धरण पाहिले. त्यानंतर जेव्हा शनिवारवाड्यावर त्यांच्या सन्मानार्थ मोठी सभा झाली, त्या वेळी भाषण करताना त्यांनी अनेक मुद्द्यांना स्पर्श केला होता. टाटांनी उत्कृष्ट धरण बांधले म्हणून त्यांची पाठ थोपटली पाहिजे, असे सांगताना त्यांनी धरणाच्या पायात किती लोकांचे रक्त सांडले याकडे सर्वांचे लक्ष वेधून घेतले होते. टाटा कंपनीने महान पातक करून मराठी लोकांच्या भावना पायदळी तुडविण्याची घोडचूक केली आहे. यासाठी टाटा

कंपनीच्या संचालकांनी, ज्यांच्या अहिंसक मार्गाने या सत्याग्रहाची सुरुवात झाली होती त्या महात्मा गांधींना पत्र लिहून कंपनीला त्यांनी केलेल्या कृतीचे वाईट वाटते असे कळवावे, अशी अपेक्षा सेनापतींनी व्यक्त केली होती. हे पत्र कंपनीने सेनापती जिवंत असेपर्यंत केव्हाही लिहावे असे म्हटले होते. ती व्यक्त करताना मुळशी सत्याग्रहात सामील झालेल्या महाराष्ट्रातील जनतेचा रोषच त्यांनी सांगितला होता. त्या रोषातून महाराष्ट्रात निर्माण झालेला गोंधळ आणि त्यातून मुळशी धरणाला होणारा धोका टाळायचा असेल तर कंपनीने असे पत्र लिहिणे आवश्यक होते. टाटा कंपनीने आपण केलेल्या अन्यायाची एवढी तरी कबुली द्यावी, असे त्यांना वाटत होते. ती त्यांची तळमळ होती. जोपर्यंत टाटा कंपनी असे कबूल करीत नाही तोपर्यंत त्यांच्या मनाची ती तळमळ शांत होणार नव्हती. मात्र टाटा कंपनीने त्यांच्या मनाच्या तळमळीचा विचार केला नाही. गांधीजींना पत्र तर पाठविले नाहीच उलट आपल्या कृतीची कधी खंतही व्यक्त केली नाही. मग आज त्यांचे मन तसेच तळमळत ठेवत स्मारक बांधून टाटा कोणते पुण्य साधत आहे? सेनापती बापटांनी म्हटल्याप्रमाणे कंपनीस धोका पोचेल असा रोष नंतरच्या काळात महाराष्ट्रात व्यक्त झाला नाही आणि गोंधळ अजूनतरी माजला नाही.

परदेशात जाऊन बॉम्ब बनविण्याचे प्रशिक्षण घेऊन आलेले सेनापती बापट मुळशी लढ्यात हिंसक मार्गाकडे झुकले होते. त्यामुळे तुरुंगातून सुटून आल्यावर ते नेमके काय करतात याविषयी मुळशीतील सत्याग्रहींना उत्सुकता होती. आपल्या बॉम्ब बनविण्याच्या ज्ञानाचा उपयोग त्यांनी मुळशी धरण फोडण्यात केला असता, तर तो त्यांच्या विचाराप्रमाणे अधर्म नव्हता. तरी त्यांनी ते कृत्य केले नाही. अधर्माचा प्रतिकार करून सद्धर्माच्या स्थापनेसाठी सर्व मार्गांचा अवलंब करणाऱ्या सेनापतींनी इथे सर्व मार्ग सोडून दिले. आज साठ वर्षांनंतर कंपनीच्या हितास कोणाकडूनही कसलीच बाधा पोहोचली नाही. धरण दिमाखात उभे आहे. टाटा उद्योगसमूहाच्या साम्राज्याचे ते एक मानाचे पान झाले आहे. त्यातूनच टाटांचा उद्योगसमूह वाढला. पण त्या उद्योगसमूहाच्या पायाखाली या भारतातील स्वयंपूर्ण खेडी आणि त्यातील हजारो शेतकऱ्यांचा बळी दिला गेला आहे, हे आपण नाकारू शकणार नाही. मुळशीतला शेतकरी नंतर कधी पेटून उठला नाही. त्यामुळे एका अर्थाने सेनापती बापटांनी टाटांना दिलेली सूचक धमकीही पुढे हवेतच विरून गेली...

स्वातंत्र्य मिळाले तेव्हा भारतातील ऐंशी टक्के शेतकऱ्यांनीही पारतंत्र्यातून मुक्त झाल्याचा आनंद व्यक्त केला असेल. आपले राज्य आल्याची भावना त्यांचीही झाली असेल. मात्र स्वातंत्र्यानंतर इतक्या वर्षात आपल्या सरकारने इथल्या शेतकऱ्यांचे बळीच घेतले आहेत. बळीराजाची गोष्ट आता फक्त पुस्तकांतून राहिली आहे. हा बळीराजा आता राजा राहिलेला नाही. त्याला इथल्या व्यवस्थेने गुलाम बनवलं आहे. आज हा गुलामराजा आपल्या अस्तित्वासाठी संघर्ष करत आहे. सरकारची धोरणे उद्योगपतींच्या हिताची असतील तर भविष्यात शेतकरीच काय हा देश मूठभर भांडवलदारांचा गुलाम झाल्याशिवाय राहणार नाही. आज लाखो शेतकरी शेती सोडून जगण्यासाठी शहराकडे धाव घेतात याचा अर्थ शेती आणि सरकारची शेतकऱ्यांसाठीची धोरणे त्यांना जगवत नाहीत...''

तुकाराम वाचता वाचता थांबला. मग पेपरमधलं स्मारकाचं छायाचित्र नीट न्याहाळून तो नामदेवच्या हातात दिला.

''पोरांनो, टाटा असा धमक्यांना घाबरनारा नाय. आन् कुनाचं मन तळमळतंय म्हनून टाटाच्या मनाला पाझर फुटनार नाय. सेनापती बापट मोठा मानूस. त्यांच्या मनाचा इचार नाय केला तिथं आपल्यावानी तर किडामुंगी. स्मारक बांधून जगाला मोठेपना दावला तरी खरं लपून ऱ्हानार हाये का? सेनापतींवानी भल्या मानसाला तुरुंगात पाठवून धरान बांधलं. असं कपाट करून मोठ्या व्हनाऱ्यांकून काय अपेक्षा ठेवनार!''

म्हादूला सेनापती बापटांच्या स्मारकाचं कौतुक नव्हतं आणि खेदही नव्हता. इतका वेळ शांतपणे ऐकत बसणाऱ्या मंडळींमध्ये बारकूदाचे विचार मात्र वेगळे होते. तो म्हणाला,

''पापाचा घडा कव्हा ना कव्हा भरतो. स्मारक बांधून टाटानी आजच्या पिढीला जागंच केलंय. आता जागा झालेला कव्हा ना कव्हा भडकनारच!''

बारकूदाचं हे बोलणं ऐकून म्हादूनं धरणाकडं पाहून हात जोडले. म्हणाला,

''आता ज्योतिरूपेश्वरबाबाच्या मनात काय हाये ते त्यालाच ठाऊक.''

तुकारामनं मुळशीच्या बेटावरून वाचून दाखवला की अस्वस्थ झालेला नामदेव तीन-चार दिवस स्थिर होत नाही. स्मारकाच्या घटनेशी तसा त्याचा काही संबंध नाही. पण मुळशीच्या बेटावरूनच्या संपादकीयनं टाटांविषयीचा

त्याचा राग आणखीनच वाढला. तीन-चार दिवस त्याला त्या विचारानं चैन पडलं नाही. म्हणून मग एक दिवस तो तात्यांकडं जाऊन आला.

तिथं गेल्यावर समजलं की रोज दोनशे-अडीचशे लिटर दूध जायला लागल्यानं कात्रज डेअरीनं आता सोसायटीला मान्यतेचं पत्र दिलं आहे. त्यामुळं आता सोसायटीची नोंदणी करायची होती. नऊ पंचांमध्ये पठारवस्तीवरचं कोणीतरी असलं पाहिजे म्हणून तात्या आणि सरपंचांनी नामदेवचं नाव पुढं केलं होतं. हो नाही करता नामदेव त्याला तयार झाला. तात्यांकडं तो सेनापती बापटांच्या स्मारकस्तंभाविषयी बोलायला आला होता. मात्र तात्यांनी त्याच्यावर जबाबदारी टाकल्यावर तो त्याविषयी काहीच बोलला नाही.

दोन दिवसांनी सर्व सभासदांची सभा झाली आणि नामदेवसह नऊ पंचांची निवड होऊन त्यातूनच दत्तोबा शिंदेंना चेअरमन तर गणपत ओव्हाळला सेक्रेटरी म्हणून निवडण्यात आलं. सर्व सभासदांनी त्याला मान्यता दिली आणि ज्योतिरूपेश्वर दूध उत्पादक सोसायटीचं दूध मोठ्या दिमाखात कात्रज डेअरीवर जायला लागलं. लाँचपेक्षा एसटीचं भाडं थोडं जास्त होतं. पण सर्व सभासदांनी त्याची तयारी ठेवली होती. आपण नवी वाट निर्माण करून सन्मानानं जगायला लागलो आहोत, याचाच आता नामदेवसारख्यांना मोठा आनंद होता!

सात

धरण क्षेत्रातील सर्वच गावं आणि वाड्यावस्त्यांवरील दूध घेणाऱ्या मुळेश्वर सोसायटीचं दूध एकदम आटलं. लाँच आपल्या ताब्यात असल्यानं या भागातील दुधाचा एक थेंबही दुसरीकडं कुठं जाऊ शकत नाही, असं त्यांना वाटत होतं. पण तात्यांनी पुढाकार घेऊन काढलेल्या ज्योतिरूपेश्वर सोसायटीनं मुळेश्वर सोसायटीची मक्तेदारी मोडून काढली. आजपर्यंत लाँचशिवाय पर्याय नव्हता. मात्र आता एसटीची सोय झाल्यामुळं तात्यांनी हे पाऊल उचललं होतं. एसटीला लाँचपेक्षा भाडं थोडं जास्त जात होतं. पण मुळेश्वर सोसायटीकडून होणारी अरेरावी, अडवणूक आणि फसवणूक थांबली होती. धरणक्षेत्रातलं दूध म्हणजे आमचंच दूध ही जी मुळेश्वरवाल्यांची भावना होती, तिला तात्यांनी धक्का दिला. मुळेश्वर सोसायटीवाल्यांची कमाई कमी झाली. हे जर असंच चालू राहिलं तर एक दिवस आपल्याला सोसायटी बंद करावी लागेल आणि लाँच ज्योतिरूपेश्वर सोसायटीच्या ताब्यात द्यावी लागेल, अशी भीती आता मुळेश्वरवाल्यांना वाटायला लागली होती. मात्र टाटांच्या कृपेनं इतकी वर्षी खायला मिळालेलं कुरण ते सहजासहजी सोडणारे नव्हते. इथल्या शेतकऱ्यांना असे पर्याय निर्माण होऊन त्यांची हिंमत वाढायला लागली, की आपली सद्दी संपली. या विचारानं मुळेश्वरच्या चेअरमनची झोप उडाली. अशा वेळी इथल्या वाड्यावस्त्यांची नसनूस माहीत असलेला मुळेश्वरचा चेअरमन काहीतरी डाव खेळणार हे उघड होतं.

परवा परवापर्यंत मुजोरी करणारा मुळेश्वरचा चेअरमन मग एक दिवस कामदाराला घेऊन पोमगावला येऊन तात्यांना भेटला. त्या दिवशी नेमका पगाराचा दिवस होता. तो दिवस गाठूनच चेअरमन आला होता. त्याला असा अचानक बघून सर्व सभासदांना आश्चर्य वाटलं. कधी नाही ते चेअरमननं

स्वतःहून सभासदांना नमस्कार केला. कामदाराचा चेहरा पडलेला होता. तो नामदेवच्या समोर आल्यावर नामदेवनं त्याला दुधाचं कार्ड दाखवलं. म्हणाला,

"कामदार, म्हशींचं म्होरचं यात सुरू झालं. हे बघा माझं कार्ड. तुमच्याकं घालत व्हतो तितकंच दूध हिकडं घालतो. कव्हा फॅट कमी नाय की लॅक्टुमीटर कमी नाय. येक पैसा कमी व्हत नाय. तुमच्यापरीस तीस चाळीस रुपय जास्तीच मिळत्यात."

"पन येस्टीला घालवताच ना! वर धरनाला येढा घालून रोज येस्टीपरेन तीनचार तास चालत जायचं ते येगळं."

कामदार काहीतरी बोलायचं म्हणून बोलून चेअरमनच्या मागं मागं गेला आणि तात्यांसमोर उभा राहिला. तात्या सोसायटीचं रजिस्टर बघत होते. रजिस्टरमधील नोंद आणि कार्डावरच्या नोंदींचा मेळ घालत होते. काही शंका आली तर शेजारी बसलेल्या दत्तोबा शिंदे आणि गणपत ओव्हाळला विचारत होते. चेअरमनला पाहिल्यावर तात्यांनी रजिस्टर ओव्हाळसमोर सरकवलं. चेअरमन तात्यांना नमस्कार करून बळेच हसले. म्हणाले,

"तात्या दुधाचा पूर आलाय तुमच्याकं! आमच्या मात्र तोंडाचा घास काढला तुमी!"

"पूर कसला चेअरमन. पुराचे मानकरी तुम्ही. आमच्याकडं पहिल्यांदा एकावन्न सभासद होण्याची मारामार होती. पण आता वर्षभरात सव्वाशे सभासद झालेत. आणि आम्ही कुणाच्या तोंडाचा घास काढीत नाही. ज्याचा घास त्याला देतो."

तात्यांनीही चेअरमनला चोख उत्तर दिलं. तसे आधीच थंड होऊन आलेले चेअरमन आणखीनच गार पडले. व्यवहाराचं बोलायला लागले. म्हणाले,

"पन त्या घासातला बराच भाग येस्टीच्या भाड्यातच जातो ना!"

"आता इकडं एसटीला ज्यादा भाडं देण्याची हौस आली आहे का गवळ्यांना. पण दूध बाहेर नेण्याचा दुसरा मार्ग नाही. लाँच तुमच्या ताब्यात. पावसाळ्यात ज्यांना दुसरा मार्गच नव्हता, त्यांचं तेवढं दूध कसंबसं घेतलं कामदारांनी. पण ते सुद्धा पावसाळ्यापुरतंच."

कामदार कावराबावरा होऊन चेअरमनकडं बघायला लागला. तसा चेअरमन म्हणाला,

“आतापरेन झालं ते झालं. आपूनच गवळ्यांचं हित पाह्यलं पायजे. दुधाबिगार पैसा दिसन्याचा दुसरा मार्ग नाय त्यांच्याम्होरं. आता लांच असताना इनाकारन येस्टीची भरती करन्यात काय हाशील.”

“मग दुसरं काय करणार?”

“उंद्यापून तुमच्या सोसायटीचं समदं दूध आमीच लांचमधून न्हेऊ. कात्रज डेरीपरेन पोचतं करायची जबाबदारी आमची.”

चेअरमन असं काही बोलेल याची कल्पना तात्यांनी केली नव्हती. तात्यांनी दत्तोबा शिंदेंकडं पाहिलं. तेही तात्यांकडं आश्चर्यानं बघायला लागले. चेअरमनची कीर्ती सर्वांनाच माहीत होती. एवढे उदार होण्यामागं चेअरमनचं काहीतरी कारस्थान असणार, असं तात्यांसह सर्वांनाच वाटलं. पण पावसाळ्यात जवळजवळ निम्म्या शेतकऱ्यांचं दूध धरणाच्या आत वाड्यावस्त्यांवरच अडकून पडण्याची भीती आणि एसटीला जाणारं ज्यादा भाडे याचा विचार करून तात्यांना चेअरमननं सुचवलेला पर्याय योग्य वाटला. तरीसुद्धा तात्यांनी योगायोगानं आज पगारासाठी आलेल्या सर्व सभासद, चेअरमन दत्तोबा शिंदे, सेक्रेटरी गणपत ओव्हाळ आणि सर्व पंचांशी चर्चा करून चेअरमननं सुचवलेला पर्याय स्वीकारला. एसटीला जाणारं ज्यादा भाडे वाचणार होतं म्हणून एकाही सभासदानं हरकत घेतली नाही आणि दुसऱ्या दिवसापासूनच ज्योतिरूपेश्वर सोसायटीचं दूध लाँचमधून जायला लागलं.

वर्षभर लाँच वेळेवर येत होती आणि दूध घेऊन जात होती. पण त्यानंतर हळूहळू चेअरमनचं कारस्थान उघड होऊ लागलं. कधी कामदार आजारी पडायला लागला. कधी लाँचच बिघडायला लागली. आणि शेतकऱ्यांची दुधं घरीच राहायला लागली. कधी जाणूनबुजून लाँच उशिरा आणल्यानं दुधं नासायला लागली. असं सगळं अती होऊ लागलं तेव्हा सर्व सभासदांनी तात्यांकडं तक्रार केली. परत एस्टीने दुधं नेण्याचा विचार झाला. पण आता एसटीही वेळेवर येणं बंद झालं होतं. चेअरमन सभापतींचा माणूस. त्यांचंच काहीतरी कारस्थान असावं असं सर्व सभासदांना वाटायला लागलं. एसटी नुसती नावाला असून काही उपयोग नव्हता. ती कधी येत होती तर कधी येत नव्हती. स्वारगेटला जाऊन तात्यांनी अधिकाऱ्यांकडं तक्रार केली. तेव्हा ‘पहिले तुम्ही सरकारकडून रस्ते चांगले करून घ्या, मग एसटी वेळेवर येण्याची

अपेक्षा करा.' अशी उत्तरे ऐकायला मिळू लागली. आणि रस्ते चांगले होणे ही मोठी अवघड गोष्ट होती. त्यामुळं ज्योतिरूपेश्वर सोसायटीची अशी सगळीकडूनच कोंडी झाली. सर्व व्यवस्थित चाललेलं असताना चेअरमननं डाव साधला. शेतकऱ्यांचं नुकसान व्हायला लागलं. आणि एकएक सभासद फुटून परत मुळेश्वर सोसायटीला दूध घालायला लागला.

आता पश्चात्ताप करून काही उपयोग नव्हता. तात्यांनी इथल्या गांजलेल्या शेतकऱ्यांची कोंडी फोडण्याचा प्रयत्न केला होता. तो आता चेअरमनच्या कारस्थानानं मातीत मिसळायला लागला होता. तात्यांना आता या शेतकऱ्यांना धरणाच्या पाण्यातून बाहेर काढण्याचा दुसरा कुठलाच मार्ग दिसत नव्हता.

टाटा जमीन काढून घेतो, की काय या दहशतीखाली वाड्यावस्त्यांवर राहायचं आणि चेअरमनसारख्याच आपल्याच माणसांची पिळवणूक सहन करायची. हेच आता त्यांच्या वाट्याला शिल्लक राहिलं होतं!

पुढच्या वर्षभरात चेअरमनचा डाव पूर्णपणे साधला गेला आणि ज्योतिरूपेश्वर सोसायटी बंद पडली. ती बंद पडण्याआधीच नामदेवच्या दोन्ही म्हशी आटल्या. पण त्या जेव्हा पुन्हा दुधावर येतील तेव्हा मात्र मुळेश्वर सोसायटीत दूध घालण्याशिवाय आणि कामदाराची अरेरावी सहन करण्याशिवाय त्याला दुसरा पर्याय दिसत नाही!

धरणाच्या पाण्यानं या शेतकऱ्यांच्या वाट्याला असं लाचार जीवन दिलं होतं. ही लाचारी त्यांच्या आयुष्यात या पाण्याबरोबरच आली. आता पाणी आयुष्यातून जाणार नव्हतं. पण कितीही प्रयत्न केले तरी लाचारीही सरत नव्हती!

एकीकडं आपल्याच माणसांनी दूध धंद्याची कोंडी केली असताना दुसरीकडं टाटासुद्धा या धंद्याच्या मुळावर उठला होता. पठाराला लागून असलेला डोंगर म्हणजे सगळ्या पठारवस्तीवरच्या जनावरांना चरण्यासाठी मोकळं रान. करवंदीच्या, टणटणीच्या जाळ्यांनी भरलेला हा डोंगर म्हणजे पठारवस्तीचं गायरान. या डोंगरावरच्या दांडांना सकाळी गुरं लावली की संध्याकाळी ती जोगवूनच खाली येतात. पठारवस्तीच्या आसपास गुरं चरताना खाली धरणाच्या पाण्याकडं जाण्याची भीती असते. पण डोंगरावर गुरं सोडली की ओल्या चाऱ्याच्या

ओढीनं ती वरवर सरकतात. त्यामुळं खाली काठी घेऊन उभ्या असलेल्या टाटाच्या माणसांची भीती वाटत नाही. शिवाय हा डोंगर सराईत करवंदं आणि तोरणांनी गच्च भरतो. त्यामुळं पठारवस्तीला या डोंगराचा मोठा आधार. डोंगराच्या माथ्यावर असलेल्या झऱ्याजवळ शंकराची पिंड आहे. त्या पिंडीभोवती पठारवस्तीवरच्या लोकांनी दगडी रचून आडोसा केला आहे. त्यावर एक आडवं लाकूड टाकून त्याला साखळीनं बांधलेला मोठा गडवा लटकवलेला आहे. पठारवस्तीवरचं कोणीही त्या झऱ्यावर पाणी प्यायला गेलं, की तो गडवा पाण्यानं भरल्याशिवाय येत नाही. मग पिंडीवर थेंब थेंब पाणी पडत राहतं. शंकराच्या या ठाण्यामुळं पठारवस्ती या डोंगराला महादेवाचा डोंगर म्हणते. उन्हाळ्यात कधी कधी पठारावरचा झरा आटला की पठारवस्तीची तहान हा महादेवाचा डोंगरच भागवतो. डोंगराच्या माथ्यावरून पाणी वाहून आणणं मोठ्या जिकिरीचं असतं. अशा वेळी जगण्याच्या लढाईत महादेवच त्यांना बळ देतो. त्यामुळं पठारवस्तीचं या डोंगराशी मोठं भावनिक नातं जुळलेलं आहे.

पण आता याच डोंगरावर जायला टाटाच्या माणसांनी बंदी घातली. या डोंगरावर गुरं चारायची नाही. करवंदं तोडायला जायचं नाही अशी तंबी पठारवस्तीला देऊन कंपनीनं दोन रखवालदार ठेवले. हा महादेवाचा डोंगर म्हणजे देवाचं दुसरं घर. रखवालदार आता त्याला तिकडं फिरकू देत नाही. त्यामुळं तो वावराच्या वरवरच गुरांच्या मागं फिरायला लागला होता. रखवालदार आल्याचं त्यानीच पहिल्यांदा पाहिलं. पण तो कोणालाच काही बोलला नाही. पठारवस्तीला हे कळल्यावर नामदेव, शिवा महार आणि चिंधूदा रखवालदारांना जाब विचारायला गेले. कंपनीच्या ड्रेसमध्ये असलेले ते रखवालदार डोंगरावर जाणारी वाट पायथ्यालाच अडवून उभे होते. हातात काठ्या असलेल्या त्या रखवालदारांसमोर जाऊन नामदेवनं त्यांना विचारलं. म्हणाला,

"आमची वह्यवाटीची वाट कशाला आडवली तुमी?"

"यें पहाड टाटा कंपनी का हैं! उस पर अब कोई नही जाँ सकता!"

हातातल्या काठीवरची मूठ घट्ट आवळत एक रखवालदार नामदेवला म्हणाला. नामदेवला त्याची भाषा नीट कळली नाही. पण आपण डोंगरावर जाऊ शकत नाही, हेच हा रखवालदार सांगत आहे, एवढं मात्र समजायला त्याला वेळ लागला नाही. म्हणून मग त्यानंही परत विचारलं,

"का?"

त्या रखवालदारालाही नामदेवची भाषा समजली नाही. म्हणून त्यानं दुसऱ्या रखवालदाराकडं पाहिलं. तो पुढं आला. म्हणाला,

"ये कंपनी का एरिया है!"

शिवा महार आणि चिंधूदा नामदेवकडं बघायला लागले. रखवालदाराच्या बोलण्यावरून त्यांना एवढं समजलं, की टाटा आता आपल्याला महादेवाच्या डोंगरावर जाऊ देणार नाही. कारण सिधा पडवळाची जमीन काढून घेतली तेव्हासुद्धा टाटाचे रखवालदार असेच त्याला आडवे आले होते. सगळी पठारवस्ती एक होऊन रखवालदाराच्या विरोधात उभी राहून काही उपयोग झाला नव्हता. रखवालदार कंपनीनं सांगितलेलं काम करणार आणि कंपनी पोलिसांची भीती दाखवून सगळं दडपून टाकणार. त्यामुळं आता रखवालदाराशी बोलून काही उपयोग नाही हे तिघांनीही जाणलं आणि तिघंही माघारी फिरले.

"आता महादेवाला पानी घालायला जायचीबी बंदी."

चिंधूदा चालता चालता बोलला.

"महादेवालाबी पानी घालता यायचं नाय आन् उन्हाळ्यात पठारावला झरा आटल्याव आपल्यालाबी पानी मिळायचं नाय."

नामदेवला पुढची चिंता लागून राहिली. तो आता यावर काय इलाज करता येईल याचा विचार करत असतानाच शिवा महार म्हणाला,

"ही समदी दांडगाईच झाली टाटाची. हे माझं, ते माझं म्हनत समदीकं हातपाय पसरतोय तो. आमी आमची वाडवडलांची जागा म्हनून इतकी वर्षे ऱ्हातोय त्याचं काहीच नाय का?"

"आता आपून हे तात्यांच्या आणि नानाजींच्या कानाव घालू. ते कायतरी मार्ग काढतील."

नामदेवला तात्या आणि नानाजींशिवाय दुसरा कुठला मार्ग दिसत नव्हता. सभापती, आमदार आणि खासदारापर्यंत जाण्याची त्यांची काही पोहोचच नव्हती. जाऊन काही उपयोग होईल, असं त्यांना वाटत नव्हतं. कारण हे पुढारी कधी इकडं फिरकत नव्हते. अशा वेळी नामदेवला तात्यांची आणि नानाजींची आठवण झाली यात काही नवल नव्हतं. पण ज्योतिरूपेश्वर सोसायटी बंद पडून परत मुळेश्वरकडं नाक घासत जायला लागल्यापासून पठारवस्तीवरचे लोक तात्यांवर थोडे नाराज झाले होते. नामदेवला मात्र त्यात तात्यांचा काही दोष

दिसत नव्हता. शिवाय दुसरा कुठला आधारही नव्हता. म्हणून सगळ्या पठारवस्तीवरच्या गड्यांची समजूत काढून तो दुसऱ्या दिवशीच सगळ्यांना घेऊन तात्यांकडं गेला. तात्यांना सगळी हकिकत सांगितली. म्हणाला,

"तात्या, महादेवाचा डोंगर आमाला जगवतो. सराईत करवांदांनी डोंगर भरतो. ती करवांदं आमाला चार पैसे दावत्यात. वर परत उन्हाळ्यात डोंगरावल्या झऱ्याचं पानी बंद व्हनार. टाटा डोंगराव जायची बंदी घालतो म्हंजी आमच्या जगन्यावच बंदी घालतोय..."

तात्यांनी सगळं ऐकून घेतलं. त्यांनी याअगोदर असल्या बऱ्याच घटना पाहिल्या होत्या. वरकस जमिनींवर तिथल्या वाड्यावस्त्यांची वहिवाट असताना टाटा कंपनी त्या वरकस जमिनी आपल्या नावावर आहे, असं सांगून त्या जमिनींना कंपाऊंड घालत होती. तिथं रखवालदर ठेवून वाड्यांवस्त्यांची वहिवाट बंद करत होती. कंपनी करत असलेली हा प्रकार थांबावा म्हणून ते कितीतरी वेळा आमदारांना आणि खासदारांना भेटले आहेत. ज्यांच्या मतांवर तुम्ही निवडून येता त्यांच्यावर होणारा अन्याय तुम्हीच दूर केला पाहिजे, असं अनेकदा सांगून पाहिलं. पण बघू, टाटा कंपनीच्या अधिकाऱ्यांशी बोलतो, तिथला सातबारा कोणाच्या नावावर आहे ते बघतो, वहिवाटीचे रस्ते अडवून शेतकरी कसत असलेल्या जमिनी काढून घ्यायला काय मोगलाई नाही लागली, कसेल त्याची जमीन असते हा कायदा दाखवून टाटा कंपनीला धडा शिकवू... असं तोंडावर बोलणारे आमदार-खासदार टाटा कंपनीच्या अधिकाऱ्यांना भेटून आल्यावर मात्र बघू, काहीतरी मार्ग काढू, याच्या पलीकडं काही बोलतच नाही. तात्यांना हा अनुभव असल्यामुळं आता असल्या राजकारणी पुढाऱ्यांच्या नादी न लागता त्यांनी आता स्वतःच टाटा कंपनीच्या अधिकाऱ्यांना भेटायचं ठरवलं.

महिनाभर प्रयत्न केल्यानंतर एक दिवस कंपनीच्या अधिकाऱ्यांनी भेटायला बोलावलं. तात्या पोमगाव, वळणे, पठारवस्ती, वाघवाडी, सुसाळे... अशा दहा-बारा गावच्या पाच-पन्नास लोकांना घेऊन कंपनीच्या ऑफिसमध्ये गेले. पहिल्यांदा तर एवढ्या लोकांना बघून ऑफिसच्या गेटवरचे रखवालदार कोणालाच आत सोडत नव्हते. पण,

"आम्ही साहेबांची वेळ घेऊन आलोय. आणि आम्ही कंपनी करीत असलेल्या कारवाईचा जाब विचारायला आलोय. मारामारी करायला नाही."

असं तात्यांनी ठणकावून सांगितल्यावर रखवालदारांनी सगळ्यांना आत सोडलं. आत गेल्यागेल्याच तात्यांनी कंपनीच्या अधिकाऱ्यांसमोर प्रश्नांचा भडिमार केला. म्हणाले,

''धरणात सगळं बुडाल्यावर हे शेतकरी जगण्यासाठी आपल्या वाडवडिलांच्या जमिनीवर वर सरकले. तिथं खोपट बांधून राहायला लागले. खाचखळग्याच्या जमिनीत वावरं काढून जगायला लागले. आता कंपनीला तेपण बघवत नाही का? इथल्या लोकांची इच्छा नसताना भल्याबुऱ्या मार्गांनी त्यांच्यावर हे धरण लादलं. त्यांना इथून हुसकावून लावलं. आता इथे ज्या थोड्या शेतकऱ्यांचे पाय रुतून बसलेत त्यांनाही तुम्हाला इथून हाकलून द्यायचं आहे का? आणि वरकस जमिनी ताब्यात घेऊन वहिवाटीचे रस्ते बंद करण्याचा अधिकार तुम्हाला कोणी दिला?''

अधिकाऱ्यानी तात्यांचा आवेश आणि त्यांच्याबरोबर आलेल्या पाच-पन्नास लोकांकडं बघून शांततेनं घेणंच योग्य समजलं. म्हणाला,

''तात्या, तुम्हांला तर माहीत आहे. टाटा कंपनी किती मोठी आहे ते. भारत, भारताबाहेर अनेक देशात ती पसरली आहे...''

''माह्यती हाये आमाला समदं. किती मोठी हाये ते. तुमी नका सांगू आमाला. आमचं समदं लुबाडून आमच्याच जीवाव मोठी झाली हाये ती, समदीकं पसरली म्हनं! आमच्यासारख्या गरिबाला लुटून मोठा झालेला टाटा कितीबी पसरला तरी त्याचं आमाला काय कवतुक नाय. ज्यांच्या जमिनीव मोठा झाला त्यांना वाऱ्याव सोडनारा तुमाला मोठा वाटत असंल. पन आमाला तो लुटारूच वाटतो.''

अधिकारी कंपनीचा मोठेपणा सांगायला लागला तसा नामदेव त्याला थांबवून मध्येच बोलला. सत्याग्रह कसा झाला. टाटांनी जमिनी कशा घेतल्या, धरण कसं झालं या सगळ्या गोष्टींची माहिती झाल्यानं नामदेवनं कंपनीच्या अधिऱ्यांसमोरच टाटांच्या विरोधात असं बोलण्याचं धाडस केलं होतं. टाटा मोठा होणं आणि आपण गरीब होणं याची कारणं नामदेवला समजली होती. कितीतरी वर्षे रात्रंदिवस त्याच विचारानं त्याला अस्वस्थ केलं होतं. तीच अस्वस्थता आज बाहेर आली होती. अधिकाऱ्यांप्रमाणेच तात्या आणि बरोबर आलेली सगळीच माणसं नामदेवकडं आश्चर्यानं बघायला लागली. अंगभर धड कपडे नसलेल्या या रापलेल्या माणसांमधून एखादा टाटा कंपनीविषयी

असं काही बोलेल याची त्या अधिकाऱ्यानंही कल्पना केली नव्हती. मग तो नामदेवकडं बघतच बोलायला लागला. म्हणाला,

"मला म्हणायचं आहे, आम्ही या मोठ्या कंपनीतले नोकर आहोत. मॅनेजमेंट जे काम सांगेल ते आम्ही करतो. आमच्या मनाचं आम्ही काही करत नाही."

"तुमचे मॅनेजमेंट काय इथले सुसाळे, पठारवस्ती, तिथला महादेवाचा डोंगर बघायला आलेले आम्हांला कधी दिसले नाही. तिकडं मुंबई-दिल्लीतल्या ऑफिसात बसून निर्णय घ्यायचे. ज्या धरणावर तुम्ही गब्बर झालात, त्या धरणात सर्वस्व बुडालेले शेतकरी इथे कसे जगतात ते बघा म्हणाव एकदा. मॅनेजमेंटला तुम्ही ही सगळी परिस्थिती तर सांगू शकता ना."

तात्यांनीही त्या अधिकाऱ्याला सुनावलं. पण तो हुकमाचा ताबेदार असल्यासारखाच बोलत होता. म्हणाला,

"माझी मर्यादा तुम्ही समजून घ्या. तुम्हांला वाटतंय आम्ही वहिवाटीचे रस्ते बंद केले. वरकस जमिनी ताब्यात घेतल्या, पण तो कॅचमेंट एरिया आहे. धरणाच्या सुरक्षिततेच्या दृष्टीने आम्हाला म्हणजेच कंपनीला ते सगळं करायला लागत आहे."

"आम्ही काय तुमचं धरान चोरतोय का फोडतोय येवढा पहारा ठेवायला." नामदेव.

"आन् पहारा ठेवायला रखवालदार कुनीकल्या परमुलखातले आनता. त्यांची भाषा ना आमाला कळत ना आमची त्यांना."

नामदेवच्या शेजारी उभा असलेला चिंधूदाही बोलला. कामगारांचा विषय निघाल्यावर तात्यांनी अधिकाऱ्यांना कराराची आठवण करून दिली. म्हणाले,

"तो अजून वेगळाच मुद्दा. ज्या शेतकऱ्यांची रोजीरोटी काढली त्या शेतकऱ्यांना आणि त्यांच्या वारसांना कंपनीनं रोजगार द्यायला पाहिजे. रस्ते, पाणी, वीज... अशा सगळ्याच गोष्टींचा त्या वेळी करार झाला होता. त्या सगळ्या कराराला टाटांनी हरताळ फासला आहे. या धरणग्रस्त शेतकऱ्यांना कंपनीत रोजगार मिळाला पाहिजे. यासाठी सुद्धा आता आम्हाला भांडायची वेळ आली आहे." तसा अधिकारी म्हणाला,

"पण इथं अनेक धरणग्रस्त कामाला आहेतच की."

"ते किती? बोटाव मोजण्याइतके. ते सुद्धा कॉन्ट्रॅक्टवर. काम असंल तेव्हा चार-सहा महिने बोलवायचं आणि काम झालं, हित साधलं की काढून टाकायचं. तुम्ही मॅनेजमेंट म्हणता, त्यांना विचारा, म्हणाव मुळशीतील किती धरणग्रस्तांना तुम्ही कंपनीत परमनंट केलं. टाटा कंपनी कायम करत नाही. सरकार धरणग्रस्त म्हणून दाखला देत नाही. मग मुंबईच्या आपल्या बांधवांना वीज मिळावी म्हणून यांनी केलेल्या त्यागाचं काय! आता जवळजवळ सत्तर वर्षे हा धरणग्रस्त शेतकरी हे सगळं सहन करत आहे. उद्या जर त्याच्या सहनशीलतेचा बांध फुटला तर तो तुमच्या धरणाची भिंत फोडायलाही मागे-पुढे पाहणार नाही. एवढं तुम्ही तुमच्या मॅनेजमेंटला सांगा."

तात्यांनी त्या अधिकाऱ्यांना जवळ जवळ धमकीच दिली. त्याला घाम फुटला. म्हणाला,

"इथल्या भागात विशिष्ट काळात काही कामगार लागत असतात. ते धरणग्रस्तांमधूनच घ्यावेत असे मी मॅनेजमेंटला कळवेन. पण कॅचमेंट एरियाविषयी मी काहीच करू शकत नाही."

"म्हंजी आमाला महादेवाच्या डोंगराव जायची बंदी घालनारच." नामदेव थोडा आवाज वाढवून बोलला.

"हो. तो कॅचमेंट एरिया तर आहेच आहे; पण ती सगळी जमीन टाटा पॉवर कंपनीच्या नावावर आहे. कंपनी, कंपनीची जमीन कधीही ताब्यात घेऊ शकते."

अधिकाऱ्याच्या या बोलण्यावर नामदेवचा आवाज आणखीनच वाढला. म्हणाला,

"अशी कशी ताब्यात घेनार तुमी जमीन. तिथं आमची पिढ्यान्-पिढ्याची वह्यवाट हाये. पिढ्यान्पिढ्या ती जमीन आमी कसतोय. आन् आता कूळकायदा हाये. जो कशीन त्याची जमीन. हाये की नाय?"

"आहे. पण ही जमीन इंग्रज राजवटीत तेव्हाच्या सरकारनं जमीन संपादन कायद्याखाली संपादन करून टाटा पॉवर कंपनीला दिलेली आहे. त्याविषयी आम्ही काही सांगू शकत नाही." अधिकारी नरमाईनंच बोलत होता. नामदेव मात्र आता पुढं होऊन बोलायला लागला होता. म्हणाला,

"मंग क्वान सांगनार?"

"सरकार. तुम्ही म्हणता तो कूळकायदा आणि मी सांगतो तो जमीन संपादन कायदा या सर्वांविषयी तुम्ही सरकारलाच विचारा."

"आन् आमच्या वाडवडलांच्या नावावरच्या वरकस जमिनी टाटाच्या नावाव कशा झाल्या, हे कोन सांगनार?"

नामदेवच्या मनातलं एकदम ओठावर आलं. सिधा पडवळ मेल्यापासून हा प्रश्न त्याला सतावत आहे. कंपनीच्या नावावरची जमीन कंपनी कधीही ताब्यात घेऊ शकते, हे अधिकाऱ्याचं बोलणं ऐकल्या ऐकल्याच त्याला सिधा पडवळची आठवण झाली. आपलीही जमीन तशीच कंपनीच्याच नावावर आहे. त्यामुळंच त्यानं अधिकाऱ्याला हा प्रश्न विचारला होता. त्या प्रश्नाचं मोल आणि वेदना फक्त नामदेवच जाणत होता. अधिकारी मात्र डोक्यावर बर्फाचा खडा ठेवून बोलत असल्यासारखा म्हणाला,

"ते सुद्धा तुम्हांला सरकारचे महसूल अधिकारीच सांगतील."

"म्हंजी टाटा सरकारकून आमचं समदं घेऊन बसला. आता आमी आमचं ज्यानी घेतलं त्याच्याकं न जाता ज्यानी दिलं त्या सरकारकं जायचं!"

आता मात्र अधिकारी एकदम गप्प बसला. नामदेवनं तात्यांकडं पाहिल्यावर आलेली सगळीच माणसं तात्यांकडं पाहायला लागली. माणसांच्या डोळ्यांतले भाव वाचून तात्या त्या अधिकाऱ्याला म्हणाले,

"साहेब, तुम्हाला शेवटचं विचारतो, तुम्ही ठेवलेले रखवालदार काढून महादेवाच्या डोंगरावर जायची बंदी उठवणार की नाही?"

"तुम्हांला सुरुवातीलाच सांगितलं मी. मी इथला नोकर आहे. मला आलेल्या आदेशाचं मी पालन करत आहे. तो कॅचमेंट एरिया आहे तेव्हा तिथले रखवालदार हलणार नाहीत. उलट तिथं कंपनी कंपाऊंड घालणार आहे. आणि त्याला कोणी अडथळा आणला तर कंपनी पोलिसांत तक्रार करील."

अधिकाऱ्यानं असं पोलिसांचं नाव काढल्यावर कोणीच काही बोललं नाही. जमीन कंपनीच्या नावावर असल्यामुळं कंपनीचंच चालणार होतं. मग नामदेवही काही बोलला नाही. त्याला एकदम पौडमधले कुलकर्णी वकील आठवले. त्यांनी सांगितलं होतं, जमीन टाटाच्या नावावर आहे. त्यामुळं नामदेवला वाटलं पोलिसांचं लफडं मागं लागलं, तर आपणच घुसखोर ठरायचो. आपले बापजादे मालक होते; पण ते आता कागदपत्रांवर दिसत नव्हते. कागदपत्रांवर आता टाटांशिवाय दुसरं कोणीच दिसत नाही. अशा वेळी आपलं कसं चालणार. नामदेवसारखा विचार आलेले सगळेच करत होते.

पुढाऱ्यांकडून काही होत नाही म्हणून तात्या मोठ्या अपेक्षेनं या लोकांना

घेऊन आले होते; पण त्यांच्या पदरी निराशाच पडली. अधिकाऱ्यानं सगळं कंपनीच्या वरिष्ठांवर आणि सरकारवर ढकलून हात वर केले. त्यात नामदेवसारखा धाडसानं बोलणारा गडीही पोलिसांची धमकी दिल्यावर शांत झाला. बाकीच्यांची तर त्याहून वाईट अवस्था. तरीही तात्यांनी अधिकाऱ्याला शेवटचं सांगितलं. म्हणाले,

"या लोकांचा अंत बघू नका. पोलिसांची भीती दाखवून तुम्ही त्यांना गार करत आहात. पण एक दिवस हे लोक पोलिसांच्या समोरही धाडसानं उभे राहतील. तेव्हा कंपनीला पळायला जागा राहणार नाही."

अधिकारी काही न बोलता तात्यांकडं नुसताच पाहत राहिला. तात्यांनी हातातलं निवेदन त्याच्या टेबलवर ठेवलं आणि सर्व लोकांना घेऊन बाहेर आले.

महादेवाचा डोंगर आता टाटांच्या ताब्यातून सुटणार नाही, हे उघड दिसत होतं. पठारवस्तीला आता महादेवाच्या डोंगरावर जाता येणार नव्हतं. या घटनेनं नामदेवच्या काळजीत मात्र अजूनच भर पडली. या काळजीपोटीच नानाजींकडच्या त्याच्या खेपा वाढल्या. नानाजी बायकापोरांनिशी मोर्चा काढायचा म्हणाले होते. पण जिल्हाधिकारी चौकशी करतो, चौकशी करतो म्हणत दिवस पुढं ढकलत होते. चौकशी करतो म्हणत असताना मोर्चा काढून सरकारी कामात अडथळा नको म्हणून नानाजीही मोर्चा पुढं ढकलत आले होते.

महादेवाच्या डोंगरासाठी नामदेवचा जीव तुटत होता. तात्यांना बरोबर घेऊन टाटाच्या अधिकाऱ्यांना भेटून काही झालं नाही. मात्र इथं काहीतरी होईल या आशेपोटी नामदेव नानाजींकडं खेपा मारत होता. ते म्हणतील त्या अर्जांवर अंगठे करत होता. नानाजी अशा असंख्य अर्जांचे गठ्ठे तहसीलदार, जिल्हाधिकारी, प्रांतअधिकारी, जिल्हा पुनर्वसन अधिकारी यांच्याकडं देऊन येत होते. पदरी मात्र काही न पडता यातच दिवस, महिने आणि वर्षे जात होती.

त्यातच चौथी पास झाल्यावर तुकारामची शाळा सुटली होती. दरवर्षी जून महिना येऊन शाळा सुरू झाल्याचं कळलं की नामदेव 'आता या वर्षी पोराला शाळेत पाठवायचं.' असा विचार करत बसतो. या विचारातच सात-आठ वर्षे गेली पण तुकारामची शाळा काय सुरू झाली नाही. पुढच्या शिक्षणासाठी आंबवण्याला नाहीतर सेनापतींच्या जन्मशताब्दी वर्षात सुरू

झालेल्या माले गावातल्या सेनापती बापट हायस्कूलमध्ये जाण्याशिवाय पर्याय नव्हता. पण दोन टोकांवरच्या या दोन्ही शाळांपैकी कुठंही जायचं म्हटलं तरी दिवसभर पायपीट करण्याशिवाय पर्याय नव्हता. तुकाराम काही दिवस आंबवण्याच्या शाळेत गेलासुद्धा. तेव्हा त्यालाही वाटलं आपण आता मॅट्रिक होणार. पण एका पावसाळ्यात लाँच बंद असल्यानं त्याची सुटलेली शाळा परत सुरू झाली नाही. नामदेव मुलाला शिकवण्याची इच्छा असूनही शिकवू शकला नाही म्हणून हळहळ करत राहिला तर तुकाराम फक्त वर्ष मोजत राहिला. एक दिवस तो नामदेवला म्हणाला,

"बाबा, माझी शाळा सुटली नसती तर या वर्षी मी दहावीला असलो असतो."

तुकाराम सहज बोलून गेला. नामदेवला मात्र त्याचं खूप वाईट वाटलं. पोरगं शाळेला हुशार होतं. त्याचं चीज व्हावं म्हणून गुरुजी घरी येऊन सांगून गेले होते. पण आपण तुकारामच्या हुशारीचं चीज केलं नाही ही गोष्ट त्याच्या मनाला खायला लागली. त्याचं सगळं आयुष्य टाटानं व्यापून टाकलेलं. रात्रंदिवस त्याच्या नावावर असलेल्या जमिनीशिवाय त्याला दुसरं काही दिसतच नाही. पण इतकी वर्षे झगडूनही टाटाच्या नावावरची जमीन अजून त्याच्या नावावर झाली नव्हती. इतक्या वर्षात पौडला, तात्यांकडं, नानाजींकडं खेपा मारून, पाय झिजवून हाती काही लागलं नव्हतं. तुकारामच्या शिक्षणाचा खेळखंडोबा झाला होता. आणि पोरी? त्यांच्याकडं तर कधी बघायलाही वेळ मिळाला नाही. जमिनीच्या समोर त्या त्याला कशा वाढतात ते दिसलंही नाही. मात्र एक दिवस तुकारामसारखंच सरस्वतीनंही त्याला भानावर आणलं. म्हणाली,

"जमीन नावाव व्हावाव म्हनून इतकी वर्षे तुमी निस्ती वनवन करताय. तुमाला घर दिसाना की बायकापोरं दिसाना. पोराचं ठीक हाये. पन तिन्ही पोरी आता येकामागं येक लग्नाला आल्यात. पठारवस्तीव येकतर सोयरीक करायला कुनी लवकर तयार व्हत नाय. तुमी अशी वनवन करीत राह्यला तर कशी व्हनार पोरींची लग्नं. सताठ वरीस हातपाय हालवल्याव उत्याचं लगीन जमलं. मंग आपल्या तीन पोरींना किती वर्षे लागतील!"

नामदेव सरस्वतीकडं आश्चर्यानं बघायला लागला. म्हणाला,

"या जमिनीनी याड लावलंय मला. आता आपली जमीन परत आपल्या नावावं झाल्याबिगर ते जायाचं नाय. ती नावाव झाली की ताठ मानंन जगता

येईल हितं. उपरा म्हननाऱ्यांची त्वांडं बंद व्हतील. मंग घुसखोर क्वान हाये ते सांगू समद्यांना. पन आता म्हंजी आपली मोरी आन् आपल्यालाच मुतायची चोरी अशी अवस्था झालीये समदी. आपली जमीन असून आपून टाटाच्या आसऱ्याला राह्यल्यावानी हाये. दरुडेखोरांनी आपलं घर लुटलं आन् आपल्यालाच आपल्या घरात गुलाम बनवून ठेवलं. यातून आपून सुटलं पायजे. नाय सुटलं तर म्होरल्या पिढ्याबी अशाच गुलामीत जानार. आन् मला तुक्याला अशा गुलामीत ठेवायचा नाय... आता या इचारानी आणि धडपडीनी घराकं बघनं व्हत नाय, पन मी नाय धडपडलो तर दुसरं क्वान घडपडनार! आपली झाली तशी पोरींची लग्नबी व्हतील. तुक्याचंबी व्हईल. पन आपून हातपाय हालावले नाय तर आपली जमीन आपल्या नावाव कव्हाच व्हनार नाय.''

''पन आता इतक्या वर्षात नाय झाली ती म्होरं काय व्हनार!''

सरस्वतीला नामदेवची ही धडपड आता व्यर्थ वाटायला लागली होती. तिला तसं वाटणं स्वाभाविकच होतं. नामदेवएवढा नाही, पण सिधा पडवळही असाच धडपडला होता. तेव्हा नुकतीच लग्न होऊन पठारवस्तीवर आलेल्या सरस्वतीनं ते सगळं पाहिलं होतं. सिधा पडवळाची धडपड तो मेल्यावरच थांबली. पण तेव्हापासून सुरू झालेली नामदेवची धडपड मात्र अजूनही सुरूच आहे. इतकी वर्षे धडपडून हाती काही लागत नसेल, तर कशाला विनाकारण जिवाला त्रास करून घ्यायचा, हे तिचं व्यावहारिक शहाणपण नामदेवला मात्र पटणारं नव्हतं. नानाजी आणि तात्यांसारख्या माणसांच्या पाठिंब्यामुळं त्याला अजूनही जमीन मिळण्याची आशा होती. त्यामुळं पुढं काही होणार नाही, असं वाटत असलेल्या सरस्वतीला तो म्हणाला,

''सरे, येक ना येक दिस खरं जगाम्होरं आल्याबिगार ऱ्हानार नाय. थोरल्या म्हाताऱ्यानी टाटाकून कव्हा येक पैसाबी घेतलेला नाय. जमीन इकल्याली नाय. बदली जमीन दिल्याली नाय. मंग आपल्या जमिनीचा मालक टाटा व्हतोच कसा? आन् कूळकायदा हायेच की, कसंल त्याची जमीन आन् ती व्हनारच. बघ तू, येक दिस माझ्यावानी धडपडनारे समदे येक व्हतील आन् सरकार आन् टाटाच्या मानगुटीव बसतील. नानाजी हे रोज समद्यांना ऐकवत्यात. येक दिस समदे त्यांचं ऐकतील. मंग बघ काय व्हईल ते!''

''तसं झालं तर बरंच हाये की. मला नाय वाटत का आपली जमीन आपल्या नावाव असाव म्हनून, का मला त्याचा घोर नाय. पन निस्तं मनाला खात राहून काय उपेग. ते व्हईल तव्हा व्हईल. पन आता पोरींना मागनी

बघायला सुरू करायला पायजे. आपून पठारवस्तीव ऱ्हातोय. याचं भान ठेवलं पायजे.''

जमिनीची काळजी असली तरी सरस्वतीला आता पोरींची लग्नं होणं महत्त्वाचं वाटत होतं. नामदेवलाही ते पटत होतं. पण जमिनीचा विषय आला, की त्याला दुसरं काही दिसत नव्हतं.

तेवढ्यात झऱ्यावरून डोक्यावर पाण्याचे हंडे घेऊन तिन्ही पोरी एकापाठोपाठ एक घरात आल्या. नामदेवनं कधी नाही ते आज त्यांच्याकडं निरखून पाहिलं आणि एका बापाचं काळीज पिळवटलं. मनात आलं, खरंच अंगणात खेळणाऱ्या या पोरी मोठ्या कधी झाल्या ते कळलंच नाही. त्यांचं बालपण आणि लहानाचं मोठं होणं कधी दिसलंच नाही. कळीचं फूल होताना बघणं केवढं सुखाचं! ते सुख अंगणात होतं. मात्र आपणच करंटे. आपल्याला ते दिसलं नाही. हे सगळं एकाच वेळी मनात दाटून आलं आणि नामदेवचा जीव तुटायला लागला. पण पुढच्याच क्षणी त्याच्या मनात जे आलं त्यानं त्याच्या मनाला चांगलीच डागणी दिली. खरंच आपल्याला जे सुख दिसलं नाही, त्या सुखाची अपेक्षा पोरींनी तरी नक्कीच केली असणार! पण तेवढंही आपण देऊ शकलो नाही.

हंडे तिपाडात ओतून तिन्ही पोरी दुसऱ्या खेपेसाठी परत जायला लागल्या. तेव्हा त्यांच्याकडं बघत नामदेव म्हणाला,

''सरे, पान्यात खेळनाऱ्या पोरी आज पानी भरनाऱ्या झाल्या.''

''तेच सांगते मी. आता त्या अंगनात खेळनाऱ्या राह्यल्या नाय. काही झालं तरी एवढ्या येक-दोन वर्षात वजावल्या पायजेत.''

''खरं हाये तुझं. आता म्होरल्या मयन्यात उत्याचं लगीन व्हऊ दे. मंग शिवादा आन् मी पोरींच्या लग्नाच्याच मागं लागतो.''

नामदेवनं पोरींच्या लग्नाचं असं मनाव घेतल्याचं बघून सरस्वतीला बरं वाटलं आणि रिकामी बादली घेऊन पोरींना पानी भरायला मदत करावी म्हणून ती झऱ्यावर गेली.

नामदेवनं घरातल्या अशा बारीकसारीक गोष्टींचा विचार मनात कधी घोळत ठेवला नव्हता. जमिनीशिवाय मनात दुसऱ्या विचाराला जागाच नव्हती. आला तरी तो तेवढ्यापुरता. पण पोरींच्या लग्नाचा विचार अस्वस्थ करणारा होता. त्याच विचारात तो अंगणात आला. अंगणात तुकाराम कुऱ्हाडीनं फाटी

फोडत होता. आडवे आलेल्या धरणाच्या पाण्यानं तुकारामाची शाळा बंद केली असली, तरी 'मुळशीच्या बेटावरून' वाचून आणि पुणेकर-मुंबईकर पोरांशी आलेल्या संपर्कानं आता त्याचाही पाय पठारवस्तीवर स्थिर राहत नव्हता. पावसाळ्याचे चार महिने सोडले तर धरणाच्या कडंकडनं तो सारखा पौडपुण्याला नाहीतर माल्याला पळत असतो. तिकडून आला, की नामदेव सारखाच टाटाच्या विरोधात काही ना काही बोलत असतो. कधी नाही ते आज त्यानं तुकारामकडंही निरखून पाहिलं. शरीर चांगलं पिळदार झालं होतं. बाभळीच्या हिरक्यावर पडणारा कुऱ्हाडीचा घाव अंगातली ताकद दाखवत होता. त्या वेळी मिसरूड फुटलेल्या तुकारामला मिठी मारावी आणि उचलून घ्यावं, असं नामदेवला क्षणभर वाटलं. पण पुढच्याच क्षणी वाटलं, नाही. आता ते दिवस गेले. आपण घालवले. अंगणातल्या त्या बालउड्या थांबल्या आणि हरवून बसलो सगळं!

शिवा महाराच्या उत्तमचं लग्न म्हणजे नामदेवच्या घरातलंच लग्न. या घरात उत्तमच्या लग्नात पहिल्यांदाच लग्नपत्रिका छापल्या गेल्या. या अगोदर सर्वच लग्नात सुपारीचं खांड देऊन नाहीतर तोंडीच निमंत्रण दिलं जायचं. शिवा महाराच्या घराची जी अवस्था तीच पठारवस्तीवरच्या सगळ्याच घरांची. शिवा महारानं लग्नपत्रिकेवर मोठ्या हौसेनं म्हादू, देवा, नामदेव आणि तुकाराम अशा नामदेवच्या घरातील सगळ्याच गड्यांची नावं टाकली होती. पठारवस्तीवरच्या चिंधूदा, बारकूदा आणि त्यांच्याच घरातून वेगळे झालेल्या दोन-तीन गड्यांचीही नावं होती. शिवा महारानं ती नावं आपलेपणानं टाकली होती. पण नामदेव सोडला तर पठारवस्तीवर ते कोणालाच आवडलं नाही. कीर्तनातून मोठमोठ्या गोष्टी सांगणाऱ्या बारकूदाचं तेव्हा शिवा महाराला आणि नामदेवला मोठं आश्चर्य वाटलं. महाराच्या घराशी लग्नपत्रिकेतून असं नातं जोडणं त्यांना कोणालाच आवडलं नाही. पण नामदेवला मात्र ती लग्नपत्रिका आपल्याच घरातली वाटत होती. शिवा महारानंही मग पठारवस्तीची पर्वा केली नाही. पठारवस्तीवर कोणी नव्हतं तेव्हा आपली दोनच घरं होती. उत्तमचं लग्न म्हणजे आपल्या दोन्ही घरातल्या पोराचं लग्न, असं म्हणून शिवा महारानं नामदेवच्या सगळ्या नातेवाइकांना पत्रिका दिल्या. माली आणि शालीचं शिवा महाराच्या घराशी घरातल्यासारखंच नातं. अगदी माहेरच्यासारखं. त्याच घरातलं लग्न

म्हणून शाली आणि माली दोघीही आल्या. पठारावर चढतील एवढा जीव आता दोघींमध्ये राहिला नव्हता. पण शिवा महाराच्या घराकरिता त्यांचा जीव तुटत होता. आणि त्यानिमित्तानं कितीतरी वर्षांनी त्यांना म्हादूला आणि देवाला भेटता येणार होतं.

त्याच ओढीनं दोघीही दम खात वाघजाईच्या ओढ्यापर्यंत आल्या. बरोबर दोघींचे नवरेही होते. आबा अजून धडधाकट. पण शालीचा नवरा शालीसारखाच थकलेला. तरी थांबत थांबत चालत होता.

वाघजाईच्या ओढ्यापासून मात्र दोघींना डालात बसवूनच पठारवस्तीवर नेलं.

घरात गेल्यागेल्याच दोघी बहिणी म्हादूजवळ जाऊन बसल्या. इतक्या वर्षांच्या भेटीनंतर त्यांना काय बोलू आणि काय नको असं झालं होतं. गुरांमागं गेलेल्या देवालाही त्यांनी बोलावून घेतलं. बहिणी आल्याचं कळल्यावर तोही आला लगेच. पण येऊन जोत्यावर परक्यासारखा नुसताच बसून राहिला. शाली-मालीनं त्याला बोलतं करण्याचा प्रयत्न केला; पण मुका झाल्यासारखा तो नुसताच त्यांचं ऐकत राहिला.

त्याची ती अवस्था बघून मग माली म्हादूकडं बघून बोलायला लागली. म्हणाली,

''बाबा, त्याच येळी देवधरम केला असता तर अशी वाचा गेली नसती याची.''

''आता काही वैरून उपेग नाय.'' म्हादू देवाकडं बघत बोलला. तशी मालीनं हनुमंताची गोष्ट काढली. म्हणाली,

''माझा हन्याबी गिरन बंद पडल्याव गावाला आला आन् असंच घांगुसं घिऊन बसायला लागला व्हता. कुनात उठनं नाय की बसनं नाय. बाहेर पडायचा तो ममयला जाऊन गिरन परत चालू झाली, की नाय ते बघायलाच. पन परत येऊन आनखीनच गपगप व्हयाचा. मंग रानातल्या देवाचं समदं जिथल्या तिथं केलं. बकरं कापलं तव्हा एकदा ममयला जाऊन आल्याव घडाघडा बोलायला लागला.''

''मंग आन्ला का नाय त्याला आज. कव्हा नसबंदीच्या येळी आला व्हता, त्याला आता पंधरासोळा वरीस झालं.'' म्हादू.

''येईल कसा! ममयला गेलाय आता बायकापोरांना घिऊन.''

''काय वं आबा, गिरन चालू झाली वाटतं?'' म्हादूनं आबाकडं बघत विचारलं. तसा आबा हसला. म्हणाला,

''गिरन कसली चालू व्हती. ती आता कायमचीच बंद पडली.''

''मंग आता त्या शाराच्या वस्तीला बायकापोरांना घिऊन काय करतो तो?''

''डबं. बायकू डबं करती आन् हा पोचवतो. पह्यल्यानी माझं मन नव्हतं व्हतं त्यानी तसं करायला. पन आता बरं चाललंय त्याचं. भाड्याची खुली घिऊन ऱ्हातोय. तमाखलं भागवून आमालाबी खर्शीला चार रुपय देतो लावून. हितं काय त्याचं मन लागलं नसतं. तिकडं लायटीत राह्याची सवं. हितं अंधारात कुढतच बसला असता.''

असं बोलत आबानं देवाकडं पाहिलं. तसे सगळेच देवाकडं पाहायला लागले. देवा मात्र खाली मान घालून शांत बसला होता.

''चला, बरं झालं. मार्गी लागला म्हनायचं!''

म्हादूच्या या वाक्यानं सगळेजण परत म्हादूकडं बघायला लागले. मग म्हादूनं भिंतीला टेकून बसलेल्या शालीच्या नवऱ्याकडं पाहिलं. म्हणाला,

''पाव्हनं, नारायनाला का नाय आनलं. आता आमचं काय खरं नाय. कव्हाबी डोळं मिटतील. तेवढंच पोराला बघनं झालं असतं.''

शालीच्या नवऱ्यानं शालीकडं पाहिलं. मग तीच लागली बोलायला. म्हणाली,

''नारायनाच्या ममयच्या वाऱ्या काय कमी व्हत नाय. मागल्या ऐतवारी गेलाय तो आजून आला नाय.''

''का?'' म्हादू.

''सुदाम्यानी करून ठेवलेलं याप त्यालाच निस्तारायला लागत्यात. त्या गिरनीच्या संपात कसल्या पोरांच्या नादी लागला. आन् पुलीस त्याच्या मागं लागले. कव्हा कव्हा पार गावापरेन येत्यात. आता गावात तमाशा व्हऊन हसू नको म्हनून नारायन ममयला जाऊनच समदं मिटवतो. समदं बैज्वार चाललं व्हतं. पन या संपानी समदा इस्कोट झाला.''

शालीनं सुदाम गुन्हेगारीत सापडल्याचं आज पहिल्यांदाच सांगितलं होतं. बाहेरून ऐकून ते सगळीकडं झालंच होतं. मात्र त्यावर कोणी उघड बोलत नव्हतं. आताही शालीनं सगळं सांगितल्यावर कोणीच काही बोललं नाही.

काही मिनिटं सगळेच शांत बसले. मग मालीनंच विषय बदलला आणि मग परत देवाकडं बघत म्हणाली,

"देवा, आरे इतक्या वर्षानी आलोय आमी. आता तरी बोल."

पण देवानं मानही वर केली नाही. तेव्हा म्हादू म्हणाला,

"जाऊ दे. त्याचा राग नाय गेला आजून. पन आज तुमी आलाय म्हनून दिवसा रानातून येऊन तुमच्या म्होरं तरी बसलाय. तेच लय झालं."

म्हादू मनातली सल बोलून गेला. इतका वेळ नुसताच ऐकत बसलेल्या नामदेवला मात्र आबानं मागं एकदा सांगितलेली गोष्ट आठवली. शिवा महाराच्या आत्याची. मुक्तीची आणि देवाच्या लग्नाची. आबानं ती गोष्ट सांगितल्यापासून नामदेवच्या मनात त्याविषयीची उत्सुकता आहे. ज्या घटनेमुळं आपला बाप माणसांपासून फटकून राहायला लागला, ती घटना त्यालाही चटका लावून गेली होती. आबांशिवाय त्या घटनेविषयी आजून कोणीही काही बोललेलं त्याला आठवत नाही. आता त्याविषयी बोलून काही उपयोग नव्हता; पण इतक्या वर्षात कधीही पठारवस्तीवर न आलेल्या मुक्तीला बघायची इच्छा मात्र नामदेवच्या मनात होती. मल्हारीच्या लग्नात ती आली नव्हती. आता उत्तमच्या लग्नात तरी येईल असं त्याला वाटत होत. नामदेवला मुक्तीला बघण्याची जशी उत्सुकता होती तशीच तिला पाहिल्यावर कायम खाली मान घालून जगणारा देवा मान वर करतो का? तेही बघायचं होतं. त्यामुळंच सगळे बोलत बसलेले असतानाच नामदेव उठला आणि शिवा महाराच्या घरी गेला.

घरात पाव्हण्या-रावळ्यांची वर्दळ होती. त्यातच तो मुक्तीला शोधायला लागला. सगळे ओळखीचेच चेहरे होते. आपल्या बापासारखीच मुक्तीही आता म्हातारी झाली असेल. असं समजून त्यानं पाव्हण्यांमध्ये बसलेल्या सर्व म्हाताऱ्यांना नीट पाहिलं. पण अनोळखी वाटावा असा एकही चेहरा त्याला दिसला नाही. मुक्ती सोडली तर शिवा महाराच्या सर्व नातेवाइकांच्या घरी नामदेवचं येणं-जाणं. त्यामुळं सर्वांशीच ओळखी होत्या. ती आली नाही याची खात्री झाल्यावर मात्र नामदेवनं शिवा महाराला विचारलं,

"शिवादा, समदे पाव्हने आले, पन आत्या दिसाना कुठं तुझी!"

"क्वान, मुक्ती आत्या?"

"हां."

"ती कसली येती. मला कळायला लागल्यापून ती कव्हा पठारवस्तीव आल्याली आठवत नाय. मल्हारीच्या लग्नात किराखलो तरी आली नाय."

“का बरं येत नसंल ती पठारवस्तीवू?”

शिवा महाराला काही माहीत आहे का, हे जाणून घेण्यासाठी नामदेवनं खोदून विचारलं. तेव्हा तो म्हणाला,

“कव्हा उघड बोलली नाय. पन मल्हारीच्या लग्नाच्या येळी लयीच आग्रह केला तेव्हा तिच्या मनातला राग लपला नाय. म्हनाली, लगीन करीत नव्हते म्हनून तुझा आजा, गळ्यात धोंडा बांधून मला धरनात टाकून द्यायला निघाला व्हता. तव्हा मी म्हनाले, तू कशाला ते पाप करतो. मीच घेते धरनात उडी. तव्हा पंधरादी रातुंद्या माझी राखन करीत व्हता, मी धरनात जीव देते, की काय म्हनून. असा जीव लावीत व्हता आन् जीव घ्यायलाबी निघाला व्हता. त्याची ती तगमग मंग मलाच बघावली नाय. म्हनाले, दे तुझ्या मर्जीनी लगीन लावून द्यायचं तिथं. पन ज्या दिशी लगीन करून देशील त्या दिशी मेली म्हनून सोडून दे. मंग म्होरल्या आठ दिसातच त्यानी माझं लगीन लावलं. नवऱ्याचं त्वांड मी ह्या घरात आल्यावच पाह्यलं. आता त्याचं माह्यती नाय. मी मात्र ठरावलं, आता माहेराकरता आपून मेलोय. आन् मेल्यालं मानूस परत कव्हा येत नाय. मंग मी तरी पठारवस्तीला कशी येऊ... असं बोलता बोलताच तिचं डोळं भरून आलं. मंग पदरानं डोळं टिपत म्हनाली, पन पठारवस्तीची आठवान व्हत नाय, असा येक दिस जात नाय. आता तूच सांग, असा जिच्या मनातून राग हाये ती कशी येईन लग्नाला.”

“आनखी काय म्हनाली?”

नामदेवनं आजूनच खोदून विचारलं. तेव्हा शिवा महारानं नामदेवकडं आश्चर्यानं पाहिलं. म्हणाला,

“का? तुला लय आज कढ आलाय तिचा. आनखी काय म्हननार! मेले म्हंल्याव नातं असलं काय आन् नसलं काय सारखंच की. मर्जी तिची. माझा बाप कव्हा लय करून तिच्याकं जात नव्हता. म्होरं आमचंबी तिच्याकं येनं जानं लय राह्यलं नाय. त्यामुळं नातेवायकांतून बाजूलाच पडल्यावानी झाली ती. आता जिथं आमचंच येनंजानं नाय तिथं तुमचं कुनीकं ऱ्हानार. मंग परक्यावानीच राह्यलं ते घर. जगाच्या रितीपरमानं घरी जाऊन लगीनपत्रिका देऊन आलोय. पन मला नाय वाटत ती या खेपंलापन येईल म्हनून.”

शिवा महार म्हणाला तेच खरं झालं. मुक्ती उत्तमच्या लग्नाला आलीच नाही. दुसरं कोणी नाही, पण नामदेव मात्र लग्नाच्या शेवटच्या क्षणापर्यंत तिच्या

वाटेकडं डोळे लावून बसला होता. मुक्ती तर आली नाहीच, पण लग्न लागत असताना देवाही रानातून आला नाही. मुक्ती माहेराला मेली. आणि देवानं रानालाच आपलं केलं. मग माणसांशी फटकून राहणाऱ्या देवाला उत्तमच्या लग्नाशी काही घेणंदेणंच राहिलं नाही. तो रानाशी नातं जोडून रानातच राहिला.

उत्तमचं लग्न झालं आणि दोन दिवसांनी कातकरवाड्यावर पोलीस आले. पोलीस कधी धरणातल्या भागात फिरकत नाहीत. पण कधी आलेच तर कातकरवाड्यावरले कातकरी रानभरी होतात. वाघाशी लढणारे कातकरी असे रानात पळून जाताना बघून कातकरवाड्यावरील त्यांची पोरं मात्र भयभीत होऊन घराभोवती रडत बसतात. पोलिसांची दहशत इथं अशी लहानपणापासून सुरू होते. खाकी कपड्यातला पोलीस त्यांना कर्दनकाळ वाटतो. कातकरी पोलिसांना कधी सापडत नाहीत, पण आज मात्र दोन सापडले.

कोणीतरी कातकरवाड्यावरील दारूभट्टीची माहिती पोलिसांना दिली होती. सुरुवातीला पोलिसांनी दुर्लक्ष केलं. पण पौडच्या सरकारी दवाखान्यात फणसवाडीचे दोन गडी दारू पिऊन मेल्यावर पोलीस कातकरवाड्यावर आले होते. पोलीस आल्याची कुणकुण लागल्यावर कातकरी रानात पळून गेले. तरी गवताच्या ओझ्याखाली भट्टी झाकता झाकता दोन कातकरी पोलिसांना सापडलेच. फक्त ढुंगणाला कापड गुंडाळलेले हे कातकरी कायम उघडेच असतात. पोलिसांनी त्यांची भट्टी मोडून टाकलीच, पण त्यांनाही उघड्या अंगावर फटके देत पौडला नेलं. शिरवली, पोमगावमधले दोन-चार गडी आणि पठारवस्तीवरला बारकूदाचा विठ्ठलही तिथं दारू पिताना सापडला. पण त्यांना पौडला नेलं नाही. दोन-चार फटके देऊन त्यांना सोडून दिलं. पोलिसांना बघून आणि त्यांच्या फटक्यानं विठ्ठलची थोडीफार पिलेली कातकरवाड्यावरच उतरली. आणि कधी नाही ते तो पठारवस्तीवर शुद्धीत आला. नेहमी झिंगत चालणारा विठ्ठल आज अगदी व्यवस्थित चालताना बघून पठारवस्तीवर सगळ्यांनाच आश्चर्य वाटलं. तसं पाहिलं तर पठारवस्तीवरले कातकरवाड्यावर जाऊन दारू पिणारे कमी नाहीत. पण ते विठ्ठल इतके दारूत बुडालेले नाहीत. त्यामुळं त्यांचं दिसून येत नाही. विठ्ठल मात्र रोज झोकांड्या खात येणारा. त्यामुळं पठारवस्तीवरचा दारुड्या म्हटलं की सगळ्यांच्या डोळ्यासमोर झिंगणारा विठ्ठल येतो. त्याच विठ्ठलला आज शुद्धीवर बघून शिवा महारानं विचारलं. म्हणाला,

“इठल्या, आज काय कातकरवाड्याव नाय गेला वाटतं!”

विठ्ठल शरमला. दारूच्या नशेत असताना त्याला कोणीही काही बोलावं. दारुड्या, बेवड्या, आला कातकऱ्यांचा मूत पिऊन, बाप कीर्तन सांगतो आणि पोरगा मटणाचे वाटे आणतो... असं एक ना अनेक बोलणारे. पण त्याला त्याचं कधीच काही वाटत नव्हतं. नशेत ते ऐकायला येत नव्हतं. आणि आलं तरी दारू ते डोक्यात आणि मनात ठेवून देत नव्हती. आज मात्र शिवा महारानं त्याच्यासमोर कातकरवाड्याचं नाव काढल्यावर त्याला हिनवल्यासारखं वाटलं. ज्या कातकरवाड्यावर तो सकाळी उठल्या उठल्या जातो त्या कातकरवाड्याशी आपलं नाव जोडलं जातंय याची त्याला लाज वाटली. नशेत नेहमी ओरडून बोलणारा विठ्ठल त्या लाजेपोटीच शिवा महारासमोर आदबीनं बोलला. म्हणाला,

“गेलो व्हतो. पण पुलीस आले आन् कचरूला आन् मचाला घेऊन गेले मारीत पौडाला. भट्टीबी टाकली तोडून. मीबी आलो दोन फटके खाऊन. पिल्याली समदी उतारली.”

विठ्ठलनं जे घडलं ते सगळं खरंखरं सांगितलं. आणि घरी निघून गेला. शिवा महाराला मात्र त्याचं काही खरं वाटेना. दारुड्या आहे. मनाचं काहीतरी सांगत असेल असं वाटून त्यानं त्याच्याकडं लक्ष दिलं नाही. शिवाय धरणाच्या आत कुठंही पोलीस आले तरी सगळ्या वाड्यावस्त्यांवर वाऱ्यासारखी बातमी पसरते. कारण या भागात पोलीस काय कधी वरचेवर येत नाही. इथं त्यांच्या नावाची दहशतच पुरेशी आहे. आणि आज तसं काही कानावरच आलं नव्हतं. तरी खात्री करावी म्हणून शिवा महार नामदेवकडं गेला. तो काही बोलण्याच्या आताच नामदेव त्याला म्हणाला,

“शिवादा, कातकरवाड्याव पुलीस येऊन गेले.”

“म्हंजी इठल्या सांगत व्हता ते खरं हाये.” शिवा महार.

“खरं म्हंजी खरंच हाये. इठल्यालाबी बुकालला. आन् समदी भट्टी तोडून दोन कातकऱ्यांनाबी न्हेलं मारीत पौडाला.”

“बरं झालं. कातकरवाड्यावली ती दारू बंदच व्हयाला पायजे व्हती. पुलिसांबिगार ते व्हनार नव्हतं.”

शिवा महाराला कातकरवाड्यावरची दारू अशी बंद झाल्याचं ऐकून बरं वाटलं. पण नामदेवच्या मनात वेगळीच भीती उभी राहिली होती. ती त्यानं शिवा महाराला सांगितली. म्हणाला,

“कातकरवाड्यावली दारू बंद झाली पायजे म्हनून तात्यांनी पुलिसात तक्रार केली व्हती. पार तहसीलदारांनाबी भेटले व्हते ते. आता पुलिसांनी कातकऱ्यांना पकडून न्हेल्यावर कातकरी पिसाळल्याबिगार नाय राह्यचे.”

“पन कातकऱ्यांना कसं कळंल तात्यांचं नाव.”

“तात्यांकं येनाऱ्यांमधी दारुडे काय कमी हायेत का! तात्यांच्या घरात काय बोलनं व्हतं ते समदं कातकरवाड्याव पोचतं. पुलीस येन्याची कुनकुनबी लागली व्हती कातकऱ्यांना. तरी दोन घवले.”

“मला कळताच आज कातकरवाड्याव पह्यल्यांदाच पुलीस आलेत बघ. नसबंदीच्या येळंला तिकडं पोमगाव, शिरवलीत आल्याची वार्ता ऐकली व्हती. पन हिकडं वरकस बाजूला डोंगरात त्यांचं पाऊल कव्हा लागलं नव्हतं.”

शिवा महाराला धरणाच्या आत पोलीस आल्याचंच कौतुक मोठं होतं. पण नामदेवला मात्र आता कातकरी काय करतात याचाच घोर लागून राहिला होता.

नामदेव या कातकऱ्यांना चांगला ओळखत होता. ते कोणाच्या वाटेला जाणार नाही; पण त्यांच्या वाटेला कोणी गेलं तर मात्र ते त्याला सोडणार नाहीत. पोलिसांनी त्यांचा दारू धंदा बंद करून त्यांच्या तोंडची भाकरी काढली होती. आता भुकेनं सैरभैर होणारे कातकरी पोलिसांना काही करू शकणार नव्हते. पण ते तात्यांपर्यंत पोहोचतात की काय, असा विचार नामदेवच्या मनात चालू असतानाच एक दिवस तात्याच कातकरवाड्यावर गेले. त्यांना बघून तिथं बसलेला विठ्ठल पठारवस्तीवर पळून आला आणि कातकरवाड्यावर तात्या आल्याचं सगळ्या पठारवस्तीला कळलं.

नामदेव आणि शिवा महार पळतच कातकरवाड्यावर गेले.

कमरेइतक्या उंचीच्या दगडमातीच्या भिंती आणि त्यावर गवताचं आढं बनवून केलेलं खोपटं म्हणजे कातकऱ्यांचं घर. या घरांना तडकीचा दरवाजा. त्यात कायम वाकूनच जायला लागतं. बहुतेक घरांतून दारूचा वास येतो. पावसाळ्यात मात्र दारूबरोबर माशांचाही वास असतो. टाटा धरणाच्या पाण्याकडं कोणाला फिरकू देत नाही. मग मासेमारी करणं तर लांबची गोष्ट. पण पावसाळ्यात ओढे वाहायला लागले, की धरणातले अंड्यावरचे मासे ओढ्यात निघतात.

ते मासे पकडायचे आणि मिठात ठेवायचे. ही अघोटची वळघण मग पावसाळ्यात मोठा आधार ठरते. काही गावांतील आणि वाड्यावस्त्यांवरची मराठ्यांची घरंही कातकऱ्यांकडून ही अघोटची वळघण दोन-चार पायल्या भाताच्या बदल्यात घेतात. करून खायला जमीनजुमला नसलेल्या या कातकऱ्यांचं उदरनिर्वाहाचं साधन असं निसर्गावरच अवलंबून. पैसा दिसण्याचं दुसरं साधन नाही. म्हणून मग दारू गाळून चार पैसे कमवण्याच्या नादाला हे कातकरी लागलेले. ही दारू विकता विकता स्वतःही व्यसनी झालेले. गडी माणसं तर पितातच पण बहुतेक कातकरणीही दारू पितात. त्यामुळंच कातकरवाड्याला दारूचं नाव जोडलं गेलं.

आसपासची गावं आणि वाड्यावस्त्यांवरून आलेले दारुडे या कातकऱ्यांच्या घरात बसूनच दारू पितात. अंड्यांसाठी पाळलेल्या कोंबड्या या दारुड्यांच्या अंगावरून उड्या मारतात. त्यांच्या शेजारीच शिटा टाकतात. तरी ते जागेवरचे उठत नाहीत. कातकरणी त्यांना अंडी उकडून देतात आणि ते पोटाची टाकी भरत राहतात.

आज त्याच कातकरवाड्यावर तात्या आले होते. मचाच्या अंगणातल्या एका मोठ्या ओंडक्यावर ते बसले होते. त्यांच्याभोवती पोमगाव, शिरवली, फणसवाडीची आणि सुसाळेची काही माणसं उभी होती. फणसवाडीच्या माणसांनीच कातकरवाड्यावर पोलीस येऊन कातकऱ्यांना पकडून नेल्याची माहिती नामदेवला दिली होती. ती माणसंही दिसत होती. नामदेव आणि शिवा महार त्यांच्याशेजारीच जाऊन उभे राहिले. तात्यांच्या समोर सगळा कातकरवाडा गोळा झाला होता. तात्या बोलत होते,

''पोलिसांनी वाड्यावरची दोन माणसं पकडून नेली हे वाईट झालंच; पण इथली दारू पिऊन पौडच्या सरकारी दवाखान्यात दोन माणसं मेली हेसुद्धा वाईटच झालं. तुम्ही म्हणता पोलिसांनी इथली भट्टी तोडली. आता आमी जगायचं कसं? या भट्टीनं इथल्या सात-आठ घरांना थोडाफार आर्थिक हातभार लागत होता. पण या वाड्यावरची दारू पिऊन आसपासच्या गावातली किती कुटुंबं उद्ध्वस्त होत होती तेही तुम्ही बघा.''

''आमी कुनाला हितं या म्हनत नाय, की कुनाला बळजबरी करीत नाय. पन कुनीबी आला आन् त्यानी दारू मागितली, की त्याला नायबी म्हनत नाय. मंग ते साळंतले गुरजी असले तरी त्याला देतो. त्यानी आमाला चार पैसे मिळत्यात. ते बंद करून तुमी काय मिळावलं?''

कातकरी एकमेकांशी बोलताना त्यांच्या भाषेत बोलतात. पण कातकरवाड्याबाहेरच्या लोकांशी बोलताना त्यांच्या संगतीत राहून शिकलेली मराठीच बोलतात. कचरूच्या वडिलांनी तात्यांना त्यांच्याच भाषेत प्रश्न केला तेव्हा तात्याही क्षणभर निरुत्तर झाले. तुम्ही दारू गाळून विकता, हा मोठा गुन्हा करता असं म्हणणं धाडसाचं होतं. कारण त्याशिवाय या कातकऱ्यांचं जगणं अवघड होतं हे तात्या जाणत होते. दुसरीकडं मात्र इथली दारू बंद झालीच पाहिजे असं त्यांना वाटत होतं. पण आता दारू बंद झाल्यावर कातकऱ्यांची होणारी उपासमारही त्यांना बघवत नव्हती. यावर काहीतरी मार्ग काढला पाहिजे. शे-सव्वाशे दारू पिणाऱ्या लोकांसाठी कातकरवाड्यावरच्या सात-आठ कुटुंबांना वाऱ्यावर सोडून चालणार नाही. असा विचार करून तात्या म्हणाले,

"तुम्हाला जगण्याचं दुसरं साधन मिळालं तर दारू गाळणं तुम्ही सोडून देणार आहात का?"

यावर कचरूच्या वडिलांसह चार-पाच कातकऱ्यांनी लगेच होकार दिला. कचरूचे वडील म्हणाले,

"तात्या, हितं कुनबी-मराठ्यांची पोरं येऊन दारू पिऊन जात्यात. दुसऱ्या दिवशी त्यांचं आयबाप येऊन रडून जात्यात. पोरांना दारू दिऊ नको म्हंत्यात. तुमच्या दारूनी पोरगं संपल. आमाला वाईट वाटतं. पन त्यांना दारू नाय दिली तर आमी संपू त्याचं काय. समदा खेळ प्वाटाचा हाये बघा तात्या. नायतर भट्टीव घाम गाळून इख काढायची कुनाला हौस हाये!"

"मग तुमच्या पोटाची आपण काहीतरी वेगळी व्यवस्था करू. आपल्या पुणेकर-मुंबईकरांच्या प्रयत्नानं टाटा जरा ऐकायला लागला आहे. आता रस्ते करायला लागला आहे. दोन-तीन शाळांना मदत केली. आता आम्ही मागं लागून लागून कंपनीत काही लोकंसुद्धा कामाला घेतो म्हणाला आहे. ते नक्की नाही. पण तसं झालं तर कातकरवाड्यावरच्या दोन-चार लोकांनाही लावू आपण. तुम्हीही इथले धरणग्रस्तच आहात. तुम्हांलाही तुमचा हक्क मिळाला पाहिजे. याच रानात तुमच्या पिढ्यान्‌पिढ्या जगत आल्या आहेत. ते तुमचं रान कुठं गेलं? धरणातच ना? तेव्हा तुमच्याही जमिनी या धरणात गेल्या आहेत. त्या गेल्या नसत्या तर आज तुम्हांला पोटाचा प्रश्न पडला नसता. टाटाकडून वरकस जमिनी आपण परत घेण्यासाठी भांडत आहोत. त्या मिळाल्या तर

जमिनीचा तुकडाही तुम्हांला मिळेल. मग जमीन पिकवा आणि जगा. मग दारू नको आणि माडी नको.'' असं बोलून तात्या उठले. सर्व कातकऱ्यांकडं बघत म्हणाले,

''काय पटतंय का तुम्हाला हे?''

कातकऱ्यांना असं जगण्याचं कायमस्वरूपी साधन मिळणार असेल तर कोण नाही म्हणणार होतं! सगळ्यांनीच होकार दिला. मचाचा थोरला भाऊ पचा म्हणाला,

''तात्या, तुमी म्हंता तसं झालं तर आमी परत कव्हा भट्टी चालू करनार नाय. पन तसं नाय झालं तर आमी उपाशीबी मरनार नाय!''

पचाच्या या गर्भित धमकीनं तात्यांना पुढचा विचार करायला लावला. टाटा कंपनीविरुद्ध लढून काय करता येईल ते त्यांनी कातकऱ्यांना सांगितलं होतं. तसं झालं तर कातकऱ्यांच्याच काय, पण सगळ्याच धरणग्रस्तांचा प्रश्न मिटणार होता. पण टाटा मागच्यासारखाच पुढंही वागत राहिला तर मात्र अवघड होतं. तरी तात्यांनी वेळ मारून नेली.

''तसं होणार नाही. टाटांच्या विरोधात आपण सगळ्यांनी मिळून लढायचं आणि आपला हक्क मिळवायचा.''

असं बोलून तात्या चालायला लागले. तसा पचा त्यांच्या समोर आला. म्हणाला,

''तात्या, ते समदं खरंय. टाटाच्या इरोधातल्या लढाईत आमीबी कव्हा मागं नव्हतो. म्होरंबी राहू. पन आताचा हा फास कसा काढायचा?''

''कोणता?'' तात्यांनी विचारलं. तेव्हा कचरूच्या वडिलांकडं बघत पचा म्हणाला,

''आमची दोन मानसं पुलिसांच्या ताब्यातय. ती कव्हा येनार भायेर?''

''येतील. तीसुद्धा येतील. पोलीस काय एवढे वाईट नसतात. तुम्ही विनाकारण घाबरता त्यांना. त्यांना त्यांचं काम करू द्या. दोन माणसं मेल्यामुळं त्यांनी हे पाऊल उचललंय. पण धीर धरा, आता भट्टी तर तोडलेली आहेच. तेव्हा इथे दारूच विकली जाणार नसेल तर पोलीस काहीतरी चांगला विचार करतीलच की!''

असा त्यांना धीर देऊन तात्या कातकरवाड्याहून बाहेर पडायला लागले. तेव्हा त्यांना एका घरासमोर प्लॅस्टिकच्या कागदावर मटणाचे वाटे टाकलेले

दिसले. दोन पोरं त्या दहा-बारा वाट्यांची राखण करत होती. भोवती पाच-सहा कुत्री उभी होती. त्या मटणांच्या वाट्यांकडं ती एकटक बघत होती. कोणत्याही क्षणी ती त्या वाट्यांवर तुटून पडतील अशी त्यांची अवस्था होती. दोनही पोरं मात्र हातात काठ्या घेऊन त्यांच्यावर नजर ठेवून होती. खरं तर त्याच कुत्र्यांच्या मदतीनं रात्री कातकऱ्यांनी रानडुक्कर मारलं होतं. त्याचेच हे वाटे होते. तात्या त्या वाट्यांकडं बघत थांबले. तेवढ्यात कचरूचे वडील त्यांच्याजवळ आले. म्हणाले,

"रानातली भेकरं-डुकरं मारून प्वाटं भरतोय तात्या. आता हितंबी जनावरं मारतो म्हणून पुलिसांत कळवू नका. नायतर प्वाटाला दगड बांधून धरनात उडी घ्यायचीच पाळी यायची आमच्याव."

तात्यांना एकदम गालात मारल्यासारखं झालं. त्यांनी वखवखलेल्या नजरेनं मटणाच्या वाट्यांकडं बघणाऱ्या कुत्र्यांकडं पाहिलं आणि काही न बोलताच खाली मान घालून चालायला लागले. त्यांच्याबरोबर आलेली सगळीच मंडळी त्यांच्याबरोबर चालायला लागली. नामदेव पुढं होऊन त्यांच्याजवळ आला. म्हणाला,

"तात्या, येवढ्या लांब आलाच हाये तर पठारवस्तीव चला उभ्या उभ्या. आमच्या थोरल्या म्हाताऱ्याला बरं वाटंल. तुमी दिल्यालं साठे गुरुजींचं पुस्ताक पोरानी त्याला वाचून दावलंय. लय आवडीनी ऐकलंय त्यानी."

"कोण? तुमचे सत्याग्रहात भाग घेतलेले आजोबा? म्हणजे तुमचा थोरला म्हातारा?" तात्यांनी नामदेवकडं बघत विचारलं.

"हां. तोच. सत्याग्रहाची लय माह्यती त्याला. आताचं तो लय करून बोलतच नाय. कायम जुन्या गुष्टी सांगत असतो. त्या जुन्या गुष्टी काढल्या की त्याला तेवढंच बरं वाटतं. मंग कव्हाबी त्याच सांगत ऱ्हातो." नामदेव म्हादूविषयी असं भरभरून सांगायला लागला. तात्याही जुन्या लोकांच्या भेटी कधी टाळत नाहीत. म्हादू तर सत्याग्रहातला माणूस. तेही झाले लगेच तयार. म्हणाले,

"चला. तुमचे आजोबा आज कसली जुनी गोष्ट सांगतात ते बघू."

नामदेव एकदम खूश झाला. शिवा महाराकडं बघून हसला आणि तात्यांकडं बघतच चालत राहिला.

तात्या नामदेवच्या घरासमोर आले आणि सगळी पठारवस्ती नामदेवच्या अंगणात गोळा झाली. ऊन उतरलं होतं. अंगणात घराचीच सावली पडली

होती. म्हणून मग सरस्वतीनं अंगणातच दोन घोंगड्या आणि पोती अंथरली. तात्या आणि त्यांच्याबरोबर आलेली माणसं त्यावर बसली. म्हादूही त्यांच्याजवळच बसला. तात्यांना सत्याग्रहात भाग घेतलेल्या माणसांबद्दल मोठं कौतुक आणि आकर्षण होतं. आपल्या जमिनी वाचविण्यासाठी एवढा मोठा लढा देऊन इतिहास घडविण्यात हातभार लावणारा एक सत्याग्रही आज या डोंगरात, दुर्गम पठारवस्तीवर खितपत पडला आहे. जिथं जगण्यासाठी मोकळा श्वासही घेता येत नाही. धरणाच्या पाण्यानं अजगरासारखी मिठी मारलेली. पंख कापलेल्या माणसांसारखी स्थिती या लोकांची. मातीशी नातं सांगून त्या मातीलाच कवटाळून बसला ना, मग त्या मातीलाच कवटाळून बसा आणि माती खाऊनच जगा! बाहेरचं जग आता तुमच्यासाठी नाही. त्यांच्यासाठी तुम्ही आता मेलेले आहात. मग मढ्याकडं कोण बघणार! म्हादूला बघून तात्यांच्या मनात असं बरंच काही आलं. त्यांनी म्हादूला डोळंभरून बघितलं. म्हणाले,

"तुमच्या नातवाकडून तुमच्याविषयी खूप ऐकलं आहे. तुमच्यासारख्या सत्याग्रहातल्या माणसांना पाहिले की, आता इतक्या वर्षांनी आम्हांलाही लढायचं बळ मिळतं."

म्हादू गालातल्या गालात हसला. म्हणाला,

"म्हंजी तव्हाच्या रामनवमीला सुरू झालेला लढा आजून संपला नाय म्हनायचा. अशाच बळाच्या गोष्टी तव्हा आमीबी करायचो. भुस्कुटेबाबांम्होरं, साठेगुरुजींम्होरं, सेनापती बापटांम्होरं आन् कव्हाबव्हा पुन्याच्या मंडळींम्होरंबी. ते बळ देत व्हते म्हनून तर आमी लढत व्हतो. पन शेवटाला काय झालं, आमचं लढनं फुकाट गेलं. धरान झालं आन् समदंच संपलं."

"पण तुम्ही सुरू केलेला लढा अजून संपलेला नाही. नानाजीसारख्यांनी तो चालू ठेवला आहे."

"पन आता लढून उपेग तरी काय? टाटाला जे साधायचं व्हतं, ते त्यानी साधलं. आता आमच्या नशिबी जे व्हतं ते आमी भोगतोय. लढून काय गाव पान्यातून बाहेर येनार हाये, जमीनजुमला येनार हाये, की ज्योतिरूपेश्वरबाबाचं देऊळ येनार हाये? ते समदं मिळनार असतं तर लढून उपेग. आमी लढत व्हतो ते समदं वाचवन्याकरता. ते गेल्याव हातपाय तोडून टाकल्यागत या पठाराव टाकलं आमाला धरनानी. पन हितंबी टाटानी पिछा सोडला नाय.

आमचीच जमीन आमाला भाडेपट्ट्यानी लावून गुलामच बनवलंय. भिकाऱ्याच्या वर जिनं जगतोय ते मरान येत नाय म्हनून. तात्या, या मातीत रुतलेलं पाय निघत नाय म्हनून. नायतर असलं जिनं जगनारी वसवळ नाय आमची."

म्हादूनं त्याच्या मनातली वेदना आज तात्यांसमोर व्यक्त केली. ज्या टाटाच्या विरोधात लढला. ज्या टाटानं त्याचं सर्वस्व लुटलं त्याच टाटाला आज भाडेपट्टी देत, तो पठारवस्तीवर जगत राहिला. हे जगणं त्याला मरणाहून वाईट! पण इथून हार मानून पळून जाणंही त्याच्या मनाला पटणारं नव्हतं. म्हणून मग जगत आहे, मरण येत नाही म्हणून. म्हादू आकसईतलं जगणं विसरला नाही. तात्यांना मात्र आता ते सगळं विसरून इथं हलाखीत जगणाऱ्या लोकांना पुढं घेऊन यायचं होतं. जे बुडालं त्याचं दुःख करत बसण्यापेक्षा जे शिल्लक आहे, ते आपलं आहे. आणि ते आपल्याला लढल्याशिवाय मिळणार नाही हे ते जाणत होते. म्हणूनच हताश म्हादूला ते म्हणाले,

"तुम्ही म्हणता ते बरोबर आहे. जे बुडाले ते काय परत वर येणार नाही. पण म्हणून काय आपण टाटाला रान मोकळं सोडायचं नाही. वरकस जमिनी इथल्या शेतकऱ्यांच्या आहेत. अनेक गावठाणांच्या जागा टाटाच्या नावावर निघत आहेत. त्या टाटाच्या नावावर कशा झाल्या, तेसुद्धा आपण पाहिलं पाहिजे. गावठाणाचा दर्जा नसल्यामुळं इथं कुठल्या सोयीसुविधा येत नाहीत. त्यामुळं आपण मागे राहतोय. हे सगळं आपलं आहे, ते आपल्या नावावर झालं पाहिजे. आणि ते होत नाही तोवर हा लढा चालूच राहील."

"पन लढनार क्वान? आमाला वाटलं व्हतं स्वातंत्र्य मिळाल्याव आपले आमदारखासदार काय तरी करतील. पन त्यांनीबी टाटाचंच पानी भरलं. या पठारवस्तीला आमदार-खासदार जाऊ द्या, कुठल्या सरपंचाचंबी पाय लागलं नाय आजून."

म्हादूनं लढणाऱ्यांचे हाल पाहिले होते. जे इंग्रजांच्या काळात होते तेच स्वातंत्र्यानंतर आपल्या सरकारच्या काळातही आहेत. मग शेवटी लढा दिला तरी त्याचा शेवट काय होणार, अशी त्याच्या मनात शंका होती. तात्या मात्र लढाईची भाषा करत होते, ती पुढाऱ्यांच्या जिवावर नाही. ते आपल्याच जिवावर लढणार होते. म्हणूनच ते म्हादूला म्हणाले,

"आपली लढाई आपणच लढायची. आता रस्ते, विजेसारख्या सुधारणा थोड्याथोड्या होत आहेत. पण वाड्यावस्त्यांना गावठाण दर्जा. आणि वरकस

जमिनी कसणाऱ्या शेतकऱ्यांच्या नावावर होत नाहीत तोवर या लढाईत मागे सरायचे नाही.''

तात्यांनी गावठाणाच्या आणि वरकस जमिनीचा विषय काढल्यावर बारकूदामध्येच बोलला. म्हणाला,

''तात्या, पावसाळ्यात धरान भरलं की माझ्या वावराला पानी लागतं. आता टाटा धरनात लयीच पानी साठवायला लागलाय. अशानी माझ्या घराला पानी लागायचं आणि माझीबी गत सिधा पडवळावानी व्हयाची.''

''आता ते काही होणार नाही. भिऱ्याच्या प्रकरणापासून टाटा थोडा जागेवर आला आहे.''

तात्या आता लोकांना धीर देताना भिऱ्याच्या प्रकरणाची आठवण करून देत होते. असं काही तरी केलं तरच टाटा वाकतो. हे आता तुकारामसारख्या तरुणांना वाटायला लागलं होतं. आताही तुकाराम अंगणात बसून ते ऐकत होता. अर्ज आणि निवेदनानं काही होत नाही हे सुद्धा तो आजपर्यंत पाहत आला आहे. सत्याग्रहासारख्या लढ्यालाही टाटांनी हिंग लावून विचारलं नाही, हे त्यानं साठे गुरुजींच्या पुस्तकात वाचलं आहे. त्यामुळं सरळमार्गी टाटा बधणार नाही, हे त्याचं मन त्याला सांगत होतं. आताही त्याच्या मनात तोच विचार आला. तेवढ्यात भिऱ्याचं नाव काढल्याबरोबर मल्हारी जागेवरचा उठला. म्हणाला,

''तात्या, त्या गुष्टीला आता धाबारा वर्षे झाली. आपल्या पुनेकर - ममयकरांनी एकजूट दावली पन मधल्या काळात टाटानी त्यांना सोडून सभापती आन् आमदारखासदारांनाच हाताशी धरलंय. निस्ते रस्ते व्हत्यात म्हनून आपले पुनेकर-ममयकर पन गप बसल्याले दिसत्यात. अशानी गावठानं मिळनार कशी आन् वरकस जमिनी तरी मिळनार कशा?''

तात्यांनाही हे माहीत होतं. ते मल्हारीकडं बघत म्हणाले,

''ते पुणेकर-मुंबईकर काही कोणी पुढारी नाहीत. तेसुद्धा इथलेच धरणग्रस्त आहेत. धरणात सगळं बुडाल्यावर पोटं भरायला पुण्या-मुंबईला गेलेले. पण इतक्या वर्षांनी का होईना पण ते आले आणि टाटाला धमकी देण्याचं धाडस तरी त्यांनी केलं, हे काय कमी नाही. आपल्या गावाच्या आणि मातीच्या ओढीनंच त्यांना हे करायला लावलं, आता जरी ते विखुरले असले तरी आपण पुढे झाल्यावर ते आपल्याबरोबर आल्याशिवाय राहणार

नाहीत. आणि मग ही सगळी मंडळी टाटाला नुसती धमकी देऊन थांबणार नाहीत. आपला हक्क घेऊनच थांबतील. आता हेच बघ, टाटा आपल्या कंपनीत बाहेरून माणसं आणून कामाला लावतो. पण आता त्या धमकीमुळं टाटा इथल्या धरणग्रस्तांनाही कामाला घेईल म्हणायला लागला आहे. उद्या...''

''काही नको त्याच्या नोकऱ्या आमाला. ज्यानी आमचं समदं लुटलं त्याचीच चाकरी करत, त्याचं गुलाम व्हयाचं! मंग समदंच जितलं म्हनायचं टाटानी. त्याला तेच पायजे व्हतं. इथं तो सगळ्यांना आपलं गुलाम बनवायलाच आलाय. माझी चाकरी करा, माझी गुलामी करा, माझ्या दारातलं कुत्र बनून मी टाकील त्या भाकरीच्या तुकड्याव जगा. आमाला असली गुलामी नको. आमी मातीतली मानसं. जमीन पिकवून मानानी जगनारी. गुलामी कशी मानवन आमाला. इंग्रज गेल्याव वाटलं, गेली आता गुलामी. पन हा टाटा आता परत आमाला गुलाम बनवायला निघालाय. तसलं जिनं नको आमाला.''

तात्यांनी नोकऱ्यांचा विषय काढला तसा म्हादू असा पोटतिडकीनं बोलला. ते ऐकून तात्याही सुन्न झाले. ते म्हादूकडं बघत राहिले. तेव्हा नामदेव त्यांच्याकडं बघत म्हणाला,

''तात्या, त्याला टाटाची सावलीसुद्धा नकोय. पन दैवाचा खेळ बघा आज तोच टाटाला भाडेपट्टी भरत आलाय.''

''पन ती जमीन माझी हाये. माझ्या वाडवडलांची हाये. त्या खाचखळग्यातल्या जमिनीत छाताडाव दगड घिऊन मी वावार काढलंय. टाटानी ती आपल्या नावाव करून घितली म्हनून तो मालक झाला नाय. तसं असतं तर त्या जमिनीव मी पाऊल ठेवलं नसतं. ती जमीन पिकवून त्यावर जगनं तर लांबची गोष्ट! पन मला माह्यती हाये ती जमीन माझी हाये. उलट माझ्या जमिनीचा भाडेपट्टा मी टाटाला भरला आन् त्यावर टाटा मोठा झाला.''

म्हादूनं पुन्हा मनातलं ओठावर आनलं. आता मात्र तात्या शांतपणे बोलले. म्हणाले.

''आपल्याला लढायचं आहे ते याचकरिता. आपण कसत असलेल्या जमिनी आपल्या वाडवडिलांच्या आहेत. तेव्हा त्या टाटाच्या नावावरून परत आपल्या नावावर झाल्या पाहिजेत. त्यासाठी अर्ज विनंत्या करून खूप झालं. आता निकराची लढाई आहे. आणि त्यासाठीच पुढच्या महिन्यात जिल्हाधिकारी

कार्यालयावर आपण मोठा मोर्चा काढणार आहे. त्यात वरकस जमिनी धरणग्रस्तांना मिळाल्या पाहिजेत आणि वाड्यावस्त्यांना गावठाण दर्जा मिळाला पाहिजे या मागण्यांबरोबरच इतरही अनेक मागण्या आहेत.''

मग जमलेल्या लोकांकडं बघत ते म्हणाले.

''तुमच्या पठारवस्तीचाही एक प्रस्ताव द्या. या वस्तीलाही गावठाण दर्जा मिळाला पाहिजे. नानाजी त्यासाठी धडपड करत आहेत. त्यांनी अर्ज केलेले आहेच, पण पुढच्या महिन्यात तुम्हीसुद्धा सगळे गावठाण दर्जा मिळावा म्हणून सगळ्यांच्या सह्या-अंगठे घेऊन प्रस्ताव घेऊन या. आपण तो जिल्हाधिकारी आणि जिल्हा पुनर्वसन अधिकाऱ्यांकडं देऊ.''

जमलेले सगळेच तात्यांचं बोलणं मन लावून ऐकत होते. नामदेव तर नानाजी आणि तात्यांकडून मोठी आशा बाळगून होता. तात्या आज पठारवस्तीवर येऊन असे बोलल्यावर त्याला आणखीनच धीर आला. म्हणाला,

''तात्या, म्होरल्या मयन्यात समद्यांना घिऊन येन्याचं काम माझ्याकं लागलं. पन आमची जमीन आमच्या नावाव झाली पायजे.''

''होईल. बोडके, तुमचं घराणं लढवय्याचं आहे.'' असं बोलून तात्यांनी म्हादूचा हात हातात घेतला म्हणाले,

''तुम्ही तुमच्या परीनं लढला. गांधीजींचा अहिंसेचा मार्ग कधी सोडला नाही. शपथेला जागला. अजूनही जागत आहात. तरी तुम्हांला अपयश आलं. पण त्या अपयशाकडं बघून आम्ही हात टेकणार नाही. बलाढ्य टाटाला आणि क्रूर इंग्रजांना घाबरून तुम्ही घरात बसला नाही. तसं झालं असतं तर आम्ही हात तर टेकले असतेच; पण आमची मानही खाली गेली असती. पण तुम्ही लढला. तुमच्या परीने लढला. त्याचा आम्हांला अभिमान आहे. आता आम्ही आमच्या परीने लढू. तुम्ही फक्त आशीर्वाद द्या.''

म्हादूचे डोळे भरून आले. भरलेल्या डोळ्यांनीच तो तात्यांकडं बघत म्हणाला,

''लढा. सत्यासाठी लढनं कव्हा वाईट नसतं.'' मग त्यानं नामदेवकडं पाहिलं. म्हणाला,

''या आमच्या गड्याला घोर लागलाय, टाटा जमीन काढून घेतोय की काय म्हनून. त्या करता वनवन करतोय. मला ती फुकाटची वाटती. पन काय घ्या ज्योतिरूपेश्वरबाबाच्या मनात आता इतक्या सालानी काय आलं असंल,

ते त्याचं त्यालाच माहीत. टाटाच्या पापाचा घडा भरला असंल तर तुमी जिकालबी. उंद्याचं कुनी काय सांगाव.''

''ज्योतिरूपेश्वर...असा स्पष्ट उच्चार करणारी माणसं खूप कमी पाहिली मी या भागात. सगळेजण आपले ज्योतिश्वर ज्योतिश्वर करतात. पण मला वाटतं त्याच्यावरच्या उत्कट भक्तीपोटीच तुमच्या तोंडी हा ज्योतिरूपेश्वर इतक्या स्पष्टपणे येत असावा.''

तात्यांनी म्हादूच्या ज्योतिरूपेश्वरावरील भक्तीचा असा उल्लेख केल्यावर म्हादूनं डोळे मिटून हात जोडले. म्हणाला,

''समदी त्या ज्योतिरूपेश्वरबाबाची लीला. करता तोच आन् बोलवता तोच. सत्त्व लय मोठं त्याचं. पन त्याच्याशी केलेला खेळ अंगाशी आला. करनाऱ्यांनी केला आन् मी या रानात येऊन पडलो. मर्जी त्याची...''

म्हादू बोलता बोलताच थांबला आणि अंगणातून दिसणाऱ्या धरणाच्या पाण्याकडं बघायला लागला.

टाटाच्या विरोधात लढून काही उपयोग नाही अशी मनाची धारणा झालेला म्हादू आज पहिल्यांदाच बदललेला दिसला. त्याला ती ज्योतिरूपेश्वराची मर्जी वाटत असली तरी नामदेवला मात्र मनातून आनंद झाला होता. त्या आनंदाच्या भरातच तात्या जायला लागल्यावर तो त्यांना पुन्हा म्हणाला,

''तात्या, पठारवस्तीवल्या समद्यांना घिऊन येनार मोर्चाला. ते काम आता माझ्याकं लागलं.''

नामदेव महिनाभरात नानाजींकडं चार वेळा जाऊन आला. त्यांच्याकडं मावळ-मुळशी अशा टाटांच्या सर्वच धरणग्रस्तांचं येणं-जाणं आता वाढलं होतं. आपल्या मागण्यांसाठी जिल्हाधिकारी कार्यालयावर मोर्चा निघणार होता, ही धरणग्रस्तांच्या दृष्टीनं मोठी गोष्ट होती. आजपर्यंत नानाजी आणि तात्यांसारखी माणसं एकएकटी लढत होती. धरणग्रस्तांचे अर्ज अधिकाऱ्यांना देऊन त्यांच्या निर्णयाची वाट पाहत होती. अधिकारी मात्र नुसतेच अर्ज घेत होते. ही शासनस्तरावरची गोष्ट आहे. त्याचा निर्णय शासनस्तरावर होईल. आम्ही चौकशी करू. धरणात न बुडालेल्या जमिनी शेतकरी कसत असतील तर त्याचा तहसीलदारांमार्फत पंचनामा करून तसा अहवाल द्यायला सांगू.

वाड्यावस्त्यांच्या जागा कोणाच्या नावावर आहेत ते बघून गावठाण दर्जाविषयी विचार करू... अशी उत्तर या अधिकाऱ्यांकडून आजपर्यंत मिळत होती. तीचतीच उत्तरं ऐकून आता नानाजीही विटले होते. म्हणूनच काही दिवसांपूर्वी त्यांनी जिल्हाधिकाऱ्यांना इशारा दिला होता,

''साहेब, सत्तर वर्षे झाली तरी टाटाच्या मावळ मुळशीतील धरणग्रस्तांचे पुनर्वसन झाले नाही. या धरणग्रस्तांच्या जमिनी बुडवून आज मुंबईत झगमगाट झाला आहे. टाटाचे उद्योगधंदे वाढले, पण या धरणग्रस्तांना अजूनही भाकरीची चिंता आहे. धरणानं त्यांच्याभोवती फास आवळला. त्यात ते तडफडत आहेत. त्यांची ती तडफड थांबावी म्हणून मी तुमच्याकडं स्वातंत्र्य मिळाल्यापासून गेली बेचाळीस वर्षांपासून अर्ज करत आहे. पण त्याच्यावर आपण काहीच कार्यवाही केली नाही. आता मात्र आम्हांला या धरणग्रस्तांचे हाल बघवत नाहीत. तुम्ही आमच्या मागण्या मान्य करा. सहनशीलतेचा अंत बघू नका, नाहीतर आपल्या हक्कासाठी हे शेतकरी दहा एप्रिलला रस्त्यावर उतरतील. आमचा हा मोर्चा शांततेच्या मार्गाने निघणार असला तरी टाटानं ज्यांना दारिद्र्याच्या खाईत लोटलं आणि जनावरांपेक्षाही वाईट जीवन जगायला लावलं ते शेतकरी आता टाटा आणि सरकार या दोघांवर संतापलेले आहेत. मोर्चाच्या वेळी त्यांचा संताप अनावर होऊ शकतो. त्याचं नियंत्रण करणं ही सर्वस्वी आपली जबाबदारी असेल. कारण हा मोर्चा काढण्याची आमची इच्छा नव्हती. तो काढण्याला तुम्ही भाग पाडलं.''

असं बोलून नानाजींनी मोर्चाची नोटीस जिल्हाधिकाऱ्यांना दिली. तेव्हा जिल्हाधिकाऱ्यांनी त्यांच्याकडं रागानं पाहिलं होतं. म्हणाले होते,

''तुम्ही हे बेकायदेशीर करत आहात. मोर्चाची धमकी देऊन तुम्ही आमच्यावर दबाव आणण्याचा प्रयत्न करत आहात. तुम्ही केलेल्या मागण्यांचा विचार शासनस्तरावर होईल. त्याला वेळ लागणार आहे.''

''किती वेळ? धरण झाल्यापासून गेल्या सत्तर वर्षांत हे शेतकरी कसे जगतात आणि कसे मरतात, याची काही नोंद आहे तुमच्याकडं? तुमच्या शासनस्तरावरच्या निर्णयाची वाट आम्ही पाहत आलो, म्हणूनच एवढी वर्षे गेली. आमच्या पिढ्या बर्बाद झाल्या. आता आम्हांला आमच्या पुढच्या पिढ्या बर्बाद होऊन द्यायच्या नाहीत. आम्ही निवडून दिलेलं शासन अमच्यासाठी काम न करता टाटासारख्या भांडवलदारासाठी राबत असेल तर आम्ही

रस्त्यावर उतरणार. आता आमचा निर्णय पक्का झाला आहे. आणि आम्ही जे ठरवलंय ते करणाच.''

नानाजी जिल्हाधिकार्‍यांना असं सांगून आले होते. आता मात्र मोर्चाचा दिवस जवळ आल्यावर हे सगळं धरणग्रस्तांना सांगताना एक गोष्ट त्यांनी आवर्जून सांगितली. म्हणाले,

''मी हे जिल्हाधिकार्‍यांना ठणकावून आलो असलो तरी आपण मोर्चा मात्र शांततेच्या मार्गानं काढायचा. मी अनेक जिल्हाधिकारी पाहिले आहेत. परिस्थिती हाताबाहेर जायला लागली तर आपल्याला अटक होऊ शकते. आपण पोलिसांनाही मोर्चाची सूचना दिली आहे. तेही असणारच. तेव्हा आपण अटक होऊ अशी परिस्थिती निर्माण करायची नाही. नाहीतर लोकांना तुरुंगातून सोडवण्याची आणखी वेगळी लढाई आपल्याला लढायला लागेल, ती आपल्याला परवडणारी नाही.''

नानाजींच्या या सूचना सर्वांनीच नीट ऐकून घेतल्या. नामदेवही त्या ऐकत होता. आता आपली जमीन मिळण्याचे दिवस आले असं त्याला वाटायला लागलं होतं. असा एकत्र होऊन लढायचा विचार आला की त्याला पौडच्या कुलकर्णी वकिलांची आठवण होते. त्यांचं खरंही होतं. हे काम एकट्याचं नव्हतं. आपण एकटे वरवरची लढाई करत होतो. भाऊसाहेबांना भेट, सरपंचांना भेट. इतक्या वर्षांत या असल्या भेटींनी काहीच झालं नाही. म्हणून मोर्चाचं कळल्यापासून त्याच्या नानाजींकडच्या चकरा आणखीनच वाढल्या होत्या. या काळात नानाजींकडं रोज मोर्चाचं नियोजन चालायचं. नामदेव ते ऐकत बसायचा. नानाजींकडून मुळशीच्या बेटावरूनचा अंक मिळत होता. त्यातूनही त्याला बर्‍याच गोष्टी कळत होत्या. पण मागच्या तीन-चार महिन्यांत नानाजींकडून त्याला एकही अंक मिळाला नव्हता. अगोदर नानाजी तो आठवणीनं द्यायचे. आता का देत नाही? असा प्रश्न नामदेवच्या मनात घोळत होता. पण त्यानं तो नानाजींना विचारला नाही. मोर्चाचं नियोजन करण्याच्या गडबडीत विसरत असतील, अशी स्वतःच्याच मनाची समजूत घालून तो गप होता.

मात्र 'मुळशीच्या बेटावरून' न मिळण्याचा उलगडा याच मोर्चाच्या तयारीच्या काळात एक दिवस झाला.

मोर्चाच्या आधी दोन दिवस नानाजींनी त्यांच्या अंगणात बसलेल्या

पाच-पन्नास धरणग्रस्तांना एक गोष्ट सांगितली. त्याचं सगळ्यांनाच वाईट वाटलं. ते म्हणाले,

"मंडळी, आज आपण मावळ मुळशीतले सर्व धरणग्रस्त संघटित झालो आहोत. पण आपल्याला संघटित करण्यासाठी, आपल्या वेदनांना वाचा फोडण्यासाठी आणि आपल्या समस्या सर्वांपर्यंत पोचवण्यासाठी ज्या मुळशीच्या बेटावरूननं महत्त्वाचं काम केलं ते वर्तमानपत्र आता बंद पडलं आहे. संपादक धैर्यशील जोशी मोठ्या तळमळीनं हे वर्तमानपत्र चालवत होते. मुळशीच्या धरणभागात, डोंगरांमध्ये जाणारं तेवढं एकच वर्तमानपत्र होतं. सत्याग्रहाच्या काळात या भागातल्या जुन्या लोकांना केसरी माहीत होता म्हणे, पण नंतरच्या काळात बाकीची वर्तमानपत्रं या भागातील लोकांनी कधी पाहिलेलीसुद्धा नाही. जोशींनी ते जाणलं होतं. म्हणूनच पदरमोड करून ते हे काम करत होते. पण आता ते त्यांना शक्य नाही. महिन्यातले एक-दोन अंक तरी वाड्यावस्त्यांवर पोचायचे. त्यांना खरं काय खोटं काय ते कळायचं. ते आता कळणार नाही. पण काही असलं तरी मुळशीच्या बेटावरूननं आपलं काम केलं आहे. धरणग्रस्त एकत्र आले आणि आपली संघटना स्थापन झाली. टाटा धरणग्रस्त संघटना. आता या संघटनेच्या माध्यमातून आपल्याला लढायचं आहे. आपली ही लढाई तेव्हाच थांबेल जेव्हा आपल्या मागण्या मान्य होतील."

तुकाराम मुळशीच्या बेटावरूनची वाट बघत बसायचा. सगळ्या पठारवस्तीला तो ते वाचून दाखवायचा. आता ते त्याला कधीच मिळणार नव्हतं. तुकारामला हे कळल्यावर तो नाराज झाला. म्हणाला,

"मला वाटलं आज पेपरात दहा एप्रिलच्या मोर्चाची सगळी माहिति लिहिली असंल! आता तेच बंद झाल्यावर आपल्याला तिकडं काय चाललंय ते कसं कळणार?"

"आता आपूनच जायचं तिकडं. आपली जमीन आपल्या नावाव व्हत नाय तवर."

नामदेव तुकारामकडं बघत निर्धारानं बोलला. तेव्हा पुणेकर आणि मुंबईकर पोरांमध्ये उठबस करणारा तुकाराम त्याच्याकडं नुसताच पाहत राहिला.

दहा एप्रिलला मोर्चा निघाला. शनिवारवाड्यासमोर सगळे धरणग्रस्त जमा झाले. नामदेव पठारवस्तीवरच्या लोकांना घेऊन त्यात सामील झाला. चार-पाचशे लोक एकत्र आले होते. अंगावर मळकी, फाटकी कपडे, कोणाच्या पायात तुटक्या चपला तर कोणी अनवाणी. त्यांच्या या रूपावरून ते कोणाला लांबच्या जंगलातून आलेले आदिवासी वाटत होते. त्यामुळं पुण्यातले लोक जाता-येता थांबून त्यांच्याकडं बघत होते. बहुतेकांनी भाकरी बांधून आणल्या होत्या. फणसवाडीच्या माळकऱ्यांनी टाळ पखवाजही आणलं होतं. त्यांनी शनिवाड्यासमोरच भजन सुरू केलं. बघता बघता सगळेच त्यात सामील झाले. हा भजनाचा कार्यक्रम बराच वेळ रंगला. ती या लोकांच्या आवडीचीच गोष्ट. त्यामुळं कोणीच कंटाळणारं नव्हतं. पण अकरा वाजायच्या दरम्यान नानाजी आणि तात्या लोकांसमोर उभे राहिले. नानाजींना काहीतरी बोलायचं आहे, असं समजून भजनकऱ्यांनी भजन थांबवलं. मग सगळ्यांवर एक नजर फिरवून नानाजी बोलायला लागले. म्हणाले,

''मंडळी, आज आपल्या लढ्याने पुन्हा मोठं रूप घेतलं आहे. इतिहास सांगतो, की मुळशी सत्याग्रहात आपल्या पूर्वजांचा पराजय झाला. पण मी त्या पराजयाला पराजय मानतच नाही. कारण आपल्या पूर्वजांनी मुळशी सत्याग्रहापासून सुरू केलेली लढाई अजून संपलेली नाही. त्याचा पुरावा म्हणजेच आज या शनिवारवाड्यासमोर जमलेले तुम्ही सर्व शेतकरी आहात. पराजय तेव्हाच झाला असता जेव्हा आपल्या पूर्वजांनी शत्रूसमोर गुडघे टेकले असते. हत्यार टाकलं असतं. मैदानातून पळ काढला असता किंवा आपले पूर्वज नाहीसे झाले असते. पण त्यापैकी काहीच झालेलं नाही. आपले पूर्वज सत्याग्रहाच्या लढाईत कुठं कमी पडले नाहीत. पुढाऱ्यांच्या आपापसातल्या राजकारणाचा फायदा शत्रूने घेतला. आणि टाटाने आपला मुलूख ताब्यात घेतला. आज त्या मुळशी सत्याग्रहातल्या योद्ध्यांचे वंशज त्यांनी सुरू केलेला लढा आपल्या परीने लढायला इथं जमले आहेत. आज आपला शत्रू तोच आहे. टाटा. सत्तर वर्षांपूर्वी त्याला बळ देणारा आपला आणखी एक शत्रू होता, तो म्हणजे इंग्रज. आज तो नाही, म्हणून टाटाला बळ देणारं आणि तेव्हासारखा आताचाही आपला लढा चिरडून टाकणारं टाटाला कोणी भेटणार नाही असं नाही. गोरे इंग्रज गेले असले तरी काळ्या कातड्याचे इंग्रज इथल्या सरकारी कचेऱ्यांत कमी नाहीत. स्वातंत्र्यानंतरही आपल्याला मूलभूत हक्कांसाठी

लढा द्यावा लागत आहे, ते या काळ्या कातडयाच्या इंग्रजांमुळंच. तेव्हा मागे हटायचं नाही. आपल्या जमिनी बुडाल्या. त्यावर वीज बनून आज मुंबईत झगमगाट सुरू आहे. तिथं आमचे बांधव ऐशआरामात राहतात याचा आम्हाला आनंद आहे. त्यांच्यासाठी आम्ही बुडालेल्या जमिनीचा विचार सोडून दिला. पण न बुडालेल्या आमच्या जमिनीवरही टाटा आम्हांला जगू देत नसंल तर आम्ही ते कधीच सहन करणार नाही. आता आपला लढा आहे तो याचसाठी आणि तो आपण लढणार आहोत शेवटपर्यंत. आपण प्रयत्न करायचा आहे, कसलीही हिंसा न करण्याचा. तो तुम्ही कसोशीनं कराल याची मला खात्री आहे.''

नानाजींनी मोर्चाचा संबंध थेट जमलेल्या धरणग्रस्तांच्या पूर्वजांशी जोडल्यानं सगळ्यांच्याच मनात अभिमान जागृत झाला. नामदेवला म्हादूकडून ऐकलेल्या, साठेगुरुजींच्या पुस्तकातल्या सत्याग्रहाच्या अनेक घटना आठवल्या. त्याच्या शेजारी बसलेल्या तुकारामलाही त्या आठवल्या. त्या डोळ्यासमोर दिसत असतानाच तात्या बोलायला लागले, म्हणाले,

``बांधवांनो, नानाजींचं भाषण ऐकून आपण स्वातंत्र्यात जगत आहोत, हे खरं वाटत नाही. हा शनिवारवाडा आपल्या मुळशी सत्याग्रहाच्या दृष्टीनं मोठं ऐतिहासिक ठिकाण आहे. सत्तर वर्षांपूर्वी अहिंसेच्या मार्गानं सुरू असलेल्या मुळशीच्या लढ्यात, आपल्या हक्कासाठी टाटा आणि इंग्रजांनी सेनापती बापटांना हिंसेचा आधार घ्यायला भाग पाडून तुरुंगात डांबले. तुरुंगातली शिक्षा भोगून सेनापती बापट जेव्हा बाहेर आले तेव्हा याच शनिवारवाड्यावर त्यांचा सत्कार करण्यात आला होता. तेव्हा सेनापतींना वाटलं होतं, अहिंसेच्या मार्गानं न्याय मिळाला नाही, तर मुळशीतले मावळे इतर कोणत्याही मार्गाने टाटाला धडा शिकवून न्याय मिळवल्याशिवाय राहणार नाहीत. पण तुम्ही मावळ्यांनी आजपर्यंत संयम दाखवला आहे. टाटानं अजून अंत पाहू नये, नाहीतर सेनापतींनी याच शनिवारवाड्यावरून जो सूचक इशारा दिला होता, त्या मार्गानं मुळशीतली आजची पिढी गेल्याशिवाय राहणार नाही, असं वाटावं अशी आजची परिस्थिती आहे. पण मला वाटतं टाटा आपला तेवढा अंत पाहणार नाही. नानाजी म्हणाले, मुळशी सत्याग्रहात आपले पूर्वज हारले नाहीत. त्यांचा पराजय झालेला नाही. पण इतिहास आपल्याला सांगत आहे, की आपला पराजयच झाला आहे. तसं नसतं तर

आपल्या जमिनी धरणात बुडाल्या नसत्या. आपली गावं, घरं, देवळं धरणात बुडाली नसती, टाटा आपल्या उरावर येऊन बसला नसता. तेव्हा वास्तव आपल्याला नाकारून चालणार नाही. पण म्हणून नानाजी जे बोलले ते खोटं ठरत नाही. नानाजींना तसे बोलण्याचा हक्क आहे. कारण ते आणि त्यांचे वडील मुळशी सत्याग्रहापासून आजपर्यंत लढतच आहेत. त्यांचा लढा कधी थांबलाच नाही. मग ज्यांनी कधी हत्यार टाकले नाही, मैदानातून पळ काढला नाही ते आपला पराजय मानणार कसे? असे अनेक नानाजी आपल्या धरणभागात आहेत. जे गेली सत्तर वर्षे लढत आहेत. नानाजींचे म्हणणे काहीही असू दे, मला मात्र आज महात्मा गांधींची आठवण होत आहे. त्यांच्या 'खेड्याकडे चला' या हाकेला आपला देश विसरला आहे. त्यांनी दाखवलेल्या अहिंसेच्या मार्गानं सुरू झालेला मुळशीचा लढाही आज मला वेगळ्याच वळणावर दिसत आहे. नानाजी म्हणतात, तसा तो जर अजून चालू असेल तर तो आज कसा आहे? जान देऊ किंवा जमीन देऊ म्हणून सुरू झालेला लढा आज आम्हा धरणग्रस्तांना आता जगण्याचा मूलभूत हक्क तरी मिळावा इथंपर्यंत येऊन पोचला आहे. आणि हे घडत आहे ते आपल्या स्वराज्यात. इंग्रज राजवटीत नाही. टाटांसारख्या भांडवलदारांसाठी, शहरात राहणाऱ्या मूठभरांसाठी खेड्यातल्या शेतकऱ्यांनी आपल्या हक्कांना आणि गरजांना मुरड तरी किती घालायची? जीव देऊ किंवा जमीन देऊ म्हणणाऱ्या मुळशी सत्याग्रहातल्या शेतकऱ्यांची जमीन त्यांच्या इच्छेविरुद्ध घेतली. त्यांना देशोधडीला लावलं. आज त्यांचे वंशज आपल्याच वरकस जमिनीचा तुकडा टाटाच्या तोंडून वाचावा म्हणून लढत आहे. तो जमिनीचा तुकडा काढून घेऊन टाटा या धरणग्रस्तांचा वंश बुडवायला निघाला आहे. त्याचा हा हेतू आपण साध्य होऊन द्यायचा नाही. टाटाला साथ देणाऱ्या सरकारच्या दरबारी आज आपण आपलं गाऱ्हाणं मांडायचं आहे. तेव्हा चला, आपण आता धडक देऊ ती जिल्हाधिकारी कार्यालयाला."

असं बोलून तात्यांनी नानाजींकडं पाहिलं. म्हणाले,

"नानाजी. आता आपण निघाले पाहिजे. साडेअकरा वाजता जिल्हाधिकारी कचेरीत येणार आहेत. आता पावणेअकरा वाजले. तिथं जाईपर्यंत साडेअकरा होतील."

"ठीक आहे. चला."

असं म्हणून नानाजींनी सर्व धरणग्रस्तांकडं पाहिलं. म्हणाले,

‘‘मंडळी, घोषणा कशा द्यायच्या ते तुम्हाला माहीतच आहे. घोषणा देत आणि भजन करीत आपण आता चालत निघाचंय, मग बोला, हक्काची जमीन...’’

‘‘मिळालीच पाहिजे.’’ सर्वांनी एकदम आवाज दिला. मग धरणाचा फास, निघालाच पाहिजे. गावठाण दर्जा, मिळालाच पाहिजे... अशा अनेक घोषणा देत मोर्चा जिल्हाधिकारी कार्यालयाकडं निघाला. घोषणा आणि भजनाच्या गजरात तो साडेअकरा वाजता जिल्हाधिकारी कार्यालयावर पोहोचला.

पोलिसांनी तो गेटवरच अडवला. मग तात्या आणि नानाजी सर्व धरणग्रस्तांना घेऊन गेटवरच बसले. गेटवरच घोषणा घुमल्या. भजनाचा गजर झाला.

ऊन तापलं होतं तरी धरणग्रस्त जागचे हालत नव्हते.

एक वाजण्याच्या दरम्यान नानाजी पोलिसांना भेटले. म्हणाले,

‘‘आम्ही हा मोर्चा बेकायदेशीर काढला नाही. मोर्चाची नोटीस दिलेली आहे. जिल्हाधिकाऱ्यांना ते सगळं माहीत आहे. आम्हांला त्यांना भेटू द्या. निवेदन देऊ द्या. आमच्या मागण्यांसंदर्भात त्यांचं काय म्हणणे आहे ते त्यांनी या सर्व धरणग्रस्तांना सांगितल्याशिवाय आम्ही इथून जाणार नाही.’’

पण नानाजींच्या या बोलण्याचा पोलिसांवर काहीच परिणाम झाला नाही. ते म्हणाले,

‘‘कलेक्टरसाहेब ऑफिसमध्ये नाहीत. सीएमसाहेबांनी अचानक मीटिंगला बोलावल्यामुळे ते सकाळीच मुंबईला गेले आहेत.’’

इन्स्पेक्टरनं दिलेली ही माहिती ऐकून नानाजी उखडले. म्हणाले,

‘‘आम्ही सर्व धरणग्रस्त येणार असल्याची सूचना दिलेली असताना ते मुंबईला गेलेच कसे?’’

‘‘तुमच्या सूचनेचं पालन करायला तुम्ही काय मुख्यमंत्र्यापेक्षा मोठे आहात काय?’’

इनस्पेक्टरची ही अरेरावी ऐकून नानाजींचा रागाचा पारा आणखीनच चढला. ते तात्यांजवळ आले. म्हणाले,

‘‘तात्या, पोलीस आपल्याला आत सोडणार नाही. आपण इथं उन्हात बसून मेलो तरी त्यांना त्याचं काही वाटणार नाही. आता सावलीला निवांत बसलेल्या पोलिसांना आपण हलवलं पाहिजे.’’

“म्हणजे काय करायचं?” तात्यांनी विचारलं. तेव्हा रस्त्यांवरच्या गाड्यांकडं बघत नानाजी म्हणाले,

“आता गेटजवळ आणि फूटपाथवर नाही तर रस्त्यावर बसायचं. वाहतुकीचा खोळंबा होऊ द्या म्हणजे हालतील पोलीस.”

नानाजींनी असं म्हणायला अवकाश की तात्यांनी लोकांना रस्त्यावर बसायला सांगितलं. शेतकरी तापलेल्या डांबरी रस्त्यावर बसले आणि दहा मिनिटांत रस्ता दोन्ही बाजूंनी गाड्यांनी भरला. तो बघून इन्स्पेक्टर धावत नानाजींजवळ आला. नानाजींची युक्ती यशस्वी झाली. जवळ आलेल्या इन्स्पेक्टरकडं बघत ते म्हणाले,

“तुम्ही कायद्याचं रक्षण करणारेच आम्हांला कायदा मोडायला लावता. आम्हांला हे सगळं करायचं नव्हतं. पण तुमची अरेरावी बघून ते करावं लागलं. आता आम्ही साहेबांना भेटल्याशिवाय इथून जाणार नाही.”

इन्स्पेक्टरला घाम पुटला. मघाशी अरेरावी करणारा एकदम शांत झाला. म्हणाला,

“कलेक्टरसाहेब खरंच मुंबईला गेले आहेत. मी त्यांच्याशी फोनवर बोलून तुमची समस्या सांगतो. पण तुम्ही पहिल्यांदा या लोकांना रस्त्यावरून उठवा. नाहीतर आम्हांला लाठीचार्ज करावा लागेल.”

“करा. तुमच्या हातात काठ्या आहेत. तुम्ही काहीही करू शकता. पण आम्ही साहेबांना भेटल्याशिवाय इथून हलणार नाही.”

नानाजींचा निर्धार पाहून घाम फुटलेल्या इन्स्पेक्टरनं पोलिसांना वाहतूक सुरळीत करण्याचे आदेश दिले आणि तो पळतच कचेरीत गेला.

पोलीस रस्त्यावर बसलेल्या लोकांना धक्काबुक्की करायला लागले. हाताला धरून रस्त्यावरून ओढत बाजूला घ्यायला लागले. पण लोक पुन्हा रस्त्याच्या मध्ये जाऊन बसायला लागले. तासभर चाललेला हा खेळ इन्स्पेक्टर हातात जिल्हाधिकाऱ्यांचा फॅक्स घेऊन आल्यावरच थांबला. त्यानं नानाजींच्या हातात तो फॅक्स दिला. म्हणाला,

“साहेबांनी तुमचे निवेदन ठेवून घ्यायला सांगितले आहे. आणि फॅक्सवरून हे पत्र तुम्हाला पाठवले आहे.”

नानाजींनी ते पत्र पाहिलं. त्यावर लिहिलं होतं, ‘मुळशी धरणग्रस्तांच्या मागण्यांसदर्भात शासनस्तरावर विचारविनिमय चालू असून शेतकरी कसत

असलेल्या पण न बुडालेल्या वरकस जमिनींसंदर्भात तहसीलदारांमार्फत लवकरच संबंधित जमिनीच्या मालकी हक्कासंदर्भात पंचनामा करून योग्य तो निर्णय घेतला जाईल. याबाब संघटनेच्या नेत्यांशी लवकरच चर्चा केली जाईल.'

नानाजी अशीच उत्तर आजपर्यंत ऐकत आले होते. पण ती सगळी तोंडी होती. आज मोर्चा आल्यामुळं ते उत्तर लेखी स्वरूपात मिळालं होतं. मोर्चाचं एवढं तरी फलित मिळालं, असं समजून त्यांनी ते पत्र सर्व लोकांना वाचून दाखवलं आणि म्हणाले,

''मंडळी, आज आपल्याला जिल्हाधिकारी भेटले नसले तरी आपला मोर्चा काय फुकट गेला नाही. पत्र देऊन त्यांनी दखल घेतली आहे. आता आपण आपलं निवेदन आणि गावठाण दर्जाचे प्रस्ताव देऊ आणि आजचा मोर्चा इथंच थांबवू. पण आपली लढाई इथं थांबणार नाही. जिल्हाधिकाऱ्यांनी या पत्रात दिलेलं आश्वासन ते पूर्ण करत नाही, तोपर्यंत लढायचं. हाक येईल तेव्हा उठायचं आणि मोर्चात सामील व्हयाचं.''

लोकांनी रस्ता मोकळा केला. फूटपाथवर येऊन थांबले. नानाजी आणि तात्या जिल्हाधिकारी कार्यालयात गेले. तिथल्या कारकुनाकडं गावठाण मंजुरीचे दहा-बारा प्रस्ताव आणि वरकस जमिनी कसणाऱ्या शेतकऱ्यांच्या नावावर करण्याबाबतचे निवेदन दिले. असे प्रस्ताव आणि निवेदनं नानाजींनी शेकडोनं दिली आहेत. मात्र आज मोर्चाचा दबाव येऊन जिल्हाधिकारी काहीतरी निर्णय घेतील, असं त्यांना वाटत होतं. पण तसं काहीच घडलं नाही. केवळ लेखी आश्वासनाच्या पत्रावर समाधान मानून ते सर्व लोकांना घेऊन परत माघारी फिरले.

✧✧✧

आठ

शासनस्तरावरचा विचारविनिमय पाच वर्षे झाली तरी चालू आहे. तहसीलदार, मंडल अधिकाऱ्यांमार्फत गावठाणांचे आणि वरकस जमिनी कसणाऱ्या शेतकऱ्यांच्या जमिनीचे पंचनामे करू म्हणणारे जिल्हाधिकारी तर बदली होऊन गेलेच, पण त्यांच्यानंतर आलेले जिल्हाधिकारीही आपला कार्यकाल यशस्वीरीत्या पूर्ण करून बढतीवर मंत्रालयात गेले. आता नानाजी आणि तात्या नवीन आलेल्या जिल्हाधिकाऱ्यांना दर महिना-पंधरा दिवसाला भेटतात. नानाजींनी असे डझनभर जिल्हाधिकारी पाहिले. सगळ्यांनीच नानाजींच्या आणि धरणग्रस्तांच्या हजारो निवेदनांना आणि अर्जांना केराची टोपली दाखवली आहे. तरीही आंबेडकरांना मानणाऱ्या नानाजींचा लोकशाहीवर आणि त्या लोकशाहीतील शासनव्यवस्थेवर अजूनही विश्वास आहे. या देशातील विषमता दूर होऊन समता प्रस्थापित झाली पाहिजे. विशिष्ट मूठभर वर्गाच्या हातात आर्थिक आणि राजकीय सत्ता राहून हे मूठभर बहुसंख्यांना मजूर, गुलाम बनवू नये म्हणून त्यांनी समतेवर आधारित राज्यघटनेची निर्मिती केली. आंबेडकरांना अपेक्षित असलेली ती समता, न्याय जाणणारा आणि या धरणग्रस्तांची वेदना समजणारा एखादा तरी अधिकारी आपल्याला भेटेल आणि टाटा धरणग्रस्तांचा वनवास संपेल, अशी आशा इतक्या वर्षाच्या संघर्षातून आलेल्या वाईट अनुभवांनंतरही नानाजींना वाटत आहे. त्यांचा हा आशावाद आंबेडकरांनी दिलेल्या राज्यघटनेतून आला आहे. ती घटना त्यांना बळ देत आहे. आणि त्या बळावरच ते टाटा धरणग्रस्तांसाठी लढत आहेत. या लढ्यातून आजपर्यंत त्यांच्या हाती काहीच लागलं नव्हतं. सरकारी कार्यालयांत हेलपाटे मारण्यातच नानाजींनी आपलं आजपर्यंतचं आयुष्य घालवलं आहे. कधी कधी ते धरणग्रस्तांशी बोलताना म्हणतात,

"माझ्या वडलांनी टाटा आणि सरकार विरोधात मुळशी सत्याग्रहापासून

सुरू केलेला लढा मी लढत आहे. या लढ्यात माझ्या वडलांच्या हाती काही लागलं नाही. मीसुद्धा तुम्हा धरणग्रस्तांच्या पदरात अजून काही पाडू शकलो नाही. इतक्या वर्षात तुम्हाला स्वतःचं गाव मिळालं नाही. पिकवून खायला आणि जगायला हक्काची जमीन मिळाली नाही. समोर धरण भरलेलं दिसत असताना पिण्याच्या पाण्यासाठी रानातले झरे धुंडाळत वणवण करणाऱ्या आया-बहिणींना बघितल्यावर वाटतं, काय उपयोग आपला. सरकार ऐकत नाही. टाटा विचारत नाही, मग किती दिवस असं जगायचं! वाटतं सगळं सोडून द्यावं. तुम्ही धरणग्रस्त आपल्याला स्वाभिमानानं जगता येईल, हक्काची जमीन कसता येईल, गाव मिळेल, पाणी मिळेल, शिक्षण मिळेल आणि आपल्याच जमिनीत कष्टाने पिकवलेल्या पिकावर कोणी भाडेपट्टा आणि खंडाच्या नावाखाली लुटणार नाही, ही आशा तरी सोडून द्याल. पण नंतर वाटतं. ही आशा तुम्हांला मी नाही दाखवणार तर कोण दाखवणार? जमिनी बुडाल्यावर गावशिव सोडून गेलेल्या इथल्या शेतकऱ्याची आताची पिढी मुळशी सत्याग्रहाला विसरली. आणि मातीशी इमान राखून गावाशिवेला चिकटून इथल्या रानात राहणारी आजची पिढी चांगलं जगणंच विसरून गेली. स्वातंत्र्याने इंग्रजांची गुलामी घालवली. जगण्याचे मूलभूत हक्क देऊन चांगलं जगणं दिलं म्हणतात. पण ते धरणाबाहेरच्यांना. धरणातल्या तुम्हा-आम्हा शेतकऱ्यांची गुलामगिरी अजून गेली नाही. ती जावी म्हणूनच मी धडपडत आहे. हा नानाजी सरकारी कार्यालयातले अधिकारी आणि तुम्हा धरणग्रस्तांशिवाय कोणाला माहीत नाही. माहीत तरी कसा होईल. ज्यांनी आपल्याला खिसगणतीतही धरलं नाही ते आपल्याकडं का बघतील. अशा दूर लोटलेल्यांसाठी जर मी सगळं माहीत असतानाही लक्ष दिलं नाही तर मला नरकातही जागा मिळायची नाही. म्हणून मी लढत आहे. माझ्यासाठी आणि तुमच्यासाठीही. धैर्यशील जोशींनी मुळशीच्या बेटावरून काढून मोठं धैर्य दाखवलं. टाटांचं खरं रूप अजून जगाला माहीत नसलं, तरी धरणग्रस्तांच्या आजच्या पिढीला तरी कळलं. जोशींचं ते योगदान वाया गेलं नाही. आज संघटना स्थापन झाली. उद्या हीच संघटना सरकार आणि टाटाकडून आपले हक्क मिळवेल, याची मला खात्री आहे. ते ज्या दिवशी होईल, त्या दिवशी मी नसलो तरी माझा लढा असेल. आणि तो यशस्वी लढा असेल!''

नानाजी धरणग्रस्तांसमोर आज पुन्हा भरभरून बोलले. आज त्यांच्याभोवती

टाटाचे धरणग्रस्त आहेत ते त्यांच्या या बोलण्यामुळंच. नाहीतर आजपर्यंत पदरात काही न पडलेले धरणग्रस्त नुसते अर्जविनंत्या करणाऱ्या नानाजींकडं चकरा का मारत बसले असते?

एकत्र येऊन जिल्हाधिकारी कार्यालयावर मोर्चा काढणं हे या धरणग्रस्तांच्या दृष्टीनं मोठी गोष्ट होती. पाच वर्षांपूर्वी निघालेल्या मोर्चानं जिल्हाधिकाऱ्यांच्या एका पत्राशिवाय काही मिळालं नव्हतं. पण मागच्या पाच वर्षांत अनेक धरणग्रस्त नानाजी आणि तात्यांबरोबर सरकारी कचेऱ्यांमध्ये जायला लागले होते. कारकुनासमोर जायला घाबरणारा नामदेव तहसीलदार, जिल्हाधिकाऱ्यांसमोर जाऊन बोलायला लागला होता. नानाजींना ही गोष्टसुद्धा मोठी वाटत होती. असं धाडस इतक्या वर्षांत त्यांनी कधी या धरणग्रस्तांमध्ये पाहिलं नव्हतं. धरणग्रस्त असा जागा होऊन आपल्या हक्कासाठी स्वतः संघटित होऊन लढायला लागला होता, तसा टाटाही सावध होऊ लागला होता. पंचाहत्तर वर्षांपूर्वी इंग्रज सरकार आणि मूठभर सावकारांना हाताशी धरून टाटाने डाव साधला. मग एकदा या शेतकऱ्याभोवती धरणाचा फास आवळल्यावर त्याच्या अडाणीपणाचा फायदा घेत आजपर्यंत त्यांचं रक्त शोषित स्वतः वाढत राहिला. मात्र, आता मोठ्या उदारपणाचा आव आणत शेतकऱ्यांकडून त्यांच्याच जमिनीची घेत असलेली भाडेपट्टी बंद केली. काही धरणग्रस्त मोर्चाचं तेवढं तरी फलित मानतात. पण नानाजींना तेवढ्यावर समाधान मानायचे नाही. धरणात न बुडालेल्या वरकस जमिनी वर्षानुवर्षे कसणाऱ्या शेतकऱ्यांच्या नावावर झाल्या पाहिजेत. तरच इथला धरणग्रस्त मानाने जगू शकेल, असं नानाजींना वाटत होतं. पंचाहत्तर वर्षांत टाटानं त्या सोडल्या नाहीत. उलट त्या जमिनीचं भाडंच खाल्लं. त्या वरकस जमिनीवर कसणारा शेतकरी आता मालकी सांगायला लागल्यावर टाटाचा त्या वरकस जमिनी बुडविण्याचाही विचार सुरू झाला. धरणाची पाण्याची पातळी वाढविण्याच्या त्याच्या हालचाली यासाठीच सुरू झाल्या होत्या. शेतकऱ्यांना शेतीसाठी पाणी देण्याच्या नावाखाली धरणात जास्त पाणी साठणार होतं. पण त्यानं धरणाच्या पाण्याबाहेर वरकस जमिनीवर राहणाऱ्या वाड्यावस्त्यांना पाणी टेकणार होतं. या धरणग्रस्तांना पुन्हा एकदा उठायला लागणार होतं. गावाचा दर्जा नसला तरी वाड्यावस्त्यांवर राहणाऱ्या या धरणग्रस्तांनी आपले भावसंबंध नव्यानं निर्माण केले होते. तिथली झाडं, करवंदीच्या जाळ्या, पाण्याचे झरे,

देवाची देवळं, स्वतः राबून काढलेली वावरं... या सगळ्यांशी त्यांचं भावनिक नातं जुळलं होतं. पुन्हा एकदा ते सगळं बुडण्याची भीती आता या लोकांना वाटायला लागली होती.

पोमगावची बौद्धवस्ती, फणसवाडी, सुसाळे यांच्यासारखीच पठारवस्तीही त्याला अपवाद नव्हती. प्रत्यक्ष घरं पाण्यात बुडाली नाही तरी वस्तीजवळ पाणी आलं तरी टाटा कॅचमेंट एरियाच्या नावाखाली जमीन ताब्यात घेणार. मग सिधा पडवळासारखीच आपलीही अवस्था होणार या विचारानं पठारवस्तीची झोप उडाली. सिधा पडवळ मेला. त्याची बायको मेली. पोरगा परागंदा झाला. धरणानं ते घर असं उद्‌ध्वस्त झालं. ना त्याच्या जन्माची नोंद ना मृत्यूची. सिधा पडवळ या रानात जनावरासारखा जन्मला आणि तसाच मेला. आता तेच मरण पठारवस्तीला दिसायला लागलं होतं.

बारकूदाचं घर सगळ्यात खालच्या बाजूला. त्यामुळं पाणी वाढलं तर पहिलं त्याच्याच घराला टेकणार. त्यामुळं तो नामदेवला घेऊन दोन वेळा टाटा कंपनीच्या ऑफिसमध्ये जाऊन आला. पण तिथं काही दाद मिळाली नाही. उलट तुम्हालाच शेतीसाठी पाणी मिळावं म्हणून आम्ही पाण्याची पातळी वाढवतोय, असं सांगून त्यांची बोळवण केली. आता कुठंच काही मार्ग दिसेना म्हणून नानाजींच्याच कानावर ही गोष्ट घाल, म्हणून नामदेवला बारकूदा म्हणाला,

''नामादा, मोर्चानी जमीन आन्‌ हक्काचं गाव मिळनं दूर, उलट हाये ते बुडायची येळ आली. हे नानाजींच्या कानाव घातलं पायजे.''

''समदं माह्यती हाये नानाजींना. पन ते येकले काय काय करनार! या समद्याला इरोध करन्याचं काम हितल्या खासदार, आमदार आन्‌ समभापतीसारख्या पुढाऱ्यांचं. पन ते आन्‌ त्यांच्या मागं-म्होरं करनारे त्यांचे चमचे आपल्यापुरतंच बघत्यात. टाटाकून आपल्याला कंत्राट कसं मिळंल आन्‌ आपलं भलं कसं व्हईल, येवढ्यावच डोळा त्यांचा. आपून मरतोय का जगतोय याचं काय पडलंय त्यांना.''

नामदेवचा आताच्या पुढाऱ्यांवरचा राग असा व्यक्त झाला. हे पुढारी कधी धरण भागात फिरकत नाही. इथल्या वाड्यावस्त्यांना गावठाण दर्जा मिळावा. वरकस जमिनी कसणाऱ्या शेतकऱ्यांच्या नावावर व्हाव्यात म्हणून आजपर्यंत तालुक्यातल्या निवडून गेलेल्या लोकप्रतिनिधीनं शासन दरबारी

पोटतिडकीनं प्रयत्न केले नव्हते. उलट टाटा कंपनीकडून कंत्राटांसारख्या गोष्टीतून फायदे कसे उकळता येतील हेच त्यांनी पाहिलं. काही पुढारी तर निवडणूक निधीवरच डोळा ठेवत आले होते. मग टाटाचे मिंधे झालेल्या या पुढाऱ्यांना धरणग्रस्तांची कीव कशी येणार! आता इतक्या वर्षांनी टाटा सुधारणा केल्यासारख्या दाखवत आहे. मात्र काही धरणग्रस्तांना त्या वरवरच्या सुधारणा उपकारासारख्याच वाटायला लागल्या होत्या. ज्या पिढीला आपण काय गमावलं आणि आपले हक्क काय हेच माहीत नाही, त्यांना दगडधोंड्यांच्या पायवाटेवरून चालता चालता रस्ता दिसायला लागल्यावर तीच मोठी सुधारणा वाटायला लागली. नामदेवला मात्र या रस्त्यांचं अप्रूप नसलं तरी बारकूदासारख्यांना सुरुवातीला त्याचं मोठं कौतुक वाटायला लागलं होतं. पण आता या रस्त्यावर चालायला आपण इथं राहतोय की नाही, असं वाटायला लागल्यावर त्याचीही अवस्था नामदेवसारखीच झाली होती. निवडून गेलेले पुढारी असे मतलबी निघाल्यावर इथल्या धरणग्रस्तांना नानाजी आणि तात्यांसारख्यांची आठवण नाही होणार तर दुसरी कोणाची होणार! बारकूदालाही ती झाली. म्हणूनच त्यानं आज नानाजींकडं जाण्याचा विषय काढला. तेव्हा त्याला नामदेवनं मुद्दामच पुढाऱ्यांची आठवण करून दिली होती. हे पुढारी आपल्यासाठी काही करत नाहीत. आणि ज्या नानाजींनी आपल्यासाठी आयुष्य घालवलं त्यांना आपापसात जातिपातीचं राजकारण करून साथ देत नाहीत. तेव्हा महार-मराठा करीत मागे सरतो आणि पाणी गळ्यापर्यंत यायची वेळ आल्यावर परत त्यांच्या पायाशी जातो हे नामदेवला पटत नव्हतं. म्हणून तो आजपर्यंत पठारवस्तीवरच्या कोणालाही उघडपणे बोलला नसला तरी आज बारकूदाला बोलला. म्हणाला,

"बारकूदा, मागं त्या मोर्चाच्या येळी गावठान मंजूर व्हावं म्हनून नानाजींनी आपल्या पठारवस्तीकून अर्ज मागितला व्हता. आठावतं ना!"

बारकूदा त्या दिवशीचा सगळा प्रसंग आठवून मनातून शरमला. नामदेवची नजर चुकवत म्हणाला,

"आठावतं. पन गावाच्या म्होरं कुनाचं चालतं. समद्या गावालाच शिवा महाराचं घर गावाभायेर पायजे व्हतं."

"शिवा महार काय मानूस नाय? तोबी आपल्यावानीच हाये ना! मंग त्याला का गावाभायेर ठेवायचं ?"

नामदेवनं असा थेट प्रश्न विचारला तेव्हा कीर्तनात माणुसकीच्या मोठ्या मोठ्या गोष्टी सांगणाऱ्या बारकूदाची पंचाईत झाली. वैश्विक विचार सांगणारे बारकूदा नामदेव आणि शिवा महाराच्या वैयक्तिक संबंधावर आला. म्हणाला,

"नामादा, तुमचा आन् शिवा महाराच्या घराचा घरुबा समद्या पठारवस्तीला माह्यती हाये. तुमचं घर कसं त्याला इरोध करील. पन मला पठारवस्तीच्या इरोधात जाऊन कसं चालन. आता तूच सांग, खोऱ्यातला कुठल्या गावात महारांची घरं मराठ्यांच्या घराला चिकटून हायेत. समदीकं म्हारवाडं गावाभायेरच दिसत्यात. मंग आता आपली वस्ती गाव व्हनार असंन तर त्याला म्हारवाडा नको का?"

"येका घराकरता म्हारवाडा?"

"आज येक हाये. उंद्या वाढनारच की. मल्हारीची पोरं, आता लगीन झालेल्या उत्याची पोरं... बारदाना वाढल्याबिगार ऱ्हानार हाये का?"

"लय म्होरचा इचार करती पठारवस्ती. आजून कशात काय नाय. इतक्या वर्षात आताशी कुनीकं गावठान मंजुरीचा अर्ज दिलाय. त्यातबी येकोपा नाय. मंग सरकारला तेवढंच फावतं. मधल्यामधी अर्ज लिव्हनारा माझा तुक्या वाईट झाला. पन तो त्यानी त्याच्या मनानी लिव्हला नव्हता. नानाजींनी सांगितलं व्हतं म्हनून त्यानी लिव्हला व्हता..."

"जाऊ दे. मागलं नको उकरीत बसायला. आता पुढ्यात आल्यालं कसं निस्तरायचं ते बघू."

बारकूदाला आता तो विषय नको होता. पठारवस्तीच्या विरोधात जाण्याचं त्याचं धाडस नव्हतं. अजूनही वेळ आली तर तो शिवा महाराचं घर वस्तीच्या बाहेरच असावं म्हणणाऱ्या पठारवस्तीच्या मागेच उभा राहणार. पण आता वर सरकणारं धरणाचं पाणी जीव घेतंय की काय या भीतीनं त्याला नानाजींची आठवण झाली होती. नामदेवही तेच भोगत होता. त्यामुळं त्याला बारकूदाच्या मनाची व्यथा कळत होती. मग त्यानंही मागचा विषय जास्त ताणला नाही. म्हणाला,

"मागलं उकरीत बसायची मलाबी हौस नाय. पन ज्या पठारवस्तीव आपल्या दोन-तीन पिढ्या जनवारावानी जगन्यात गेल्या, तिथं आता मानसावानी जगन्याची येळ आली आन् मानसंच मानसाला जनवारावानी वागवायला लागली, असं वाटायला लागलं म्हनून तुला ती आठवान करून दिली. मला

काय तुझं दुख कळत नाय व्हयं. ते कळत नसतं तर टाटाच्या हापिसात तुझ्याबरं आलो नसतो. हितं टाटा आपला वंश बुडवायला निघालाय. आन् आपून म्हारमराठा करीत बसलोय. जो नानाजी आपल्याकरता जिवाचं रान करतो तोबी म्हारच हाये. वाटलंच तर उंद्या गेल्याव इचार त्याला.''

बारकूदा पुढं काहीच बोलला नाही. नानाजी जातीनं कोण आहेत, यापेक्षा त्यांची धरणग्रस्तांबद्दलची तळमळ सगळ्याच जातीच्या धरणग्रस्तांना त्यांच्यापर्यंत ओढत होती. आणि नानाजीही जातिपातीच्या पलीकडं जाऊन सगळ्यांना बरोबर घेऊन लढत होते!

दुसऱ्या दिवशीच दोघंही नानाजींकडं गेले. नानाजींचं अंगण नेहमीसारखंच धरणग्रस्तांनी भरलेलं होतं. सगळ्यांचा नानाजींना एकच प्रश्न होता. आपण मोर्चा काढून सुरू केलेल्या लढाईचं काय झालं. ते ऐकतच नामदेव आणि बारकूदा अंगणात जाऊन बसले. नानाजी शांत होते. सगळ्यांचं ऐकून घेत होते. त्यात मावळ-लोणावळा भागात टाटा धरणग्रस्तांसाठी नानाजींसारखेच लढणारे रामभाऊ आगळेसुद्धा होते. मावळ भागातले सर्व टाटा धरणग्रस्त त्यांना भारूडवाले रामभाऊ म्हणतात. गेली अनेक वर्षे ते भारुडे आणि पोवाड्यांच्या माध्यमातून टाटा धरणग्रस्तांना जागे करत आहेत. मुळशी सत्याग्रहावरचा त्यांचा पोवाडा ऐकला की टाटा धरणग्रस्तांच्या अंगातलं रक्त सळसळतं. या रामभाऊंचा सेनापती बापटांवर खूप राग. त्यांना वाटतं, सेनापती बापट मुळशीत आले ते स्वातंत्र्याच्या लढ्याचा प्रयोग करण्यासाठी. त्यांना मुळशी सत्याग्रहापासून स्वातंत्र्य चळवळ सुरू करायची होती. त्यांना इथल्या शेतकऱ्यांच्या जमिनी बुडण्याशी काही देणंघेणं नव्हतं. तसं असतं तर आपल्या हक्कासाठी हिंसा आणि अहिंसा या दोन्ही शस्त्रांचा वापर करायला तयार असणारे सेनापती बापट तुरुंगातून सुटून आल्यावर टाटांनी धरण किती चांगलं बांधलंय म्हणून त्यांचं कौतुक करत बसले नसते. उलट धरणाच्या भिंतीला बॉम्ब लावून ते फोडलं असतं आणि न्याय मिळवला असता. पण त्यांनी तसं केलं नाही. ते का? याचं उत्तर ते समोरच्या लोकांना विचारतात आणि क्षणभर थांबून स्वतःच देतात. म्हणतात, देशहित, सार्वजनिक हित, देशाची प्रगती. सुधारणा... हे त्यांना हवं होतं तर मग त्यांनी सुरुवातीला मुळशी धरणाला विरोध का केला. आता काहीजण म्हणतात, त्यांचा

धरणाला विरोध नव्हता. ते इथल्या धरणग्रस्तांच्या पुनर्वसनासाठी लढ्यात आले. पण इथले मावळे तर जान किंवा जमीन म्हणत धरणालाच विरोध करत होते, हे त्यांना माहीत नव्हतं असं कसं म्हणता येईल? गांधीजींच्या मार्गानं जाणाऱ्या मुळशी सत्याग्रहात बापट स्वतः होऊन आले. मग न्याय मिळवण्यासाठी हातात पिस्तूल घेऊन टाटाची रेल्वे अडवण्यापेक्षा त्यांनी खऱ्या अपराध्याला धडा शिकवण्यासाठी टाटाने बांधलेल्या धरणालाच बॉम्बने उडवायला पायजे होतं. टाटाच्या कामगारावर गोळी झाडण्यापेक्षा टाटावरच गोळी झाडायला पायजे व्हती. तसं त्यांनी केलं असतं तर त्यांच्या खऱ्या धर्माला ते जागले असते. आणि स्वतःहून मुळशी सत्याग्रहात सामील होण्याचा त्यांचा हेतू किती शुद्ध होता हे आम्हांलाही पटलं असतं. मग टाटांनी कशाला, आम्ही धरणग्रस्तांनीच त्यांचं स्मारक बांधलं असतं...

नानाजींना रामभाऊंचं हे असलं बोलणं आवडत नाही. त्यांना वाटतं, रामभाऊ खूप वरवरचा विचार करतात. अनेकांचे हात लागल्यानंच मोठी चळवळ उभी राहते. तेव्हा त्या चळवळीच्या अपयशात कोणा एकाच्या हाताला दोष देऊन नाही चालत. मुळशी सत्याग्रह केवळ मुळशीतील शेतकऱ्यांनीच केला नव्हता. मुळशीपेक्षा बाहेरचे लोकच त्यात जास्त होते. या लढ्याला सगळ्या महाराष्ट्रातून सत्याग्रही आलेले होते. आणि तेही स्वतःहून. मग नुसत्या सेनापती बापटांविषयी असं बोलणं योग्य नाही, असं नानाजी रामभाऊंना अनेकदा सांगतात. म्हणतात, मुळशी सत्याग्रहात सेनापती बापटांनी जो त्याग केला आहे, त्याची तोड कशाशीच करता येणार नाही. इथल्या शेतकऱ्यांसाठी त्यांनी आपल्या आयुष्याची दहा वर्षे दिली. त्यातली सहा वर्षे तर देशाला त्यांची गरज असताना हकनाक त्यांना तुरुंगात काढायला लागली. कोण कोणासाठी एक दिवस देत नाही. त्यांनी आपलं आयुष्य देशासाठी दिलं. अशा देशभक्ताविषयी आपण आदरच बाळगला पाहिजे. पण नानाजींच्या या समजावून सांगण्यानं रामभाऊंमध्ये कधी बदल झाला नाही. तरीसुद्धा नानाजींना संघटनेत रामभाऊ असावेत असं वाटतंय. त्याला कारण रामभाऊंच्या मनात टाटा धरणग्रस्तांच्या विषयी तळमळ आहे. त्यांच्या हक्कांसाठी लढण्याची जिद्द आहे. त्यासाठी ते वडगाव मावळला खेपा घालून जुनी कागदपत्रं काढतात. गावोगावी फिरून लोकांना आपल्या हक्काची जाणीव करून देतात. आपल्या भारुडातून, पोवाड्यांतून धरणग्रस्तांच्या वेदनांना

वाचा फोडतात आणि हेच त्यांचे गुण नानाजींना महत्त्वाचे वाटतात. मागे निघालेल्या मोर्चापासून ते नानाजींच्या खूप जवळ आले. पण त्यानंतर काहीच झालं नाही याची चीड त्यांच्या बोलण्यातून आज दिसत होती. ते म्हणत होते,

"नानाजी, पंचाहत्तर वर्षे झाली आपण अन्याय सहन करतोय. पाच वर्षांपूर्वी मोर्चा निघाला तेव्हा वाटलं आता काहीतरी निकाल लागेल. पण त्यानंही काही झालं नाही. आता टाटा आणि सरकार अर्जविनंत्या आणि मोर्चा काढून ऐकणार नाही. अजून किती पिढ्या अशा फुकट घालवायच्या?"

आतापर्यंत शांतपणे ऐकणारे नानाजी रामभाऊ बोलायला लागल्यावर मात्र, त्यांच्याकडं बघून म्हणाले,

"रामभाऊ, कायदेशीर मार्गाने आपण जे करता येईल तितकं करतो आहोत. आता सरकार आणि टाटा एक झाल्यावर लगेच न्याय मिळेल ही अपेक्षा ठेवणंच चुकीचं वाटायला लागलं आहे."

"मंग दुसरं करायचं काय ते तरी सांगा?" रामभाऊंनी मोठ्या आवाजात विचारलं. तेव्हा खाटेवर बसलेला शिरवलीचा एक गडी रामभाऊंकडं पाहत म्हणाला,

"आता हळूहळू टाटा जाग्याय यायला लागलाय. सडका व्हत्यात. दवाखान्याची सोय व्हनार हाये, पान्याची यवस्था करनार हाये..."

"हे सगळं करून टाटा काय उपकार नाही करीत आपल्यावर..."

शिरवलीच्या त्या गड्याला मध्येच थांबवत रामभाऊ बोलायला लागले. म्हणाले,

"...टाटा आमच्या तोंडचं पाणी पळवून आता प्यायला पाणी देणार म्हणतो, गावं बुडवून रस्ते करणार म्हणतो. दवाखान्याची सोय करणार म्हणतो, पण हे सगळं तर त्याने पंचाहत्तर वर्षांपूर्वीच करायचं होतं. इतकी वर्षे आमच्या पिढ्या हलाखीत जगल्या त्याचं काय? आता भिऱ्याचं वीजकेंद्र बंद पाडणार म्हटल्यावर त्याला कळवळा आला. त्याला वाटत असेल हे सगळं करून आपण या धरणग्रस्तांची सहानुभूती मिळवू. पण तो त्याचा भ्रम आहे. त्याला वाटत असेल आपण रस्ता दिला तर यांनी चालावं, आपण पाणी दिलं तर प्यावं, आपण औषध दिलं तर जगावं... म्हणजे हा टाटा आपल्याला कुत्रं समजतो की काय, त्यानं दिलं तरच आपण जगायचं. तो

राजा आणि आपण प्रजा, त्याचे गुलाम बनून जगायचं? स्वातंत्र्याने ही गुलामीच दिली का आपल्याला? मग आपण निवडून दिलेल्या लोकप्रतिनिधींचा काय उपयोग. इथून निवडून गेलेल्या एका तरी खासदारानं की आमदारानं विधानसभेत म्हणा की लोकसभेत म्हणा टाटाच्या या अन्यायाविरोधात प्रश्न विचारून आवाज उठवला का? इंग्रजांबरोबर त्यांच्या कायद्यांनासुद्धा चले जाव म्हणायला पाहिजे होतं. मंग त्यांनी टाटांसारख्यांसाठी बनवलेला भूसंपादन कायदासुद्धा गेला असता आणि टाटाबरोबर केलेला त्या वेळचा तो करारही गेला असता. पण आपले आमदार इंग्रज गेले तरी त्याची कामं पुढं चालू ठेवतात. टाटाबरोबरच्या त्या कराराचं या आमदारांनी काय केलं ते एकदा त्यांना विचारा, म्हणजे कळेल ही लोकशाही आहे की भांडवलशाही ते. आमच्या जमिनीवर टाटा वीज बनवतो आणि मुंबईला विकून पैसा कमवतो. आमच्या वाड्यावस्त्यांना लाईट दे म्हणलं तर म्हणतो तुम्हांला लाईट देण्याचं लायसन आमच्याकडं नाही. आमच्याकडं फक्त मुंबईलाच लाईट देण्याचं लायसन आहे. ही कसली लोकशाही!''

रामभाऊ टाटा या विषयावर बोलायला लागले की त्यांना थांबवणं अवघड. मग ते कोणाची भीडभाड बाळगत नाही. अशा वेळी कितीही मोठ्या व्यक्तीची चिरफाड करायला ते मागंपुढं पाहत नाहीत. आता एवढे अंगण भरलेलं असताना तसं काही होऊ नये म्हणून नानाजींनी त्यांना थांबवलं. म्हणाले,

''रामभाऊ, शांतपणे घ्या. लोकशाहीला दोष देऊन काही उपयोग नाही. न्याय आणि समतेवर आधारित आपल्या राज्यघटनेनंच ही लोकशाही मजबूत केली आहे.''

नानाजींचं हे बोलणं ऐकून रामभाऊ आणखीनच चिडले. म्हणाले,

''न्याय. कसला न्याय? पंचाहत्तर वर्षे जाऊ द्या, स्वातंत्र्य मिळून त्रेपन्न वर्षे झाली. मिळाला का न्याय? आणि समता कसली? आपल्या जमिनी लुबाडून टाटाचे उद्योगसमूह वाढताहेत. तो श्रीमंत होत चाललाय आणि आपण गरीब. आपले पूर्वज धरणात बुडालेल्या गावांमध्ये सुखाने नांदत होते. जमिनी पिकवत होते आणि जगत होते. अशी स्वयंपूर्ण गावं बुडवून तिथल्या हजारो शेतकऱ्यांच्या तोंडचा घास काढला. आज पाण्यासाठीसुद्धा टाटाकडं याचना करायला लागते. म्हणजे जगायचं असेल तर टाटाकडं हात पसरा,

नाहीतर उपाशी मरा. हीच समता दिली का घटनेनं. असली घटना कितीही चांगली असली तरी तिचा आम्हांला काय उपयोग? आम्ही का म्हणून मानायची?''

''हा घटनेचा दोष नाही. ती राबवणाऱ्यांचा आहे.'' नानाजी.

''मग अशा गद्दारांना फासावर द्यायला पाहिजे.''

''त्यानं काही होणार नाही. त्यांच्या जागी त्यांचे बाप येतील. आपण घटनेवर आणि लोकशाहीवर विश्वास ठेवूनच काम केले पाहिजे. आता मुळशी धरणाची पाणी पातळी वाढणार आहे. त्याने काही वाड्यावस्त्यांना पाणी टेकणार आहे. त्या वाड्यावस्त्यांचं काय करणार. त्यासाठी आपण टाटा कंपनीला अर्ज केला. पण त्याचा काही उपयोग झाला नाही. म्हणून मी स्वतः जिल्हाधिकाऱ्यांना भेटून अर्ज दिला. त्याच वेळी वरकस जमिनींच्या आणि गावठाण मंजुरीच्या प्रस्तावाचं काय झालं तेसुद्धा विचारलं. त्यांचं आपलं एकच उत्तर आहे, चौकशी चालू आहे. मी वाद घातला तर म्हणाले, मला मीटिंगला जायचं आहे. माझ्याकडं वेळ नाही. तुम्ही जिल्हा पुनर्वसन अधिकाऱ्यांना भेटा. तेव्हा पुढच्या आठवड्यात सोमवारी जिल्हा पुनर्वसन अधिकाऱ्यांना आपण भेटायला जायचं आहे. हा मोर्चा नसला तरी मोर्चाच्या वेळेस मोठ्या संख्येने गेलो होतो, तसंच सोमवारी जायचं आहे. त्याच दिवशी आपण आपलं पुढचं आंदोलन कसं करायचं ते ठरवू.''

नानाजींनी, रामभाऊंना कौशल्यानं थांबवलं. लोकंही आज जमली होती ती धरणाच्या पाणी पातळीवरूनच. नामदेव आणि बारकूदाही ते सगळं ऐकत होता. ते जे सांगायला आले होते, ते आता जिल्हा पुनर्वसन अधिकाऱ्यापर्यंत जाणार होतं. त्यामुळं अंगणात बसून काही न बोलता रामभाऊंचं पोटतिडकीचं बोलणं तेवढं ऐकून ते परत आले.

सोमवारी जिल्हाधिकाऱ्यांना दिलेल्या अर्जाची एक कॉपी जिल्हा पुनर्वसन अधिकाऱ्यांना दिली. नानाजी, तात्या, रामभाऊ तर होतेच पण मुळशीतील पाचपन्नास धरणग्रस्तही थेट जिल्हा पुनर्वसन अधिकाऱ्यांसमोर जाऊन उभे राहिले. पठारवस्तीवरून नामदेवनं बारकूदा, चिंधूदा, लक्ष्मणला नेलं होतं. अर्ज वाचल्यावर जिल्हा पुनर्वसन अधिकाऱ्यांचं नेहमीचं उत्तर मिळालं. म्हणाले,

"मावळ-मुळशीतील टाटांच्या धरणाबाबत आम्ही थेट निर्णय घेऊ शकत नाही. शासनस्तरावर निर्णय झाल्यावरच त्याची अंमलबजावणी आम्ही करू."

नानाजींना या उत्तराची चीड यायला लागली होती. आताही ते ऐकल्यावर ते चिडून म्हणाले,

"प्रत्येक वेळेस तुम्ही सर्व अधिकारी हेच उत्तर देता. तुमचा शासनस्तरावरचा निर्णय इथल्या धरणग्रस्तांचा वंश बुडाल्यावर होणार का?"

"टाटांचे धरणग्रस्त काय आमचे दुश्मन नाहीत. पण टाटा मोठे उद्योगपती आहेत. त्यांच्याबाबत मंत्रिपातळीवर निर्णय झाल्याशिवाय आम्ही काही करू शकत नाही. तुम्ही म्हणता धरणाची पाणी पातळी वाढल्यामुळं वर राहणाऱ्या शेतकऱ्यांच्या जमिनी पाण्यात बुडणार, वाड्यावस्त्यांवरच्या घराला पाणी टेकणार. पण त्यातल्या बऱ्याच जमिनी या टाटा कंपनीच्या नावावरच आहेत. एवढंच काय, तुम्ही गावठाण मंजुरीचे जे प्रस्ताव दिले आहेत, त्यातल्या बऱ्याच वाड्यावस्त्या टाटा कंपनीच्या जागेत आहेत."

"त्या वरकस जमिनी टाटा कंपनीच्या नावावर कशा काय आल्या?" नानाजी.

"ते तुम्ही महसूल अधिकाऱ्यांना विचारा. तलाठी सांगेल तुम्हांला आणि ते सर्व इंग्रजांच्या काळात झालं आहे. त्यामुळं त्याविषयी आम्ही काहीच करू शकत नाही."

"म्हणजे आम्ही आता इंग्रजांपर्यंत जाऊ काय, का त्यांना परत इथं आणू हे कसं झालं ते विचारायला!"

रामभाऊंचा आवाज चढला. तसे पुनर्वसन अधिकारी त्यांच्याकडं बघत म्हणाले,

"त्यांना कशाला आणायला पाहिजे. त्या काळातली जुनी कागदपत्रं काढा. त्यातून सगळं कळेलच."

अधिकाऱ्याचं हे बोलणं ऐकून रामभाऊंचा पारा आणखीनच चढला. दोन्ही हात टेबलावर ठेवून ते अधिकाऱ्याकडं रोखून बघत म्हणाले,

"जन्म गेला माझी ती कागदपत्रं काढण्यात. अजून ती मिळत नाहीत. त्या काळातली खरेदीखतं मिळत नाही, कढई पत्रकं मिळत नाहीत, फाळणीबारा मिळत नाही, खर्डाबुक मिळत नाही, बुडालेल्या गावांचे नकाशे मिळत नाही

की, तेव्हा झालेले अवार्ड मिळत नाही. कागदपत्रांसाठी शंभर धरणग्रस्तांनी अर्ज केले तर एखाद्याला मिळतात. बाकीच्या नव्याण्णव शेतकऱ्यांचं नामोनिशाण पुसून टाकलंय टाटानी आणि सरकारनी. त्या काळात मोडीत खरेदीखतं होत होती. ती कुठं गेली? असं सगळं नाहीसं झालं, म्हणजे या धरणाने इथल्या शेतकऱ्यांचं नामोनिशाणच मिटवून टाकलं. पुढच्या पिढ्या तर बर्बाद केल्याच पण मागची हजारो वर्षांची त्यांची वंशावळही नष्ट करून टाकली. कुणी भूत होऊन यायला नको. कागदपत्रं काढायला नको. आणि जमिनीवर हक्क सांगायला नको. अशा मागच्या पिढ्यान्पिढ्यांचं अस्तित्व नष्ट केलं या टाटाने. त्यातूनही आता तग धरून डोंगरावर सरकलेला धरणग्रस्त त्या रानात उपरा म्हणून जगतोय. ना त्याला गाव आहे, ना सन्मानाचं जगणं. जनावरासारखी अवस्था झाली आहे त्याची तिथं. जी माणसं स्वतःची ओळखच हरवून बसलेत त्यांना इंग्रजांच्या काळातली कागदपत्रं कुठून मिळणार?''

रामभाऊंच्या अशा रोखून बोलण्यानं पुनर्वसन अधिकाऱ्यांवर काही परिणाम झाला नाही. ते म्हणाले,

''जुनी कागदपत्रं मिळत नाहीत हे मला मान्य नाही. मुळशी धरणाची घटना तर खूप अलीकडची आहे. एकोणीसशे वीस-पंचवीस मधली म्हणजे पंचाहत्तर-ऐंशी वर्षांपूर्वीची. पण त्यांच्याही कितीतरी अगोदरची कागदपत्रं मिळतात. ती कागदपत्रं तुम्हाला कुठले अधिकारी देत नसतील तर त्यांच्याविरोधात तुम्ही तक्रार करा. पण कागदपत्रं मिळत नाहीत असं होणार नाही.''

''मग तुम्हीच द्या काढून. साहेब, मुळशी धरणात सर्व बुडाल्यावर वर डोंगरावर सरकलेल्या शेतकऱ्याला आपण इथलेच आहोत हे सिद्ध करण्यासाठी धडपड करायला लागते. पण मला म्हणायचे आहे, हा शेतकरी तिथं आहे. म्हणजे शंभर-दोनशे वर्षांपूर्वी त्याचे पूर्वज तिथं असले पाहिजेत. ते तिथं शेतीवर जगत होते. म्हणजे त्यांचं नाव त्या वेळच्या कढईपत्रकावर असलं पाहिजे. त्यांनी घेतलेल्या खरेद्यांची खरेदीखतं असली पाहिजेत. धरणात सगळं बुडाल्यावर शेतकरी ती काढायला गेला तर ती आताच्या वंशजाला मिळाली पाहिजेत. पण आमचा अनुभव आहे, ती मिळत नाहीत.'' रामभाऊंचे हे अनुभवाचे बोल ऐकल्यावर पुनर्वसन अधिकारी खुर्चीत रेलून बसले. म्हणाले,''

‘‘तो विभाग माझ्याशी संबंधित नाही. त्यामुळे मी त्याविषयी जास्त बोलू शकत नाही. राहिला पुनर्वसनाचा प्रश्न. त्या प्रश्नावर आम्ही टाटा कंपनीच्या अधिकाऱ्यांशी बोललो आहे. त्यांच्या म्हणण्यानुसार धरणातला पाणीसाठा वाढणार आहे. त्यामुळे पाण्याची पातळी वर सरकणार आहे. पण एकही गाव बुडणार नाही. मग पुनर्वसनाचा प्रश्नच येत नाही.’’

‘‘गावं बुडनार नसली तरी काही घरांना पानी टेकनार. पिकाऊ जमीन पान्याखाली बुडनार. मग टाटा ते सगळं ताब्यात घेनार. असं या आधीबी झालंय.’’

नामदेवही बोलला. ते बघून फणसवाडीच्या एका गड्यानंही बोलण्याचं धाडस केलं. म्हणाला,

‘‘आमच्या वाडीत तलाठी-बिलाठी कव्हा फिरकत नाय. पन टाटाची मानसं जमिनीची मोजनी करत्यात. म्हंजी उंद्या ती जमीन ताब्यात घेन्याचाच इचार असनार त्यांचा?’’

मग नानाजी बोलले. म्हणाले,

‘‘साहेब, असं कोणीही येणार, मोजणी करणार आणि जमीन ताब्यात घेणार. हे कसं चालणार. लोकशाही आहे की मोगलाई. इतक्या वर्षात या धरणग्रस्तांचं पुनर्वसन टाटानं करायचं की सरकारनं याचा नीट निर्णय लागला नाही. तुम्ही नुसती शासनस्तरावर चौकशी करता. त्याचं पुढं काहीच होत नाही. आता फणसवाडीचे शेतकरी म्हणतात, टाटा कंपनी जमिनीची मोजणी करतात. उद्या जमीन ताब्यात घेणार. मग सरकार काय करतं?’’

असा बोलणारा एकएक जण वाढल्यावर पुनर्वसन अधिकाऱ्यांनी आवरतं घेतलं. त्यांना माहीत होतं, की टाटा धरणग्रस्तांच्या समस्यांची यादी मोठी आहे. टाटा कंपनीचा आणि त्या वेळच्या इंग्रज सरकारच्या कराराप्रमाणे यातल्या बऱ्याच समस्या टाटानंच सोडवायला पाहिजे होत्या. त्याही पंचाहत्तर वर्षांपूर्वी धरण झालं तेव्हाच. पण टाटा कराराप्रमाणे आजपर्यंत वागलेला नाही. आणि जोपर्यंत या धरणग्रस्तांबाबत शासन काही ठोस निर्णय घेत नाही, तोपर्यंत आपण काहीच करू शकत नाही. त्यामुळं आपल्या हातात काही नसताना या शेतकऱ्यांना खेळवत कशाला बसायचं असा विचार करून ते म्हणाले,

‘‘सगळेच विषय माझ्या अधिकारात येत नाही. पुनर्वसनासंबंधात शासन आदेश आला की त्याप्रमाणे मी योग्य ती कारवाई करेन.’’

"पण कधी?" रामभाऊ.

"त्यासाठी तुम्ही पुनर्वसन मंत्र्यांना भेटा. शासनस्तरावरचा हा निर्णय मी एकटा नाही घेऊ शकत. पुनर्वसन मंत्र्यांनी एकदा आदेश दिले, की तुमचं काम होईल. तेव्हा तुम्ही त्यांना तर भेटाच, पण कलेक्टरसाहेबांनाही भेटा. यासंदर्भात तेच तुम्हाला बऱ्याच गोष्टी सांगू शकतील."

"आणि गावठाण दर्जाच्या प्रस्तावाचं काय झालं. पाच वर्षे होऊन गेली आम्ही प्रस्ताव देऊन."

इतका वेळ शांतपणे ऐकणाऱ्या तात्यांनीही विचारलं. तेव्हा पुनर्वसन अधिकाऱ्यांनी दिलेल्या उत्तरानं सगळ्यांनाच राग आला. ते म्हणाले,

"ते कलेक्टरसाहेबांनी पाहिले आहेत. प्रत्यक्ष पाहणी करून त्यावर तेच निर्णय घेतील. आणि तुम्हांला सांगितलं ना. हे सगळेच विषय माझ्या अधिकारात येत नाहीत. मला जेवढं माहीत आहे, तेवढं तुम्हाला सांगतोय. मीही ते प्रस्ताव पाहिलेत. पण केवळ टाटा धरणग्रस्तांच्या मूळ समस्या समजून घेण्यासाठी. बाकी तुम्ही दिलेल्या अर्ज आणि प्रस्तावावर काय करायचं ते कलेक्टरसाहेबच सांगतील. तुम्ही कोणाकडंही जाऊन काहीही माहिती विचाराल, त्याला अर्ज द्याल तर त्याचा काहीच उपयोग होणार नाही. साहेबांच्या सांगण्यावरून मी जे प्रस्ताव पाहिलेत, त्यातील बहुतेक गावठाणं खासगी मालकीच्या जागेवर आहेत. त्यातही बऱ्याच गावठाणांच्या जमिनी टाटांच्या नावावर आहेत. त्यामुळं टाटा कंपनीची एनओसी लागणार. त्यामुळे हे सगळे प्रस्ताव रखडले आहेत...."

"त्याची शासनस्तरावर चौकशी चालू आहे."

पुनर्वसन अधिकारी पुढे काय बोलणार हे ओळखून रामभाऊ मध्येच म्हणाले. त्यांनी रामभाऊंकडं पाहिलं. आणि रागात म्हणाले,

"हे सगळं माहीत आहे, तर सारखं सारखं इथं येऊन आमचा वेळ घेता कशाला!"

"वेड लागलंय आम्हांला. आणि इथं कशाला येता म्हणजे. तुम्ही नोकर आहात आमचे. जाब विचारायला येतोय तुम्हांला."

रामभाऊ भडकले. आता आणखी वाढायला नको म्हणून नानाजींनी त्यांना बाहेर घेतलं. लाल झालेले रामभाऊ,

"वेडा आहे मी वेडा, तुझ्या दारात यायला." असं बोलत बाहेर आले.

पुनर्वसन अधिकाऱ्यानं समोर उभ्या असलेल्या लोकांवर एक नजर फिरवली आणि काही न बोलता खुर्चीवरून उठले. म्हणाले,

''या आता. मलाही मीटिंगला जायचं आहे.''

तात्यांसह सगळेजण काही न बोलता बाहेर आले. बाहेर रामभाऊ मोठमोठ्यानं बोलत होते. नानाजी त्यांची समजूत काढत होते. म्हणत होते,

''रामभाऊ हे असले अनुभव येणारच आपल्याला. इतक्या वर्षात तेच पाहिलं आहे आपण. आता ते म्हणतात तसा शेवटचा प्रयत्न करू. मुंबईला मंत्रालयात जाऊन पुनर्वसन मंत्र्यांना भेटू.''

नानाजींचं सगळ्यांनी ऐकलं. नामदेव आणि बारकूदा मोठ्या आशेनं आले होते. नानाजींचं बोलणं ऐकून त्यांचं अवसानच गेलं. अधिकाऱ्यांनी इतकी वर्षे घालवली. आता मंत्री पुढची किती वर्षे घालवणार? या विचारानं दोघंही बधिर झाल्यागत एकमेकांकडं पाहायला लागले.

धरणग्रस्तांचे भोग काय संपायची लक्षणं दिसत नव्हती. अधिकाऱ्यांबरोबर आता मंत्र्यांपर्यंत जायला लागणार होतं. नामदेवला या आशा-निराशेच्या खेळाची आता सवय झाली होती. पण जमिनीचं काय होणार, आपलीही सिधा पडवळासारखीच अवस्था होणार, टाटाच्या समोर आपण काहीच करू शकत नाही, असा विचार करत नुसताच कुढत बसणारा नामदेव आता धीराने पुढं होऊन बोलायला लागला होता. नानाजी, तात्या आणि रामभाऊंसारख्या लोकांमुळं शिक्षण नसलं तरी, त्याला कायदे कळायला लागले होते. त्यामुळं टाटा आपली जमीन काढून घेईल ही भीती त्याच्या मनातून गेली नसली तरी, त्याला आपल्या हक्कांची जाणीव झाली होती. या व्यवस्थेत लढायचं कसं ते त्याला कळायला लागलं होतं आणि तो लढतही होता.

जगण्याशी अशी लढत देतच नामदेवनं पाच वर्षांत तिन्ही पोरींची लग्नं केली. गरीब घराशी सोयरीक करून का होईना, पण जबाबदारी पार पाडली. सरस्वतीला पोरींच्या लग्नाची मोठी काळजी होती. तिला आता गळ्याचा फास निघाल्यासारखं वाटत होतं. पोरी लग्न होऊन आपापल्या घरी गेल्या. या पठारवस्तीवर त्यांची हौसमौज कधी झाली नाही, की सणासुदीला नवा कपडा मिळाला नाही. हे सरस्वतीच्या मनाला खूप लागलं होतं. आता पोरी सासरी गेल्यावर ती नेहमी बोलून दाखवते. म्हणते,

“या पठारवस्तीव पोरींना, पोरींच्या जातीवानी जगता आलं नाय. कव्हा नटायला मिळालं नाय, की मुरडायला मिळालं नाय. कव्हा पौडाला करवांदाच्या पाट्या घिऊन आल्या, की पेठंत गाठली बघत बसायच्या. ती गाठली तर कव्हा मिळाली नायच, पन कव्हा गंध-पावडरबी त्यांच्या नशिबी आली नाय.”

तोल सावरल्यापासून झऱ्यावरच्या पाण्याला जुंपलेल्या नामदेवच्या तिन्ही पोरी आता पाणी भरायला नव्हत्या. त्यांचा सगळा उन्हाळा झऱ्यावरच पाणी टिपलून टिपलून घेण्यात जायचा. एकच झरा सगळ्या पठारवस्तीला पाणी पाजत असल्यानं, तो देईल तसंच घ्यायला लागतं. पोरी होत्या तोवर सरस्वतीला पाण्याची काळजी नव्हती. झऱ्यापुढील डबक्यात साठेल तसं त्या पाणी भरायच्या, पण ते तिर्घींचं काम आता एकट्या सरस्वतीवर येऊन पडलं होतं. नामदेवचा पाय पठारवस्तीवर स्थिर राहत नव्हता. देवा कधी घरात थांबत नव्हता, तुकाराम दोनचार हंडे आणायचा, पण तेही लाजत. तो आता गडी दिसायला लागला आहे. त्याला पाणी भरण्यासारखं बाईमाणसाचं काम नको वाटतं. त्यामुळं सरस्वतीचा दिवसभर पाणी भरून जीव निघतो. आता पार एका जागेवर बसलेल्या म्हादूला मात्र तिचे हाल बघवत नाही. तो तिला म्हणतो,

“सरे, पान्याबिगार मानूस जगत नाय. पन माझ्या आकसई गावाचा या पान्यानेच जीव घेतला आणि आता तुझा जीव घ्यायला निघालंय. या पाण्याचीबी येगळीच तऱ्हा!” तेव्हा सरस्वती हसते. पण पाणी जीव घ्यायला निघालं असलं तरी जगण्यासाठी ते भरावंच लागणार होतं!

धरणाच्या पाण्यानं वेढलेल्या पठारवस्तीच्या जीवनात पाणी आता पुन्हा कर्दनकाळ म्हणून येतं की काय, असं सगळ्या पठारवस्तीला वाटत होतं. ते संकट कसं घालवायचं याची धडपड चालू असतानाच आणखी एक संकट पुढ्यात येऊन उभं राहिलं. ते म्हणजे पुण्या-मुंबईत बसून इथले डोंगरच्या डोंगर विकत घेणारे पार्टीवाले. इथल्याच गावागावांतले एजंट त्यांना जमिनी दाखवायला लागले आहेत. यातले बहुतेक एजंट राजकारणातले. कुठल्या तरी पक्षाचे नाहीतर नेत्याचे कार्यकर्ते. त्यांच्याकडं या भागातल्या सर्व जमिनींचे चालू सातबारे. टाटा कंपनीच्या नावावर जमीन कुठली. कंपनीच्या नावावर पण धरणग्रस्त कसत असलेली जमीन कुठली, धरणग्रस्ताच्या

नावावर असलेली जमीन कुठली, त्याच्या नावावर पण पडीक असलेली जमीन कुठली, कुठल्या जमिनीचे मालक आता पुण्या-मुंबईत राहतात, त्यांचे पत्ते, त्यांच्या नातेवाइकांचे पत्ते... अशी या भागातल्या सर्व जमिनींची कुंडली त्यांच्या डायरीत नोंदवलेली. धरण झाल्यावर सर्व्हे नंबर बदलले. अनेक सर्व्हे नंबरचा एकच नंबर झाला. आणि आता तर सर्व्हे नंबरचे गट नंबर झाले. शिवाय जुनं रेकॉर्ड मिळत नाही. त्यामुळं मागील पन्नास-साठ वर्षांत ज्याच्या नावावर सातबारा तोच मालक. पुढं इथल्या शेतकऱ्यांनी या जमिनीवर मालकी हक्क सांगू नये म्हणून टाटानं केलेली ही व्यवस्था. जुन्या नोंदी मिळाल्या तर इथल्या बऱ्याचशा जमिनी दुसऱ्याच शेतकऱ्याच्या नावावर निघतील. पण आता त्या नोंदी मिळत नाही. गावं बुडाली आणि सरकारी दफ्तरातल्या नोंदीही बुडाल्या. आता सगळीकडं एकच नाव दिसतं. टाटा तलाव. गावांचं असं अस्तित्वच नष्ट केल्यावर तिथल्या शेतकऱ्यांच्या वंशजानं दावा लावायचा म्हटलं तरी तो कशाच्या आधारानं लावणार! हातात चालू सातबारे घेऊन फिरणाऱ्या एजंटांना हे माहीत होतं. त्यामुळं त्यांचा धंदा तेजीत चालू होता. पार्टीवाले प्रत्यक्ष या रानात येत नसले तरी पुण्या-मुंबईत बसून इथले सातबारे आता त्यांच्या नावावर होऊ लागले होते. फणसवाडीच्या डोंगराला आता पार्टीवाल्यांचं कुंपण पडलं होतं आणि काही एजंट पठारवस्तीवर चकरा मारायला लागले होते.

पठारवस्तीच्या मावळतीला असलेल्या पठाराच्या मोठ्या तुकड्यावर त्यांचा डोळा होता. त्या मोठ्या तुकड्यावर पठारवस्तीची गुरं चरतात. एक प्रकारे पठारवस्तीचं ते गायरानच. पठारवस्तीला आजूबाजूला सरकायला दोनच जागा होत्या. एक महादेवाचा डोंगर आणि दुसरी हे मावळतीचं पठार. महादेवाचा डोंगर टाटानं घेतला. आणि पार्टीवाले आता हा पठाराचा मोठा तुकडा घेणार. म्हणजे पठारवस्तीला हालचाल करायला जागाच राहणार नाही.

मोकळं आहे म्हणून पठारवस्ती त्या मावळतीच्या तुकड्यावर कधी सरकली नाही. आणि वाडवडिलांपासून त्याच्यावर कधी आपली वहिवाट पाहिली नाही म्हणून त्याच्यावर कधी हक्कही सांगितला नाही. त्यामुळं जे आपलं नाही ते पार्टीवाल्यांनी घेतलं म्हणून दुःख करण्याचं काही कारण नव्हतं. पठारवस्तीला संकट वाटत होतं ते पाण्याचं. पठारवस्तीला वर्षानुवर्षे

पाणी पाजणारा झरा पठाराच्या त्या मावळतीच्या तुकड्यातच होता. तिथं जर पार्टीवाल्यानं कुंपण घातलं तर पठारवस्तीचं पाणी बंद होणार होतं. ही काळजी आता पठारवस्तीला लागली होती. पार्टीवाला पठारावर आला तर टाटा आणि पार्टीवाल्यांच्या मध्ये पठारवस्ती सापडणार होती. आधीच टाटाच्या जुलमांनी बेजार झालेली पठारवस्ती या पार्टीवाल्यांमुळं मधल्यामधी गुदमरणार होती!

पठारवस्तीला आपलं हे मरण दिसत होतं. गुरं चारायला जागा राहणार नव्हती. प्यायला पाणी मिळणार नव्हतं. सराईत करवंदीच्या जाळ्यांना हात लावता येणार नव्हता. कोंडून ठेवलेल्या वस्तीसारखी अवस्था होणार होती. त्यात श्वास कसा घ्यायचा या विचारानंच एक दिवस देवळात पठारवस्तीची बैठक झाली. शिवा महाराचं घर सोडलं तर सगळी पठारवस्ती देवळात जमली. कधी न येणारा लक्ष्मणही आलेला बघून बारकूदा नामदेवकडं पाहत म्हणाला, ''नामादा, शिवा महाराला बोलव.''

''तुमीच बोलवा.''

म्हणत नामदेव देवळातल्या खांबाला टेकून बसला. सगळे नामदेवकडं बघत राहिले. बराच वेळ कोणीच काही बोलेना. पण पठारवस्ती अशा संकटात अडकली होती की, आता जातपात धरून बसायची वेळ नव्हती. म्हणून मग गप झालेल्या सगळ्यांकडं बघत चिंधूदा म्हणाला,

''हितं वस्तीला कुपान पडायची येळ आली आन् आपून मानपान घिऊन बसल्याव कसं व्हनार.''

चिंधूदाचा रोख शिवा महाराकडं होता. तो ओळखून गप बसलेला नामदेव त्याच्याकडं बघत म्हणाला,

''तो मानसांना असतो. आपून ज्यांना मानूसच समजत नाय त्यांना कसला आलाय मानपान!''

''क्वान कुनाला मानूस समजत नाय?''

चिंधूदानं नामदेवला विचारलं. तसा नामदेव जागचा उठला. म्हणाला,

''तुमी. शिवा महाराला मानूस समजत नाय तुमी. म्हनून तुमाला शिवा महाराचं घर आपल्या वस्तीत नकोय. जनावरं पायजेत, पन शिवा महार नको. मंग तो कशाला येईल तुमच्यात?''

''पन नामादा, आता इषय कसला हाये. आन् आपून काय त्याला

पठारवस्तीव राहू नको म्हंतोय का? समदीकं जी रीत हाये त्या रितीपरमानीच बोलतोय आपून. समद्या गावांमधी म्हारवाडं बाजूलाच हायेत. मंग आपलं गाव मंजूर झाल्याव त्यात का नको. वस्तीचं म्हननं तेच व्हतं तव्हा. पन तुझ्या तुक्यानी समद्यांना सारखंच धरलं आन् आमचं अंगठं घेतलं. आमाला आधी इचारलं असतं तर आमाला म्हारवाडा येगळा द्या म्हनून त्या अर्जात लिव्हलं असतं.''

लक्ष्मणही पठारवस्तीच्या वतीनं बोलला. तेव्हा नामदेवनं त्यांना शेवटचं विचारलं. म्हणाला,

''म्हंजी अजूनबी तुमाला शिवा महाराचं घर पठारवस्तीच्या भायेरच पायजे?''

''ते मागून बघू. आधी गावठान मंजूर व्हयाला पठारवस्ती तर हितं राह्यली पायजे.''

बारकूदा थोडा समजदारीनं बोलला. त्याला माहीत होतं, पठारवस्ती शिवा महाराला आपल्यात सामील करून घेणार नाही. पण तेवढ्यावरून भांडत बसत वस्तीवर आलेल्या संकटाकडं दुर्लक्ष करून चालणार नव्हतं. बारकूदाचं ते बोलणं नामदेवला पटत होतं. वस्ती वाचली तरच पुढच्या गोष्टी घडणार होत्या. त्यामुळं त्यानंही विषय ताणला नाही. मात्र शिवा महाराचा मानी स्वभाव त्याला माहीत होता. म्हणून तो म्हणाला,

''बरंय. म्होरलं म्होरं बघू. पन मी आता शिवा महाराला बोलावनार नाय. त्याला त्याच्या मनानी यायचं, तर तो येईल, नाय तर त्याला बोलनाऱ्यांनी त्याला बोलवाव.''

नामदेवनं सगळ्यांनाच अडचणीत टाकलं. सगळेच गप झाले. पण गप तरी किती वेळ बसणार! कोणी काहीच बोलत नाही हे बघून चिंधूदानं पार्टीवाल्यांचा विषय काढला. म्हणाला,

''महादेवाच्या डोंगराव टाटा जाऊन देत नाय. उंद्या मावळतीचं पठार पार्टीवाल्यांनी गिळल्याव पठारवस्तीव जगायचं कसं, त्याचा इचार आपून आताच केला पायजे. नाय तर पठारवस्तीहून धरनाच्या पान्याकं बघत पानीपानी करीत मरनाची येळ येईल आपल्याव.''

बारकूदा, लक्ष्मण, नामदेव, तुकाराम अशा सर्वांनाच पठारवस्तीवर आलेलं हे संकट दिसत होतं. चिंधूदानं सुरू केल्यावर प्रत्येकजण आपापल्या

परीनं बोलायला लागला. पण आलेल्या संकटातून सुटण्याचा मार्ग कोणालाच दिसत नव्हता. बराच वेळ नुसतीच चर्चा सुरू राहिली. मावळतीचं पठार कोणाचं, त्याच्यावरचा झरा कोणाच्या जागेत, पार्टीवाला कुठला. एजंट कोण, या कुठंकुठं ऐकलेल्या गोष्टी बैठकीत प्रत्येकजण सांगत बसला. पण आता काय करायचं ते अंधार पडला तरी सुचेना. तेव्हा परत सर्वांनाच नानाजी आठवले आणि त्यांच्याकडंच जायचं ठरवून पठारवस्तीची बैठक शिवा महाराशिवायच संपली.

अंधारातच सगळेजण देवळाबाहेर पडले आणि आपापल्या घरी जायला लागले.

तेवढ्यात कुत्री भुंकायला लागली. तसे सगळेच देवळासमोर थबकले. अंधारातच कानोसा घेतला, तेव्हा महादेवाच्या डोंगराकडून वांडरांचा आवाज यायला लागला. रात्रीची वांडरं कधी झाडावरून उतरत नाहीत. त्यांचा आवाजही येत नाही. रानात वाघ आला तरच वांडरं अशी रात्रीची ओरडतात हे अनेक वर्षांच्या अनुभवावरून पठारवस्तीला माहीत होतं. त्यातच कुत्रीही महादेवाच्या डोंगराकडं बघत भुंकत होती. त्यामुळं महादेवाच्या डोंगरावर वाघ आला आहे, याची सगळ्यांनाच खात्री झाली.

आता रात्रभर वस्तीची राखण करायला लागणार होती. बरीच वर्षे पठारवस्तीला वाघाचे पाय लागले नव्हते. आता तो आला आहे. कोणी सावज व्हायला नको, म्हणून सगळ्यांनीच राखण करायचं ठरवलं.

नामदेव घाईघाईत घरी आला. कारण दारासमोरच्या मांडवात गुरं बांधलेली होती. वर देवा झोपला होता. ते बघायला तो मांडवाजवळ आला, तर शिवा महार आधीच मांडवासमोर येऊन उभा राहिला होता. नामदेवला बघून तो म्हणाला,

''समदी गुरं आत पडगीत बांधली. पन देवादा काय मांडवाहून उतरायला तयार नाय.''

नामदेवनं मांडवावर पाहिलं. म्हणाला,

''तो काय उतारनार नाय. झोपू दे त्याला तिथं. आता आपल्यालाच राखन करायला लागनारय समदयांची.''

तेवढ्यात आतून म्हादूचा क्षीण आवाज आला. म्हणाला,

''नामा, वस्तीभवती वाघ फिरतोय. आता माझ्यात राखन करायचा

जीव राह्यला नाय. आमी आमाखला जीव आजपरेन वाचवला. आता तुमाला तमाखला जीव वाचवायचाय. सावध ऱ्हा!''

''आमी हाये अंगनात, तू काय काळजी करू नको.''

नामदेव अंगणातूनच बोलला.

आणि आता वाघाच्या तोंडून पठारवस्तीला वाचवण्यासाठी राखण सुरू झाली.

वाघ पठारवस्तीभोवती हिंडत होता. वस्तीवरची गडीमाणसं दिवसा दबकूनच रानात वावरत होती. बाया माणसं झऱ्यावर एकट्यादुकट्यानं जात नव्हती. दिवस मावळला की दारं बंद करून गडीमाणसं तेवढी अंगणात शेकोटी पेटवून बसत होती. वाघाची भीती त्यांच्या डोळ्याला डोळा लागून देत नव्हती. एखाद दिवशी मध्येच रात्रीची अचानक कुत्री भुंकायला लागायची, वांडरांचा आवाज यायला लागायचा, तेव्हा सगळी पठारवस्ती एकमेकांना आरोळी देत जागायची. सगळे गडी एकत्र व्हायचे, हिलाळ घेऊन कुत्र्यांना आवाज देत पठारवस्तीवर हिंडायचे.

वाघाच्या या दहशतीचं देवाला मात्र काही सोईरसुतक नव्हतं. वस्तीभोवती वाघ फिरतोय म्हणून त्याच्या दिनक्रमात काही फरक पडला नव्हता. आणि वाघाच्या भीतीनं त्यानं रात्रीचा मांडवही सोडला नव्हता. सकाळी गुरं घेऊन रानात गेलेल्या देवाची म्हादूला मात्र काळजी लागून राहायची. मग आता थोराड दिसायला लागलेल्या तुकारामला तो सांगायचा. म्हणायचा,

''तुक्या, जनवार फिरतंय वस्तीभवती. तुझा आजा येकलाच हाये रानात. मधून मधून बघून येत जा त्याला.''

मग तुकाराम हातात कुऱ्हाड घ्यायचा आणि वस्तीवरच्या दोन-चार पोरांना घेऊन देवाला बघून यायचा. म्हादूला म्हणायचा,

''चांगला हिंडतोय रानात. त्याला काय नाय करणार वाघ.''

''त्याला काय न करायला तो काय मानूस नाय!''

म्हादू जागेवर बसून स्वतःशीच बोलायचा. म्हणायचा,

''या धरनानी माझ्या पोराला जनवारावानी केलं. मानसातून उठावलं. धरान झालं नसतं आन् पठाराव आलो नसतो तर आज आकसईत मानसावानी जगला असता आन् वावारला असता... भोग समदे. भोगायचे...''

मोठ्या नवसानं झालेल्या देवाचं कौतुकही मोठं होईल असं आकसईत असताना म्हादूला आणि रखमीला वाटायचं. पण त्याच्या नशिबी आकसईत जन्म घेणंच नव्हतं. त्याच्या नशिबी आकसई बघणंही नव्हतं. त्याच्या नशिबी पठार होतं. त्याभोवती धरणाच्या पाण्याचा वेढा होता. त्याच्या जगाला असं कुंपण होतं. बाहेरचं जग त्याचं नव्हतं. म्हणून मग त्यानं इथल्या रानाशी आणि इथल्या जनावरांशीच नातं जोडलं. आता तेच त्याचं जग. त्या रानात बसून देवा तासन्‌तास धरणाच्या पाण्याकडं बघत असतो. लहानपणापासून म्हादूकडून ऐकत आलेल्या आकसईतल्या आठवणी त्याला त्या गावाची भुरळ पाडतात. म्हादू सांगत असलेली माघी यात्रा खरंच कशी असेल याची तो तासन्‌तास कल्पना करीत बसतो. गावाजवळून वाहणाऱ्या मुळा नदीचं पात्र म्हादू सांगतो इतकं खरंच खोल असेल का, याचा अंदाज करत बसतो. अशा खोल नदीपात्राच्या तळाला जाऊन मुळेचे गोटे आणणाऱ्या आपल्या आई-बापांचा मध्येच त्याला अभिमान वाटतो. आणि वाटतं, खरंच ती नदी, ते पात्र अजूनही असायला पाहिजे होतं. आणि म्हादू रोज नाव घेत असलेलं ते ज्योतिरूपेश्वराचं मंदिर! ते असतं तर आपली आईसुद्धा असली असती आज. देवा धरणाच्या पाण्याकडं बघत असला, की असले अनेक विचार त्याच्या मनात येतात. त्याच्या मनात मग ना कुठल्या वाघाची भीती येत, ना मरणाची!

दोन-चार वर्षांत कधी पावसाळा लांबला की धरणाचं पाणी कमी होतं. ज्योतिरूपेश्वराच्या मंदिराचा कळस दिसायला लागतो. तेव्हा तर त्या कळसावरून त्याची नजर हटत नाही.

ज्यानं आकसई पाहिली नाही, त्याची ही कथा. मग ज्याचा जन्म आकसईत झाला. जो आकसईतच लहानाचा मोठा झाला, त्या गावच्या मातीच्या कणाशी जो एकरूप झाला त्या म्हादूची कथा काय असेल! आता हातपाय चालत नाहीत म्हणून एका जागेवर बसलेला म्हादू पठारावर आल्यापासून धरणाच्या पाण्याकडं बघत मनानं आकसईतच जगत आला. त्याचा देह जरी पठारवस्तीवर असला तरी त्याचं मन मात्र आकसई आणि तिथल्या ज्योतिरूपेश्वराच्या मंदिरातच घुटमळत राहिलं. मनात आहे तेच कायम त्याच्या ओठावर येतं. त्यामुळं कुठलाही विषय निघाला तरी म्हादू आकसई, ज्योतिरूपेश्वर आणि सत्याग्रहाच्या आठवणी सांगितल्याशिवाय राहत नाही.

पठारवस्तीनं म्हादूच्या तोंडून अनेकदा त्याच त्याच आठवणी ऐकल्या आहेत. कधी कोणाला त्या कंटाळवाण्याही वाटल्या. पण नामदेवनं मात्र त्या जाणून घेतल्या. समजून घेतल्या. नामदेवची वंशावळ म्हादूच्या पणजोबाच्या मागं जात नव्हती. आता टाटानं कसत असलेली जमीन काढून घेऊन आपला शेतकरी वंशच नष्ट होऊ नये, म्हणून तो म्हादूच्या आठवणींतून आपल्या वंशपरंपरागत जमिनीची मालकी शोधत होता.

मात्र आता सगळ्या मुळशी खोऱ्यातच टाटाचा वंश मोठा झाला होता. आणि बाकी त्याच्या आश्रयाला राहणारे त्याचे गुलाम. ही गुलामी नष्ट व्हावी म्हणूनच नामदेवची धडपड होती. म्हणूनच जिथं कुठं आशेचा किरण दिसेल तिथं तो जात होता.

वाघापासून पठारवस्तीची राखण करता करता, पार्टीवाल्यांचं आलेलं नवीन संकटही त्यानं नानाजींच्या कानावर घातलं होतं. पण नानाजींना किती सांगणार आणि ते किती बघणार! बरं बघूनही अजून हाती काही लागलेलं नाही. कागदपत्रं काढायला या उद्या, या परवा म्हणून खेळवलं जातं. एखाद्या शेतकऱ्याला ती मिळालीच तर अधिकारी त्याच्यावर निर्णय घेत नाही. जिल्हाधिकारी जिल्हा पुनर्वसन अधिकाऱ्याकडं पाठवतो. पुनर्वसन अधिकारी म्हणतो जिल्हाधिकाऱ्यांना भेटा. तहसीलदार, प्रांतअधिकारी, विभागीय आयुक्तांपासून ते सर्कल, तलाठ्यांपर्यंत सर्वांनाच नानाजींनी आजपर्यंत आजमावलं आहे. अजून न्याय मिळाला नसला, तरी तो मिळण्याची आशा त्यांना वाटते. त्यांच्या घरात असलेल्या आंबेडकरांच्या फोटोकडं बघत ते लढत आहेत. घटनेवर, लोकशाहीवर त्यांचा विश्वास आहे. आणि नामदेवसारख्यांचा नानाजींवर!

नामदेवनं पठारवस्तीच्या मनातही नानाजींबद्दल विश्वास निर्माण केला. त्यामुळंच पार्टीवाले पठारावर सरकल्याची गोष्ट नानाजींना सांगायचं सगळ्यांनी ठरवलं, ते सगळ्यांना त्यांच्याबद्दल विश्वास वाटत होता म्हणूनच.

पण नामदेवसह पठारवस्तीवरचे गडी नानाजींकडून आले आणि दोन दिवसांनीच चिंधूदाला एक एजंट येऊन भेटला. तो एजंट म्हणजे पौडातल्या तान्यावाण्याचा नातू. कैलासशेठ. तो राजकारणात पुढारपण करतो. आणि आता जमिनीचा भाव वाढल्यावर एजंटगिरीसुद्धा करायला लागला आहे., सहारा सिटीला जमीन मिळवून देण्यात जे एजंट होते, त्यात तोही होता. तिथं त्याला पैसा दिसला. म्हणून या एजंटगिरीच्या धंद्यात घुसला. आता कधी नाही ते पठारवस्तीवर येऊन चिंधूदाला म्हणाला,

"चिंधूशेठ, या पठारवस्तीवर तुम्ही एकच शेतकरी असे आहात, की तुमच्या नावावर एक एकराचा सातबारा आहे. बाकी सगळी भाडेपट्ट्यानं दिलेली जमीन टाटाच्या नावावर आहे. तुमची पठारवस्तीसुद्धा."

"मंग?"

पौडला दुकानात कधी बाजाराला गेल्यावर गुर्मीत बघून अरेतुरे करणारा कैलासशेठ आज आपल्याला अचानक चिंध्यावरून चिंधूशेठ का म्हणायला लागला, याचं चिंधूदाला आश्चर्य वाटून त्यानं विचारलं. तेव्हा कैलासशेठ सगळं विस्तारानं सांगायला लागला. म्हणाला,

"चिंधूशेठ, या डोंगरातल्या जमिनीला चिकटून राहून काही उपयोग नाही. तुमच्या इतक्या पिढ्या गेल्या या पठारवस्तीवर, त्यांचं आणि आता तुमचं तरी काही भलं झालंय का? मला तरी तसं वाटत नाही. आमच्या दुकानात बाजाराला येणाऱ्या या वाड्यावस्त्यांवरच्या लोकांच्या अंगावर मी कधी अंगभर कपडा पाहिला नाही, की तुमची दुकानातली उधारी कधी बंद झाली नाही. तुम्ही मराठा. शिवाजी महाराजांच्या मावळ्याचे वंशज म्हणतात तुम्हांला. पण तुम्ही पौडला आला, की कातकऱ्यांसारखे दिसता. तुमची अशी कातकऱ्यांसारखी अवस्था झाली त्याला कारण तुम्हीच आहे. तुम्ही या डोंगरातल्या जमिनीला चिकटून बसला आहात. धरणाच्या बाहेर पडला नाहीत."

"पन आमी शेतात राबनारे शेतकरी बाहेर पडून करनार काय?"

"ते बाहेर पडल्याशिवाय कसं कळणार तुम्हांला. तुम्ही या पठारवस्तीलाच आपलं जग बनवलंय. तिथून बाहेर पडा. मग बघा जग किती मोठं आहे ते. तिथं करण्यासारखं बरंच काही आहे. त्या जगात कोणाला काही कमी पडत नाही. धरण झालं तेव्हा आमचे आजोबा बाहेर पडले. तेव्हा तेसुद्धा शेतकरीच होते. पण हातात पैसा आल्यावर सगळं काही करता येतं. माझे आजोबा सांगायचे, मुळशीत धरण आलं तेव्हा जमिनीला कवटाळून बसलेल्यांनी पैसा घेतला नाही. त्यातले निम्म्यांच्या वर पुण्या-मुंबईत जाऊन मोलमजुरी करायला लागले आणि बाकीचे डोंगरात कातकऱ्यांसारखे जगायला लागले. म्हणजे ज्यांनी पैसा घेतला नाही ते दोनशे वर्षे मागे गेले आणि ज्यांनी पैसा घेतला ते दोनशे वर्षे पुढे गेले. आज तालुक्यात एक गाव नाही, की त्या गावातल्या लोकांवर आमची उधारी नाही. गाडी आहे, पुण्यात बंगला आहे.

धरणाखाली पन्नास एकर बागायती जमीन आहे. हे कशामुळं, तर माझ्या आजोबांनी दाखवलेल्या शहाणपणामुळं. तोसुद्धा जमीन जमीन करत टाटाशी भांडत बसला असता तर आज मीसुद्धा तुमच्यासारखाच या पठारवस्तीवर टाटाला भाडेपट्टा देत जगत राह्यलो असतो. कातकरी बनून.''

कैलासशेठच्या बोलण्यावरून तो आपला कातकऱ्यांसारखा उल्लेख करून आपल्याला जनावरांसारखाच समजतोय हे चिंधूदाला आवडलं नाही. म्हणून तो म्हणाला,

''कैलासशेठ, कातकऱ्यांवानी दिसत असलो तरी आमी आमाखल्या शेतात राबतो आणि मानानी जगतो. आन् कातकरीबी मानूस हाये.''

तसा कैलासशेठ हसला. म्हणाला,

''कसला मान? टाटाच्या जमिनीवर घरं तुमची. त्यानेच भाडेपट्ट्यानं दिलेल्या जमिनी पिकवून खाता. आणि बाजार! तो आम्ही उधारीवर देणं बंद केलं तर कसले जगणार तुम्ही मानानी! टाटा मोठा माणूस. त्याच्या मनात आलं तर सरकार पाडतोसुद्धा आणि नवीन आणतो सुद्धा! त्याने उद्या जमिनी काढून घेतल्या तर मानाने जाऊ द्या, जगणंसुद्धा अवघड होऊन बसेल, तुमचं.''

''अशा कशा काढून घेईल जमिनी. नानाजी म्हंत्यात कशीन त्याची जमीन आन् राहील त्याचं घर असतं.''

''त्या नानाजीचं नका सांगू चिंधूशेठ आम्हांला. सहारा सिटी बनताना असे खूप नानाजी पाहिले आम्ही. काही करू शकत नाहीत ते. आणि हा तर टाटा आहे. त्याने त्या काळात सत्याग्रहाला जुमानलं नाही. सेनापती बापटांसारख्यांना खडी फोडायला पाठवलं. तिथं तुमच्या आमच्यासारखे म्हणजे किडामुंगी. ज्याच्याकडं पैसा आहे तो काहीसुद्धा करू शकतो. अधिकारी विकत घेतात आणि मंत्रीसुद्धा विकत घेतात... गेली दहा वर्षे तालुक्याच्या राजकारणात आहे म्हणून सांगतो तुम्हांला, खोटं बोलणार नाही, पण पुढाऱ्यांवर विश्वास ठेवू नका आणि आंदोलन करून काही पदरात पडण्याची स्वप्नंही बघू नका.''

''मंग काय करू?''

चिंधूदानं थेट विचारलं. तेव्हा खिशातून चिंधूदाच्या नावाचा सातबारा काढून तो त्याला दाखवत म्हणाला,

"मी म्हणत होतो तो हा तुमच्या नावावरचा एक एकराचा सातबारा."

"एक एकर काय, आम्ही पिकवत असलेली समदीच जमीन आमची हाये. ती टाटाच्या नावाहून आमच्या नावाव व्हयाला पायजे म्हनून तर लढतोय आमी."

"ती तुमच्या नावावर कशी होईल?"

"जशी आमच्या वाडवडलांच्या नावाहून टाटाच्या नावाव झाली."

"ते खूप अवघड आहे चिंधूशेठ. अशी कोणाचीही जमीन कोणाच्याही नावावर होत नाही. माझं ऐका. एक चांगली ऑफर आहे तुमच्यासाठी. चांगले पैसे मिळतील तुम्हाला. धरणाच्या बाहेर पडून काही व्यवसाय करता येईल. सगळी गरिबी हटेल तुमची. त्यासाठी तुम्ही फक्त एक काम करायचं."

"कसलं?"

चिंधूदानं उत्सुकतेनं विचारलं. तेव्हा सातबाऱ्याकडं बघत कैलासशेठ म्हणाला,

"ही एक एकर जमीन पार्टीवाल्यांना विकायची. मुंबईची पार्टी आहे. कल्याण होईल तुमचं."

"जमीन गेल्यावर कसलं कल्यान व्हनार? तेवढं नाय जमायचं कैलासशेठ."

चिंधूदानं तिथल्या तिथंच नाही म्हणून सांगितलं. पण आता एजंटगिरीत मुरलेल्या कैलासशेठला शेतकऱ्याला कसं पटवायचं ते चांगलं माहीत झालं होतं. नकार ऐकूनही चेहऱ्यावरची प्रसन्नता जराही कमी होऊ न देता तो म्हणाला,

"चिंधूशेठ, मी तुमच्याकडं आलो ते केवळ तुमच्या नावावर जमीन आहे म्हणून नाही तर ती जमीन मावळतीच्या पठाराला लागून आहे म्हणून. ते मावळतीचं पठार मुंबईच्या याच पार्टीवाल्याने विकत घेतलंय. त्यात एका बाजूने तुमचा एक एकराचा पट्टा घुसलाय. तो त्यांच्या नावावर झाला, की त्यांना कंपाऊंड घालायचं आहे."

ते सगळं ऐकून चिंधूदाला धक्काच बसला. मावळतीचं पठार जाण्याची भीती सगळ्या वस्तीला होती. ती कैलासशेठच्या बोलण्यावरून खरी ठरली होती. पठार तर गेलं होतंच, पण पार्टीवाल्यांची नजर आता चिंधूदाच्या जमिनीवरही गेली होती. तो कैलासशेठला म्हणाला,

''तुमी म्हंता या डोंगरातून बाहेर पडा. कल्यान व्हईल. मंग या डोंगरात ममईच्या पार्टीवाल्यांना कशाल आन्ता. त्यांचं वाटुळं नाय व्हयाचं का. का त्यांना कातकरी बनून जगायची हौस हाये!''

''हे सगळं तसं नसतं चिंधूशेठ, ती पैसेवाली माणसं. ती कशाला येतील या डोंगरात मरायला. त्यांच्याकडं मरणाचा पैसा आहे. तो ते या जमिनीत गुंतवणार. इथं छोटासा बंगला बांधणार. नोकर-चाकर ठेवणार. ते इथं राबणार आणि पीक तिकडं पाठवणार. आता टाटाचंच बघा. नजर जाईल तिथंवर त्याची जमीन, पण त्याला इथं कधी पाहिलं का तुम्ही? तसंच हे.''

''म्हंजी ममईत राहून हितं राज्य करनार!''

''तसं म्हणा. पण आपल्याला त्याचं काय करायचंय. आपल्या पदरात चार पैसे कसे पडतील ते आपण बघायचं.''

''ते चार पैसे चार दिसात उडतील. मंग काय करायचं?''

चिंधूदाच्या या प्रश्नावर कैलासशेठ शांत झाला. त्याला चिंधूदाचा रोख कळला. हा शेताला चिकटून बसलेला माणूस आपल्याला सहजासहजी जमीन सोडणार नाही. हे ओळखून आतापर्यंत गोडीगुलाबीवरून सामदामदंड भेदाच्या गोष्टीवर तो आला. म्हणाला,

''चिंधूशेठ, तुम्ही आमच्या दुकानात बाजार करायला येता. ती ओळख होती म्हणून मी तुमच्या भल्यासाठी तुमच्याकडं आलो. नाहीतर हे पार्टीवाले पोहोचलेले आहेत. महसूल विभाग आणि पोलिसात त्यांच्या ओळखी आहेत. उद्या त्यांनी त्यांच्या जमिनीला कंपाऊंड घातलं तर त्यात तुमची जमीनसुद्धा जाईल. महसूल अधिकारी काहीतरी उलटंपालटं करतील आणि मग ती सोडवण्यासाठी तुमच्या नाकीनऊ येतील. टाटाने काय केलं ते माहीतच आहे तुम्हांला. आज इतक्या वर्षात तुम्ही टाटाच्या तावडीतून तुमच्या जमिनी सोडवल्या नाहीत. तीच गत इथं व्हायला नको. तेव्हा विचार करा आणि दोन दिवसात सांगा मला.''

अशी गर्भित धमकी देऊन कैलासशेठ निघून गेला.

कैलासशेठ गेला, पण चिंधूदाची झोप उडाली. नामदेवला भेटून त्यानं त्याला सगळं सांगितलं. तेव्हा शेजारी बसलेला तुकाराम म्हणाला,

''हा कैलासशेठ लय बाराचा आहे. सहारा सिटीला जमिनी मिळवून देण्यासाठी तिथल्या लय शेतकऱ्यांना फसवलंय त्यानी. आपल्या मावळतीच्या

पठारावर त्यानेच आणलंय पार्टीवाल्यांना. तिथले सातबारे भेगडेंच्या नावावर होते. ते मुंबईला असतात. तिथं जाऊन त्यांना गाठलं आणि टाटाची भीती घालून पठार पार्टीवाल्यांना विकलं."

आजपर्यंत नामदेवला वाटत होतं ते मावळतीचं पठारही टाटाच्याच नावावर असेल. पण भेगड्यांच्या नावावर पठार निघाल्याचं ऐकून त्याला आश्चर्य वाटलं. म्हणाला,

"पन उगवतीचं समदं पठार टाटाच्या नावाव. अगदी आपली वस्तीबी. मंग ते मावळातीचंच पठार कुठल्या भेगड्यांच्या नावाव कसं?"

तुकारामनं आणखी पुढची माहिती दिली. म्हणाला,

"सगळी अंदाधुंदी आहे. टाटानं त्याच्या मनाला वाटेल तसं केलंय. आता महादेवाचा डोंगर अख्खा ताब्यात घेतलाय. पण तिथंसुद्धा काही जमीन वनखात्याची, काही बोडके, पडवळ, सातपुते... अशीसुद्धा नावं निघतात. पण लय करून डोंगर टाटाच्याच नावावर आहे."

तुकाराम सांगत असलेली माहिती ऐकून नामदेवला आश्चर्य वाटलं. तो त्याच्याकडं नवलाईनं बघत म्हणाला,

"हे समदं तुला कसं माह्यती."

"पुण्या-मुंबईत नोकरी धंदा करणारी आपल्या भागातली पोरं आता एकत्र आली आहेत. त्यांनी मंडळ काढलंय. गावभूमी मंडळ. त्या मंडळात इथली बरीच पोरं जातात. मीसुद्धा जातो. ती म्हणतात सत्याग्रह लय झाला. आता आंदोलनं आणि मोर्चेसुद्धा लय झाले. त्यानी काय होणार नाय. टाटाला आपून आपल्या परीने धडा शिकवू म्हणत्यात."

"म्हंजी काय करनार तुमी?"

चिंधूदानं उत्सुकतेनं विचारलं. मात्र ते न सांगता त्यानं चिंधूदाला सावध केलं. म्हणाला,

"मंडळ काय करणार आहे ते टाटाला कळेलच एक दिवस. भिऱ्याचं वीज केंद्र बंद पाडायची धमकी दिल्यावर फाटली होती त्याची. पण चिंधूदा, तू कैलासशेठच्या धमकीकडं दुर्लक्ष करू नको. त्याने सहारा सिटी उभी राहण्यासाठी तिथल्या शेतकऱ्यांना सळो की पळो करून उठवलंय. तो कमिशन खाण्यासाठी काहीसुद्धा करू शकतो."

चिंधूदाच्या मनात आणखीनच भीती भरली. नामदेव मात्र तुकारामकडं

बघत राहिला. त्याला वाटलं होतं, साठे गुरुजींचं पुस्तक आणि मुळशीच्या बेटावरून वाचून दाखवणारा तुकाराम सगळं तिथंच सोडून देत असेल. पण तो आपल्यापेक्षा एक पाऊल पुढे आहे. ते सगळं ऐकून तो तुकारामला म्हणाला,

"चला, मी मेलो, तरी लढा मरनार नाय!"

वाघाची दहशत मनातून गेली नसली तरी तो आता रानातून निघून गेला असावा, असं समजून गड्यांनी पठारवस्तीची राखण करणं थांबवलं होतं. चार महिने डोळ्यांत तेल घालून राखण केली. पण मागच्या एका महिन्यापासून रात्री कुत्री भुंकणं बंद झालं होतं. वांडरांचाही आवाज येत नव्हता. म्हणून मग गडीही झाले निवांत.

खोऱ्यातल्या उरसांना आता सुरुवात झाली होती. वाघाच्या सावटातून थोडी उसंत मिळाल्यावर गडीमाणसं आसपासच्या गावांच्या उरसांना जायला लागली. पठारवस्तीवर कधी उरूस होत नव्हता. त्यामुळं आसपासच्या गावांच्या उरसांचं पठारवस्तीला भारी आकर्षण. त्यातही ज्या गावांना उरसात दरवर्षी तमाशा नाही तर भारूड असतं ते उरुस इथले गडी कधी चुकवत नाही. विरंगुळ्याचं तेवढंच साधन!

पौडच्या उरसात दरवर्षी तमाशा असतो. पठारवस्तीवरचे गडी कधी तो चुकवत नाही. टाटा, पार्टीवाला, दूध सोसायटीचा कामदार... अशा कितीतरी जणांचा मनाला घोर होता. त्यातूनही थोडं मन रमावं म्हणून मल्हारी, उत्तम, तुकाराम अशा तरण्या पोरांबरोबरच लक्ष्मण, चिंधूदा, शिवा महार आणि नामदेवही गेला पौडला तमाशा बघायला. तिथं गावोगावच्या खेळांच्या ढोल-ताशांनी सगळं गाव दणाणून सोडलं होतं. खेळण्यांची दुकानं आली होती. त्या दुकानांभोवती लहान पोरं घुटमळत होती. पिपाण्या घेऊन वाजवत होती. ढोल-ताशांचा गजर त्यांच्या पिपाण्यांचा आवाज दाबत होता. तरी पोरं त्या वाजवत होती. रेवड्या, लाडू-जिलेबीच्या दुकानांसमोरची गर्दी कमी होत नव्हती. ते सगळं बघतच हे गडी तमाशाच्या जागी गेले. तिथं भलं मोठं स्टेज बांधलं होतं. त्याच्यासमोर आसपासच्या दहा-बारा गावचे लोक आपापली जागा धरून तमाशा सुरू होण्याची वाट बघत बसले होते.

पार उशिरा, खेळांचा गजर कमी झाल्यावर तमाशा सुरू झाला. आणि शिट्ट्या, आरोळ्या घुमायला लागल्या.

गणगवळण झाली. मथुरेच्या बाजाराला निघालेल्या गवळणींना श्रीकृष्णानं आडवलं. सोंगाड्यानं पोटभर हसवलं आणि लावण्यांनी मन रिझवल्यावर सुरू झाला तो वग. तमाशातल्या वगाची सर्वांनाच उत्सुकता. हरिश्चंद्र-तारामती, श्रावणबाळ, भक्त पुंडलिक या वगांबरोबरच अलीकडं या तमाशांमधून कौटुंबिक आणि सामाजिक विषयांवरचे वग बघायला मिळतात. मात्र या तमाशात वेगळाच वग सुरू झाला.

स्टेजवरच्या मिनिटभराच्या अंधारानंतर अचानक कंदिलाचा मंद प्रकाश हळूहळू मोठा होत गेला. आणि स्टेजवरची पात्रं दिसायला लागली. गुडघ्याच्या वर आवरलेली धोतरं, अंगात कोपरी, डोक्याला पटका आणि कमरेला आकडी-कोयता बांधलेले चार-पाच गडी कोणाची तरी वाट पाहत आहेत. त्यांना बघून, 'अरे हे तर आपल्याच खोऱ्यातले गडी' असं मनातल्या मनात म्हणत नामदेव सावरून बसला. आता नामदेवसारखीच सगळ्यांचीच अवस्था होती. सगळेच मन लावून बघायला लागले.

"आज काय तरी निकाल लागला पायजे. आमाला धरान नको. जगू द्या म्हनायचं आमाला आमच्या परीनी. पन ते धरान आनून आमच्या आयुष्यात इख पिरू नका म्हनायचं."

स्टेजवरचा एक गडी बोलला. तसा दुसरा गडी त्याच्याजवळ येत कपाळावर हात धरून डोळे बारीक करीत प्रेक्षकांकडं बघत म्हणाला,

"ते समदं खरं, पन ते येनार कव्हा? आले वाटतं..."

"कुठंय कुठंय..." तिसरा गडी पळतच दुसऱ्याच्या शेजारी येत प्रेक्षकांकडं बघत म्हणाला. पहिल्यानंही उत्सुकतेनं नीट निरखून पाहिलं आणि दुसऱ्याच्या पाठीवर चापट मारीत म्हणाला,

"आरे तो, मधल्या आळीचा दामू हाये. सायेब असं घोंगडं अंगाव घिऊन येतील का?"

"पन आल्याबिगार ऱ्हानार नाय ते आज." चौथा मध्येच म्हणाला, तसा 'कशाऊन' असं म्हणत तिसरा चौथ्याजवळ आला. मग चौथा तिसऱ्याकडं बघत बोलायला लागला. म्हणाला,

"कशाऊन म्हंजी? धरनात बुडनारी समदी जमीन आपली हाये. आपलं आंगठं घेतल्याबिगार त्यांना तिथं कायबी करता येनार हाय."

"मंग आंगठ घेन्याआधी धरान बांधायला सुरुवात कशी झाली?"

चौथ्यानं विचारलं. मग तिसऱ्याच्या खांद्यावर हात ठेवीत चौथा समजून सांगायला लागला. म्हणाला,

"निस्ती भित बांधून काय उपेग! आपल्याला धरान नको असंल तर ती पाडायला आपल्याला किती येळ लागतोय. नायतरी आपल्या सत्याग्रह करनाऱ्या पुढाऱ्यांनी टाटाची ती बारीक भित पाडलीच की!"

"कन्ती रे?" तिसरा

"तीच धरनाच्या मोठ्या भितीच्या बांधकामाच्या पान्याकरता बांधल्याली. सत्याग्रह करनाऱ्यांना समदं काम बंद ठेवतो म्हननारा टाटा ती बारीक भित बांधून त्यात पानी साठवायला लागला व्हता. मंग सेनापती, भुस्कुटे गप बसत्यात व्हय. मागून आपल्या मानसांनी फुडली ती. आता या मोठ्या भितीला चार मानसांचं बळ आनखी लागंल, पन येळ किती लागतोय? आपल्याला ती नकोच. आपलं ठरल्यालं हाये. जीव दिऊ नाय तू जमीन दिऊ."

"आता टाटा आपला जीवच घ्यायला बसलाय. तो जमीन सोडनार नाय. गांधीबाबा आल्याव कायतरी व्हइल वाटलं व्हतं. पन आता गांधीबाबाची वाट बघून खोरं थकलं आन् पुन्याच्या पुढाऱ्यांनीबी त्यांची आशा सोडली. त्यात टाटानी गोऱ्यांना हाताशी धरलंय. असं समदं त्याच्या मनापरमानी झाल्याव तो जमीन घेतल्याबिगर ऱ्हानार हाये का?" पहिला तिसऱ्याकडं बघत म्हाणाला. तसा दुसरा म्हणाला,

"अशी जमीन गेल्याव जितं राह्यलो तरी ते मेल्यावानीच की!"

"म्हनून तर जमीन वाचवायची म्हंजी जीव वाचवायचा हा आटापिटा चाललाय. ती नाय वाचली की येक तर जीव द्यायला लागनार नायतर शाराची वाट धरून टाटासारख्याचं पानी भरीत गुलाम बनून जगायला लागनार."

पहिला असं बोलत असतानाच प्रेक्षकांमधून गडबडीचा आवाज आला. चारही गडी तिकडे बघायला लागले. तिकडून एक सुटाबुटातला माणूस, एक अर्ध्या चड्डीतला गणवेशधारी पोलीस आणि डोक्यावर गाठोडं घेतलेला एक धोतर-कोपरीतला गडी स्टेजच्या दिशेनं यायला लागेल.

"क्वान हाये, क्वान हाये... पुलीस हायेत पुलीस... टाटाची मानसं दिसत्यात... नाय नाय, वगातलीच सॉंगं दिसत्यात."

लोकांमधील अशी कुजबूज ऐकतच तिघेही स्टेजवर गेले. स्टेजवरच्या पहिल्या गड्यानं समोर अडकवलेला कंदील हातात घेतला आणि त्यांच्याजवळ जाऊन त्यांना नीट निरखून पाहिलं. मग कंदील परत होता त्या जागी लटकवत बाकीच्या गड्यांकडं बघत म्हणाला,

"हेच सायेब."

तसे बाकीचे तिन्ही गडी पुढे आले आणि समोरच्या तिन्ही गड्यांकडं बघायला लागले. त्यांच्याकडं बघत मग चौथा पुन्हा बोलायला लागला. म्हणाला,

"ह्यांनीच निवाडा केलाय आपल्या शेताचा."

"पन आपल्याला जमीनच इकायची नसंल तर निवाडाच कसा केला ह्यांनी." दुसरा म्हणाला.

"तेच इचारायचं आपून आता त्यांना."

पहिला असं बोलल्याबरोबर सुटाबुटातला गडी त्यांच्याकडं बघत मध्येच बोलायला लागला. म्हणाला,

"सार्वजनिक हितासाठी ही जमीन, जमीन संपादन कायद्याखाली टाटांना द्यायची आहे. आता अवॉर्ड झाले आहेत. जमिनीचा मोबदला तुम्हांला मिळेल. मात्र तुम्ही जमीन लवकर सोडायची."

"आन् करायचं काय?" पहिल्यानं विचारलं. तसा गणवेशधारी पोलीस हातातली काठी घट्ट पकडत पहिल्याच्या दिशेनं यायला लागला. चारही गडी घाबरून मागे सरले. समोर बसलेले प्रेक्षकही क्षणभर घाबरले. नामदेवला उत्सुकता लागली. आता पुढं काय होणार. म्हणून तो स्टेजकडं पापणी न हलवता बघत राहिला. पण सुटाबुटातल्या माणसानं गणवेशधारी पोलिसाला अडवलं आणि चारही गड्यांकडं बघत म्हणाला,

"करायला गेलं तर भरपूर आहे. पण तुम्हांला तुमचं हित कळत नाही. ते कळावं म्हणून आम्ही आमची माणसं पेट्यात पाठवली; पण तुम्ही त्यांना टाटांचे एजंट म्हणून हाकलून दिलं. मला सांगा, तुमच्या पिढ्यान्‌पिढ्या या पेट्यात गेल्या. आपल्या वाडवडिलांच्या जमिनीत भात, वरई, नाचणीच्या पलीकडं काही पिकवलं नाही तुम्ही. अशानं प्रगती कशी होणार तुमची? उलट धरण झालं तर प्रगतीची दारं उघडतील तुमच्यासाठी. धरण पूर्ण होईपर्यंत धरणावर काम करता येईल. त्यातून चार रुपये मिळतील. शिवाय

बुडत नाही तोवर जमीन पिकवून त्यातूनही पीक घेता येईल. असा दोन्हीकडून नुसता फायदा आहे तुमचा. पण तो तुम्हांला दिसतच नाही. तेव्हा पुढाऱ्यांच्या नादी लागू नका. तुमचे भले करील ते टाटाच. पुढारी आज आहेत तर उद्या नाही. पण टाटा तुम्हाला वाऱ्यावर सोडणार नाही. म्हणून सांगतो, सत्याग्रहाचा नाद सोडा आणि धरणाच्या कामावर या.''

''आन् धरान झाल्याव?'' दुसऱ्यानं धाडस करून विचारलं. मग सुटाबुटातला माणूस त्याच्याकडं बघत म्हणाला,

''जिथे झगमगाट आहे ती मुंबई कोणासाठी आहे!''

त्याच्या या वाक्याबरोबर स्टेजवरचे विजेचे दोन मोठे दिवे लागतात. लख्ख प्रकाश पडतो. स्टेज उजळून निघते. स्टेजवर अंधूकशी दिसणारी सगळीच माणसं आता एकदम स्पष्ट दिसायला लागतात. सुटाबुटातला माणूस विजेच्या दिव्यांकडं कौतुकानं बघतो. मग कंदिलाकडं बघून तो आपल्या समोरच्या चार गड्यांना म्हणतो,

''बघा. या कंदिलाकडं बघा. या विजेच्या प्रकाशात त्याचं अस्तित्व तरी जाणवतं का? याला म्हणतात प्रगती. पण ही प्रगती होणार आहे ती धरण झाल्यावरच. हे धरण झाल्यावर मुंबईत जाऊन तुम्ही नोकरी करू शकाल. तिथल्या कापड गिरण्या तुमची वाट बघत आहेत. धरण झाल्यावर त्यांना मुबलक वीज मिळेल. मग त्या आणखी वाढतील. मग तिथं आणखी रोजगार निर्माण होईल. दुप्पट-तिप्पट कापड तयार होईल. ते स्वस्त होईल आणि त्यातूनच आपल्या देशाची प्रगती होईल... साधं उदाहरण घ्या. या पेट्यात बैलगाडीशिवाय दुसरं काही दिसत नाही. पण टाटांमुळं या पेट्यात रेल्वे आली...''

''टाटानी ती तमाखल्या धरनाच्या मालाकरता आनली. आमाला काय उपेग त्याचा?''

पहिला गडी असं बोलल्यावर चौथा गडीही पुढं होऊन बोलला. म्हणाला,

''धरान बांधून झालं, की बंद करून टाकीन तो. मंग त्यात आमची प्रगती कुठं राह्यली?''

''तीच सांगतोय मी तुम्हाला.'' सुटाबुटातला माणूस परत बोलायला लागला. म्हणाला,

"नुसता आपल्यापुरता विचार करू नका. देशाचा विचार करा. टाटा देशाचा विचार करून पुढे चालले आहेत. मुंबईची उद्योगनगरी म्हणून भरभराट व्हावी. तिथं आपल्या बांधवांना चांगलं जगता यावं म्हणून त्यांची ही धडपड चालू आहे."

"मंग त्यांना चांगलं जगता यावं म्हनून आमाला कशाला मारता. आमी आमची रानं पिकवतो आन् जगतो. हितलं आमचं मानाचं जगनं हिरावून घिऊन आमाला ममयला नेऊन गुलाम करायचा इचार कशाला करता. आमी आमच्या कंदिलात सुखी हाये."

पहिला गडी असं बोलल्यावर सुटाबुटातल्या माणसाचा आवाज वाढला. तो त्याच्याकडं बघत रागारागानं बोलायला लागला. म्हणाला,

"तुम्ही सरळ मार्गाने ऐकणार नाही. ए, काढरे यांचे अवॉर्ड काढ."

आतापर्यंत डोक्यावर गाठोडं घेऊन उभ्या असलेल्या माणसानं ते खाली ठेवलं. ते सोडून त्यातले काही कागद काढून सुटाबुटातल्या माणसाच्या हातात दिले. ते चौघा गड्यांना दाखवत सुटाबुटातला माणूस म्हणाला,

"हे बघा, हे तुमच्या जमिनीचे अवॉर्ड. या गवतपड जमिनीत काय पिकवणार आहात तुम्ही."

"गवत? आमच्या जमिनी तर आंबंम्हवराच्या हायेत."

पहिला आश्चर्यानं बोलला. तसा दुसरा, तिसरा आणि चौथाही लागोपाट म्हणाला,

"माझीबी आंबंम्हवराची हाये."

"माझं समदं रान साळीचं हाये."

"माझी दोन वावरं साळीची आणि दोन आंबंम्हवराची हायेत."

"ते मला काही माहीत नाही. सरकारी अधिकारी तुमच्या रानात आले होते. त्यांनीच हे अवॉर्ड दिले आहेत."

"सरकारी अधिकारी? आन् ते कव्हा आले आमच्या शेतात?" तिसरा असं म्हणाल्यावर सुटाबुटातल्या माणसाच्या रागाचा पारा अजूनच वाढला. म्हणाला,

"धरणाच्या पायावर सत्याग्रह करीत बसल्यावर तुम्हांला तुमच्या जमिनीवर कोण येऊन गेले आणि कोण नाही ते कळणार कसं?" आता मात्र पहिल्या गड्यालाही राग आला. तो पुढं होऊन म्हणाला,

‘‘म्हंजी पुढारी म्हंत्यात ते खरंय. टाटानी आंबंम्हवराची शातं साळीची आन् साळीची शातं गवताची दावली.’’

ते ऐकून सुटाबुटातल्या माणसाच्या तळपायाची आग मस्तकात गेली आणि तावातावानं बोलायला लागला. म्हणाला,

‘‘मरा. जान की जमीन म्हणा आणि धरण भरल्यावर त्यात जीव देऊन मरा. आता तुमची जमीन तर बुडणारच पण बदल्यात पैसाही नाही मिळणार आणि बदली जमीनही नाही मिळणार.’’

‘‘कारण तुमच्या जमिनीचे पैसे, तुम्ही जमिनी घानवट ठेवल्या होत्या त्या सावकारांनी आधीच घेतले आहेत.’’

आतापर्यंत शांत उभा असलेला गणवेशधारी पोलीस म्हणाला. तोच धागा पकडत सुटाबुटातला माणूस पुढं बोलायलां लागला,

‘‘तुमची गहाणखतं खरेदीखतं दाखवून सावकारांनी तुमच्या जमिनीचे पैसे घेतलेत. ते टाटांनीही त्यांना दिले. आता तुम्ही काही करू शकत नाही. आता मरा. जान की जमीन म्हणत मरा.’’

तसे चारही गडी सुटाबुटातल्या माणसासमोर आले आणि एकसाथ म्हणाले,

‘‘गुलाम बनून जगन्यापरीस मरान पत्करू आमी. पन जमीन सोडनार नाय.’’

चारही गड्यांचा असा निर्धार ऐकल्याबरोबर सुटाबुटातल्या माणसानं टाळी वाजवली, तसे विजेचे दोन्ही दिवे एकदम विझले. कंदिलाच्या प्रकाशात स्टेजवरची सगळीच माणसं पुन्हा अस्पष्ट दिसायला लागली. मग पुन्हा कंदिलाकडं बघत सुटाबुटातला माणूस म्हणाला,

‘‘घ्या. टाटांना विरोध करणाऱ्यांनो, एकतर मरा तरी नायतर खितपत पडा या अंधारात.’’

चारही गडी अस्वस्थ होऊन कंदिलाजवळ जाऊन त्याच्या ज्योतीकडं बघायला लागतात.

समोर बसलेला नामदेवही अस्वस्थ होऊन ते सगळं बघत होता. त्या वगात पुढं ते गडी धरणाच्या पायावर सत्याग्रह करतात. मार खातात. गरम पाण्याचे फवारे अंगावर घेतात. तुरुंगात जातात. तिथंही छळ सहन करतात. तुरुंगातून सुटून आल्यावर बुडालेल्या जमिनी बघून हताश होतात. आणि पोटासाठी मुंबईचा रस्ता धरतात.

नामदेवनं हे सगळं ऐकलेलं आज प्रत्यक्ष पाहिलं. त्याच्या मनात कालवाकालव सुरू झाली. आता कुठे आहेत मुंबईतल्या कापडगिरण्या. कुठे गेले त्यातले कामगार. कुठे गेली टाटानं सुरू केलेली मुळशी पेट्यातली रेल्वे... त्याच्या मनात अशी गलबल सुरू असतानाच पहाटे पहाटे वग संपला. सगळे गडी सुन्न होऊन पठारवस्तीकडं निघाले. नामदेवला यातल्या बऱ्याच गोष्टी माहीत होत्या, तरी तमाशातल्या वगानं त्या जिवंत उभ्या केल्या होत्या. टाटांचा जुलूम आणि आपल्या माणसांचं दुर्लक्ष! मग मुंबईला वीज मिळून उपयोग काय? आपल्या त्यागाचं आपल्याला चांगलं फळ मिळालं! आता सार्वजनिक हित बास. ज्यांना आपली कदर नाही, त्यांची कदर आपण का करायची. असे विचार नामदेवच्या डोक्यात घुमायला लागले. तुकारामचीही तीच अवस्था होती.

त्या विचारात सगळे पठारवस्तीवर कधी आले ते त्यांचं त्यांनाच कळलं नाही.

रात्रभरच्या जागरणानं डोळ्यांवर झोप होती; पण ती पठारवर आल्याआल्या कळलेल्या बातमीनं एकदम उडाली.

रात्री मावळतीच्या पठाराला वणवा लागला होता आणि त्यात चिंधूदाची पायरीची पाच झाडं जळून राख झाली होती. जळालेली झाडं बघून चिंधूदाचं अवसान गेलं. तो मटकन खाली बसला आणि त्याला कैलासशेठची धमकी आठवली. मात्र नामदेवनं त्याला धीर दिला आणि त्याच दिवशी पौडला जाऊन तलाठ्याकडं झाडं जळाल्याची तक्रार दिली. तलाठी पंचनामा करायला येतो म्हणाला. मात्र पोलिसांनी रानातल्या वणव्यांची तक्रार घेत नाही म्हणत हात वर केले.

आठ-दहा दिवस चिंधूदानं आणि पठारवस्तीनं तलाठ्याची वाट पाहिली. पण तो काय पंचनामा करायला आला नाही. चिंधूदानं पंधरा वर्षे जिवापाड जपून वाढवलेल्या झाडांची मात्र एका रात्रीत राख झाली! त्याची ना कुठं बोंब ना दखल!

✧✧✧

नऊ

नानाजी, तात्या आणि रामभाऊ मुंबईला जाऊन पुनर्वसन मंत्र्यांना भेटून आले. वर्षभर प्रयत्न केले तेव्हा दहा मिनिटांची भेट झाली. दहा मिनिटांत ऐंशी वर्षांतले भोग कसे सांगणार? म्हणून नानाजींनी मुळशी आणि मावळातल्या टाटा धरणग्रस्तांच्या समस्यांचं आणि मागण्यांचं एक भलं मोठं निवेदन पुनर्वसन मंत्र्यांच्या हातात दिलं होतं आणि म्हणाले होते,

''साहेब, हे मुळशी आणि मावळ तालुक्यातील टाटा धरणग्रस्तांचं गाऱ्हाणं आहे. मुंबईला वीज मिळावी म्हणून टाटाने आणि इंग्रज सरकारने जुलमी जमीन संपादन कायदा लावून ज्यांच्या जमिनी हिसकावून घेतल्या, ते इथले शेतकरी आयुष्यातून उठले आहेत. टाटा आणि तेव्हाच्या मुंबई इलाखा सरकार यांच्यात जो करार झाला होता त्याप्रमाणे या धरणग्रस्तांना सोयीसुविधा पुरवणं हे टाटाचं काम होतं. पण टाटांनी त्याकडं दुर्लक्ष केलं. त्यामुळं या धरणग्रस्तांच्या मागच्या तीन-चार पिढ्या किड्या-मुंग्यांसारखं जीवन जगत आल्या आहेत. टाटांनी यांचं पुनर्वसन करण्याऐवजी त्यांच्यावर अत्याचारच केला आहे. सार्वजनिक हिताच्या ज्या कारणासाठी शेतकऱ्याची जमीन घेतली त्या कारणासाठी जर ती वापरली नाही तर ती जमीन त्या शेतकऱ्यांना परत केली पाहिजे. पण टाटांनी अशा पाण्यात न बुडालेल्या वरकस जमिनी ज्यांच्याकडून घेतल्या त्यांनाच भाडेपट्ट्याने दिल्या आणि गेली ऐंशी वर्षे टाटा या शेतकऱ्यांकडून भाडेपट्टा वसूल करीत आहे. टाटा या उर्वरित जमिनी कसणाऱ्या शेतकऱ्यांना देत नाहीत. पण आपल्या हितसंबंधित काही संस्था आणि व्यक्तींना मात्र उदार मनानं देत आहेत. टाटांची ही वृत्ती, गरीब शेतकऱ्यांकडं बघण्याची त्यांची हीन वृत्तीच दाखवत आहे. इथल्या वाड्यावस्त्यांना अजून गावठाण दर्जा नाही. स्वातंत्र्य मिळून त्रेपन्न वर्षे झाली तरी या शेतकऱ्यांना स्वतःचं गाव मिळालं नाही. मग स्वातंत्र्य मिळाल्याचा

अभिमान यांनी का बाळगावा? साहेब, सगळं सांगत बसत नाही. तुम्हांला दिलेल्या निवेदनात सगळं लिहिलं आहे. ते वाचून तुम्हांला वाटेल की, आम्ही धरणग्रस्त टाटांवर अशी चिखलफेक का करत आहोत. जगात टाटांचा मोठा उद्योगसमूह आहे, मोठं नाव आहे म्हणतात. सामाजिक बांधिलकी मानणारा उद्योगपती आहे म्हणतात. मग ती जगाला दिसणारी सामाजिक बांधिलकी मुळशी-मावळातील धरणग्रस्तांबाबत कुठं गेली? टाटांनी ती इथं दाखवली असती तर आम्ही मागचं सगळं विसरून गेलो असतो. पण आता आमच्या शेतकऱ्यांचा वंशच बुडवायला निघालेला टाटा कितीही मोठा असला तरी तो आम्हांला आमचा दुश्मनच वाटत आहे. तो भांडवलदार. त्याला सगळ्या जगावर राज्य करायचं असेल. जग शेतकऱ्यांच्या शेतीवर नाही तर भांडवलदाराने तयार केलेल्या वस्तू विकत घेऊनच जगलं पाहिजे, असंच त्याला वाटत असणार. त्यानी ते करावं, पण आमच्या मुळावर उठू नये, म्हणून आम्ही तलाठ्यापासून जिल्हाधिकाऱ्यांपर्यंत फिरून तुमच्याकडं आलो आहे. शेतकऱ्यांना खेळवत ठेवणं एवढाच या अधिकाऱ्यांचा उद्योग. तेव्हा तुम्ही यात लक्ष घालून टाटांसारख्यांसाठी बनवलेला आणि मनाला येईल तसा त्याचा वापर करून शेतकऱ्यांची जमीन हिसकावून घेणाऱ्या इंग्रजांच्या जमीन संपादन कायद्यात आता दुरुस्तीची वेळ आली आहे. शिवाय कूळकायदा लावला तर या धरणग्रस्तांना टाटानं भाडेपट्ट्यानं दिलेल्या जमिनी मिळू शकतील. पण आपले अधिकारी केवळ टोलवाटोलवी करत आहेत. तुमच्याकडं मात्र आम्ही मोठ्या आशेनं आलो आहोत.''

मंत्र्यांनी नानाजींचं हे बोलणं टेबलावर पडलेल्या असंख्य फाईलींवर सह्या करता करताच ऐकलं होतं. नानाजी बोलायचे थांबल्यावर त्यांनी मान वर केली होती. आणि 'मी पुण्याच्या जिल्हाधिकाऱ्यांना याची चौकशी करून रिपोर्ट द्यायला सांगतो. असं म्हणून या तिघांची बोळवण केली होती. मात्र आता सहा महिने झाले तरी त्याचं पुढं काहीच झालं नव्हतं.

मंत्र्यांनाही आता आपली दुःख कळत नाही म्हटल्यावर रामभाऊंनी संघटनेची बैठक बोलावली. आता मुळशीबरोबरच मावळातले टाटा धरणग्रस्तही संघटनेत आल्यामुळं अशा बैठकांचे निरोप एका दिवसात धरणग्रस्तांपर्यंत पोहोचतात. त्यामुळं बैठकांना मोठी गर्दी होऊ लागली होती. रामभाऊंमुळं टाटा धरणग्रस्तांमध्ये जागृती आली होती. ते नानाजींना मिळाल्यापासून

संघटनेत जोश आला होता. संघटना मजबूत दिसत असली तरी मोर्च्याला भाकऱ्या बांधून येणाऱ्या अर्धनग्न, मळक्या, फाटक्या कपड्यांतल्या धरणग्रस्तांची दखल अजून कोणी घेतली नव्हती. घटनात्मक मार्गानं जाणारे नानाजी, तात्या आणि आक्रमक बोलून एक घाव दोन तुकडे केले पाहिजेत, म्हणणारे रामभाऊ एकत्र लढत आहेत. या डोंगरातल्या वाड्यावस्त्यांवरचा आपला लढा आता व्यापक बनवला पाहिजे. मोठी आंदोलनं करणाऱ्या व्यक्तींचा आपण पाठिंबा मिळवला पाहिजे. त्यांना आपल्या आंदोलनाशी जोडलं तर सरकारचं आणि टाटाचं लक्ष आपल्याकडं जाईल असं वाटून रामभाऊंनी ही बैठक बोलावली होती. चिंधूदाची पायरीची झाडं जळाल्यापासून आणि पार्टीवाल्यांनी मावळतीचं पठार घेतल्यापासून आणखीनच घाबरलेले पठारवस्तीवरचे सर्वच गडी या बैठकीला आले होते. नानाजींच्या अंगणात होणाऱ्या अशा बैठकीला आलेल्या लोकांना आता अंगण पुरत नाही. एवढी गर्दी पाहून रामभाऊंना मात्र मोठा जोश येतो. या बैठकीतही त्यांनी जोशातच बोलायला सुरुवात केली. म्हणाले,

"मंडळी, गेल्या ऐंशी वर्षांत आपण आणि आपल्या वाडवडलांनी सरकारचे दरवाजे झिजवले. आपली पोरंबाळं जगावीत म्हणून ज्याने आपल्या गावांवर दरोडे टाकले, त्या टाटालाही आमचा अंत बघू नको म्हणून विनंती केली. मात्र अजून कोणालाही आपली दया आली नाही. त्यांना आपण नको. आपल्या जमिनी पाहिजेत. तिकडं मुंबईला लाईट मिळावी म्हणून आपली घरं, पोटाला घास देणारी जमीन, नांदती गावं उठवली. मुंबईत आज झगमगाट आहे. आणि आपल्या नशिबी अंधार. बरं त्या अंधाराला आपलं मानून जगू आपण. पण जगायचं कसं? जगण्याचे सगळे मार्ग टाटाने बंद केलेत. आता तर मुंबईतल्या लायटीत बसून आपल्या डोंगररानाचे फोटो पाहिले जातात. ते बघणारे आपलेच. सिमेंटच्या जंगलात राहून त्यांना आता निसर्गाची भुरळ पडायला लागली आहे. त्या निसर्गात त्यांना आपल्या दारिद्र्यातल्या वाड्यावस्त्या दिसत नाही. पण त्याभोवतीच्या जमिनी दिसायला लागल्या आहेत. मग मुंबईत बसून पैशाच्या जोरावर इथल्या जमिनींचे व्यवहार होऊ लागले आहेत. आता या डोंगरातल्या वाड्यावस्त्यांवर एकच शब्द ऐकायला मिळत आहे, तो म्हणजे पार्टीवाले. हे पार्टीवाले जमिनी घेणार. तिथं आलिशान घरं बांधणार. तिथं वर्षासहा-महिन्यांनी मजा करायला येणार आणि त्यासाठी तिथं

सगळ्या सोयीसुविधा करणार. मात्र ज्यांच्या पिढ्यान्‌पिढ्या इथं गरिबीत जगतात त्यांना मात्र अजूनही झऱ्याचं पाणी टिपलून टिपलून भरायला लागतं. आणि पोटासाठी या पैसेवाल्यांच्या बंगल्याची राखण करायला लागते. ज्या रानात आपले वाडवडील सुखासमाधाने राहायचे ते निम्मं रान ऐंशी वर्षांपूर्वी टाटाने गिळलं. काही वर्षांपूर्वी सहारा सिटीवाल्यांनी मोठा घास घेतला आणि आता थोडं शिल्लक राहिलंय त्याचे लचके पार्टीवाले तोडायला लागले आहेत. आपण मात्र नुसतंच ते बघत सरकार दरबारी खेपा घालतोय. असंच चालत राहिलं तर मावळ–मुळशीतली हजारो शेतकऱ्यांची जमीन मूठभर श्रीमंतांच्या नावावर होईल आणि इथला शेतकरी, म्हणजे आपण त्यांचे गुलाम म्हणून जगायला लागू.''

``आता बाकी काय राह्यलंय, रामभाऊ. टाटाचे गुलामच झालोय की आपून. शेतात राबायचं आपून. आन्‌ भाडेपट्टा मात्र टाटाला घरबसल्या मिळनार.''

वळण्याचा एक गडी मध्येच बोलायला लागला. तेव्हा त्याच्या शेजारी बसलेल्या वळण्याच्याच गड्यानं त्याची री ओढली. म्हणाला,

``आन्‌ मनाला वाटंल तव्हा भाडेपट्ट्याच्या जमिनी काढून घेणार. राजा असल्यासारखा मनाचा कारभार त्याचा.''

``आपूनच राजा बनवला त्याला.''

``आपून नाय. इंग्रजांनी!''

``पन इंग्रज जाऊन आता किती दिस झाले! राजाची श्रीमंती वाढतच राह्यली.''

``आन्‌ गरिबाची गरिबी!''

लोक असे एकापाठोपाठ एक बोलायला लागले. तेव्हा नानाजी म्हणाले,

``आपण आता ही गुलामगिरी झटकून दिली पाहिजे.''

``पण कशी?''

नानाजींना असा प्रश्न विचारून रामभाऊ पुन्हा बोलायला लागले, म्हणाले,

``नानाजी, तुमच्या लोकशाही मार्गाने ते आता शक्य नाही. आणि अहिंसा, सत्याग्रहाने मन पिळवटून जायला हे इंग्रज सरकार नाही. आता या मार्गाने जाणं खूप झालं. या मार्गाने आपले हाल कधी संपणार नाही!''

"मंग काय करायचं?"

"धरण फोडून आपण आपल्या जमिनी ताब्यात घेऊ."

वाघवाडीचा एक गडी मध्येच बोलला. तसे त्याच्याकडं सगळे बघायला लागले. मिनिटभर शांतता पसरली. त्याच शांततेत तुकाराम बोलला. म्हणाला,

"नाहीतरी आपल्या वाडवडिलांनी आपल्या जमिनीचे ना पैसे घेतले ना टाटाने पर्यायी जमीन दिली. उलट इतक्या वर्षात मुंबईला वीज पुरवून गब्बर झालेल्या टाटाने आपलं पुनर्वसन तर सोडाच आपल्या मूलभूत गरजाही भागवलेल्या नाहीत. त्यामुळं टाटाला आपल्या जमिनीवर हक्क सांगण्याचा काही हक्क नाही. हेच म्हणणं आपल्या पुणे-मुंबईकरांच्या मंडळाचंसुद्धा आहे."

तुकारामला असं बैठकीत बोलताना बघून नामदेव आणि पठारवस्तीवरचे गडी त्याच्याकडं आश्चर्यानं बघायला लागले. नामदेवला तुकारामचं मोठं कौतुक वाटलं! पण त्याला त्याच्या लढ्याचा मार्ग भलताच वाटत होता. तो म्हादूच्या मार्गानं जाणारा दिसत नव्हता आणि नामदेवच्याही मार्गानं जाणारा नव्हता. नानाजींना त्याचंच आश्चर्य वाटलं. म्हणाले,

"मंडळी, मुळशीचा लढा आपल्या वाडवडिलांनी अहिंसक, सत्याग्रहाच्या मार्गानं सुरू केला. त्याला असं हिंसक वळण मिळणं देशाच्या हिताच्या दृष्टीनं चांगलं नाही."

"देशाचा विचार फक्त आपण शेतकऱ्यांनीच करायचा का? देशाने नको आपला विचार करायला. तो जर करीत नसेल तर असला देश नको आम्हांला. आम्ही आमच्या रानात जगू नाहीतर मरू पण देशहिताच्या नावाखाली ते कोणाच्या घशात घालणार नाही."

रामभाऊ आपल्या नेहमीच्या जोशात बोलले. तेव्हा त्यांच्याच समोर बसलेले तात्याही लागले बोलायला. म्हणाले,

"रामभाऊ, शांत व्हा. यात देशाचा काही दोष नाही. दोष देश चालवणाऱ्यांचा आहे. दीडशे वर्षांच्या जोखडातून सुटलेल्या देशाबद्दल आपण असं बोलणं योग्य नाही. उलट आपण आपल्या स्वतंत्र देशाचा अभिमानच बाळगला पाहिजे..."

पण रामभाऊ ऐकणारे नव्हते. त्यांचा आवाज आणखीनच वाढला. म्हणाले.

"कसला अभिमान तात्या? देश जोखडातून सुटला म्हणता, पण आमच्या मानगुटीवरून उतरलं का ते! मग कशाला अभिमान बाळगायचा आम्ही या देशाचा. काय दिलं आम्हांला या देशाने? हिरावून घेतलेली हक्काची जमीन दिली? बुडवलेलं गाव दिलं? घर दिलं? एक गोष्ट मात्र भरपूर दिली. ती म्हणजे गरिबी. किती दिवस आम्ही उपासमार सहन करणार? मग भाकरीसाठी आमच्या मनात असे विचार आले तर त्याला जबाबदार आम्ही नाही, हा देश आहे आणि या देशाला चालवणारेही आहेत. आमच्या ज्या पिढ्या दारिद्र्यात उपाशी मेल्या, त्या मेल्या. आता आम्ही उपाशी मरणार नाही आणि दारिद्र्यातही राहणार नाही. आम्ही आमचा हक्क हिसकावून घेऊ. इथं जो हिसकावून घेतो तोच मोठा होतो. आम्हांला मोठं होण्याची हौस नाही, पण जगायचं आहे. आणि जगण्यासाठी आम्ही काहीही करू शकतो."

रामभाऊंचं हे सडेतोड बोलणं तुकारामला पटत होतं. असेच विचार तो मंडळात ऐकत होता आणि व्यक्तही करत होता. इथंही बोलला. म्हणाला, "तात्या, रामभाऊ बरोबर बोलताहेत. असे विचार आमच्या मनात एकदम आलेले नाहीत. गेली ऐंशी वर्षे जे पेरलं ते आता उगवायला लागलं आहे. टाटा आणि सरकार त्याला खतपाणी घालत आहे. उद्या जर मुळशी धरण फुटलं तर त्याला हेच जबाबदार असणार आहेत."

"मंग मुंबयवाल्यांनाबी कळू द्या. अंधारात दिवस काढणं कस असतं ते!"

आणखी एक गडी मध्येच बोलला. नानाजी तुकारामकडं बघत म्हणाले, "पोरांनो, तुमचं रक्त गरम आहे. त्यातही आपण शिवाजीमहाराजांच्या मावळ्यांचे वंशज. आपल्या मुलखावर असं बाहेरून येणाऱ्यांनी राज्य करणं आपल्याला मानवणारं नाही. पण तरीसुद्धा धरण फोडण्याचा मार्ग मला पटत नाही. धरण फोडण्यानं मोठं नुकसान होणार आहे ते आपल्याच माणसांचं. धरणाखालची हजारो लोकं मरतील. मग आपण आपल्या हितासाठी आपल्याच माणसांचा जीव घ्यायचा का? तसं असतं तर तुरुंगातून सुटून आल्यावर सेनापती बापटांनीच मुळशी धरण फोडलं असतं आणि शेतकऱ्यांना त्यांच्या जमिनी परत मिळवून दिल्या असत्या."

यावर रामभाऊ त्वेषाने म्हणाले, "त्यांचं काही नका सांगू आम्हांला. आपल्या हक्कासाठी समोरच्याचा

जीव घ्यायला तयार असणारे बापट मुळशीत ते सगळं विसरले. त्याच वेळी टाटाच्या रेल्वेवर गोळीबार करून तुरुंगात जाऊन बसण्याऐवजी मुळशी धरण फोडलं असतं तर ते त्यांच्या विचाराप्रमाणे वागले असं म्हणता आलं असतं आणि त्यांच्या तुरुंगात जाण्यालाही अर्थ आला असता. नानाजी, धरणाखालच्या लोकांचा तुम्हाला एवढा कळवळा येतो, पण ते आपल्यासाठी काय करतात? इंग्रज सरकारने जमीन संपादन करून दिली म्हणून भीक दिल्यासारखी टाटा सरकारकडं त्या जमिनीची पट्टी भरत होता. कोणी ती अठरा हजार सांगतं कोणी एकोणपन्नास हजार. कितीही असली तरी त्यातून इथल्या धरणग्रस्तांना सोयीसुविधा मिळायला पाहिजे होत्या. पण स्वातंत्र्य मिळेपर्यंत ते पैसे इंग्रजांनी खाल्ले आणि स्वातंत्र्य मिळाल्यावर आपल्या सरकारने. थोडी फार सुधारणा केल्याचा दिखाऊपणा केला पण तो कुठं तर धरणाच्या बाहेर! धरणाखालच्या गावात! का? तर धरणाची भिंत त्यांच्या हद्दीत येते म्हणून. म्हणजे धरणासाठी त्याग आम्ही करायचा आणि मलई धरणाबाहेरच्यांनी खायची.''

"रामभाऊ, तो निधी पुढाऱ्यांच्या राजकारणामुळं ठरावीक गावांना आणि ठरावीक लोकांनाच मिळाला. त्या राजकारणातून काही शेतकऱ्यांना मिळत असलेली बाबटीही बंद झाली. यात फायदा टाटाचाच झाला.''

"हेच धरणाबाहेरचे पुढारी टाटाकडून स्वतःचं कल्याण करून घेत राहिले. फायदे उकळत बसले तर आपण त्यांचा विचार का करायचा? ज्या टाटानी आपली नांदती गावं उठवली. आपली जमीन हिसकावून घेतली, ती वाचवण्यासाठी सत्याग्रह करणाऱ्या आपल्या वाडवडिलांवर अत्याचार केले. त्यांना तुरुंगात टाकले आणि ज्या धरणाच्या पायाजवळ हे अत्याचार घडले त्याच धरणाच्या पायाजवळ आज आपल्या त्या वाडवडिलांचे काही वंशज त्याच टाटाची जयंती साजरी करायला लागले आहेत. आपण टाटाच्या विरोधात भांडतो आणि ते टाटाची जयंती साजरी करतात. हे कशाचं लक्षण आहे. नानाजी, तुम्हीच सांगा? जे. आर. डी. टाटा, जमशेदजी टाटा आणि सेनापती बापट यांच्या प्रतिमांची एकत्र मिळून मिरवणूक काढली जाते. टाटांची जयंती याच मुळशी तालुक्यात कृतज्ञता दिन म्हणून पाळली जाऊन साजरी केली जाते. हे पाहून मुळशी सत्याग्रहात टाटाच्या भाडोत्री पठाणांकडून मार खाणाऱ्या इथल्या मावळ्यांच्या धरणाभोवती घुटमळणाऱ्या आत्म्यांना काय वाटत असेल?''

नानाजींकडं रामभाऊंच्या या प्रश्नाचं उत्तर नव्हतं. पण संभव्याचा एक गडी बोलला. म्हणाला,

"रामभाऊ, आमच्या पोरांना पौडाशिवाय हायस्कूलची सोय नव्हती. माल्यात ती झाल्यामुळं आमची पोरं शिकायला लागली. तिथले गुरजी आमच्या पोरांना काय करायला लावत्यात ते कुनाला माह्यती. गुरुजींनी सांगितलं, आमक्याची जयंती करायची, की पोरं करत्यात. टाटाच्या फोटूला हात जोड म्हनलं की पोरं जोडत्यात. आता आपल्या पोरांना काय माह्यती टाटानी लयंदी काय करामत करून ठेवली ते. पन काही झालं तरी जयंती साजरी करून आल्याव पोरं टाटाचं लय गुन गात्यात."

"म्हणजे आपलीच लोकं टाटाला फितूर झाली आहेत. नाव धरणग्रस्तांचं आणि गाव बाहेरचं. पण मी म्हणतो शाळा, दवाखाने, रस्ते, लाँच... हे सगळं टाटा आपल्याला स्वतःहून देणं लागतो. करारात ते सगळं असताना ते मिळवण्यासाठी टाटासमोर लोटांगण घालण्याची काय गरज. आणि जयंती! टाटानं या मुळशीत असा कुठला पराक्रम केला आणि मुळशीचं काय भलं केलंय म्हणून आपण त्याची जयंती साजरी करायची? मलाही ते मान्य नाही. पण म्हणून या चार-दोन लोकांच्या लाळघोटेपणामुळं आपण धरणाखालच्या सगळ्याच लोकांचा घात करणं योग्य नाही."

नानाजी आपल्या मतावर ठाम होते. असल्या अघोरी मार्गावर ते कधीही जाणारे नव्हते. रामभाऊंना ते माहीत होतं. म्हणूनच त्यांनी आजची बैठक ज्यासाठी बोलावली होती, तो विषय काढला. म्हणाले,

"नानाजी, मला ते माहीत होतं. असल्या हिंसक मार्गावर तुम्ही कधीही जाणार नाही. आणि आम्हांलाही जाऊन देणार नाही. तेव्हा आपण चाललोय त्यापेक्षा आणखी वेगळा मार्ग चोखाळला पाहिजे. आणि मला आज तेच सांगायचं आहे तुम्हांला. धरणाखालची लोकं आपल्या जिवावर माळवं करीत आहेत. म्हणून ते आपल्याला बघवत नाही असंही नाही. त्यांनी चांगलं जगावं असं आम्हांलाही वाटतं. पण त्यांनी चांगलं जगावं. म्हणून आपण मरावं असंही होता कामा नये. आणि आपण ज्या मार्गाने चालत आहोत त्या मार्गाने असेच चालत राहिलो, नुसते अर्ज, प्रस्ताव आणि निवेदने देत राहिलो तर आपलं मरण ठरलेलं आहे. तेव्हा मला वाटतं आपण काही राष्ट्रीय पातळीवर काम करणाऱ्या मोठ्या लोकांचा आधार घेतला पाहिजे. त्यांच्या नावामुळं तरी सरकारचं आपल्याकडं लक्ष जाईल."

नानाजींना आणि तात्यांनाही रामभाऊंचं हे मत पटलं. त्यांनी आजपर्यंत आपल्या परीनं लढा दिला होता. सरकारसमोर समस्या मांडल्या होत्या. पण हाती काही लागलं नव्हतं. आता या धरणग्रस्तांची समस्या आणखी समर्थपणे सरकारपुढे मांडणारं त्यांना कोणीतरी पाहिजेच होतं. म्हणून रामभाऊंना नानाजी म्हणाले,

''रामभाऊ, असा बाहेरचा पाठिंबा मिळाला तर चांगलंच आहे. पण त्यांना आपल्या धरणग्रस्तांची वेदना समजली पाहिजे. नाहीतर जगात नाव असणाऱ्या टाटाच्या विरोधात आपण उभे राहिलो म्हणून आपल्यालाच ते वेड्यात काढायचे.''

''नाही. तसं होणार नाही. ज्या आपल्यासाठी इथं येणार आहेत त्यांनी त्यांचं आयुष्य आपल्यासारख्यांसाठीच वाहून घेतलं आहे. धरणग्रस्तांच्या वेदना त्यांना समजतात म्हणूनच त्या त्यांच्यासाठी लढतात. आणि नानाजी, तेही तुम्ही म्हणता त्याच लोकशाही मार्गानं. स्वतःला वेदना करून घेत. सत्याग्रह करून. मला आता तोच एक आशेचा किरण दिसत आहे.''

रामभाऊंनी असा आशेचा किरण दाखवल्यावर सगळ्यांचीच उत्सुकता वाढली. तात्या म्हणाले,

''रामभाऊ, अशी आपली वेदना समजणारं कोण आहे?''

पण रामभाऊंनी ते नाव गुलदस्त्यातच ठेवलं. म्हणाले,

''योग्य वेळ आली, की ते तुम्हांला कळेलच.''

तेवढ्यात ठाकरवाडीचे दोन गडी दम खात अंगणात आले. अंगणातले सगळे त्यांच्याकडं बघायला लागले. उसासे घेत उभे असलेल्या त्या गड्यांकडं बघत नानाजींनी विचारलं,

''एवढे धावत पळत आलात. काय झालं?''

दोन्ही गडी एकमेकांकडं बघायला लागले. म्हणून नानाजींनी पुन्हा विचारलं. तेव्हा एक गडी म्हणाला,

''नानाजी, पोलीस आमाला पकडायला येनार.''

''का?''

''आमी वायरचे खांब उपटन्याकरता त्याखाली जाळ लावला म्हणून.''

''कुणाच्या?''

''टाटाच्या''

“का?”

“मंग आमी काय करू, नानाजी. टाटानी आमच्या रानात ते खांब रवलेत. त्याच्या खाली आमाला पीक घेऊन देत नाय. गुरांना चारा वाढून देत नाय. मंग आमी जगायचं कसं?”

ते ऐकून रामभाऊ त्यांची बाजू घेत बोलायला लागले. म्हणाले,

“भिऱ्यावरून निघालेल्या टाटाच्या हायटेंशन वायरखालच्या जमिनीवर टाटा कायम दादागिरी करत आला आहे. त्या जमिनीचा शेतकऱ्यांना पैसा मिळालेला नाही. उलट त्याचा आजूबाजूच्या वाड्यावस्त्यांना धोका आहे. ते कंपनीला सांगायला गेलं तर टाटाचे अधिकारी म्हणतात, तुम्ही कशाला वायरखाली वस्ती करता. काय मंडळी, बरोबर आहे ना.”

“हां. पन आमची वस्ती आधीपून तिथं हाये. टाटाच्या वायरी मागून गेल्या. मंग आमी काय आता त्यांच्या वायरीकरता आमची वस्ती सोडायची का? वायरीखाली वनवा येऊ नये म्हनून तिथं काहीच करून देत नाय. त्या वायरीजवळ आमची वस्ती. वाऱ्यावावदाळात कव्हाबव्हा वायरी तुटत्यात. त्या पार आमच्या अंगनापरेन येत्यात. पोरंलेकरं मरायची की नाय त्यांनी आमची! तक्रार केली तर म्हंत्यात त्या वायरींच्या आजूबाजूला जमीन करू नका. आता आमी जमीन नाय करायची तर मरायचं का? आता तर आमच्या त्या पिकाऊ जमिनीत कोंभळ-बाभळीची झाडं उगवत्यात. जमीन वसाड व्हती. कुनी कुनी म्हंतं ह्यालीकॅप्टरमधून ब्या फोकल्यात म्हनून. आता त्या क्वान फोकतं आन् असं करून क्वान आमच्या मुळाव उठलंय ते देवालाच माह्यती.”

ठाकरवाडीच्या गड्यानं ही आणखी एक वेगळी माहिती सांगितली. पण हेलिकॉप्टरमधून अशा बिया टाकून जमीन ओसाड करण्याचा प्रकार नानाजींना खरा वाटला नाही. म्हणून त्यांनी त्या गड्याला विचारलं,

“हेलिकॉप्टरमधून बिया टाकताना तुम्ही पाहिलं का?”

“ते देव जानं. आमी पाह्यलं नाय. पन आता कुनी या ब्या फोकल्याबिगार आमच्या शेतात ही झाडं उगवली का? आन् आमी ती जमीन सोडाव असं ज्याला वाटतं तोच हे समदं करनार.”

कोंभळ-बाभळीच्या बिया पेरून शेतकऱ्याच्या जमिनी ओसाड कोण करतं, हे ठाकरवाडीच्या गड्यांच्या म्हणण्यानुसार देव जाणे. मात्र, टाटाविषयी

मुळशी मावळात अनेक गोष्टी धरणग्रस्तांमधून बोलल्या जात होत्या. टाटा कॅम्पातले टाटाचे मजूर, अधिकारी, पूर्वी ठेवलेले पठाण, त्यांनी इथल्या स्त्रियांवर केलेले अत्याचार... अशा अनेक गोष्ट मुळशी–मावळातली जुनी–जाणती लोकं नानाजींना, रामभाऊंना आणि तात्यांना सांगत आली आहेत. पण त्याची ना कुठं बोंब ना नोंद. आणि या अडाणी, फाटक्या कपड्यातल्या लोकांनी त्या कोणाला सांगितल्या तरी खऱ्या वाटल्या नसत्या. म्हणून त्या आजपर्यंत तोंडातोंडीच राहिल्या. नानाजींनीही पुराव्याशिवाय बोलू नये म्हणून त्याच्याकडं फारसं लक्ष दिलं नाही. रामभाऊंचा मात्र इथल्या लोकांवर खूप विश्वास. असं काही ऐकलं की त्यांची तळपायाची आग मस्तकात जाते. आताही ते ठाकरवाडीच्या गड्यांना म्हणाले,

"गड्यांनो, त्या बिया कोणी का पेरलेल्या असू द्या. आणि जो कोणी पेरत असेल त्याला म्हणाव अजून पेर. ती झाडं उखडून टाकायला आम्ही समर्थ आहोत. पण तुम्ही आज जे काम केलं ते बहादुरीचं आहे. त्यासाठी पोलिसांपासून पळायची काही गरज नाही तुम्हांला. मला सांगा, हायटेंशन वायरखाली आग लावताना तुम्हाला कोणी पाह्यलं का? आणि तुम्ही आग कशी लावली?"

"त्या रानात क्वान येतंय बघायला. खांब पाडायचा व्हता. पन तो पडाना म्हणून राबाची वझी टाकली खांबाला टेकून आन् दिली पेटवून. तसा जाळ गेला वरवर. पार वायरीपरेन. आन् बाजूच्या रानालाबी लागला वनवा. मंग घाबरून आलो आमी पळून. पोलिसांच्या भीतीनी."

"मंग बिंधास्त घरी जावा. पोलीस काय पोलिसाचा बापसुद्धा पकडू शकणार नाही तुम्हांला." असं बोलून रामभाऊंनी त्या गड्यांना धीर दिला. म्हणाले,

"कायदे आम्हांला पण माहिती आहेत. पठारवस्तीला पार्टीवाल्यांनी वणवा लावला म्हणून तिथली पायरीची झाडं जळली. तेव्हा तलाठ्याने रानातल्या वणव्यांवर ढकलून पंचनामा केला नाही. मग आता इथंसुद्धा रानातलाच वणवा लागला असेल म्हणाव. आम्हांलासुद्धा कायद्यातल्या पळवाटा माहीत आहेत."

रामभाऊंनी धीर दिल्यावर दोन्ही गडी निवांत बसले. मग नानाजींनी बोलायला सुरुवात केली. म्हणाले,

"मंडळी, पुनर्वसन मंत्र्यांना आम्ही भेटलो. निवेदन दिलं. त्यांनी जिल्हाधिकाऱ्यांना चौकशीचे आदेश दिले. पण अजून काय वरकस जमिनी आणि गावठाण मंजुरीचं गाडं पुढं सरकलं नाही. मधल्या काळात आम्ही परत जिल्हाधिकाऱ्यांना भेटलो, तर ते म्हणतात की तहसीलदारांना आदेश दिले आहेत. त्यांचा रिपोर्ट आला, की पुढचं बघू. म्हणजे वरिष्ठांचे आदेश मिळूनही हे अधिकारी कार्यवाही करत नाही. याचा निषेध म्हणून आपण विभागीय आयुक्त कार्यालयावर मोर्चा काढायचं ठरवलं आहे. तेव्हा या मोर्चालाही मागच्यासारखेच सगळ्यांनी या."

"तुम्हांला वाटत असेल आपण नुसतेच मोर्चे काढत आहे. फायदा काहीच नाही. पण ते दिवसही आता जवळ आले आहेत. मोठ्या नेत्या इथं येतील तेव्हा सरकार हालेल. टाटाच्या पायाखालची जमीन सरकेल; पण तोवर आपल्याला धीर धरला पाहिजे. लढत राहिलं पाहिजे."

रामभाऊसुद्धा बोलले. नुसते मोर्चे आणि भाषणं ऐकून पदरात काही पडत नाही, म्हणून लोकांनी संघटनेकडं पाठ फिरवायला नको. रामभाऊ असा आशेचा किरण दाखवण्यात पटाईत होते. मात्र बाहेरून येणाऱ्या व्यक्तीचं नाव त्यांनी उघड केलं नव्हतं.

नामदेव आणि तुकाराम या बाहेरच्या व्यक्तींविषयी म्हादूकडून लहानपणापासून ऐकत आले होते. नानाजींच्या अंगणातून उठून पठारवस्तीकडं जाताना दोघांच्याही मनात म्हादूचं तेच बोलणं घोळत होतं. मुळशी सत्याग्रह, बाहेरचा पाठिंबा, बदललेली पगडी, नेत्यांची पाठ, ब्राह्मणांचं राजकारण, सावकारांचा डाव, ब्राह्मणेतरांची खेळी... सगळं सगळं आठवायला लागलं.

तुकाराम नानाजींच्या अंगणात येत असला तरी त्यानं आणि त्याच्या मंडळानं वेगळी वाट निवडली होती. पण नामदेव मात्र अस्वस्थ होता. क्षणभर त्याच्या मनात आलं, हे सगळं म्हादूला सांगावं. पण नंतर वाटलं नको. आता अंथरूण धरलेल्या म्हादूला आणखी वेदना नको.

नामदेव मात्र ती वेदना घेऊनच मोर्चाला गेला. विभागीय आयुक्त कार्यालयाचा तो मोर्चाही मागच्या सारखाच मोठा होता. मावळातल्या टाटा धरणग्रस्तांची मोठी ताकद आता या लढ्याला मिळाली होती.

कोण म्हणतं देणार नाय, घेतल्याशिवाय राहणार नाय. जमीन आमच्या हक्काची, नाही टाटाच्या बापाची. टाटा नावाचं बांडगूळ कुठं, मावळ-मुळशीत

वाढतंय मोठं. मावळ-मुळशीला गिळलं कुणी, टाटा नावाच्या राक्षसानं.
टाटानं जमीन दिलीच पाहिजे. आमच्या मागण्या मान्य करा, नाहीतर टाटा
तलाव खाली करा.

अशा घोषणा घुमत होत्या. काही धरणग्रस्त ढोलकी घेऊन आले होते.
तिच्या तालावर काही लोकांनी गाणं सुरू केलं.

घे राजा घे आता भरारी
घे राजा घे आता भरारी
दे आज धडक फिरू नको माघारी।
सरकार बसलंय मालक व्हऊनी
विकास नावाचं गाजर दाखवूनी
समदंच खपतंया नावात सरकारी
बनलेत नावाला देशाचे कारभारी
घे राजा घे आता भरारी
घे राजा घे आता भरारी
दे आज धडक फिरू नको माघारी
नावाचा निस्ताच राजा तू बनला
बळीच्या नावाचा घाव की रं हानला
राजाचा बळी घे वाटतात सुपारी
अन्याय सोसत भरलीया शंभरी
घे राजा घे आता भरारी
घे राजा घे आता भरारी
दे आज धडक फिरू नको माघारी
देशाच्या घटनेत मालकाचा थाट हाय
बघायला गेलं तर कुत्र्याचं जिनं हाय
दिस असे आलेत बनून अंधारी
गुलामाचे दिस आता लागलेत जिव्हारी
घे राजा घे आता भरारी
घे राजा घे आता भरारी
दे आज धडक फिरू नको माघारी
मूठभर टाटाला पडतंय सपान

गुलाम सारे आता राजंच आपून
विचार कर तू घे आता भरारी
राजाचं जिनं जग व्हऊ नको भिकारी...

या गाण्याच्या शब्दांनी अस्वस्थ नामदेवही डोलायला लागला आणि त्यानंही ताल धरला.

घे राजा घे आता भरारी
घे राजा घे आता भरारी
दे आज धडक फिरू नको माघारी...

भर उन्हात गाणं असं रंगलेलं असताना पोलिसांनी मोर्चेकरांना रस्त्यावरून हाकलायला सुरुवात केली. कोणीही जागचं उठेना. वाहतूक तुंबायला लागली. विभागीय आयुक्तांच्या कार्यालयात कोणाला जाता येईना आणि बाहेर कोणाला येता येईना. पोलीस मोर्चाभोवती काठ्या घेऊन उभे राहिलेले. कोणत्याही क्षणी काहीही होईल असं वाटत असतानाच गेटवर पोलीस अधिकारी आले. तसं गाणं थांबलं आणि लोक गेटजवळ नानाजींबरोबर बोलणाऱ्या पोलीस अधिकाऱ्याकडं बघायला लागले. नानाजींनी त्या अधिकाऱ्यांचं ऐकून घेतलं आणि लोकांकडं बघून बोलायला लागले. म्हणाले,

"मंडळी, साहेबांनी बोलवलं आहे. आम्ही चारपाच जण आत जाऊन त्यांना निवेदन देऊन येतो. मात्र मंत्र्यांनी आपल्याला जे आश्वासन दिलं आहे त्याची अंमलबजवाणी करण्याचं आश्वासन जोपर्यंत आपल्याला मिळत नाही तोपर्यंत उठायचं नाही."

असं बोलून नानाजी, रामभाऊ, तात्या अशी चार-पाच मंडळी आत गेली. नानाजींनी विभागीय आयुक्तांना निवेदन दिलं, मंत्र्यांनी जे आश्वासन दिलं होतं ते सांगून आजपर्यंत सगळ्या अधिकाऱ्यांना सांगत आलेले गाऱ्हाणंही ऐकवलं. विभागीय आयुक्तांनी निवेदन वाचलं. म्हणाले,

"पुनर्वसन मंत्र्यांच्या आदेशानुसार यावर चौकशी सुरू आहे. ती कुठं अडकली आहे, याची खात्री करून तो रिपोर्ट लवकर मंत्र्यांना पोचवतो."

त्याच छापाचं उत्तर. पण तेच ऐकून मंडळी बाहेर आली. अंमलबजावणीचं आश्वासन असं मिळालं होतं. त्यामुळं लोकांना ताटकळत ठेवणं नानाजींना योग्य वाटलं नाही. उन्हातान्हात बसलेल्या लोकांसमोर भाषण करणंही त्यांना पटलं नाही. म्हणाले,

“मंडळी, निवेदन दिलं आहे. पण मागचा अनुभव पाहता काही होईल असं वाटत नाही. विजय अजून लांब आहे. तोपर्यंत आपल्याला लढत राहिलं पाहिजे.”

नामदेवला हे असलं ऐकणं आता सवयीचं झालं होतं. पुढं सगळा अंधार दिसत होता आणि तरीही तो ज्यांच्याकडं डोळे लावून बसला होता, तेच आता बाहेरच्या नेत्यांकडं डोळे लावून बसले होते, मात्र कधीतरी प्रकाशाचा किरण दिसेल ही आशा मात्र अजूनही त्याच्या मनात होती!

सत्याग्रहाच्या काळात म्हादूलाही अशीच पुण्याच्या मंडळींकडून आशा वाटत होती. त्या आशेवरच तो सत्याग्रहात उतरला होता. मात्र जमीन वाचली नाही की गाव वाचलं नाही. पुढं तो त्या गावाच्या आणि जमिनीच्या आठवणींवरच जगला. धरणाच्या पाण्याकडं बघत.

अंथरुणाला खिळलेल्या म्हादूच्या मनात धरणाच्या त्या आठवणी लाटा याव्यात तशा एकामागून एक यायल्या लागल्या होत्या. त्या मनातून उसळ्या घेत ओठावर येत होत्या. त्यात कधी सत्याग्रहाचे दिवस आठवायचे. मग तो निळा-मुळेच्या संगमावर धरणाच्या पायावर बसलेला असायचा. अत्याचार सहन करीत, गरम पाण्याचे फवारे अंगावर घेत पठाणांचा मार खायचा. टाटाच्या माणसांचा असा मार खाताखाताच त्याला बालपण आठवायचं. रानातल्या जाळवाणात जायचा. तिथं माकडउड्या मारीत जांभळं, करवंदं, तोरणं, आंबं, फणसांनी भरलेलं रान त्याला दिसायला लागायचं. मध्येच मुळा नदीत जाऊन तासन्‌तास पोहत बसायचा. मुळेच्या तळात जायचा. मध्येच दारासमोरच्या अंगणात जायचा. तिथं शाली-मालीनं लावलेल्या आंब्याचा झाडाखालचा पाड उचलायचा. कधी तलवार आठवायची, कधी आई आठवायची तर कधी रखमीला मारलं म्हणणारा बाप! मरतानाही या रानाबाहेरची हवा नको म्हणणारा आजा एकनाथ. आता तोही आठवायचा. मग मध्येच तो वावरात जायचा. मातीच्या वावरात. या मातीच्या वावरानं म्हादूच्या मागच्या कितीतरी पिढ्या जगवल्या होत्या. आणि त्या पिढ्यांची मातीही याच वावरात झाली होती. या वावरातली माती नुसती माती नव्हती. तिच्या प्रत्येक कणात म्हादूच्या वाडवडिलांचा अंश होता. तो अंश तिथं आंबेमोहोराचं पीक देत होता आणि पुढच्या पिढ्या जगवत होता. म्हादूलाही

त्या मातीच्या वावरातल्या मातीशीच एकरूप होऊन जायचं होतं. पण धरणानं मातीचं वावार गिळलं. आता म्हादूला आपण वाडवडिलांच्या कुशीत जाऊन विसवणार नाही याची मोठी खंत वाटत होती. जशा मातीच्या वावराच्या आठवणी तशाच देवाच्या बांधणीच्या वावराच्या. उरा-खांद्यावर दगड उचलून मोठ्या कष्टानं काढलेलं देवाच्या बांधणीचं वावार त्याला दिसायला लागायचं. म्हणायचा,

"सावकाराचा फास काढायचा व्हता, म्हनून देवाच्या बांधनीचं वावार काढलं. वाटलं आता भोग संपले. आपल्या कष्टावर डल्ला मारायला कुनी सावकार येनार नाय. कुनी आपल्या रानात येऊन आपल्याव डोळं वटनार नाय. कष्टानी जमीन पिकवू आन् मानानी जगू. पन टाटाला ते बघावलं नाय. धरान झालं, जमीन गेली आन् मानही गेला. नशिबाचे भोग भोगायचे व्हते म्हनून हितं आलो. जनवार बनून जगायला."

आणि ज्योतिरूपेश्वर. त्याचं नाव तर रात्रंदिवस त्याच्या ओठावर होतं. त्याची शपथ तो अजून विसरलेला नाही. अजूनही तो शपथेचा दिवस त्याला आठवतो. आणि तो बोलायला लागतो. म्हणतो,

"देवा ज्योतिरूपेश्वरबाबा, तू आमच्या संगं व्हता. आमीबी जीव देऊ पन जमीन देनार नाय म्हनून तुझी शपथ घेतली. ती आजपरेन पाळली. तरी हे भोग वाट्याला आले. आमचंच पूर्वजन्मीचं पाप असनार. पन त्या पापाची सजा लय मोठी दिली तू. समदंच बुडावलं. वाडवडलांपून तोडलं. म्होरल्या पिढ्या भिकेला लावल्या. आन् रखमी? तान्ह्या प्वाराला या पठाराव सोडून गेली. माझ्या देवाची आय न्हेली. असं काय काय हाये माझं या धरनाच्या प्वाटात. आता ते कव्हा बाहेर येनार नाय. ममयला लाईट मिळू द्या बाबांनो, टाटालाबी मोठं व्हऊ द्या. आमी काय किडामुंगी, पालापाचुळा, वाऱ्यावावदाळानी उडनार आन् कुठंबी रानावनात पडनार, तुमी मातूर जगा. चांगलं जगा."

अलीकडं म्हादू असा बोलायला लागला, की त्याला खोकल्याची उबळ येते. ती दिवस दिवस जात नाही. मग पठारवस्तीवरची माणसं त्याच्याभोवती गोळा होतात. एखादी उबळ त्याचा जीव काढते की काय, असं वाटायला लागतं. आजही त्याचा खोकला काही जात नव्हता. तरी ज्योतिरूपेश्वराचं नाव काय त्याच्या तोंडातून जात नव्हतं. त्यातच आता त्याच्या पोटातही कालवाकालव होत होती. ही पोटदुखी आता म्हादूला

खाणार, असं वाटून पठारवस्तीवरचे लोक सारखे त्याला बघून जात होते. शिवा महाराचं घर तर त्याच्या उशापायथ्याशीच बसलेलं होतं. पोटदुखीनं तळमळणारा म्हादूचा जीव नामदेवलाही बघवत नव्हता. म्हणून एक दिवस त्यानं मांडवावरचा डाल काढला. आणि त्यात घोंगडी टाकून बांबू बांधता बांधता शिवा महाराला म्हणाला,

"पौडाला न्हेऊ म्हाताऱ्याला. सरकारी दवाखान्यात नाय तर खटावकराला दावू आन् टोचून आनू."

शिवा महाराच्याही मनात तेच होतं. पण त्याला माहीत होतं म्हादू ऐकणार नाही. तरी तो म्हादूला म्हणाला,

"नामादानी डाल काढलाय. चल, पौडाला जाऊन टोचून येऊ. येकदा टोचलं की बरं वाटंल."

तेव्हा त्याच्याकडं बघून खोकल्याची उबळ दाबत म्हादू म्हणाला,

"नको, ज्योतिरूपेश्वरबाबाच्या मनात माझं मरान असंल तर ते टोचून टळनार नाय. त्याच्या मनात असंल ते व्हनारच. त्याच्या मनात व्हतं म्हनून तर मी धरनातून बाहेर आलो. आन् रखमी. ती पुन्यवंत. तिथंच राह्यली. तव्हा मी जगूनबी मेलो. आता परत मरान खुनावतंय. मी त्याच्यापून पळनार नाय. येऊ दे त्याला."

असं बोलत त्यानं पौडला जायला नकार दिला. शिवा महाराबरोबरच नामदेव, तुकाराम, सरस्वती, मल्हारी, उत्तम असं सगळ्यांनी सांगून पाहिलं. पण म्हादू ऐकला नाही, तेव्हा तुकाराम जागेवरचा उठला. नामदेवकडं बघत म्हणाला,

"बाबा, तो नाही ऐकणार. आपणच उचलून त्याला डालात टाकून नेऊ."

असं बोलत तो म्हादूजवळ गेला आणि त्याला उचलायला लागला. तेव्हा नामदेवनं त्याला बाजूला घेतलं. म्हणाला,

"तो नाय ऐकनार. माझ्या मनाला त्याचे हाल बघवाना म्हनून मी डाल काढला. पन तो त्याच्या मनाला जे वाटंल तेच करनार. नाय येनार तो!"

तेवढ्यात कधी नाही ते भरदुपारचाच देवा घरी आला. त्याला बघून सगळ्यांनाच आश्चर्य वाटलं. सगळेजण त्याच्याकडं उत्सुकतेनं बघायला लागले. त्याच्या एका हातात काठी आणि दुसऱ्या हातात कुड्याच्या

झाडाच्या मुळ्या होत्या. जोत्याजवळ येऊन त्यानं म्हादूकडं एक चोरटी नजर टाकली. म्हादूच्या डोळ्यांनी ती बरोबर हेरली. चोरून का होईना पण देवानं आज त्याच्याकडं पाहिलं होतं. लग्न झाल्यापासून पायाखाली बघून चालणाऱ्या देवाच्या पापण्या आज बापासाठी वर झाल्या होत्या. रानातल्या जनावरांमधून आज तो माणसात आला होता. ते बघून क्षणभर म्हादू वेदना विसरला. आणि त्यानं कधी नाही ते देवाला नीट न्याहाळलं. उन्हानं रापलेल्या शरीरावर मातीनं लाल झालेली कोपरी, ढुंगणाला गुंडाळलेलं मळकं धोतर, डोक्याला दोरखंड गुंडाळल्यासारख्या पटका, अशा दीनवाण्या दिसणाऱ्या देवाकडं बघत म्हादूनं डोळे मिटले, तेव्हा त्या भरलेल्या डोळ्यातले अश्रू पापण्यांचा बांध फोडून बाहेर आले. पोटदुखीच्या वेदनांपेक्षा त्याच्या मनाच्या वेदनांनी त्याला घायाळ केलं. या धरणानं हे काय केलं. कसे जगत होतो आणि कसे झालो. शिवाजी महाराजांच्या मावळ्यांचे वंशज आमी. अशी भिकाऱ्यासारखी अवस्था झाली. देवा माफ कर मला. तुझी ही अवस्था म्हणजे भोग आहेत आपले. ते आपल्याला भोगायलाच पाहिजेत. असं बरंच काही त्याच्या मनात यायला लागलं. ते मात्र त्याच्या ओठावर आलं नाही. त्यानं परत डोळे उघडून देवाकडं पाहिलं. तेव्हा देवाची नजर खालीच होती. म्हादूच्या मनातलं मनातच राहिलं. हातातल्या मुळ्या सरस्वतीच्या हातात देऊन देवा परत रानात गेला. काही न बोलता. शिवा महारानं त्या मुळ्यांकडं पाहिलं, म्हणाला,

"त्या कुड्याच्या मुळ्या हायेत. त्यानी पोटदुखी थांबती. उकडून दे म्हाताऱ्याला."

सरस्वती मुळ्या घेऊन आत गेली आणि चिंधूदा अंगणात आला. म्हणाला,

"नामादा, आरं मावळतीच्या पठाराला पार्टीवाले कुडान टाकायला लागलेत."

तसे सगळेच उठले आणि मावळतीच्या पठारकडं धावत सुटले.

जाऊन बघतात तर खरंच पठाराला तारेचं कंपाऊंड पडत होतं. कैलासशेठ आंब्याच्या झाडाखाली उभा राहून मजुरांकडून काम करून घेत होता. मजूर खड्डे घेऊन त्यात सिमेंटचे खांब रोवत त्याला तारेची जाळी बांधत होते. झऱ्याच्या उताराच्या बाजूला पठारवस्तीनं गुरांच्या पाण्यासाठी खड्डा खणलेला होता. ते पाणी गुरं प्यायची. तो आता मजुरांनी मातीनं भरला होता. झऱ्याच्या

तोंडाजवळ खोलगट खडक आहे. त्या खोलगट भागातलंच पाणी पठारवस्ती आजपर्यंत भरत आली आहे. पठारवस्तीच्या दृष्टीनं हा झरा म्हणजे त्यांचं जीवनच. मजुरांनी पठारवस्ती पाणी भरायची तो खोलगट भागही दगडी आणि माती टाकून गढूळ करून टाकला होता आणि त्याभोवतीच कंपाऊंड टाकायला सुरुवात झाली होती. ते बघून सगळे गडी त्या मजुरांजवळ गेले आणि त्यांना रोखलं. तेव्हा मजुरांनी आंब्याखाली उभ्या असलेल्या कैलासशेठकडं पाहिलं. म्हणाले,

"आमाला कैलासशेठनी सांगितलंय."

तुकारामनं खड्डा खणणाऱ्या मजुराच्या हातातली पहार घेतली आणि सगळेजण कैलासशेठजवळ आले.

"कैलासशेठ, हितं कुडान कसं काय करता तुमी?" नामदेवनं विचारलं. तसा तोऱ्यात कैलासशेठ बोलला,

"ज्याची जागा आहे, तो कंपाऊंड टाकीन. तुम्हाला काय कराचंय."

"कुनाची जागा हाये?"

"कोणाची का असेना. तुमची नाही एवढं नक्की. पण ज्याची आहे तोच हे कंपाऊंड टाकतोय."

कैलासशेठ चिंधूदाकडं बघत म्हणाला. तसा चिंधूदा बोलला. म्हणाला,

"कैलासशेठ, हे मावळतीचं पठार कुना येकल्याच्या मालकीचं नाय. माझाबी तुकडा हाये त्यात. मी पीक घेतोय त्यात."

"चिंद्या, जमीन मोजून घेतली आम्ही आणि विकतही घेतली. तीसुद्धा थेट शेतकऱ्याला पैसे मोजून. तुझ्याकडंसुद्धा आलो होतो."

"पन मी माझी जमीन दिल्याली नाय. तरीसुद्धा त्याला कसं काय कुडान करता तुमी?"

"इथं दिसंल त्या जमिनीला कंपाऊंड टाकायला आम्ही टाटा नाही. आम्ही सरकारी मोजणी केली आहे. त्यात तुझा एक एकराचा तुकडा मावळतीच्या पठारावर नाही, तर पार महादेवाच्या डोंगराच्या पायथ्याला निघतोय."

"असं कसं व्हईल. पिढ्यान्‌पिढ्या मी ही जमीन पिकवतोय."

चिंधूदा समोरच्या आपल्या वावराकडं बघत बोलला. तसा कैलासशेठचा आवाज वाढला. म्हणाला,

"ते आता तू तलाठ्याला जाऊन विचार. नायतर मोर्चे काढून कलेक्टरकडं जातोस, आयुक्तांकडं जातोस त्यांना विचार. माझी जमीन दुसरीकडं कशी काय गेली म्हणाव ! मी तुझ्याकडं आलो होतो ते मोजणीच्या अगोदर. तुझ्या नावाचा तेवढा एकच सातबारा पठाराला लागून होता म्हणून. पण आता इथं मोजणीत तुझी जमीनच निघत नाही. ज्यांची ज्यांची नावं निघत होती त्या सगळ्यांनी पार्टीवाल्याला विकलीये जमीन. आता मावळतीचं सगळं पठार एकाच व्यक्तीच्या नावावर झालंय. चिंद्या, तू करंटा आहेस, लक्ष्मी चालून आली होती तुझ्या घरी. तिला लाथाडली. आता बस शोधत जमिनीला. तुम्हांला तुमचा विकास कशात आहे तेच कळत नाही."

"जमीन वपून कसला इकास व्हनार आमचा।"

नामदेवनं विचारलं, तेव्हा कैलासशेठ म्हणाला,

"मग इतक्या वर्षात जमिनीला कवटाळून बसून तरी काय दिवा लावलाय तुम्ही! त्यापरीस पैसा घेऊन हे रान सोडलं असतं तर कल्याण झालं असतं. धरणाच्या बाहेर पडून बघा. त्या मुंबईत आणि पुण्यात कसा झगमगाट आहे."

कैलासशेठ असा पुण्या-मुंबईचा विषय काढून पठारवस्तीला नावे ठेवायला लागला तेव्हा तुकाराम पुढं झाला. म्हणाला,

"कैलासशेठ, मुंबईचा झगमगाट आमचा बळी देऊन झालाय. मनात आणलं तर एक दिवसात तो झगमगाट घालवून काळोख करू तिथं."

तुकारामच्या अशा बोलण्यानं कैलासशेठ लाल झाला. डोळे वटारून तुकारामकडं बघत म्हणाला,

" त्या मंडळात बसून आपण लय शहाणे झालोय, असं वाटायला लागलंय तुला. पण ते मंडळ कसं फोडायचं ते आम्हांला माहीत आहे. लय दिवस टिकणार नाही ते. बापाच्या पावला पाऊल ठेवून चाललाय."

मग नामदेवकडं बघत बोलायला लागला. म्हणाला,

"तो कामदार सांगत होता ते खरं आहे म्हणजे. लोकांची माथी फिरवून त्यांना भडकवतो. लय महागात पडेल तुम्हांला सगळं."

"अजून काय व्हयाचं राह्यलंय?"

"तलाठ्याकडं तक्रार करून काय झालं. रानाला असे किती वणवे लागतात. त्या वणव्यात पार्टीवाल्याची पायरीची झाडं जळाली. आणि ह्या

चिंद्या माझी झाडं जळाली, माझी झाडं जळाली म्हणत ऊर बडवत बसला. उगीच आपलं कोणाच्याही जमिनीला आपली म्हणायचं आणि तक्रारी करीत बसायचं!''

''कुनाचीबी जमीन आमची म्हनायला आमाला काय याड नाय लागलं.''

चिंधूदा आवाज चढवून बोलला. तसा त्याच्या अंगावर धावून जात कैलासशेठ म्हणाला,

''वेडाच आहेस तू. चांगला पैसा हातात आला असता तो लाथाडला. आता सातबारा घे आणि बस धुंडाळत तुझी जमीन. मात्र या जमिनीला आम्ही कंपाऊंड टाकणार. ज्याची जमीन आहे तो त्या जमिनीचं काहीपण करेल.''

''झऱ्यालापन?'' नामदेव

''हां. तो आमच्या पार्टीवाल्यांच्या जागेत येतो म्हणजे त्यालाही पडणार.''

''मंग आम्ही पाणी कुठून भरायचं?''

शिवा महाराला पडलेला प्रश्न त्यानं कैलासशेठला विचारला. तेव्हा कैलासशेठ गुरगुरत बोलला. म्हणाला,

''ते मला काय विचारतो. जावा टाटाकडं. त्याच्यासमोर ओंजळ धरा. म्हणाव, पाणी द्या. बघा तो मुततोय का! नाहीतरी तुमची पठारवस्ती त्याच्याच जमिनीवर आहे. त्याचाच आश्रा घेतलाय तुम्ही. एवढे उपकार करतोय तो तुमच्यावर, तरी त्याच्याच विरोधात मोर्चा काढताय तुम्ही. मग तुमची अशीच गत होणार.''

आता मात्र तुकारामला राहवलं नाही. म्हणाला,

''कैलासशेठ, इथले भूमिपुत्र कोण आणि उपरे कोण ते नीट बघा. आणि मग ठरवा कोण कोणाच्या आश्रयाला आहे ते?''

''ते तू नको सांगू मला. आता आम्ही आमच्या जमिनीला कंपाऊंड घालतोय. तुम्हांला कुठं तक्रार करायची असेल ती करा.'' असं बोलतच त्यानं मजुरांना आवाज दिला. म्हणाला,

''तुम्ही तुमचं काम चालू ठेवा रे! आठ दिवसांत आपल्या सगळ्या जमिनीला कंपाऊंड पडलं पाहिजे.''

आता कंपाऊंड पडणार आणि पठारवस्तीचं पाणी तुटणार. बारकूदाच्या डोळ्यासमोर पुढचं चित्र उभं राहिलं आणि तो कैलासशेठला म्हणाला,

"कैलासशेठ, पठारवस्तीला पानी देनारे दोनच झरे हायेत या रानात. त्यातला येक महादेवाच्या डोंगराव जायला बंदी घालून टाटानं ताब्यात घेतला आणि आता दुसरा तुमी घेतल्याव आमी काय तहाननी मरायचं का? त्यात धरनाच्या पान्याकं टाटा फिरकून देत नाय. वर टाटा, खाली टाटा आणि शेजारी तुमी. मधल्यामधी गुदमरून मरायचं का आमी."

"मग टाटाकडं जावा म्हणून सांगितलं ना! तो आता वाड्यावस्त्यांपर्यंत रस्ते नेतोय. पाणी पुरवतोय. तुम्हांलासुद्धा देईल."

असा वादीवाद चालू असतानाच देवाच्या म्हशी झऱ्यावर आल्या. पण आज खड्डा बुजवलेला असल्यामुळं त्या झऱ्याच्या तोंडाजवळचं गढूळ पाणी प्यायला लागल्या. ते बघून कैलासशेठनं मजुरांना आवाज दिला, म्हणाला,

"आरे बघता काय. त्या म्हशी हाकला तिथून."

मजूर म्हशी हाकलाय लागले. मात्र तहानलेल्या म्हशी हालत तर नव्हत्याच पण त्या गढूळ पाण्यातून तोंडही बाहेर काढत नव्हत्या. म्हणून एक मजूर त्यांच्या तोंडावर फावडी मारायला लागला. तशा म्हशी बाजूला होऊन पाण्याकडं बघत राहिल्या. त्यांच्या मागं उभा असलेल्या देवानं काही न बोलता म्हशींना परत पाण्याकडं वळवलं. मग मजूर पुन्हा फावड्यानं मारायला लागला. ते बघून तुकारामला राहवलं नाही आणि त्यानं पळत जाऊन त्या मजुराची गचुंडी धरली. मल्हारीही मागून पळत गेला. तसे सगळे मजूर मागं सरले. देवानं म्हशींना मनसोक्त पाणी पिऊन दिलं. आणि परत घेऊन गेला. ते बघून कैलासशेठ मात्र लाल झाला. म्हणाला,

"ही दादागिरी महागात पडेल तुम्हांला."

"पडू दे. पन आमी झऱ्याचं पानी बंद व्हऊन देनार नाय."

नामदेवनंही कैलासशेठला ठणकावून सांगितलं. तेवढ्यात पठारावर चेअरमन आणि कामदार आले. जमलेल्या लोकांकडं बघत चेअरमननं कैलासशेठला विचारलं,

"काय झालं? मंडळी का जमलीये सगळी?"

"झऱ्याला कंपाऊंड नाही घालायचं म्हणतात."

तालुक्याच्या राजकारणात मुरलेल्या चेअरमनच्या लक्षात सगळा प्रकार आला. आणि कैलासशेठच्या जवळ जाऊन ते पुटपुटले. म्हणाले,

''या आडानी लोकांशी वाद घालत बसायचं नाय. त्यांच्याशी गोड बोलायचं आन् काट्याने काटा काढायचा. प्रकरन चिघळवत बसलो तर पुढच्या मयन्यात पार्टीवाल्यांचा जो बंगला बांधायचा आहे, त्यालासुद्धा ही लोकं अडथळा आनतील. तेव्हा पहिला बंगला होऊ द्या. हळूहळू त्या झऱ्याचं काय करायचं तेसुद्धा बघू.''

कैलासशेठला चेअरमनचं राजकारण माहीत होतं. म्हणून तोही गप बसला. मग चेअरमन पठारवस्तीच्या लोकांकडं बघत बोलायला लागले म्हणाले,

''मंडळी, पानी पाजन्यासारखं दुसरं पुन्य नाय जगात. आन् तुमच्या तोंडचं पानी काढून आमी पाप कशाला करू. तुमचा झरा कुनी आडवनार नाय. बिनधास्त राहा तुमी. उलट टाटा आता वाड्यावस्त्यांवर पानी पुरवतोय. पठारवस्तीसाठी मी सोता प्रयत्न करील. झालं.''

मग थांबलेल्या मजुरांकडं बघत त्यांनी आवाज दिला. म्हणाले,

''ये, झरा बुजवू नका. आन् कंपाऊंडमधून तिथं जायला वाट ठेवा.''

चेअरमनची गोड बोलून काटा काढायची सवय पठारवस्तीला माहीत होती. मागं एकदा दूध सोसायटीत ती पोळली होती. तसंच आताही असणार हे नामदेवला उघड दिसत होतं. तरीसुद्धा पाण्याला वाट राहणार होती, म्हणून कोणीच काही बोललं नाही. कैलासशेठही एकदम गोडीत आला. म्हणाला,

''आणि झऱ्याचं पाणी पिऊन किती दिवस काढणार तुम्ही. काय चिंद्या, टाटाच्या मागं लागा. पहिलं पाणी द्या म्हणाव वस्तीला. चेअरमन साहेबांना घेऊन जा. त्यांचं मोठं वजन आहे तिथं!''

चिंधूशेठ म्हणणारा कैलासशेठ आज चिंधूदाला चिंद्या म्हणत होता, अशा मतलबी कैलासशेठचा चिंधूदाला राग आला होता; पण तो गिळत आता जमीन कुठं शोधायची याच विचारात तो गढून गेला. तलाठी जळालेल्या पायऱ्यांचा पंचनामा करायल का आला नाही, याचा त्याला उलगडा झाला आणि आता जमीन शोधण्यासाठी परत त्याच्याकडं चकरा मारायला लागणार या कल्पनेनंच त्याला घाम फुटला.

झऱ्याचं पाणी बंद होण्याची चिंता सगळ्या पठारवस्तीला खात होती. समोर धरण भरलेलं दिसत असताना पाण्यासाठी पठारवस्तीचा जीव तुटत

होता. त्या पाण्यावर जगलेल्या म्हादूची पोटदुखी मात्र आता खूपच वाढली होती. त्यानं अन्नपाणी सोडून दिलं होता. अंगात जीव राहिला नव्हता. अंथरूण सुटत नव्हतं. शरीर हालत नव्हतं. मात्र क्षीण आवाजातलं त्याचं बोलणं चालू होतं. बोलता बोलताच खोकल्याची उबळ यायची तेव्हा त्याला पोटातली आतडी तुटल्यासारखी वाटायची. मग ज्योतिरूपेश्वराचं नाव घेऊन म्हादू निपचित पडायचा. आता कोणत्याही क्षणी जीव सोडेल म्हणून शाली-माली, त्यांचे नवरे आणि नातवंडंही बघून गेली. नामदेवच्या तिन्ही पोरी येऊन गेल्या. सगळ्यांना त्यानं डोळं भरून पाहिलं.

माघ पौर्णिमेच्या दोन दिवसआधी म्हादूची पोटदुखी आणखीनच वाढली. माघ पौर्णिमाजवळ आली, की तो दरवर्षीच अस्वस्थ होतो. त्याला धरणात बुडालेली ती आकसईतली माघी यात्रा आठवते. ज्योतिरूपेश्वर समोर दिसायला लागतो. आणि मग पठारवस्तीवरून तो धरणाच्या पाण्याकडं बघत बसतो. आता मात्र त्याला घरातून धरण दिसत नव्हतं. अंथरुणातून उठण्याइतका अंगात त्राण नव्हतं, मग समोर मरण दिसायला लागल्यासारखा तो बोलायला लागला,

''झालं, लय जगून झालं. मी मपलं जगलो आन् रखमीचंबी जगलो. आता जायाची येळ आली. रखमी वाट बघती देवळात. ज्योतिरूपेश्वरबाबाचं देऊळ...''

म्हादू असा बोलायला लागल्यावर सगळे त्याच्याभोवती गोळा झाले. म्हादूचं बोलणं चालूच होतं. नामदेवकडं बघत तो म्हणाला,

''नामा, आता जगत नाय मी. मी माझ्या परीनी जगलो. लढलो, शपथेला जागलो. तरी वाडवडलांची ठेव वाचवू नाय शकलो. जमीनजुमला, घरदार, गाव... काहीकाही ठेवलं नाय म्होरल्या पिढ्यांना. वाडवडलांची ही ठेव इकायचं पाप मी केलं नसलं, तरी ते बुडताना बघन्याचं पाप केलं. जे माझ्या डोळ्यादेखत घडायचं व्हतं ते घडलं. आता म्होरल्या पिढ्यांना काही राह्यलं नाय. समदं संपलं. टाटा दरुडेखोर बनून आला. दरुडा टाकला आन् आपून त्याच्याच आश्र्याला जगायला लागलो. तू लढतोईस. लढ. माझी लढाई संपली. आजपरेन ज्योतिरूपेश्वरबाबाच्या शपथेला बट्टा लागंल असं हातून काय घडू दिलं नाय. तरी आईवानी माया करनाऱ्या आकसईतल्या मातीला वाचवू शकलो नाय. ती मातीमाय परत कव्हा नजरं पडली नाय.

ती बुडाली आणि तिच्यात मिसाळलेल्या यात्राजत्रा अन् रितीभातीबी बुडाल्या. आता जगायला बळ मिळावं असं काय उरलंच नाय. तरी ज्योतिरूपेश्वरबाबाच्या मनात व्हतं तवर जगलो. आता फक्त एकच इच्छा हाये. मला वाडवडलांच्या मातीच्या वावरात माती मिळनार नसंल तर या पठारवबी देऊ नको. मी मेलो की माझं मढं धरनात टाकं. तिथं रखमी हाये. ज्योतिरूपेश्वरबाबाच्या देवळात. माझी वाट बघत! मला तिला भेटायचंय तिची माफी मागायची हाये, हात जोडून...''

असं बोलता बोलताच म्हादू थांबला. त्याचं बोलणं बंद झालं. कायमचं. पठारवस्तीवर राहून आकसईत वावरणारा एक जीव गेला.

शिवा महारानं सगळ्या नातेवाइकांना निरोप पोचवले. शाली-मालीला कळलं. दोघींनाही आता दोन पावलंही चालता येत नव्हतं. पण बाप मेल्याचं कळल्यावर त्या गुराढोरासारख्या रडल्या.

बापाच्या अंत्यविधीला त्या आल्या नाहीत. पण त्यांची नातवंडं, पतवंडं आली. सरस्वतीच्या माहेरची माणसं. नामदेवच्या तिन्ही पोरी, त्यांचे नवरे... सगळे सगळे नातेवाईक आले.

नामदेवला म्हादूचं मढं धरणात टाकायचं धाडस मात्र झालं नाही. रीत मोडायची हिंमत त्याच्यात नव्हती. म्हादूची माती या पठारवस्तीवरच होणार होती. मग टाटाच्या भीतीनं घराच्या मागच्या अंगाला चिता रचली. चितेवर ठेवलेल्या आपल्या बापाला अग्नी देताना देवानं किती तरी वर्षांनी त्याला डोळं भरून पाहिलं.

अग्नी देऊन नातेवाइकांनी आपापल्या गावचा रस्ता धरला. रात्री पठारवस्तीच्या प्रत्येक घरातून नामदेवच्या घरी भाकरी आल्या.

चिमणीच्या उजेडात भाकरी खाता खाताच उत्तमच्या ओरडण्याचा आवाज आला,

''घराकं वनवा आला घराकं वनवा...'' असा ओरडतंच तो आंब्याच्या टहाळ्यानं वणवा विझवायला लागला. तोंडातला घास तोंडातच ठेवून सगळेजण बाहेर येऊन बघतात तर खरंच वणवा वाळक्या गवतात घुसला होता. तडतड करणारा गवताचा जाळ वर जात होता. गड्यांनी पटापट टहाळे तोडले आणि जाळावर सपासप मारायला लागले. मात्र वाऱ्यावर ते वाळकं गवत आणखीनच पेट घेत होतं. आणि वणवा नामदेवच्या घराकडं सरकत

होता. घराभोवती राबाची ओझी होती. टणटणी-दवण्याचा कुड घातलेला मांडव होता. त्याच्यावर लोळ्या-पेंढ्या होत्या. मांडवात गुरं बांधलेली होती. तिथंपर्यंत वणवा आला तर घराची राख होणार. सरस्वती ऊर बडवून रडायला लागली. तुकाराम घरातलं पाणी नेऊन जाळावर टाकायला लागला. पण वणवा काय विझत नव्हता. बघता बघता त्यानं घराला वेढा घातला. मांडवाला टेकला तशा म्हशी हंबरायला लागल्या, म्हणून देवानं म्हशींची दावी सोडली. म्हशी मांडवाबाहेर पळाल्या. पापणी लवायच्या आत वणवा राबाला टेकला आणि होळीसारखा जाळ आढ्याच्या वर गेला. आता नामदेवचं घर वाचत नाही, असं समजून लोकांनी हाताला येईल ते सामान बाहेर काढलं. घराबरोबरच मांडवानंही पेट घेतला. जाळ आढ्यावर गेला. सरस्वती ओरडून ओरडून लाखली. प्रयत्न करून थकलेला नामदेव हताशपणे जळणाऱ्या घराकडं आणि मांडवाकडं बघत राहिला. त्याच्या डोळ्यादेखत घराची राख झाली. आणि अवसान गेल्यासारखा तो खाली बसला.

घराच्या पुढून पठाराकडं जायला पायवाट होती. त्या पायवाटेमुळं तिथं गवत वाढलेलं नव्हतं. त्यामुळं वणवा नामदेवच्या घरापासून पुढं पठारवस्तीकडं सरकला नाही. या वणव्यात पठारवस्ती वाचली, पण नामदेवचं सगळंच उद्ध्वस्त झालं. तेवढ्यात तुकारामला देवाची आठवण झाली, तसे सगळेच त्याला शोधायला लागले. देवा मात्र देवळासमोर उभा होता. अंधारात. म्हशींना घेऊन. मल्हारीनं त्या म्हशी आपल्या गोठ्यात आणून बांधल्या.

शिवा महारानं वाचलेलं सामानही आपल्या ओटीवर नेऊन ठेवलं. आणि म्हणाला,

"नामादा, जीव वाचले. घरं काय परत बांधू. घर जळालं, पन हातपाय तर शाबूत हायेत. धीर सोडू नकोस. तुझं घर परत बांधून व्हत नाय तवर माझ्या घरात ऱ्हा."

रडकुंडीला आलेल्या नामदेवनं शिवा महाराला मिठी मारली आणि हंबरडा फोडला. म्हणाला,

"शिवादा, समदं सपलं माझं. आता हितं काही राह्यलं नाय. राखरांगोळी झाली माझ्या संसाराची."

आपल्या बापाला असा हताशपणे रडताना बघून तुकारामचेही डोळे भरून आले. पण स्वतःला सावरत त्यानं नामदेवचा हात हातात घेतला. म्हणाला,

“बाबा, परत बांधू आपूण घर.”

रडूनरडून लाखलेली सरस्वती आणखीनच रडायला लागली. म्हणून मल्हारीच्या बायकोनं तिला घरात नेली.

वणवा विझल्यावर लोक आपापल्या घरी गेले. मात्र मल्हारी म्हादूच्या सरणाजवळ जाऊन आला. तिथं तळाला टाकलेल्या लाकडाच्या मोठ्या गाठी तेवढ्या आता जळत होत्या. बाकी चितेची राख झाली होती. अंधारात आजूबाजूचं काही दिसत नव्हतं. त्यामुळं वणवा नेमका कुठून आला ते कळत नव्हतं. त्या जागेवर आजपर्यंत पठारवस्तीवरची कितीतरी माणसं जाळली आहेत, पण असा अनर्थ मल्हारीला कळताच कधी घडला नव्हता. हे असं कसं घडलं, याचा विचार करतच तो परत माघारी फिरला आणि नामदेवजवळ आला. म्हणाला,

“सरान जळालंय. पन वनवा कसा लागला ते काय कळत नाय.”

“मला तर वाटतंय पार्टीवाल्यांनीच डाव साधलाय हा.”

तुकारामला कैलासशेठ, चेअरमन आणि कामदाराची कारस्थानं माहीत होती. त्यामुळं त्याला त्यांचाच संशय येत होता.

“ते बघू आपून उंद्या. पौडला जाऊन केस करू.”

असं समजून सांगत शिवा महारानं नामदेवला आणि तुकारामला आपल्या घरात नेलं. देवा मात्र मांडवाच्या राखेजवळच बसून होता. रडणं नाही की ओरडणं नाही. शिवा महार घरात चल म्हणून थकला; पण तो जागचा हालला नाही.

दुसऱ्या दिवशी सावडून झाल्यावर सरस्वती जळालेल्या घराच्या राखेत काय शिल्लक राहिलंय का, ते बघण्यासाठी राख चिवडत बसली. नामदेव, तुकाराम, शिवा महार, मल्हारी, चिंधूदा असे पठारवस्तीवरचे गडी पौडला गेले.

तुकारामनं तलाठ्याला तक्रार अर्ज दिला. आणि तलाठ्यानं प्रश्नांचा भडिमार सुरू केला. गावाचं नाव काय, तिथं कधीपासून राहाता, घराचा नंबर काय, घरपट्टी भरली का, शेतकरी आहात का, असाल तर शेती किती, शेतीचे गट नंबर सांगा, शेतपट्टी भरता का... या सगळ्या प्रश्नांसमोर नामदेवनं आधीच हात टेकले होते. आताही एकाही प्रश्नाचं उत्तर तो पुराव्यासह देऊ शकला नाही. म्हणाला,

"भावसायेब, तुमी म्हंता ते समदं आमच्याकं व्हतं. पन धरान व्हन्याच्या आधी. आकसईत. आता काही राह्यलं नाय. पन म्हनून काय आमी उपरे नाय. माझा जनम या पठारवस्तीव झाला. मंग आनखी काय पुरावा देऊ."

"नुसतं तोंडी सांगून काही होत नाही. इथं कागदोपत्री पुरावा लागतो. त्यात तुम्ही आरोप केलाय, की कोणीतरी जाणूनबुजून तुमचं घर जाळलंय म्हणून. म्हणजे ही नैसर्गिक आपत्ती नाही तर मानवनिर्मित आपत्ती आहे. तुम्हांला पोलिसात तक्रार करायला लागेल. तरीसुद्धा मी तुमचा अर्ज रावसाहेबांच्या समोर ठेवतो. ते काय निर्णय घेतील तो घेतील."

अर्जात काय लिहिलंय हे तलाठ्यानं सांगितल्यावर नामदेवनं तुकारामकडं पाहिलं. त्यानंच तो अर्ज लिहिला होता. म्हणून तोच तलाठ्याला सांगायला लागला. म्हणाला,

"भाऊसाहेब, पठारवस्तीला स्मशानभूमी नाही. टाटा कुठं सरकून देत नाही म्हणून सगळ्या पठारवस्तीच्या मयती आमच्या घराच्या मागेच होतात. मला कळताच आधी असं कधी घडलं नाही, मग कालच कसं झालं. याची चौकशी झाली पाहिजे."

"आमचं ते कामच आहे. गाव कामगार तलाठी आम्ही. पीक जळालं, वाहून गेलं, ओला दुष्काळ, सुका दुष्काळ, घर जळालं... एक ना हजार संकटं येतात गावावर. सगळ्यांचे पंचनामे आम्ही करतो तेव्हाच शेतकऱ्याला नुकसान भरपाई मिळते. पण आम्हालांही नियमाच्या बाहेर जाऊन चालत नाही. ज्याचा पंचनामा करायचा तो तिथलाच आहे, की नाही याची चौकशी करायला नको का आधी."

तलाठी असा पुराव्यावर अडून बसल्यावर चिंधूदा म्हणाला,

"भावसायेब, माझ्या पायऱ्या जळाल्या तव्हा सातबारा दिला व्हता तुमाला. तरी पंचनामा नाय केला."

मग हातातला अर्ज टेबलावर ठेवून तलाठ्यानं चिंधूदाकडं पाहिलं. म्हणाला,

"तेच तर सांगतोय मी. विनाकारण कोणीही येतं आणि तक्रारी करून जातं. नंतर कळतं की शेतकऱ्याने ज्या जमिनीची तक्रार दिली, ती त्याच्या नावावरच नाही. तुमचंही तसंच होतं. तुम्ही ज्या पायऱ्या जळाल्याची तक्रार दिली ती जमीन मुंबईच्या एका माणसाच्या नावावर आहे. रानच्या वणव्याने

जळालेल्या पायऱ्यांविषयी त्याची काही तक्रार नव्हती. आणि तुम्ही मात्र माझ्याच पायऱ्या जळाल्या म्हणून तक्रार केली. मग आम्ही पंचनामा कसा करणार?''

''पन पिढ्यान्‌पिढ्या ती जमीन कसतोय मी.''

चिंधूदाला अजूनही वाटत होतं, की मावळतीच्या पठारावरची ती जमीन आपलीच आहे. पण तलाठी ते मान्य करायला तयार नव्हता. म्हणाला,

''तुमच्याच नाही. या धरणभागातल्या बहुतेक गावात आणि वाड्यावस्त्यांवर हाच गोंधळ आहे. जमीन कसतोय एक आणि नावावर दुसऱ्याच्या. अशा वेळी आम्ही खात्री केल्याशिवाय पंचनाम्याला जातच नाही.''

मग अर्ज एका रजिस्टरमध्ये ठेवत त्यानं नामदेवकडं पाहिलं. म्हणाला,

''तुमचं घरच जळालंय म्हणताय, तर मी रावसाहेबांना सगळं सांगून बघतो. ते म्हणाले तर पंचनाम्याला येऊ आम्ही. मात्र, आज तुम्ही पठारवस्तीवरचेच आहात याचा एक जरी कागदोपत्री पुरावा आणला असता तरी मी सर्कल भाऊसाहेबांना सांगून लगेच पंचनाम्याला आलो असता. त्यात तुम्ही अर्जात घर पेटवलंय म्हणता. ते पोलिसांचं काम. फौजदारीचं.''

''म्हंजी आज पंचनामा व्हनार नाय?''

तुकारामनं थेट विचारलं. तलाठ्यानं मात्र सगळं रावसाहेबांवर सोपवून हात झटकले. म्हणाला,

''रावसाहेब आले की विचारतो मी. पण काही सांगू शकत नाही.''

तलाठ्याचं असं कोड्यातलं उत्तर ऐकून तुकाराम जागेवरचा उठला. म्हणाला,

''चल बाबा, पोलिसात तक्रार देऊ.''

तुकाराम तलाठी ऑफिसमधून बाहेर पडला. पाठोपाठ नामदेवसह सगळेच गडी आले. आणि थेट पोलीस चौकीत गेले. तुकारामनं पोलिसात देण्याचा अर्जही तिथल्या तिथं लिहिला. जमादाराच्या हातात दिला. तेव्हा इथंही तलाठी ऑफिससारखाच अनुभव आला. अर्ज वाचून जमादारानं विचारलं,

''तुम्हाला नक्की काय म्हणायचंय? घर वणव्यानं जळालं की कोणी जाळलं?''

नामदेवनं पुन्हा तुकारामकडं पाहिलं. त्यानं अर्जात जे लिहिलं होतं, त्याच्याच आधारेच जमादारानं प्रश्न विचारला होता.

"सायेब घर वनव्यात जळालं. पन घर जळाव म्हनूनच कुनीतरी तो लावला व्हता."

नामदेव जमादाराकडं बघत म्हणाला, तेव्हा जमादारानं पुढचा प्रश्न विचारला,

"कोणी? वणवा कोणी लावला ते तुम्ही पाहिलं का?"

नामदेवनं नाही म्हणत मान हलवली. तसं जमादारानं आणखी विचारलं. म्हणाला,

"मग तुमचा कोणावर संशय?"

"पार्टीवाल्यांवर. झऱ्याला कंपाऊंड घालताना आमची बाचाबाच झाली होती."

तुकाराम पुढं होऊन बोलायला लागल्यावर जमादारानं एकामागोमाग एक प्रश्न विचारायला सुरुवात केली. पार्टीवाला मुंबईला राहतो, इथं येऊन त्याला वणवा लावताना पाहिलं का? एजंट कोण, टाटाच्या जमिनीवर तुम्ही कसे राहता, टाटाची परवानगी घेतली का? असे असंख्य प्रश्न विचारून जमादार म्हादूच्या सरणाजवळ येऊन थांबला. म्हणाला,

"मग सरणामुळं वणवा लागला नसेल हे कशावरून!"

जमादाराच हे बोलणं ऐकून सगळेच अवाक झाले. तुकाराम, नामदेव, शिवा महार... सगळेच एकमेकांच्या तोंडाकडं बघत राहिले. मग जमादाराच बोलला. म्हणाला,

"तलाठ्यांना पंचनामा करू द्या. त्यांचा रिपोर्ट आला, की आम्ही पुढची कारवाई करू."

"आणि तलाठ्यानं पंचनामा नाय केला तर?"

मल्हारीनं मध्येच विचारलं. तेव्हा जमादार हसला. म्हणाला,

"घर जळालंच आहे म्हटल्यावर तलाठ्याला पंचनामा करायलाच लागेल. तुम्ही त्यांच्या मागं लागा आणि आजच्या आज घेऊन जावा स्पॉटवर. उशीर झाला तर काही होत नाही."

सगळेजण निराश होऊन बाहेर आले. नामदेवला आता काय करावं आणि कुठं जावं ते सुचेना. हताशपणे तो चालत राहिला. त्याला आता पठारवस्तीची ओढ लागली होती. राहायचं कुठं, खायाचं काय या विचारात तो झपझप पावलं उचलत होता. आणि त्याच्या मागं पठारवस्तीवरचे गडी.

काही न बोलता नुसताच चालत सुटलेल्या नामदेवकडं बघत तुकारामनं पुढं होऊन विचारलं,

''बाबा, आता काय करायचं?''

''नानाजीकं जाऊ. तलाठी आन् पोलीस काही करनार नाय. संघटनेची मानसं मामलेदाराकं आली तर काय तरी व्हईल.''

''नानाजीकडं जाऊनही काही होणार नाही, बाबा.''

''मंग दुसरं काय करनार?''

नामदेवच्या या प्रश्नाचं उत्तर तुकारामकडं नव्हतं. मग त्या प्रश्नाचं उत्तर शोधतच तो नामदेवच्या मागं चालत राहिला.

बावीस मैलापर्यंत चालत आल्यावर मागून कुंभेरीला जाणारी एसटी आली. मग एसटीत बसून सगळेच गडी कुंभेरीपर्यंत आले. तिथून पायीपायी नानाजींचं घर गाठलं. तेव्हा नानाजींच्या अंगणात तात्या, रामभाऊ आणि आणखी चारपाच गडी बसले होते. नामदेवचं घर जळाल्याची बातमी त्यांना आधीच समजली होती. म्हणून नामदेवनं अंगणात पाऊल ठेवल्याठेवल्याच नानाजींनी विचारलं,

''बोडके पाव्हणं, पौडला जाऊन तक्रार दिली का?''

''तिथूनच आलोय. पन काय उपेग व्हईल असं वाटाना म्हनून तुमच्याकं आलो.''

अंगणातल्या खाटेवर बसत नामदेवनं सांगितलं. तेव्हा नानाजींनी रामभाऊंकडं पाहिलं. म्हणाले,

''रामभाऊ ठाकरवाडीसारखी केस आहे ही. गावठाण दर्जा नाही म्हणून कुणी अधिकारी फिरकणार नाही पठारवस्तीवर. मग घर जळाल्याची ना कुठं नोंद होणार ना बोंब.''

''म्हणून मी म्हणतोय आपण स्वतः जाऊन तहसीलदारांना भेटू. आणि सगळी चौकशी करायला लावू.''

रामभाऊ नानाजींकडं बघत बोलले. नामदेव त्यासाठीच इथं आला होता. तात्यांचंही मत रामभाऊंसारखंच पडल्यावर नामदेवला बरं वाटलं. म्हणाला,

''नानाजी, जे काय करायचं ते लवकर करा. राख उडून गेल्याव घराचा नामोनिशान राह्यचा नाय. मंग या आभाळाखाली कसा जगू?''

तेव्हा नामदेवला धीर देत नानाजी म्हणाले,

"उद्या सकाळीच जाऊ आम्ही. तुम्ही अर्ज दिला आहे का?"

"दिलाय. तलाठ्याला दिलाय आणि पोलिसांनाही दिलाय." तुकाराम म्हणाला,

"मग आम्ही बघतो आता. उद्याच्या उद्या तलाठ्याला पंचनामा करायला लावू."

"पन पंचनामा करून काय व्हनार?"

रात्री घर जळाल्यापासून नामदेवला पडलेला प्रश्न त्यानं नानाजींना विचारला. त्यावर नानाजी काही बोलले नाही. पण रामभाऊ म्हणाले,

"काय होणार, दोन-तीन हजारांची नुकसानभरपाई मिळंल. तेसुद्धा तलाठी मेहेरबान झाला तर!"

"मंग उगीच हेलपाटा घातला पौडाला."

"तसं नाही बोडके. नुकसानभरपाई किती मिळती यापेक्षा या देशाचा एक नागरिक म्हणून सरकारनं तुमची दखल घेणं महत्त्वाचं आहे. ती जर नाही घेतली तर रानच्या वणव्यात मरणाऱ्या किडा-मुंग्यांमध्ये आणि तुमच्यामध्ये काय फरक."

रामभाऊ नामदेवला आपल्या हक्काची आणि अधिकाराची जाणीव करून द्यायला लागले. पण नामदेवला त्याचं काही सोयरसुतक नव्हतं. तो म्हणाला,

"रामभाऊ, किडा-मुंगी समजलं तरी चालंल आमाला. पन आमाला जगू द्या. सरकार दरबारी येवढीच अपेक्षा हाये आमची."

"नाही. माणूस म्हणून जगण्याचा अधिकार आपल्या धरणग्रस्तांनाही आहे. अधिकार काय फक्त शहरांमध्ये राहणाऱ्यांना नाही. सर्वांना आहे. तो तुम्हांलाही मिळालाच पाहिजे. सरकारनं तुमच्या घराची दखल घेतलीच पाहिजे, काय नानाजी!"

रामभाऊंचं हे बोलणं नानाजी नीट ऐकत होते. तेही म्हणाले,

"बोडके पाव्हणं, तुम्ही काही काळजी करू नका. तलाठी आता पठारवस्तीवर कसा येत नाही तेच बघतो आम्ही."

नानाजींनी असा धीर दिल्यावर तात्याही नामदेवकडं बघत म्हणाले,

"तुम्ही आता काही काळजी करू नका. आम्ही बघतो काय करायचं ते."

नानाजींना जे सांगायचं होतं ते सांगून झाल्यावर नामदेव खाटेवरून उठला. पंचनाम्यानं काही होणार नसेल तर सरकारनं नुसती दखल घ्यावी म्हणून एवढा आटापिटा कशाला करायचा! नामदेवला सगळंच व्यर्थ वाटायला लागलं. तो आपल्या चेहऱ्यावरची चिंता लपवू शकला नाही.

निराश झालेल्या नामदेवकडं बघत मग नानाजीच बोलायला लागले. म्हणाले,

''बोडके पाव्हणं, संकटं ही येतच राहणार. त्याला आपण हिमतीनं तोंड दिलं पाहिजे. तुमचे आजोबा तर सत्याग्रही. जीव देऊ पण जमीन देणार नाही म्हणत त्यांनी शपथ घेतली आणि ती मरेपर्यंत पाळली. त्यांनी जमीन दिली नसली तरी टाटांनी ती पाण्यात बुडवली. वाईट याच गोष्टीचं वाटतं की या अन्यायाची दखल स्वातंत्र्यानंतर स्वकीयांनीही नाही घेतली. टाटा भांडवलदार. शहरांमधून त्याचा मोठा डंका पिटला जातो. मोठा नावलौकिक आहे म्हणे! त्यानी या वाड्यावस्त्यांवरच्या शेतकऱ्यांची अशी होरपळ करायला नको होती.''

''नानाजी, टाटाला शेतकऱ्यांशी काही घेणंदेणं नाही. त्याला पाहिजेत त्या फक्त शेतकऱ्यांच्या जमिनी. मनात भरली, की ती जमीन घ्यायची आणि तिथं उद्योग सुरू करायचा. शेतकरी आडवा आला की सरकारला हाताशी धरून कायदे धाब्यावर बसवायचे आन् जमीन ताब्यात घ्यायची. इंग्रजांच्या काळात चालू होतं तेच आतासुद्धा चालू आहे. आता स्वातंत्र्यात तर टाटासारखीच माणसं सरकार चालवतात. मग सरकार त्यांच्या मनासारखं करणारच! इथं शेतकऱ्याची कीव कोणाला येत नाही. तुम्ही म्हणता टाटाचा लौकिक मोठा आहे, तो असता तर ऐंशी-ब्याऐंशी वर्षे या शेतकऱ्यांना भोग भोगायला लावले नसते. टाटा वीज आमच्या जमिनीवर बनवतो आणि मुंबईला उजळवतो. आम्ही मात्र अंधारात राहायचं. हा टाटाचा लौकिक! पुढाऱ्यांचं स्मारक बांधून सहानुभूती मिळविण्याचा प्रयत्न करण्यापेक्षा या वाड्यावस्त्यांना त्यांच्या हक्काच्या मूलभूत गोष्टी स्वतःहून दिल्या असत्या तरी सत्याग्रहात तळमळीने लढणाऱ्या आणि शपथेला जागणाऱ्या सत्याग्रहींच्या आणि पुढाऱ्यांच्या आत्म्याला शांती मिळाली असती. पण टाटा असं करणार नाही. कारण त्याला सगळे गुलाम बनवायचे आहेत. मजूर बनवायचे आहेत. आणि त्यांच्यावर त्याला राज्य करायचं आहे.''

रामभाऊंच्या मनातली टाटाविषयीची चीड ते बोलायला लागले, की अशी व्यक्त होते. मुळशी धरण भागात असले प्रसंग काही नवीन नव्हते. आजपर्यंत या भागात अशा अनेक घटना घडल्या आहेत. पिकं जळाली, वस्त्या जळाल्या, जनावरं जळाली आणि माणसंही जळाली. मात्र त्याची दखल घ्यायला सरकारला सवड मिळत नाही. पठारवस्तीवरच्या नामदेवच्या घराचंही तसं होऊ नये म्हणून रामभाऊंनीच तात्यांना नानाजींकडं बोलावलं होतं. वणव्याच्या नावाखाली हे कृत्य ज्यानं केलंय तो सुटू नये म्हणून त्यांनी तहसीलदारांना भेटायचं ठरवलं होतं. पण नामदेवला त्यातून आता काही निष्पन्न होईल, असं वाटत नव्हतं. तो हताश वाटत असला तरी तुकारामच्या चेहऱ्यावरचा राग काय लपून राहत नव्हता. त्याच्या मंडळाविषयी टाटा धरणग्रस्तांमध्ये आता बरीच चर्चा होत होती. ती खासगीत नानाजींच्या कानावरही आली होती. तुकारामला असा रागात पाहिल्यावर त्यांना ते आठवलं आणि त्याच्याकडं बघत नानाजी म्हणाले,

"काय तुकाराम, तुमचं मंडळ खूप जोरात आहे म्हणतात."

"कोणीतरी दाखवलाच पाहिजे तो. नाहीतर टाटा आमचं नामोनिशानच मिटवायला बसलाय."

तुकाराम नानाजींकडं बघत बोलला, तेव्हा नानाजी त्याला समजावून सांगितल्यासारखं बोलायला लागले. म्हणाले,

"पोरा, माझे आयुष्य गेलं या लढ्यात. पण तुमच्यासारखा अघोरी विचार माझ्या मनालाही कधी शिवला नाही. भिऱ्याचं वीज केंद्र उडवून, मुंबईची वीज तोडून आणि तिला अंधारात ठेवून हा प्रश्न सुटायचा नाही. आणि धरण फोडून हाती काय लागणार? धरणाखालच्या आपल्याच माणसांचे मुर्दे! जमीन मिळवण्यासाठी आपण आपल्याच माणसांचे असे बळी घेतले तर टाटामध्ये आणि आपल्यामध्ये फरक काय राहिला! आणि तुमच्या अंगात तर तुळशी सत्याग्रहीचं रक्त आहे. तो सत्याग्रही, जो शेवटपर्यंत शपथेला जागला. सत्याग्रहाच्या नियमांचे पालन केलं. त्याच्या अहिंसक सत्याग्रहाचा शेवट असा हिंसक मार्गाने झाला, तर त्यांच्या आत्म्याला काय वाटेलं?"

"चांगलंच वाटेल! मृत्यूनंतरही ज्यांचे भोग संपले नाहीत त्या धरणग्रस्तांचे आत्मे जर त्यांच्या गावाभोवती घुटमळत असतील तर धरण फुटल्यावर आपलं गावशिव बघून ते नक्कीच शांत होतील... नानाजी, तुम्ही याला

अघोरी विचार म्हणता. पण तो आमच्या मनात का आला त्याचा विचार टाटानं, सरकारनं आणि या धरणाचे लाभ घेणाऱ्यांनी करायला पाहिजे. तो त्यांनी ऐंशी वर्षात केला नाही. आणि असंच चालू राहिलं तर पुढंही करणार नाहीत. मग काय होणार. आम्ही आतापर्यंत जगत आलो, तसंच पुढंही कुत्र्यासारखं जगायचं का? आम्ही तसं जगणार नाही. आणि तुमच्यासारखे आयुष्यभर अर्ज-विनंत्याही करत बसणार नाही. त्यात पिढ्यान्‌पिढ्या जातील. हाती काही लागणार नाही. राहिला प्रश्न शपथेचा. ती आमच्या वाडवडिलांनी घेतली होती. ती त्यांनी मरेपर्यंत पाळलीसुद्धा आणि आपलं सरकार तरी काय करतंय, संस्थानं खालसा झाली म्हणतात. राजेशाही गेली म्हणतात. पण या स्वातंत्र्यात टाटासारख्यांची नवीन संस्थानं निर्माण होतात. त्याचं काय करायचं? इंग्रजांच्या काळातली टाटाचे ही धरणं सरकारने ताब्यात घेतली पाहिजेत. पण तसं न करता हे सरकार सगळ्या देशाला टाटाचं गुलाम बनवायला निघालंय. आणि जो करार म्हणतात तो इंग्रजांनी केला असेल तर त्याला आम्ही जुमानत नाही. आणि शब्द, शपथा, करार... फक्त शेतकऱ्यांनीच पाळायचे का? टाटानं करार पाळला का? आपण निवडून दिलेल्या आपल्याच आमदार खासदारांनी त्या कराराचं पुढं काय केलं ते तुम्हांला चांगलंच माहीत आहे. इथं खासदारापासून सरपंचापर्यंतचे पुढारी टाटाकडून फायदे उकळणार, त्यांच्या मनासारखं वागणार. ते एकमेकांचं हित बघत असतील तर आमचं हित कोण बघणार? नानाजी, ते आता आमचं आम्हांलाच बघायला लागणार? आणि या लोकशाहीत आम्ही ते बघणार. कोणी कितीही नावं ठेवू दे, पण आम्ही आता जनावरांसारखं जगणार नाही.''

तुकारामचा हा निर्धार नानाजींना अस्वस्थ करणारा होता. नानाजींना जनावरांसारखं जगणं मान्य नसलं तरी तुकारामच्या मनातला अघोरी विचारही मान्य नव्हता. म्हणून ते तुकारामला म्हणाले,

''तुझं सगळंच चूक आहे, असं मी म्हणणार नाही. पण कुठलीही गोष्ट कायदेशीर मार्गानं मिळवणंच आपल्या आणि समाजाच्या हिताचं आहे.''

''आपली जमीन टाटानं कुठं कायदेशीर मार्गाने घेतली. इंग्रजांना हाताशी धरून लुबाडलीच ना! त्यात त्याचं स्वतःचंच हित साधलं. मुंबईला काय फुकट वीज देत नाही तो! आम्हांला ते काही कळत नाही? आम्हांला एवढंच कळतं, की हा देश आमचा असेल. या देशाच्या हितासाठी आमचं

सर्वस्व घेतलं असंल तर आम्हांला सन्मानानं जगू देण्याची जबाबदारी या देशाचीच आहे. देश ते करत नसेल तर आम्ही देशभक्ती देशभक्ती म्हणत नुसतेच शहीद होणार नाही, की बळी जाणार नाही!''

तुकारामची ही ठाम मतं ऐकत तात्या बराच वेळ त्याच्याकडं कौतुकानं बघत होते. या धरणभागातल्या डोंगरांमध्ये जन्मून तिथंच वाढलेलं हे पोर, असं कसं निपजलं याचा विचार करताना त्यांना वीस-बावीस वर्षांपूर्वी नामदेवकडं दिलेलं साठेगुरुजींचं पुस्तक आठवलं. ते पुस्तक वाचून इथल्या भूमिपुत्राच्या मनात टाटांविषयी अशी चीड निर्माण होईल असं मात्र त्यांना कधी वाटलं नव्हतं. त्यांनी नामदेवकडं पाहिलं. म्हणाले,

''हाच ना तुमचा तिसरीतला पोरगा?''

नामदेवनं तुकारामकडं पाहून परत तात्यांकडं पाहिलं. म्हणाला,
''हां.''

तेव्हा तात्या नामदेवकडं बघत हसले. म्हणाले,

''बोडके पाव्हणं, ज्याला आपल्या वाडवडिलांची कीर्ती माहीत आहे, तो त्या कीर्तीला कधी विसरणार नाही. शिवाजी महाराजांच्या मावळ्यांचे वंशज आपल्या कीर्तीप्रमाणे वागल्याशिवाय राहणार नाहीत. या मावळ्यांची औलाद रडतखडत जगणारी नाही. मात्र आता सन्मानाने जगण्याचे दिवस आलेत. आणि त्यासाठी धरण फोडण्याचीही गरज नाही. गरज आहे ती फक्त थोडा धीर धरण्याची.''

असं बोलून तात्यांनी रामभाऊंकडं पाहिलं. त्यांना अपेक्षित होता तो टाटा धरणग्रस्तांना बाहेरून मिळणारा पाठिंबा. राष्ट्रीय पातळीवरच्या नेत्यांची आपल्याला मदत झाली, तर आपल्याला न्याय मिळेल, असं तात्यांना वाटत होतं. नामदेवला मात्र समोर जळालेलं घर दिसत होतं तो तात्यांना म्हणाला,

''तात्या, सन्मानानं राहू द्या. पन आमा धरणग्रस्तांना कमीत कमी निस्तं जगू तरी देऊ द्या!''

यावर मात्र नानाजी, रामभाऊ आणि तात्या एकमेकांकडं नुसतेच बघत राहिले.

दुसऱ्या दिवशी नानाजी, रामभाऊ आणि तात्यांनी सकाळी सकाळीच पौड गाठलं. दुपारपर्यंत सभापती आणि तहसीलदारांसमोर रक्त आठवलं. पण या दिवसांत रानात वणवे लागणारच, असं म्हणून तहसीलदार वेळ मारून

न्यायला लागल्यावर त्यांनी तहसीलदार कचेरीसमोर बसून उपोषण करण्याचा इशारा दिला. मग मात्र तहसीलदार नरमले. पठारवस्तीचा वणवा जिल्हाभर पोहोचायला नको म्हणून त्यांनी तलाठी आणि सर्कलला बोलावून घेतलं आणि आजच्या आज धरण भागात जाऊन पठारवस्तीवर जळालेल्या घराचा पंचनामा करण्याचा आदेश दिला. मात्र, हा पंचनामा टाळण्याचा प्रयत्न करत सर्कल म्हणाला,

"रावसाहेब, धरण भागातल्या डोंगरांवर या दिवसात असे वणवे दरवर्षीच लागतात. दरवर्षी शेतकरी तक्रारी घेऊन येतात. कुणाची झाडं जळाली, कुणाचा राब जळाला, कुणाचा मांडव जळाला तर कुणाची जनावरं भाजली म्हणतात. मुळात या भागातली मावळी माणसं सगळी अडाणी! वणवे लागून हे सगळं जळेपर्यंत हे काय झोपा काढतात का? मुळात राहतात रानात. कमीत कमी घराभोवतीचं गवत तरी काढायला नको यांनी? विनाकारण आपल्याला त्रास."

"त्यात या भागात जायचं म्हणजे गाड्यांची बोंब. आणि त्या पठारवस्तीवर एसटी जात असेल असं मला नाही वाटतं."

असं गाड्यांचं कारण सांगून तलाठ्यानंही पंचनामा टाळण्याचा प्रयत्न केला. तेव्हा त्यांच्या शेजारीच उभे असलेले रामभाऊ बोलले. म्हणाले,

"भाऊसाहेब, तुम्हांला तुमचं काम असूनही एक दिवस त्या भागात जायचं म्हटलं तरी जिवावर येतं. मंग आम्ही तिथं आयुष्य कसं काढत असू?"

"आणि तक्रारी विनाकारण नाही करत कोणी. तुम्ही कधी त्या भागात आला असता आणि पंचनामा केला असता तर तुम्हांला खरं काय आणि खोटं काय ते समजलं असतं. रानात राहतो म्हणता, पण त्या रानात राहायची वेळ आमच्यावर कोणी आणली? आणि आम्ही तिथं का राहतो हे तिथं आल्याशिवाय नाही कळायचं तुम्हाला."

नानाजी सर्कलकडं बघत बोलले. मग दोघंही वरमले. आणि तहसीलदारांकडं बघायला लागले.

"घर जळाल्याचा आज तिसरा दिवस आहे. तेव्हा आजच पंचनामा करून या आणि उद्या दुपारपर्यंत मला रिपोर्ट द्या."

तहसीलदारांनी असा आदेश दिल्यावर मान हलवून दोघंही केबिनमधून बाहेर आले.

"आता झक मारीत जायला लागणार."

सर्कल पुटपुटला. तसा तलाठीही म्हणाला,

"पण कसं? एसटीचं काय खरं नाही त्या भागात."

"मग?"

"मागच्यासारखं कैलासशेठला विचारून बघू. गाडी आणि ड्रायव्हर दिला तर कामच होईल!"

तलाठ्यानं पर्याय सुचवला आणि सर्कलनं बाहेर उभ्या असलेल्या आपल्या पोऱ्याकडून कैलासशेठला निरोप पाठवला.

अर्ध्या तासात कैलासशेठचा ड्रायव्हर ट्रॅक्स घेऊन कचेरीसमोर हजर झाला.

संध्याकाळपर्यंत कसा तरी पंचनामा उरकायचा आणि परत फिरायचं असा विचार करून दोघंही निघाले.

"भाऊसाहेब गाडी पठारवस्तीपर्यंत जाणार नाही. ओढ्यापासून पुढं थोडं चालायला लागंल तुम्हाला."

माल्याच्या पुढं गेल्यावर ड्रायव्हर बोलला.

"का?"

"रस्ता तर नीट नाहीच. पण मध्ये ओढाही आहे. त्यात मोठमोठ्या दगडी आहेत. त्यातून गाडी जाणं शक्यच नाही."

ड्रायव्हरनं माहिती सांगितली तेव्हा एवढी सविस्तर माहिती असणाऱ्या ड्रायव्हरला तलाठ्यानं विचारलं. म्हणाला,

"तुम्हांला कसं माहीत हे सगळं?"

ड्रायव्हर हसला. म्हणाला,

"शेठबरोबर वरच्यावर जायला लागतं तिकडं."

"ठीक आहे बाबा, जिथपर्यंत जाईल तिथंपर्यंत चल घेऊन. पुढचं बघू पुढं."

ड्रायव्हरचं खरंच होतं. ओढ्याच्या अलीकडेच गाडी लावायला लागली आणि दोघांना पुढं चालत जायला लागलं.

दुपार टळून गेल्यावर दोघंही पठारवस्तीवर पोहोचले. आणि त्यांच्याभोवती सगळी पठारवस्ती गोळा झाली.

नामदेव, तुकाराम आणि शिवा महार झोपडी बांधण्यासाठी रानात मेढी तोडत होते. उत्तमनं पळत जाऊन त्यांना तलाठी आल्याचं सांगितलं. शिवा महार आणि तुकाराम धावत आले. नामदेवला त्या पंचनाम्याचं आता काही कौतुक राहिलं नव्हतं. पण आता अधिकारी आलेतच म्हटल्यावर त्यांच्यासमोर जायलाच लागणार म्हणून तो खांद्यावर एक मेढ घेऊन आला. ती जळालेल्या घराच्या राखेवर टाकली आणि तलाठ्याकडं बघायला लागला.

"परवा अर्ज दिलेला नामदेव म्हादू बोडके हाच. याचंच घर जळालंय."

तलाठी सर्कलकडं बघत म्हणाला.

"सर्कलनं नामदेवला खालून-वरून न्याहाळत विचारलं,

"तुझंच घर जळालं का?"

"हां."

नामदेव डोक्याचा पटका सोडून त्यानंच तोंडावरचा घाम पुसत म्हणाला.

"चला, पहिल्यांदा आपण बघून घेऊ. वणवा कुठून आला आणि त्यात काय काय जळालं ते."

सर्कल तलाठ्याकडं बघत म्हणाला. तसा तुकाराम पुढं झाला. म्हणाला,
"चला मी दाखवतो तुम्हाला सगळं."

मग दोघंही तुकारामच्या मागं आणि त्यांच्या मागं सगळी पठारवस्ती. वणवा कुठून आला, घर कसं जळालं, त्यात काय काय जळालं. मांडव कसा जळाला, त्यात वैरण कशी जळाली... असं सगळं सगळं तुकारामनं सांगितलं. आणि तलाठ्यानं ते लिहून घेतलं. सर्कल मात्र सगळीकडं नीट बघत होता. पाठीमागच्या बाजूला गेल्यावर तो चार मोठ्या दगडांजवळ घुटमळला. काळवंडलेल्या त्या दगडांकडं बघत त्यानी तुकारामला विचारलं,

"हे दगड कसले?"

"सरणाचे!"

"कुणाच्या?" सर्कलनं उत्सुकतेनं विचारलं.

"माझ्या पणजाच्या."

"कधी जाळला?"

"परवा दिवशी."

"म्हणजे घर जळालं त्याच दिवशी?"

"हां."

"घर जळायच्या आधी की नंतर."

"आधी."

"आणि वणवा कुठू आला?"

"ते अंधारात नाही कळलं, भाऊसाहेब,"

"वणवा काय अंधारात लपूनछपून येणारी गोष्ट आहे का? पौडाच्या डोंगराला लागलेला वणवा इथून दिसतो. आणि तुम्हांला तुमच्या घराजवळचा कळला नाही, हे कसं होईल."

"खरंच भाऊसाहेब, आम्ही सगळे घरात भाकरी खायला बसलो होतो."

"त्याच वेळी सरणाची आग पसरली असणार!"

सर्कल असं बोलून गेला आणि नामदेव उखडला. म्हणाला,

"काय बोलताय भावसायेब तुमी हे. वर्षानुवर्षे हितं सरनं जळत आल्यात. तव्हा असं काय घडलं नाय. आन् आता पठारवस्तीव पार्टीवाले आल्यावच असं कसं घडलं."

"हे बघा बोडके, तुमच्या चुका झाकण्यासाठी तुम्ही दुसऱ्यांवर आरोप करू नका. घराच्या एवढ्या जवळ कुणी माणसं जाळत नाही."

"मंग कुनीकं जाळायची? द्या जागा. आमाला काय हौस आलीये का घराचा मसनवटा करायची!"

नामदेवचा आवाज चढला. तसं तुकारामलाही राहवलं नाही. म्हणाला,

"भाऊसाहेब, तुम्ही विषय भलतीकडं नेऊ नका."

"ठीक आहे. आम्हाला इथं जे दिसलं. त्याप्रमाणे पंचनामा करून आम्ही अहवाल देऊ. बास. आणि रावसाहेबांनी सांगितलं म्हणून मी आलोय. नाहीतर असले किरकोळ पंचनामे करायला मी जात नाही. त्यासाठी तलाठीभाऊसाहेब आहेत."

असं बोलून सर्कल आणि तलाठी शिवा महाराच्या घराशेजारच्या आंब्यांच्या झाडाखाली येऊन थांबले. हातातली कागदं वरखाली करून तलाठ्यानं नामदेवकडं पाहिलं आणि विचारलं,

"बोडके, घराची काही कागदपत्रं आहेत का तुमच्याकडं?"

"नाय. रासानकार्ड व्हतं तेबी जळालं."

"आन् जमीन कुठं आहे?"

तसं तुकारामनं वावराकडं बोटं केलं. म्हणाला,

"ती काय तिथं. ते वावार आमचंच."

"त्याचा गट नंबर? सातबारा कोणाच्या नावावर आहे?"

तुकारामनं नामदेवकडं पाहिलं आणि दोघंही गप्प झाले. तलाठ्यानं पुन्हा विचारलं,

"शेतकरी आहात ना तुम्ही इथले, मग सातबारा कोणाच्या नावावर आहे. मी तलाठी असलो तरी शेतकऱ्याची तोंडं बघून त्याचे गट नंबर आणि क्षेत्र नाही सांगू शकत. पंचनामा करताना ही सगळी माहिती लागणार आम्हाला. सांगा, सातबारा कोणाच्या नावावर आहे?"

"टाटाच्या."

नामदेव खाली मान घालून बोलला.

तलाठ्यानं सर्कलकडं पाहिलं. त्याला माहीत होतं तरी खोदून खोदून त्यानं हा प्रश्न सर्वांसमोर विचारून नामदेवच्या इज्जतीचाच पंचनामा केला. यात गाडी देणाऱ्या कैलासशेठला जे हवं होतं ते त्यानं तलाठ्याकडून करून घेतलं. मग तलाठी म्हणाला,

"भाऊसाहेब, जमीन यांच्या नावावर नाही."

तेव्हा सर्कलनं तुकारामकडं पाहिलं. म्हणाला.

"मग तू त्या वावराकडं बोट दाखवून ते माझं कसं म्हणतो?"

"भाऊसाहेब, ते भाडेपट्ट्यानं आहे आमच्याकडं, पिढ्यान्‌पिढ्या कसतोय आम्ही ते."

"भाडेपट्ट्याच्या पावत्या आहेत का?"

"त्याबी जळाल्या." नामदेव.

"बरं दुसरी कुठं जमीन आहे का नावावर?"

"नाही. एवढंच वावर आहे आमचं."

तुकाराम सर्कलकडं बघत म्हणाला. तेव्हा तलाठी सर्व कागद बॅगमध्ये ठेवत म्हणाला,

"तुमच्या नावावर सातबारा नाही. म्हणजे तुम्ही शेतकरी नाही... असं कुठं असतं का? आता तुम्ही इथले आहात, की नाही याचाच आधी पंचनामा करायला लागणार आम्हांला."

तेवढ्यात कैलासशेठचा ड्रायव्हर येऊन सर्कलच्या कानात पुटपुटला म्हणाला,

“भाऊसाहेब, पंचनामा उरकला असंल तर कातकरवाड्यावर जाऊ. कातकऱ्यांनी सशे मारलेत. मस्त लागतं सशाचं मटण. आणि शेठनं दोन बिअरच्या बाटल्यासुद्धा पाठवल्यात. नीट व्यवस्था कर म्हणून सांगितलंय तुमची.”

ते ऐकून सर्कलच्याही तोंडाला पाणी सुटलं. मग नामदेवकडं बघत म्हणाला,

“ठीक आहे. पंचनामा झाला. आम्हांला जे दिसलं आणि तुमच्याकडून जी माहिती मिळाली त्याच्याच आधारे आम्ही पंचनामा केला आहे.”

मग तलाठ्याला म्हणाला,

“भाऊसाहेब, सह्या घ्या चार-पाच लोकांच्या.”

तलाठ्यानं बॅगमध्ये ठेवलेले कागद परत बाहेर काढले आणि त्यावर नामदेव, शिवा महार, चिंधूदा, बारकूदा, लक्ष्मण अशा चारपाच गड्यांचे अंगठे घेतले आणि “उद्या आम्ही रावसाहेबांसमोर ठेवू सगळं.”

असं बोलून दोघंही ड्रायव्हरबरोबर कातकरवाड्याच्या दिशेनं गेले. त्यांना पाठमोरं बघून नामदेवला ते इथंपर्यंत आले, हेच उपकार वाटले. मात्र, पौडमधल्या तलाठी कार्यालयात बसून या डोंगररानातले पंचनामे होतात. त्यात हा असला प्रत्यक्ष पंचनामा भाऊसाहेबांना खूपच कष्टाचा वाटला!

कातकरवाड्यावर मोठ्या कष्टानं कातकऱ्यांनी फासे लावून पाच सशे पकडले आहेत. आज कातकरवाड्यावर त्याचेच वाटे पडले आहेत. पंचनामा चालू असताना कातकरवाड्यावर जाऊन आलेल्या ड्रायव्हरला त्याची कुणकुण लागली आणि तो सर्कल-तलाठ्याला घेऊन तिकडं गेला. कैलासशेठची महसूल अधिकाऱ्यांना खूश करण्याची ही पद्धत! त्यामुळंच त्यानं ड्रायव्हरबरोबर दोन बिअरच्या बाटल्याही पाठवल्या होत्या. पाच सशांचं मटण असलं तरी ते सगळ्या कातकरवाड्याला पुरेल इतकं नव्हतं. त्यामुळं वाटे छोटे छोटेच मांडले होते. पण सर्कल आणि तलाठी आलेत म्हटल्यावर वाटे उचलायला निघालेले कातकरी मागेच थांबले. कैलासशेठच्या ड्रायव्हरनं एकदम चार वाटे उचलले. म्हणाला,

“साहेब आलेत. आपलं काय नेहमीचंच असतं. त्यांना खाऊ द्या आज.”

कातकऱ्यांना पौडच्या पोलीस आणि अधिकाऱ्यांचा मोठा धाक. त्यात मागे बंद झालेली भट्टी आता पुन्हा सुरू झाली होती. कातकरवाड्यावर दारूचा घमघमाट सुटला होता. इथली ती दारू परत बंद व्हायला नको म्हणून एकदम चार वाटे उचलणाऱ्या ड्रायव्हरला कोणीच काही बोललं नाही. आणि मोठ्या कष्टानं टिपलेलं सावज आज फुकटच अधिकाऱ्यांच्या तोंडी लागलं.

ड्रायव्हरनं ते मटण तिथंच एका कातकरणीकडून शिजवून घेतलं. मग बिअरच्या बाटल्या खाली करून त्याच्यावर ताव मारेपर्यंत पार अंधार पडला. त्या वेळी कातकरवाड्यावरच्या घराघरात मिणमिणत्या चिमण्या जळत होत्या. दारातून त्यांचा कवडसा बाहेर पडत असेल तेवढाच तो काय बाहेर उजेड. बाकी सगळा अंधार. त्या अंधारात बसूनच सर्कल ड्रायव्हरला म्हणाला,

"आता या अंधारात पठार उतरून, ओढा पार करून गाडीजवळ जाणं शक्य नाही."

"मग आता रात्रभर इथं करायचं काय?"

तलाठ्याला प्रश्न पडला.

"नाच!"

ड्रायव्हर म्हणाला. तसा सर्कल जागचा उठून पुन्हा नीट बसत म्हणाला,

"मला काय एवढी चढली नाही. तुम्ही नाचा."

तशी सर्कलच्या मांडीवर थाप मारीत ड्रायव्हर हसला,

"आपण नाही हो, कातकऱ्यांचा नाच. हे कातकरी लय भारी नाचतात. पायात घुंगरं बांधून ढोलकीच्या तालावर. बघाच तुम्ही."

"काय बघा. या अंधारात काय दिसणार. त्यात हे कातकरी काळे कुळकुळीत."

तलाठ्यानं शंका काढली. पण ड्रायव्हर त्यात मुरलेला होता. तो जागचा उठला आणि दोन-चार कातकऱ्यांना गोळा करून म्हणाला,

"हे कोण आहेत माह्यती आहे ना तुम्हांला?"

ते कातकरी काहीच बोलले नाहीत. मग त्यानंच सांगितलं. म्हणाला,

"हे भाऊसाहेब आहेत. पौडचे. उद्या जर त्यांनी इथल्या हातभट्टीचं पोलिसांना सांगितलं, तर परत कातकरवाड्यावरची दारू बंद होईल. तेव्हा आपण त्यांना जरा खूश करून पाठवू म्हणजे ते काही सांगणार नाहीत."

"अजून काय करायचं? आमच्या तोंडचा घास तर घेतला त्यांनी."

एकजण ड्रायव्हरच्या कानाजवळ तोंड नेऊन हळू आवाजात म्हणाला. तेव्हा त्याला दरडावत ड्रायव्हर बोलला. म्हणाला,

"ते खाऊ दे, तुम्हांला काय कमी आहे का त्याची. या रानातले सगळे सशे, भेकर, डुकरं... तुमचंच आहे की सगळं. ते काय रोज येणार आहेत का?"

"मंग आनखी काय करायचं?"

आणखी एकानं विचारलं. तेव्हा ड्रायव्हर म्हणाला,

"नाच. ढोलकी नाच."

"या अंधारात? चांदनं असतं तर केला असता. आज नाय जमनार."

एका गड्यानं सरळ नाही म्हणून सांगितलं. मग मात्र कैलासशेठचा धाक दाखवत ड्रायव्हर बोलायला लागला. म्हणाला,

"हे भाऊसाहेब कैलसशेठची माणसं आहेत. त्यांनीच सांगितलंय मला. त्यांचं सगळं व्यवस्थित झालं पाहिजे म्हणून. आता मागं तुम्हांला हातभट्टी चालू करायला त्यांनी एवढी मदत केली आणि तुम्ही साधा नाच नाही करत."

"नाचायचं काय नाय. पन या अंधारात कसं नाचनार!"

"हिलाळ लावू."

ड्रायव्हरनं त्याच्यावरही मार्ग काढला. म्हणाला,

"घरटी एकएक ग्लास रॉकेल आणा. हिलाळ लावून नाच होईल."

कातकऱ्यांचं ड्रायव्हरपुढं काही चाललं नाही. आणि घरात गरजेपुरतीच चिमणी लावून रॉकेल वाचवणाऱ्यांनी एकएक ग्लास रॉकेल जमा केलं आणि हिलाळ लावून भाऊसाहेबांसमोर नाचाची तयारी सुरू झाली.

पायात घुंगरू बांधून ढोलकीवाल्याभोवती कातकऱ्यांनी गोल रिंगण केलं. ढोलकी वाजायला लागली आणि त्यावर घुंगरू बांधलेल्या पायांनी ताल धरला. त्यांचं झिंगी नृत्य सुरू झालं. हिलाळाच्या उजेडात सुरुवातीला भाऊसाहेबांकडं बघत त्यांच्यासाठी नाचणारे कातकरी नंतरनंतर मात्र तल्लीन झाले. आणि पार मध्यरात्रीपर्यंत त्या नाचात हरवून गेले. मग तो नाच बघता बघताच भाऊसाहेबांचा आणि ड्रायव्हरचा डोळा लागला. कातकरी मात्र भान हरपून पहाटेपर्यंत नाचत राहिले.

सकाळी जाग आली तेव्हा सर्कल तलाठ्याकडं बघत म्हणाला,

"भाऊसाहेब, या रानात यायचं जिवावर आलं होतं. पण मस्त ट्रीप झाली.''

तलाठी हसला. म्हणाला,

''सशाचं मटण खाल्लं. आता परत कधी कुणाच्या पंचनाम्याला आलो, की तेवढी शिकारीची हौस भागवून घेऊ. या भागात बरीच जनावर आहेत म्हणे. अगदी वाघसुद्धा. काय ड्रायव्हर!''

ड्रायव्हरही हसला. म्हणाला,

''पुढच्या वेळेस तेसुद्धा करू! शेठकडं आहे बंदूक.''

नामदेवच्या जळालेल्या घराच्या पंचनाम्याला ना सरपंच, ना पाटील, ना ग्रामसेवक. मात्र जळालेल्या घराचा पंचनामा होण्याऐवजी नामदेवच्या आयुष्याचाच पंचनामा झाला. आपण टाटानं दिलेल्या भाडेपट्ट्याच्या जमिनीवर जगतो. शेतकरी म्हणायला सातबाऱ्याला कुठं नाव नाही, की घराला हक्काची जागा नाही. या धरणानं वेढलेल्या रानात त्याची ना कुठं नोंद ना दखल. तरी आजपर्यंत तो जगत आला आहे, आपल्या कुटुंबाला घेऊन. या रानात पाखरंही जगतात घरटं करून. ते वाऱ्यापावसानं मोडलं, माणसानं तोडलं की ते परत बनवतात. त्याची तरी कुठं कोण नोंद करीत असतं आणि दखल घेत असतं? जशी पाखरं तशी जनावरं. तीच गत नामदेवची!

नामदेवनंही जळालेल्या घराची राख उचलून चार मेढी रोवल्या. वर गवतकाडी टाकून डोक्याला सावली केली.

धरण आलं आणि असे भोग सुरू झाले. या भोगांनी म्हादूच्या मृत्यूनंतरही त्याची पाठ सोडली नाही.

भाऊसाहेबांनी पंचनामा केला! म्हादूच्या सरणानं घराला आग लागली आणि रानालाही वणवा लागला! भरपाई मिळणं लांबची गोष्ट होती. गावठाण दर्जा नसलेल्या टाटाच्या रानात असा वणवा लावला म्हणून पोलीस नामदेववरच गुन्हा नोंदवायच्या गोष्टी करू लागले, तेव्हा या पंचनाम्याविरोधात हरकत घेण्यासाठी पौडला चकरा मारणाऱ्या तुकारामनंही तिकडं जाणं बंद केलं.

जमिनीला मातेसमान मानण्याची, मातीवर प्रेम करण्याची आणि शपथेला शेवटपर्यंत जागण्याची मोठी शिक्षा म्हादूच्या नशिबात लिहिली होती. तो आता असता तर हे सगळे नशिबाचेच भोग म्हणत त्यानं ज्योतिरूपेश्वराला

हात जोडले असते. म्हणाला असता, जे देवाच्या मनात आहे तेच होणार. मात्र नामदेवला तसं वाटत नाही. त्याला वाटतं, देवाच्या नाही तर टाटाच्या मनात आहे तसंच होणार! तिकडं मुंबईला वीज मिळाली पाहिजे. तिथली घरं उजळली पाहिजे. मग त्यासाठी इथली जळाली तरी चालतील! शहरात राहणाऱ्यांनाच चांगलं जगण्याचा अधिकार. आपल्यासारख्या रानातल्यांना कसला आलाय अधिकार! त्यांनी जगायचं किड्यामुंग्यासारखं!

नामदेवच्या अस्वस्थ मनात असा विचार येत असला तरी तुकारामच्या मनात मात्र वेगळंच काही शिजत होतं. त्यामुळं तो सारखा पुण्याला मंडळाच्या पोरांना भेटायला जात होता.

घर जळालं म्हणून बहिणी आल्या. सगळे नातेवाईक येऊन गेले. पण तो पठारवस्तीवर कोणालाच भेटला नाही.

मावळतीच्या पठारावर आता पार्टीवाल्यांच्या बंगल्याचं बांधकाम सुरू झालं आहे. पार्टीवाल्याच्या वॉचमननं चिंधूदलां तिकडं फिरकून देणं बंद केलं आहे. तो आता महादेवाच्या डोंगराजवळ आपली एक एकर जमीन कुठं असेल ते शोधत बसला आहे. त्यासाठी त्याच्या पौडला चकरा सुरू झाल्या आहेत. एक दिवस पार्टीवाला झऱ्याचं पाणीही बंद करेल आणि मग धरणाच्या पाण्याकडं बघत पठारवस्तीला पाणी पाणी करत आभाळाकडं बघत बसायला लागेल. कारण टाटानं आणि पार्टीवाल्यानं आता सरकायला कुठं जागा ठेवली नव्हती.

तुकारामला असं पुढचं मरण दिसत होतं आणि म्हणूनच त्याच्या मंडळात चकरा वाढल्या होत्या. म्हादू ज्या मार्गानं गेला. नामदेव ज्या मार्गानं चालला त्या मार्गानं पदरात काही पडणार नाही. सत्याग्रह, अहिंसा, उपोषण ही शस्त्रं आता बोथट झाली आहेत. आता नव्या युगाची नवी शस्त्रं आपण हातात घेतली पाहिजेत. ती शस्त्रं ज्यांच्या हातात त्यांनाच आता न्याय मिळतो. आपल्याला जगायचं असेल तर या शस्त्रांचा आधार घ्यावाच लागेल. असं बरंच काही त्याला मंडळात ऐकायला मिळतं. ते ऐकून तोही आता मंडळात बोलायला लागला आहे. आजही तो मंडळातल्या तरुणांसमोर बोलला. म्हणाला,

"आपल्या वाडवडिलांनी सत्याग्रह केला. महात्मा गांधींनी दाखवलेला

अहिंसेचा मार्ग शेवटपर्यंत सोडला नाही. पण ना टाटाला आपली दया आली, ना इंग्रज सरकारला, ना स्वातंत्र्य मिळाल्यावर आपल्या सरकारला. स्वातंत्र्यासाठी आपले वाडवडीलही लढले, पण त्याची फळं आज कोण खातं? तीही खाऊ द्या त्यांना, पण आपल्या वाट्याला सन्मानाने जगणं तरी आलंय का? मग कसलं स्वातंत्र्य मिळालंय आपल्याला! देशाचा विकास झाला पाहिजे. प्रगती झाली पाहिजे. त्यासाठी प्रकल्प उभे राहिले पाहिजेत. शेतकऱ्याच्या जमिनी घेतल्या पाहिजेत. त्या घेतल्या जातात. आपल्याही पूर्वजांकडून त्या घेतल्या. मग मुंबईला वीज मिळाली. मुंबई वाढली. तिचं जगात नाव झालं. आपण मात्र देशोधडीला लागलो. इथला शेतकरी मुंबईत जाऊन गुलाम बनला. मजुरी करायला लागला. आणि टाटा मात्र मोठा होत गेला. देशाच्या प्रगतीत टाटाचा मोठा वाटा! मग ज्यांच्या जमिनी घेतल्या त्यांचा काहीच नाही! ज्यांच्या जमिनीवर धरण आहे त्यांची फळं आज टाटाला आणि मुंबईला मिळत आहेत. आणि आपल्याला धरणाच्या पाण्याकडं बघत वस्तीला पाणी मिळावं म्हणून टाटाकडं भीक मागायला लागत आहे. टाटा मात्र समाजसेवेचा आव आणत आता वर्षाला पाच किलोमीटर रस्ते बनवतोय. औषधपाण्याची काळजी असल्याचं दाखवतोय, शाळा बांधून दिली, पण हे सगळं आपल्यावर दया आली म्हणून. आणि ती दयाही कधी आली तर भिऱ्याचं वीज केंद्र उडवण्याची धमकी दिल्यावर. म्हणजे धरण झाल्यापासून इतक्या वर्षात त्याला हे स्वतःहून कधी करावंसं वाटलं नाही. मित्रांनो, साठे गुरुजींच्या पुस्तकात सगळं लिहिलं आहे. ते वाचा म्हणजे टाटानं मुळशी सत्याग्रह कसा चिरडून टाकला ते कळेल. नाहीतर ज्या सत्याग्रहाने इंग्रज आपला देश सोडून गेले, त्याच सत्याग्रहाने टाटाही आपल्या मुळशीतून गेला असता. मुळशी सत्याग्रहात शिवाजी महाराजांच्या मावळ्यांचे वंशज असणारे आपले पूर्वज पुण्याच्या काँग्रेस पुढाऱ्यांच्या नादी लागले. त्या पुढाऱ्यांनी राजकारणातल्या आपल्या जागा मजबूत केल्या आणि इथल्या शेतकऱ्यांना वाऱ्यावर सोडलं. पण तेच मावळे जर आपल्या गनिमी काव्याने लढले असते तर त्यांनी आपला मुलूख नक्कीच वाचवला असता आणि आपल्याला आज मुळशी धरण नाही तर इथं आपली सुखाने नांदणारी गावं दिसली असती. मात्र, आता सत्याग्रहाचे आणि अहिंसेचे दिवस राहिले नाहीत. मुळशी सत्याग्रहाचे सेनापती, सेनापती बापट यांनी सत्याग्रहाचा आणि अहिंसेचा मार्ग आता इथं काही उपयोगाचा

नाही हे टाटांच्या रेल्वेवर गोळीबार करून सिद्ध केलं आहे. तेव्हा हिंसेच्या मार्गावर जायला आपल्याला टाटाने आणि सरकारनेच मजबूर केलं आहे.''

मंडळात तुकाराम बोलायला लागला की सगळी पोरं नुसती ऐकत बसतात. लहानपणापासून म्हादूकडून मुळशी सत्याग्रहाविषयी ऐकत आलेला तुकाराम साठे गुरुजींच्या पुस्तकानं आणि मुळशीच्या बेटावरूननं असा ढवळून निघाला आहे. त्याचं बोलणं ऐकून मंडळातल्या पोरांनाही आता ते पटायला लागलं आहे. त्यातलाच एकजण म्हणाला,

''खरं आहे तुझं, तुकाराम. नाक दाबल्यावरच टाटानं रस्ते करायला सुरुवात केली. मागच्या पंचवीस वर्षात त्यामुळंच बऱ्यापैकी रस्ते झाले. फिरता दवाखाना सुरू झाला. पण या वरवरच्या गोष्टींचा काही उपयोग नाही. गावठाण मंजूर नाहीत. वरकस जमिनी नावावर होत नाहीत. असं किती दिवस जगायचं आणि जमिनी काढून घेतल्यावर काय करायचं?''

''आणि ते होऊ शकतं. टाटाची भूक कधी भागणार नाही. तो धरणाची उंची वाढवत राहणार. पाण्याची पातळी वाढवत राहणार आणि पाणी वर सरकत आपल्याला बुडवत राहणार! अशाने आपले भोग संपणार नाहीत. ते संपवायचे असतील तर एकच उपाय. तो म्हणजे धरण फोडणं. आपण आपल्या जमिनीचे ना पैसे घेतले ना पर्यायी जमीन. ना आम्हांला आमच्या गावाच्या बदली गाव दिलं ना घराच्या बदली घर. मग रस्ते, पाणी आणि विजेसाठी आम्ही टाटाकडं भीक का मागायची. आता आपण काही मागायचं नाही. आता आपण आपलं लुटलेलं परत मिळवायचं.''

तुकारामनं अशी धरण फोडण्याची गोष्ट काढली की, मंडळातल्या पोरांच्या अंगावर काटा येतो. पण वाड्यावस्त्यांवर राहणाऱ्या आपल्या आईवडिलांची अवस्था आठवली, की त्यांच्या मुठी वळायला लागतात. आपण काही गुन्हा करायला निघालो आहे, ही भावना मात्र तेव्हा त्यांच्या मनातून कुठल्या कुठं गळून पडते. मग मनात साचलेलं तुकारामही बोलून घेतो,

''मित्रांनो, मात्र हा उत्साह केवळ मंडळात येऊन आणि मोठमोठ्या गोष्टी करून इथंच ओसरून देऊ नका. सध्या तरी तसंच आहे. अशानं काही होणार नाही. टाटा आता जे काही करतोय ती तात्पुरती मलमपट्टी आहे. मात्र मूळ समस्या तशीच राहिली. भिऱ्याच्या प्रकरणात अशा वरवरच्या मलमपट्टीला

भाळून पोरं पांगली आणि टाटाने पुढाऱ्यांना धरलं. पुन्हा मागचे दिवस पुढे आले. आपल्याला कसं पिळायचं ते टाटाला चांगलं कळलं आहे. सत्याग्रहाच्या काळातही त्याने आपल्याच लोकांना आपल्या विरोधात उठवलं. आपली जुनी माणसं ब्राह्मणांना शिव्या देतात. पण ब्राह्मणांशिवाय इतरांनी तरी काय केलं. आपल्या शेतकरी बांधवांच्या विरोधात उभं राहून टाटाला मदतच केली ना! टाटाकडून पैसे घ्या आणि जमीन सोडा म्हणून सांगायला येणारे आपलेच बांधव होते. तेव्हा यातून आपण काहीतरी शिकून पुढचं पाऊल उचललं पाहिजे. पुढारी काही करू शकणार नाहीत. उद्योगपती आता निवडणुकांमध्ये पैसा ओततात आणि सरकार चालवतात. तालुक्यातले कितीतरी पुढारी आता टाटाचे मिंधे आहेत. रस्त्याची कामं करण्यासाठी यांनाच टाटा लायसन देतो. त्यात हे पुढारी मलई खातात. अशी टाटानं टाकलेली हाडं चाटत बसलेल्या इथल्या पुढाऱ्यांना आपलं जिणं दिसत नाही. त्यामुळं ऐंशी वर्षात आपलं सर्वस्व बुडालेलं असताना आपलं पुनर्वसन होत नाही. हक्काचं गाव मिळत नाही, की सातबारा आपल्या नावावर होत नाही. ज्यांच्या जमिनीवर धरण झालं त्यांना उद्या प्यायला पाणी मिळेल की, नाही याची खात्री नाही. आणि दुसरीकडं टाटाचा उद्योगसमूह मात्र वाढत चालला आहे. टाटाच्या कामगाराला वर्षाला जेवढा बोनस मिळतो तेवढं आपलं वर्षाचं उत्पन्न नाही. बोनस मिळवण्यासाठी टाटाचे कामगार दरवर्षी पावसाळ्यात धरण भरण्याची वाट बघतात आणि आपण धरण भरल्यावर आपलं घरं, शेत पाण्यात बुडेल, की काय म्हणून जीव मुठीत घेऊन भर पावसात धरणाच्या पाण्याकडं बघत बसतो. या रानाला पावसाची कधी कमी नाही. धरण दरवर्षीच भरतं. तेव्हा टाटाचे कामगार दिवाळी साजरी करतात आणि आपण पिकं पाण्यात बुडाली, घराला पाणी लागलं म्हणून कपाळाला हात लावून बसतो. मित्रांनो, सरकारला हे दिसत नाही का? सगळं दिसतं. मात्र उद्योगपतींचे मिंधे झालेल्या आपल्या सरकारला शेतकऱ्यांना कधी वर येऊच द्यायचं नाही. त्यांना आपलं जगणं दिसत नाही. त्यांना दिसतात त्या फक्त आपल्या जमिनी. म्हणून आपण एक होऊन लढलं पाहिजे. आणि आपला लढा आपणच लढला पाहिजे. पुढाऱ्यांच्या भरवशावर राहिलो तर ऐंशी वर्षांपूर्वी सत्याग्रहात जे झालं, तेच आताही होईल. धरणग्रस्तांची संघटना आहे. पण त्यात नानाजी आणि रामभाऊसारख्यांचं आयुष्य केवळ अर्ज आणि निवेदने देण्यात गेलं. हाती

काही लागलं नाही. आपण मात्र हे अर्ज आणि निवेदने देण्यात आयुष्य घालवायचं नाही. आमचे बाप, आजोबा, पणजोबांनी भरपूर सोसलं. आता आम्ही सोसणार नाही. आम्ही आमचा हक्क मिळवणार.''

तुकाराम असं बोलत असतानाच तिस्करीचा रोहिदास उठला. त्यानं खिशातून एक जुनी पावती काढली आणि बैठकीला आलेल्या पुण्याच्या पोरांना दाखवत म्हणाला,

''ही टाटा कंपनी आम्हाला देत असलेली भाडेपट्ट्याची पावती आहे. आमच्या आजा-पणज्यापासून ही पावती आम्हाला मिळती. पण टाटाने आता ती मागच्या वर्षापासून देणं बंद केलंय. आज पावती देणं बंद केलंय. उद्या जमीन काढून घेतल्यावर आपण काय करायचं?''

''टाटानं आता हळूहळू सगळ्यांनाच पावत्या देणं बंद केलं आहे. पण आपल्याकडं जुन्या पावत्या आहेत. त्यावरूनही आपण जमिनीवर हक्क सांगू शकतो. टाटांना कूळकायदा लावला, की ते सगळं होईल. वहिवाटीची जमीन आपल्या धरणग्रस्तांना मिळेल. पण सरकार ते टाळतंय. तुकाराम म्हणाला, तसं सरकार या उद्योगपतींचे मिंधे आहे. आणि म्हणूनच टाटांसारख्या उद्योगपतींना विशेष वागणूक मिळते. आपण अहिंसक मार्गाचा विचार करायला लागलो त्याला कारण हेच आहे.''

पुण्यातल्या श्रीधर वाघनं रोहिदासला समजून सांगितलं. हा श्रीधर वाघ वाघवाडीचा. धरणात सगळं बुडाल्यावर त्याचे वाडवडील पुण्यात येऊन मजुरी करून पोट भरायला लागले. धरणाच्या पाण्याचा वेढा पडल्यावर बेटासारख्या झालेल्या वाघवाडीकडं पुढं श्रीधरचे पूर्वज कधी फिरकलेच नाही. पण आपलं मूळ गाव धरणातलं वाघवाडी आहे, हे कळल्यावर तो वाघवाडीला अधूनमधून चक्कर मारायला लागला. आता रस्ता होईल म्हणतात, पण लाँचशिवाय वाघवाडीला जाणं अवघड. लाँचमधून जाताना आपण एखाद्या बेटाला भेट द्यायला चाललोय, असंच त्याला वाटत असतं. धरणानं वाघवाडीला कसं बंदिवान बनवलंय हे कळल्यावर त्यानंच पुण्यातल्या आपल्या चाकरमान्यांना गोळा केलं आणि मंडळ काढलं. मुळशीतली गावोगावची पोरंही त्याला मिळाली. पठारवस्तीचा तुकाराम, तिस्करीचा रोहिदास, पोमगावचा ध्रुवास, कुंभेरीचा विजय, वडवाथरचा अशोक अशी कितीतरी पोरं आज टाटाच्या गुलामीतून सुटण्याच्या प्रयत्नात मंडळाला येऊन मिळाली आहेत. श्रीधरचे

आजोबा शनिवार पेठेतल्या ज्या वाड्यात भाड्याने राहायचे, त्या वाड्याच्या जागी आता मोठी इमारत उभी राहिली आहे. वाडामालक आणि बिल्डर श्रीधरला घराबाहेर काढायला निघाले तेव्हा भाडेपावत्यांनीच श्रीधरला वाचवलं होतं. कायद्यानं वाडामालकाला श्रीधरला नव्या इमारतीत छोटं का होईना घर द्यावं लागलं होतं. त्यामुळं भाडेपावत्यांचं महत्त्व श्रीधर ओळखून होता आणि कायद्यापुढं सगळ्यांनाच झुकावं लागतं, हेसुद्धा त्याला कळलं होतं. पण भाडेपट्ट्याच्या पावत्या असताना सरकार टाटाला इतक्या वर्षात कूळकायदा का लावत नाही, हे कोडं काय त्याला उलगडत नव्हतं. त्या कोड्यातूनच या मंडळाची स्थापना झाली होती. श्रीधर मग तुकारामकडं बघत म्हणाला,

"तुकाराम, आपल्या देशात कायदा सगळ्यांना समान आहे. सरकार टाटाला वेगळी वागणूक देऊन आपल्याला नको तो मार्ग दाखवत आहे. ऐंशी वर्षे जे सोसलं त्याचाच हा उद्रेक आहे. तरीसुद्धा आपण टाटाला आणि सरकारला शेवटची विनंती करू. आपल्या मागण्याचं निवेदन त्यांना देऊ."

"मात्र ते निवेदन शेवटचं असेल. नाहीतर नानाजींसारखं आपलंही आयुष्य अशी निवेदनं देण्यातच जाईल."

तुकाराम असं बोलल्यावर श्रीधर वाघ जागेवरचा उठला. म्हणाला,

"तुकाराम, आपण शिवाजी महाराजांच्या मावळ्यांचे वंशज आहोत. आपण दुश्मनाला मारायचं, पण त्याला जागे करून. पुढच्या बैठकीला मी मागण्यांचं निवेदन तयार करून आणतो. ते दिल्यावर मात्र मागं हटायचं नाही."

बैठकीत सगळ्यांचंच रक्त सळसळायला लागतं. टाटाच्या जोखडातून सुटण्याची आशा वाटायला लागते. आपलं गाव असेल. त्याला नाव असेल. रस्ता असेल. पाणी असेल आणि शहराला मिळते तशी वीजही असेल... स्वतःची जमीन असेल. त्याला भाडेपट्टा नसेल, की खंड नसेल... अशी बरीच स्वप्नं आता तुकारामला रोज दिसू लागली आहेत.

बैठक संपल्यावर पठारवस्तीवरच्या झोपडीकडं जाताना, घर जळालेलं असतानाही अशी स्वप्नं घेऊनच आता तो रोज चालत असतो.

✧✧✧

दहा

मंडळाच्या बैठकीतले हिंसक विचार नानाजींच्या कानावर जात होते. कुठलीही मागणी मान्य होत नाही म्हणून अर्ज, निवेदनाला धरणग्रस्त आता वैतागले होते. तुकारामसारख्या तरुणांनी तर आता संघटनेत येणंच सोडून दिलं होतं. या तरुणांचा आता न्यायावर आणि लोकशाहीवर विश्वास दिसत नव्हता. त्यातून काही विपरीत घडते की, काय अशी भीती नानाजींना अलीकडं वाटायला लागली होती. मंडळाच्या बैठकीतल्या गोष्टी कळायला लागल्यावर मात्र त्याची त्यांना खात्री होऊ लागली. इतकी वर्षे सनदशीर आणि लोकशाही मार्गानं लढणाऱ्या नानाजींना तो आपला पराभव वाटत होता. या लढ्यानं टाटा धरणग्रस्तांना अजून न्याय तर मिळाला नाही, पण कमीत कमी ते गुन्हेगार तरी बनू नयेत म्हणून नानाजी व्यथित होऊ लागले. असल्या हिंसक कृत्यानं आपली माणसं आपल्याच माणसांच्या जिवाशी खेळणार होती. मग आपल्याच माणसांच्या जिवाला हानी पोहोचवून न्याय मिळाला तरी तो काय कामाचा. टाटा या धरणग्रस्तांच्या मनाविरुद्ध वागला. भल्याबुऱ्या मार्गानं त्या वेळी त्यांची जमीन घेतली. आणि त्यांच्या मनात विष पेरलं. आता या धरणग्रस्तांच्या नागवलेल्या पुढच्या पिढ्या आपल्या बुडालेल्या जमिनी हिसकावून घ्यायला निघाल्यात. अशा अनैतिक, हिंसक मार्गानं न्याय मिळवायला सगळेच निघाले तर बाबासाहेबांच्या न्याय, स्वातंत्र्य, समता, हक्क... अशा गोष्टींवर उभी राहणारी लोकशाही तरी जिवंत कशी राहणार. घरातल्या बाबासाहेबांच्या फोटोकडं बघत बसलेले नानाजी या विचारानं अस्वस्थ झाले. अशा हिंसक कारवाईनं सेनापती बापटांसारख्या देशभक्ताला तुरुंगवास भोगावा लागला. टाटांसारखा धंदेवाईक माणूस अशा कृत्यांना भीक घालत नाही. सरकारला हाताशी धरून सेनापती बापटांची जी अवस्था केली

तीच अवस्था टाटा आताही या धरणग्रस्तांची करणार! सरकार इंग्रज असलं काय आणि देशी असलं काय, त्यांच्यातला लोभी माणूस दावणीला बांधला की वाट्टेल ते करता येतं! अशानं हे धरणग्रस्त विनाकारण तुरुंगात जाणार. लढ्याला पुन्हा एकदा बट्टा लागणार. पंचाऐंशी वर्षांपूर्वी इथल्या डोंगरांच्या कुशीत जगणाऱ्या शेतकऱ्यांनी आपल्या जमिनी वाचवण्यासाठी तलवारी, कुऱ्हाडीसारखी हत्यार टाकून जे कधी पाहिलं नव्हतं ते सत्याग्रहाचं हत्यार उचललं. खेड्यावर प्रेम करणाऱ्या गांधीबाबांवर विश्वास ठेवून त्यांच्या मार्गानं जाणारा हा लढा. आता इतक्या वर्षांनंतर हतबल होऊन सत्याग्रहाचं हत्यार टाकून पुन्हा तलवार आणि कुऱ्हाडीचा आधार वाटायला लागला तर यात पराभव गांधीबाबाचा, की माझ्यासारख्या त्यांच्याच कार्यकर्त्यांचा? नानाजी असा स्वतःलाच प्रश्न करायला लागले. सत्याग्रहाच्या मार्गानं सुरू झालेल्या शेतकऱ्यांच्या या लढ्याची अशी शोकांतिका होता कामा नये, म्हणून नानाजींनी संघटनेच्या कार्यकर्त्यांची बैठक बोलावली. नामदेवला पठारवस्तीवर निरोप पाठवून तुकारामला घेऊन यायला सांगितलं. तेव्हा अजूनही नानाजींवर विश्वास असलेला नामदेव तुकारामला त्याच्या मर्जीविरुद्धचं तिथं घेऊन गेला.

त्या वेळी नानाजींचं अंगण नेहमीप्रमाणेच कार्यकर्ते आणि धरणग्रस्तांनी भरलेलं होतं. आज लोणावळा आणि मावळ भागातील टाटा धरणग्रस्तांची आणि कार्यकर्त्यांची संख्या मोठी होती. नानाजींनी मुद्दाम त्यांना बोलावून घेतलं होतं... मंडळातल्या पोरांच्या हातून गुन्हा घडायला नको म्हणून त्यांची ही धडपड होती. नामदेवचं घर तर जळालं होतंच, पण भाऊसाहेबांच्या पंचनाम्यानं मंडळातल्या पोरांची डोकी गरम झाली असतील. आणि त्यामुळंच ती अशा अघोरी विचारापर्यंत आली असतील. त्यांची डोकी थंड केली पाहिजेत, असं वाटून त्यांनी चार जाणत्या लोकांना गोळा करून तुकाराम, श्रीधर वाघ, रोहिदास, ध्रुवास, विजय अशा मंडळातल्या बऱ्याच पोरांना बोलावलं होतं. मंडळातल्या पोरांनी वेगळी वाट धरली असली तरी इतकी वर्षे इथल्या धरणग्रस्तांसाठी लढणाऱ्या नानाजींविषयी त्यांच्या मनात आदर होता. त्या आदरापोटीच ते सगळे आज नानाजींच्या अंगणात आले होते. खाटेवर नानाजींच्या शेजारी तात्या, रामभाऊ, काही काळ 'मुळशीच्या बेटावरून' काढणारे संपादक धैर्यशील जोशी, आपल्या निळ्या टोपीने सगळ्यांचे लक्ष वेधून घेणारे शिवराम भवार अशी सगळी मंडळी बसली होती.

'मुळशीच्या बेटावरून' चार-पाच वर्षे चालल्यानंतर बंद पडला होता. पण धैर्यशील जोशींची टाटा धरणग्रस्तांविषयीची आत्मीयता कमी झाली नव्हती. त्यांची वेदना जोशींना समजली होती. म्हणूनच त्यांचा आवाज होण्याचा प्रयत्न त्यांनी केला होता. शहराला पाणी मिळावं, वीज मिळावी म्हणून खेड्यातल्या लोकांना कसं नागवलं जातं हे त्यांनी मुळशीमध्ये पाहिलं होतं. ज्यांच्या जमिनीवरच्या पाण्यावर वीज बनून मुंबईतील घर नि घर उजळत आहे, ते मुळशीतील शेतकरी इथल्या डोंगरांमध्ये वर्षानुवर्षे अंधाऱ्या कोठडीत टाकल्यासारखी शिक्षा कशी भोगत आहे, हेच त्यांना मुळशीच्या बेटावरून दाखवायचं होतं. या बेटांवर किती धरणग्रस्त साप चावून मरत होते. किती जणांना वाघ खात होते. किती भुकेने मरत होते. आणि किती जणांना औषधपाणी मिळालं नाही म्हणून मरत होते याची कुठंच गणती नव्हती. स्वतंत्र भारतात असाही पारतंत्र्यात जगणारा मुलूख आहे हेच त्यांना जगासमोर आणायचं होतं. त्यांच्या परीनं त्यांनी प्रयत्न केला. आता मुळशीच्या बेटावरून निघत नसला, तरी इथले धरणग्रस्त त्याला कधी विसरणार नाहीत.

टाटा धरणग्रस्तांना न्याय मिळावा म्हणून आयुष्यभर लोकांना जागे करत सरकार दरबारी खेटे घालणाऱ्या निळ्या टोपीवाल्या शिवराम भवारांनाही टाटा धरणग्रस्त कधी विसरणार नाहीत. लोणावळा-मावळ भागात सिरवता धरणग्रस्त कृती समितीच्या माध्यामातून त्यांनी लोकांना एकत्र केलं. टाटांना कुळकायदा लागू करा, टाटा धरणग्रस्तांना धरणग्रस्त म्हणून दाखले द्या, पुनर्वसन कायदा लावा, पाण्यात न बुडालेल्या वरकस जमिनी धरणग्रस्तांच्या वारसांच्या नावावर करा. सरकारनं टाटाच्या ताब्यातील मावळ-मुळशीतील सर्व धरणे ताब्यात घ्यावी... अशा असंख्य मागण्या ते सरकारकडं करत होते. गावोगाव फिरत होते. बाबासाहेबांच्या घटनेची आठवण करून देत आपल्यालाही न्याय मिळू शकतो, म्हणून लोकांना जागृत करत होते. रामभाऊ आगळेंसारखे कार्यकर्ते त्यांच्या या जनजागृतीतूनच घडले होते. निळी टोपीवाले म्हणून प्रसिद्ध असलेल्या भवारबाबांनी आपल्या कार्यकर्त्यांना आणखी एक वारसा दिला आहे, तो म्हणजे भारूड आणि भजनाचा. रामभाऊंमध्येही तो आला. धरणग्रस्तांसाठीची तळमळ, निळ्या टोपीचा अभिमान आणि नानाजींप्रमाणेच बाबासाहेब आंबेडकरांवरच्या निष्ठेनं त्यांना मावळ भागातील टाटा धरणग्रस्त मोठा मान देत होते. त्यांच्या शरीराचा एक भाग होऊन त्यांच्या डोक्यावर

कायम दिसणाऱ्या निळ्या टोपीला त्यांनी मोठी प्रतिष्ठा मिळवून दिली होती. कधी विषय निघालाच तर कार्यकर्त्यांना ते आपल्या डोक्यावर आलेल्या निळ्या टोपीची कथा ऐकवायचे. म्हणायचे,

"मंडळी, या निळ्या टोपीनं माझं नातं थेट बाबासाहेबांशी जोडलं. ही टोपी म्हणजे शोषित, पीडितांना मिळालेल्या न्यायाचं प्रतीक आहे. या निळ्या रंगानं समतेची ज्योत मनात पेटत असंल तर बाबासाहेबांना मानणाऱ्या प्रत्येकाने राजमुकुटासारखी ही निळी टोपी आपल्या डोक्यावर मिरवली पाहिजे. आणि मला तर ही टोपी बाबासाहेबांच्या साक्षीनं मिळालेली, देहूरोडच्या बुद्धविहारासमोर. तिथं बाबासाहेब आले होते. तेव्हा मी आठ--दहा वर्षांचा असंल. त्या वयातही त्यांना बघायची ओढ. म्हणून मीही गेलो तिथं. बाबासाहेबांना बघितलं. अगदी जवळून. पण तेवढ्यात मंदिरातल्या देवावरून माणसांमध्ये हाणामारी सुरू झाली. त्यात कोणाच्या तरी काठीचा एक फटका माझ्या डोक्यावर बसला आणि माझं डोकं रक्तानं भरलं. माझ्या डोक्यावरून वाहणाऱ्या रक्ताची धार बघून बाबासाहेबांच्या एका कार्यकर्त्यानं त्याच्याजवळचं निळं कापड माझ्या डोक्याला गुंडाळलं आणि त्या दंगलीतून मी घरी आलो. डोक्याला बांधलेलं ते निळं कापड सोडलं. डोक्यातून वाहणारं रक्त थांबलं होतं. पण निळं कापड मात्र रक्तानं भरलं होतं. मग ज्या निळ्या कापडानं माझं रक्त थांबवलं तेच निळं कापड मी धुतलं आणि स्वतःच्या हातानं त्याची टोपी शिवून डोक्यावर अभिमानानं मिरवायला लागलो. इतक्या वर्षात तो अभिमान जराही कमी झालेला नाही. मंडळी, हजारो वर्षे आपलं रक्त शोषलं जात होतं. बाबासाहेबांनी ते थांबवलं. आणि म्हणूनच आज आपल्याला बळ आलं, सरकार आणि टाटाच्या विरोधात बोलण्याचं. लढण्याचं. त्यासाठी आपण एक झालं पाहिजे. एकी दाखवली पाहिजे."

असं बाबासाहेबांशी नातं सांगणारे भवारबाबा नानाजींसारखंच मावळात काम करत होते. नुसते धरणग्रस्तांना जागे करून कार्यकर्तेच घडवत नव्हते तर जाणत्या माणसांना भेटून इथल्या टाटा धरणग्रस्ताच्या व्यथा त्यांना सांगत होते. त्यांचा पाठिंबा मिळवून सरकार दरबारी मागण्या पोहोचवत होते.

त्यांची टाटा धरणग्रस्तांविषयीची तळमळ महाराष्ट्रातल्या इतर धरणग्रस्तांसाठी लढणाऱ्या पुढाऱ्यांनाही दिसली. त्यामुळं बाबा आढावांसारखी

कितीतरी मंडळी टाटा धरणग्रस्तांसाठी धावून आली. लोणावळ्याला टाटांच्या ऑफिससमोर आंदोलनं केली. पार जिल्हाधिकाऱ्यांपर्यंत गेले. टाटा धरणग्रस्तांच्या मागण्या, त्यांची व्यथा त्यांनीही जिल्हाधिकाऱ्यांना सांगितली... मात्र सरकार आणि टाटाकडून नानाजींच्या वाट्याला जे येत होतं तेच भवारबाबाही भोगत होते. रामभाऊंसारखे त्यांचे कार्यकर्ते मात्र मावळ आणि मुळशी अशा दोन्ही आघाड्यांवर लढत होते. आपल्या परीनं मावळ भागात टाटा धरणग्रस्तांचा लढा जिवंत ठेवणाऱ्या त्याच भवारबाबांना आज रामभाऊंनी नानाजींच्या अंगणात आणलं होतं. मावळ-मुळशी (टाटा) धरणग्रस्त सेवा संस्था काढून भवारबाबांनीही अलीकडं एकत्र कामं करायला सुरुवात केली होती. रामभाऊंनी तोच धागा पकडून सर्वांनी एकत्र लढण्याचा सूर काढला आणि त्याचाच परिणाम म्हणून आज मावळ-मुळशीतले सर्व धरणग्रस्त कार्यकर्ते एकत्र आले.

इथल्या वाड्यावस्त्यांवर वणवे लावले जातात. त्यात घरंदारं जळतात आणि सरकार म्हणवून घेणाऱ्यांना त्याचं काहीच सोयरसुतक नाही. भवारबाबांना या गोष्टीची मोठी चीड होती. त्यांना वाटत होतं. इथल्या शेतकऱ्यांना नांदत्या गावातून उठवून डोंगरात राहायला भाग पाडणाऱ्या टाटानंच त्यांचं पुनर्वसन केलं पाहिजे. पण सरकार टाटावर आणि टाटा सरकारवर ढकलत होतं आणि इथला शेतकरी किड्यामुंग्याचं जिणं जगत होता. हे आपले पूर्वजन्मीचे भोग म्हणून भोगत होता. मात्र तुकारामसारखी आजची पिढी ते भोग आम्हीच का भोगायचे म्हणून प्रश्न विचारायला लागली होती. शहरात राहणाऱ्याला चांगलं जीवन जगता यावं म्हणून आम्ही हे भोग का भोगायचे? नानाजींना आपलीच माणसं अशी आपल्याच माणसांच्या विरोधात कधी उभी राहतील असं वाटलं नव्हतं. मंडळातल्या पोरांनी तसलं पाऊल उचललं तर मोठा अनर्थ घडेल. म्हणून ते सुरुवातीलाच अंगणात एका बाजूला बसलेल्या मंडळातल्या पोरांकडं बघत बोलायला लागले. म्हणाले,

"पोरांनो, टाटाच्या धरणांनी इथल्या हजारो शेतकऱ्यांना देशोधडीला लावलं, म्हणून बदल्याच्या भावनेनं आपण हिंसेचा मार्ग पत्करणं म्हणजे आपणच आपला घात करण्यासारखं आहे. टाटांच्या विरोधातला लढा पंचाऐंशी वर्षांपूर्वी अहिंसेच्या गांधी मार्गाने सुरू झाला आहे. त्या मार्गावरून जाणाऱ्यांना घाबरून दीडशे वर्षे राज्य करणारे इंग्रज गेले. टाटाही जाईल.

या मार्गावरून चालणं म्हणजे अग्निपरीक्षा आहे. त्यात जो पास होतो तोच जिंकतो. गांधीजी जिंकले. आपणही जिंकू. मात्र त्यासाठी संयम धरला पाहिजे.''

''किती संयम धरायचा, नानाजी?''

तुकाराम उठून बोलायला लागला. तसे सगळे त्याच्याकडं बघायला लागले. तो म्हणाला,

''आमच्या आजा-पणजांनी संयम धरला. सत्याग्रहाचे नियम पाळले, अत्याचार सहन केले, पण कोणावर हात उचलला नाही. अशा शेवटपर्यंत शपथेला जागणाऱ्यांना काय मिळालं? गाव मिळालं, का करून खायला हक्काची जमीन मिळाली? काही मिळालं नाही. त्यांना इथल्या डोंगरात ढकललं, वणव्यात होरपळून मरायला! आम्ही वणव्यात होरपळणार आणि आमच्या जमिनीवर टाटा गब्बर होणार. मुंबईला वीज मिळणार आणि आम्ही अंधारात मरणार. आता त्या मुंबईलाही कळू द्या, अंधार कसा असतो ते! बघा म्हणाव, लाईट-पाण्याशिवाय जगणं कसं असतं ते. आमचा निर्णय पक्का आहे. तुमचा गांधी मार्ग तुम्हाला लखलाभ. आम्ही आमच्या वाटेने जाणार. गांधी मार्गाला घाबरायला आता इंग्रज सरकार नाही. आता आपण म्हणायचं आपलं, पण सरकार आहे टाटांसारख्या उद्योगपतींचं. असल्या मार्गाला ते घाबरत असते तर आम्हांला अशी वणव्यात जळायची वेळ आली नसती. या सरकारला जी भाषा कळती तीच भाषा आता आम्ही बोलणार.''

''अशी तोडफोड करून, हिंसा करून त्यातून निष्पन्न काय होणार?'' तुकारामचा आवेश बघून नानाजींनी विचारलं. तेव्हा त्यांच्याकडं बघत तुकाराम शांतपणे म्हणाला,

''न्याय.''

तसे नानाजी म्हणाले,

''तोही मिळेल. त्यासाठीच तर आपण लढतो आहोत. पण ते सनदशीर मार्गाने.''

''त्याने आजपर्यंत काय मिळालं नानाजी?''

''लोकांना आपला हक्क कळायला लागला हे काय कमी आहे? इथल्या रानात राहणाऱ्या धरणग्रस्तांना आपल्या वस्तीला गावठाण दर्जा मिळावा, आपली जमीन आपल्या नावावर व्हावी, आपल्याही गावात रस्ते

यावेत, वीज यावी असं वाटायला लागणं हीसुद्धा मोठी गोष्ट आहे. आणि त्यासाठी ते स्वतः सनदशीर मार्गाने लढत आहेत. पौडच्या भाऊसाहेबांसमोर जायला घाबरणारे शेतकरी जिल्हाधिकाऱ्यांसमोर बोलण्याचं धाडस करतात, ते उद्या सरकारकडून न्याय मिळवल्याशिवाय राहणार नाहीत. मात्र तुम्ही ज्या मार्गाने न्याय मिळवायला निघालात तो आत्मघात करणारा आहे.''

"तसाही घात होणारच आहे आमचा. कूळकायद्याच्या भीतीने टाटाने आता भाडेपट्ट्याच्या पावत्या देणं बंद केलंय. उद्या जमीन ताब्यात घ्यायला कमी नाही करणार. तिकडं मुंबईची लाईटीची भूक काय भागणार नाही. मग टाटा धरणाची उंची वाढवत राहणार. आणि वरकस जमिनी पाण्यात बुडत राहणार. यात आमचा घात होणार नाही तर काय होणार. त्यापेक्षा ज्या धरणाने एवढा कहर केलाय ते धरणच नको आम्हांला. आमची जमीन आम्ही परत घेणार.''

तुकाराम असं बोलल्यावर श्रीधर वाघही उठला. म्हणाला,

"नानाजी, आत्मघात करायची आम्हांला हौस नाही. पण आमच्या मागण्या रास्त आहेत, असं आम्हांला वाटतं. आमच्या वाडवडिलांना फसवून दंडुकेशाहीने आणि कायद्याचा धाक दाखवून मुंबईतल्या आपल्याच भावंडांना वीज मिळावी म्हणून आमच्या पिकाच्या जमिनी घेतल्या. गावातून उठवलं. तेही सहन केलं. आमचे वाडवडील पोट घेऊन शहरात गेले. मजूर बनले. तेही आम्ही सहन केलं. पण इथं डोंगरावर सरकलेल्या आणि तिथल्या आपल्याच रानात वावरं काढून इतकी वर्षे जगणाऱ्यालाही टाटा आता त्याची जमीन त्याच्या नावावर करून देई ना, हा कुठला न्याय? कसेल त्याची जमीन असा कायदा असेल तर तो टाटालाही लागू झाला पाहिजे. पण आम्हांला इथं सगळंच उलटं दिसत आहे. टाटासारख्यांना असा वेगळा न्याय देऊन इथल्या हजारो शेतकऱ्यांना सरकार परत देशोधडीला लावतंय ते आम्हांला मान्य नाही...''

"नानाजी, खरं आहे त्यांचं.''

धैर्यशील जोशी नानाजींकडं बघत बोलायला लागले. म्हणाले,

"मंडळी, आजच्या पिढीची भावना या तरुणांच्या तोंडून व्यक्त होत आहे. पण ही भावना एकदम उत्पन्न झालेली नाही. तिचे बीज पंचाऐंशी वर्षांपूर्वी टाटांनीच पेरलेले आहे. कुठल्याही गोष्टीचा अतिरेक झाला, की

त्याचे दुष्परिणाम जाणवायला लागतात. इथंही अन्यायाचा अतिरेक झाला आहे. त्यामुळे पीडितांच्या मनात असे हिंसक विचार येणं स्वाभाविक आहे. मात्र आंदोलनामध्ये अशा विचारांच्या कार्यकर्त्यांचे मनपरिवर्तन करून त्यांना अहिंसक मार्गाने पुढे घेऊन जाणं हेसुद्धा एक मोठं आव्हान असणार आहे. खरेतर स्वातंत्र्याच्या आधीपासून टाटांकडे हा देश मोठ्या आदराने बघत आला होता. मात्र मावळ-मुळशी भागात याच टाटांनी देशापेक्षा स्वतःचा फायदा पाहिला. टाटा कंपनीतले परदेशी लोकांचे वर्चस्व, परदेशी भागभांडवल वाढले आणि राष्ट्रहित बाजूला सरले. मूठभर लोकांच्या फायद्यासाठी शेतकऱ्यांची, पर्यायाने बहुसंख्यांची पिळवणूक सुरू झाली. हे मूठभर श्रीमंत जेव्हा एकत्र येतात, तेव्हा राष्ट्रहितापेक्षा गुलाम आणि मजूर वर्ग कसा वाढेल हेच पाहिले जाते. टाटांनी त्याची सुरुवात करून दिली. मुंबईत उद्योगधंदे वाढावेत म्हणून त्यांना या धरणांमध्ये सार्वजनिक हित दिसत होते. पण त्याच वेळी खेड्यातील शेतकरी उद्ध्वस्त होत होता त्याचे काय? इतिहास साक्षी आहे, या देशावर जेव्हा संकट आले तेव्हा इथला नागरिक देशसेवेसाठी स्वतःहून पुढे आला. धनच काय पण आपले प्राणही देशासाठी दिले. पण टाटा मुळशी धरणाची योजना घेऊन या मावळ्यांच्या प्रदेशात आले तेव्हा या देशावर कसले संकट आले होते? तसे असते तर या मावळ्यांनी जमिनीच काय, पण आपले प्राणही दिले असते. मात्र इथे संकट नव्हते, तर इथे हित होते, फायदा होता एका खासगी भांडवलदाराचा. त्यामुळे त्याला विरोध होणे स्वाभाविकच होते. तो झालाही आणि अजून होत आहे. हा विरोध लक्षात घेऊनच टाटांनी जमीन संपादन कायद्याचा आधार घेतलेला आहे. मग भांडवलदारांशी हितसंबंध असलेल्या कुठल्याही सरकारला ती योजना सार्वजनिक हिताची वाटू शकते. इंग्रज सरकारलाही ती वाटली. त्यामुळे इंग्रज सरकारने त्या वेळचा जमीन संपादन कायदा टाटांसारख्या भांडवलदारांच्या हितासाठी बनवला आणि वापरला. विस्थापितांचा फायदा होणार असेल, त्यांना आपल्या जमिनीच्या मोबदल्यात चांगले जीवन जगायला मिळणार असेल तरच या कायद्याचा वापर करून जमिनी घेतल्या जातील, असे आश्वासन देणाऱ्या तेव्हाच्या सरकारने टाटांसाठी इथल्या हजारो शेतकऱ्यांना देशोधडीला लावले. त्यानंतर त्यांच्याकडे कोणीच ढुंकून पाहिले नाही. १९१६ चा औद्योगिक आयोग म्हणतो, की उद्योगधंद्यासाठी जमीन घेताना लोकवस्ती

असलेली जमीन घेऊ नये. खासगी कंपनीच्या योजनेने विस्थापितांचा फायदा होणार नसेल आणि त्यातून सार्वजनिक हित साधणार नसेल तर जमीन संपादन कायदा लावून शेतकऱ्यांच्या जमिनी घेऊ नये. अशा योजनेच्या जमिनी कंपनीने जमीन संपादन कायदा न लावता घ्याव्यात आणि आपल्या योजना उभाराव्यात. असे असतानाही टाटांनी मावळ-मुळशीत जमीन संपादन कायदा लावून शेतकऱ्यांच्या जमिनी बळजबरीने घेतल्या. आज धरणाच्या पाण्यावर बनणारी वीज मुंबईला महागड्या दराने विकली जाते. मग इथे राष्ट्रहित उरते कुठे? उलट त्याच जमीन संपादन कायद्याचा वापर करून टाटांनी बुडीत क्षेत्राबाहेरच्या वरकस जमिनीही आपल्या नावावर करून घेतल्या आहेत. आज कॅचमेंट एरिया म्हणून त्या जमिनींचा हवा तसा वापर सुरू आहे. वास्तविक ज्या कारणासाठी एखाद्या शेतकऱ्याची जमीन संपादित केली आहे, त्या कारणासाठी ती जमीन वापरली नाही, तर ती जमीन त्या शेतकऱ्याला परत देणे आवश्यक आहे. अशा वेळी पाण्याबाहेरच्या जमिनी कलेक्टरने ताब्यात घेऊन त्या शेतकऱ्यांना परत दिल्या पाहिजे होत्या. मात्र, तसे न होता टाटा इथल्या शेतकऱ्याचे सावकार झाले आणि शेतकऱ्यांच्या जमिनी त्यांनाच खंडाने नाहीतर भाडेपट्ट्याने लावल्या. टाटाने या ना त्या कारणाने या वरकस जमिनी आपल्या नावावर ठेवल्या आहेत. अशा वेळी मुंबईची विजेची भूक वाढली, की टाटा धरणाची उंची वाढवणार, मग पाण्याची पातळी वाढणार, वाड्यावस्त्या बुडणार, डोंगरात काढलेली वावरे बुडणार आणि या बदल्यात टाटांना इथल्या शेतकऱ्यांना कसलाही मोबदला द्यावा लागणार नाही, की जमीन संपादन करावी लागणार नाही. आणि जिथं जमीनच संपादित केली नाही, तिथे पुनर्वसन कायदा लागू कसा होणार? अशा वेळी वरकस जमिनीवर राहणाऱ्या या धरणग्रस्तांनी सर्वस्व बुडाल्यावर काय करायचे? म्हणजे इंग्रजांना हाताशी धरून टाटांनी ज्या जमिनी घेतल्या त्यावर टाटा हजारो वर्षे काहीही करू शकतो. मनात आले की इथल्या शेतकऱ्यांना हुसकावून लावू शकतो. तेव्हा ही मोगलाई आजची पिढी सहन करेल असे मला वाटत नाही. नानाजी, आपण संस्थाने खालसा झाली म्हणतो. पण भांडवलदारांची ही संस्थाने दिवसेंदिवस वाढतच आहेत. असे राजेमहाराजे पुन्हा निर्माण होणार असतील तर स्वातंत्र्य मिळून काय उपयोग? भांडवलदारांच्या जोखडातून मुक्त होण्यासाठी काही वर्षांनी आपल्याला पुन्हा स्वातंत्र्यलढा उभारायला लागण्याची

वेळ आली तर आश्चर्य वाटायला नको... यात मला राष्ट्रहितापेक्षा टाटांचेच हित दिसत आहे. आणि सरकार त्याला पाठिंबा देत या धरणग्रस्तांना वाऱ्यावर सोडत असेल तर जगण्यासाठी हे धरणग्रस्त कुठल्याही थराला जाऊ शकतात.''

नानाजी जोशींकडं आश्चर्यानं पाहायला लागले. म्हणाले,

''संपादकसाहेब, तुम्ही या तरुणांच्या हिंसक मार्गाचं समर्थन तर करत नाही ना?''

''अजिबात नाही. या लोकशाहीमध्ये हिंसक मार्गाचे कोणीही समर्थन करणार नाही. कारण आपल्या राज्यघटनेने तळागाळातल्या लोकांनाही संरक्षण दिले आहे. त्याला सन्मानाने जगण्याच्या अधिकार दिला आहे. पण नानाजी, आपल्या लोकशाहीत या धरणग्रस्तांच्या बाबतीत ते घडत आहे का? याचाही विचार आपण केला पाहिजे. ते घडत नसेल तर सार्वजनिक हिताच्या नावाखाली आपले सर्वस्व हरवून बसलेला आणि आपल्या हक्काची जाणीव झालेल्या या देशाच्या कुठल्याही नागरिकाच्या मनात असले विचार येणे हे स्वाभाविक आहे, असे मला वाटते. म्हणून मी म्हटले, की हे तरुण जे काही बोलतात ते खरे आहे. याचा अर्थ धरण फोडण्याचे मी समर्थन करतो असे नाही. या तरुणांच्या मनात धरण फोडण्याचे आलेले विचार, ही मी एक लोकभावना समजतो. मला तो केवळ टाटांच्या विरोधातला नाही, तर व्यवस्थेविरुद्धचाच उद्रेक वाटतो. आज संतापाने त्यांच्या मनात आलेले हे विचार उद्या ते प्रत्यक्ष कृतीत आणतीलच असे नाही. मात्र स्वातंत्र्य मिळविण्यासाठी आपलं सर्वस्व द्यायला निघालेल्या या स्वतंत्र भारत देशातील नागरिकाच्या मनात अशी भावना निर्माण होणे, ही आपल्या स्वतंत्र भारत देशाला मान खाली घालायला लावणारी गोष्ट आहे. जर स्वातंत्र्य, समता, न्याय या गोष्टी केवळ बोलण्यापुरत्या राहिल्या असतील, गरीब गरीब आणि श्रीमंत श्रीमंत होत राहत असेल तर या देशातल्या प्रत्येक नागरिकाला स्वातंत्र्य मिळाले आहे का? हेसुद्धा पाहिले पाहिजे.''

जोशींचं हे बोलणं त्यांनी देशाच्या विविध भागांत पाहिलेल्या विस्थापितांच्या वेदनेतून आलं होतं. नानाजींना ती वेदना समजली नव्हती असं नाही. पण त्यांना कुठल्याही प्रकारची हिंसा मान्य नव्हती. आणि या हिंसेत तर आपल्याच लोकांची हानी होती म्हणून ते म्हणाले,

''संपादकसाहेब, इतकी वर्षे लढवलेल्या या लढ्याला आता यश

मिळण्याचे दिवस जवळ आले आहेत. त्याला हिंसेचं गालबोट लागून पुन्हा सत्याग्रहाच्या काळात रेल्वेवरच्या गोळीबारानं जे घडलं तसं घडायला नको. आता आपल्याला बाहेरून पाठिंबा मिळायला लागला आहे. मोठी आंदोलनं करणारी नेते मंडळी टाटा धरणग्रस्तांच्या मदतीला येणार म्हटल्यावर न्याय मिळणं दूर नाही. अशा वेळी आततायीपणा करून आपण आपला घात करणं मला योग्य वाटत नाही.''

नानाजींचं असं आर्जवी बोलणं ऐकल्यावर मात्र जोशी मंडळातल्या पोरांकडं बघत बोलायला लागले. म्हणाले.

''नानाजी म्हणतात ते खरं आहे. आता माध्यमांमुळं कुठलीही गोष्ट लपून राहत नाही. पंचवीस वर्षांपूर्वी मी या भागात यायचो तेव्हा या भागात मला कुठंही वर्तमानपत्र दिसलं नाही. म्हणून मी 'मुळशीच्या बेटावरून' काढून माझ्या परीने ते पोचवण्याचा प्रयत्न केला. आता वर्तमानपत्र वाचणारा वर्ग इथं वाढला आहे. पूर्वी ट्रान्झिस्टर दिसायचा नाही. पण आता घरोघरी टीव्ही दिसतो. त्यामुळं लोकांना कायदा कळू लागला आहे. आजचं हे संघटित रूप त्याचेच फलित आहे. कधी नव्हे ते टाटा धरणग्रस्तांचा प्रश्न विधानसभेत गेला आहे. त्यामुळे लोकप्रतिनिधी आणि धरणग्रस्तांचे नेते एकत्र येऊन लढले तर हा प्रश्न सुटायला फार वेळ लागणार नाही. मात्र लोकप्रतिनिधी नको त्या गोष्टीत गुंतले आहेत. त्यांनी मुळशी धरणाला सेनापती बापट जलसागर असे नाव देऊन सेनापतींविषयीचा संभ्रम आणखी वाढवला आहे. तरीही नानाजी म्हणतात तो बाहेरच्या मोठ्या नेत्यांचा पाठिंबा या आंदोलनाला बळ देणार आहे. नर्मदा आंदोलनाच्या नेत्या आता टाटा धरणग्रस्तांसाठी धावून येणार आहेत. त्यामुळे हे आंदोलन मावळ-मुळशीपुरते मर्यादित न राहता व्यापक स्वरूप घेणार आहे. आणि त्यातूनच कदाचित इथल्या टाटा धरणग्रस्तांची पंचाऐंशी वर्षे भोगत असलेल्या भोग आणि दुःखातून मुक्ती होईल, असे नानाजींप्रमाणे मलाही वाटते.''

मंडळातल्या तरुणांची लोकभावना खरी मानली तरी जोशींनाही नानाजींसारखी न्याय मिळण्याची आशा वाटत होती. तीही त्यांनी बोलून दाखवली. आक्रमक असणारे रामभाऊ आणि भवारबाबांचाही नर्मदा आंदोलनाच्या नेत्या येणार म्हटल्यावर हुरूप वाढला होता. मंडळाच्या तरुणांच्या मनात आलेली भावना भवारबाबांच्या मनात तर कितीतरी आधी

आली होती. त्यांना तो दिवस आठवला आणि मंडळातल्या पोरांकडं बघत ते म्हणाले,

“आज तुमच्या मनात आलंय ते आमच्या मनात लयंदी आलं होतं. पण मनातलं मनातच विरून गेलं. बरं, इथं फटाके घ्यायला पैसे नाही आन् बॉम्ब घ्यायला कुठून आणणार! आणि याची टाटाला निस्ती कुणकुण लागली तरी पोलिसांचा भुंगा सोडतो तो आपल्या मागं. मंग मनात योजल्यालं समदं आपोआप गळून पडतं. आमचं तसं झालं, तुमचंबी तसं होईल बघा! आता ते आठवलं की, वाटतं कसला विचार करीत होतो आपण. पण तेव्हा आमचीबी तुमच्यावानीच अवस्था होती. रगात गरम होतं. अंगात रग होती. मंग वाटायचं इतक्या वर्षात न्याय मिळाला नाही. आता आपण आपल्या हिमतीव न्याय मिळवायचा. पण ते तेवढं सोपं नाही, हे मागून उमजलं. तुमचंबी तसं होईल. चार-सा मयने गेले की तुमीबी विसरून जाल समदं.”

“नाही, आता तसं नाही होणार! आता जगणार तर सन्मानानेच जगणार!”

तुकारामचा इरादा पक्का होता. पण भवारबाबाही त्यातून होरपळून निघालेले होते. हे असले विचार मनात येतात ते पाण्यावरील बुडबुड्यासारखे हे त्यांनी अनुभवलेलं होतं. म्हणून ते तुकारामला म्हणाले,

“सन्मानाने जगण्यासाठी लढाही सन्मानानेच द्यायचा. आता धरण फोडण्यासारखा रडीचा डाव खेळायचा नाही!”

“बरोबर आहे. पोरांनो, भवारबाबांचे बरोबर आहे. आपल्याला न्याय मिळेल आणि सन्मानही मिळेल. त्यासाठी या खोऱ्यात पंचाऐंशी वर्षांपूर्वी सर्व महाराष्ट्रातून मोठमोठी लोकं आली. आताही मेधाताई पाटकर यांच्यासारख्यांना आपल्या खोऱ्यात येऊशी वाटत आहे. म्हणजे टाटानं आणि सरकारनं आपल्याला या डोंगरात वाऱ्यावर सोडलं असलं तरी आपल्या देशातली माणुसकी अजून नाहीशी झाली नाही. त्या माणुसकीवर आपण विश्वास ठेवला पाहिजे. आणि असले विचार मनातून काढून टाकले पाहिजेत.”

इतका वेळ शांत बसलले तात्याही बोलले. त्यात रामभाऊंनीही भर घातली. म्हणाले,

“पोरांनो, मी तुमच्या विचाराचाच आहे. लय झाला आता अन्याय. मलाही वाटतं आता एक घाव दोन तुकडे झाले पाहिजेत. पण मागून वाटायला

लागलं, या मावळ–मुळशीतला लढा देशातल्या कानाकोपऱ्यांत नेऊन न्याय मिळतोय का बघाव. आता मेधाताई आल्यावर ते होईल. मग तुम्हांला थोडा धीर धरायला काय जातंय. मुळशी सत्याग्रहापासून आजपर्यंत पंचाऐंशी वर्षांत कितीतरी नेत्यांना आणि पुढाऱ्यांना इथल्या मावळ्यांनी आजमावलं, आता यांना आजमावून बघू!''

रामभाऊंच्या अशा बोलण्यावर तुकारामनं श्रीधर वाघकडं पाहिलं. त्याला आता या मोठ्या लोकांसमोर काय बोलावं ते सुचेना. मात्र त्याच्या मनातला बेत तो सोडायला तयार नव्हता. त्याच्या मनात जे पक्क होतं तेच तुकारामसह मंडळातल्या सर्वच मुलांच्या मनात होतं. म्हणून मग सगळेच उठले आणि जायला लागले. तेव्हा भवारबाबा म्हणाले,

''पोरांनो, जाताजाता माझे अनुभवाचे बोल ध्यानात ठेवा. तुम्ही कितीही ढुंगाण आफटलं तरी तुम्ही मनात योजलेलं टाटा तर कधी पूर्ण होऊन देणार नाहीच, पण मागूनमागून तुम्हीबी ते विसरून जाल. मात्र एक होईल तुमच्या या धमक्यांचा फायदा पुढारी उठवतील आणि टाटाकडून आपली झोळी भरून घेतील.''

पोरांनी यावर उलट प्रतिक्रिया दिली नाही. आतापर्यंत पुढं होऊन बोलणारा तुकारामही नामदेवकडं बघून चालायला लागला. नामदेवचं मन द्विधेत अडकलं. पोरगा एक घाव दोन तुकडे करायला निघाला आहे तर संघटना आपले दुबळेपण मान्य करून बाहेरच्या पाठिंब्याकडं डोळे लावून बसली आहे. त्याला एकदम म्हादू सांगत आलेल्या आणि साठे गुरुजींच्या पुस्तकातल्या सत्याग्रहातल्या गोष्टी पुन्हा आठवल्या. तेव्हाही पुढारी बाहेरूनच आले होते. आता इतक्या वर्षानंतर पुन्हा तेच. नामदेवच्या मनात असे विचार सुरू असतानाच नानाजी मेधाताईंच्या सभेविषयी बोलायला लागले,

''मंडळी, आता आपलं टाटा धरणग्रस्तांचे आंदोलन हे जनआंदोलनाचे व्यापक रूप घेणार आहे. आपण तिथं अशीच एकजूट दाखवली तर आपण टाटाच्या तावडीतून सुटू...''

नानाजी पुढं त्यांचं नेहमीचंच भाषण करत राहिले. शिबिराला या, सभेला या, तारीख, वेळ, स्थळ, एकजूट राखा. लोकशाहीवर विश्वास ठेवा. सनदशीर मार्ग, न्याय मिळेल... असं बरंच काही नामदेवच्या कानावर पडत राहिलं. रामभाऊ, भवारबाबा, तात्या आणि आणखीही कितीतरी जणांची

भाषण झाली. ती आजपर्यंत मोठ्या उत्साहानं ऐकणाऱ्या नामदेवचं मन मात्र आता त्यात रमत नव्हतं. त्याला या क्षणी दिसत होतं ते आपलं पठारवस्तीवरचं जळणारं घर. ते त्याच्या डोळ्यासमोरून जात नव्हतं. त्यामुळं बैठक संपलेली त्याला कळलंच नाही. लोक आपापल्या गावांकडं निघाले तेव्हा तोही पठारवस्तीवरच्या गड्यांच्या मागं बधिर होऊन चालत राहिला!

पुढं होऊन बोलायला लागलेला नामदेव घर जळाल्यापासून गपगप राहायला लागला होता. घर जळालं आणि सरकारनं त्या घटनेला म्हादूच्या चितेलाच जबाबदार धरलं. ही गोष्ट त्याच्या मनाला खूप लागली होती. घर, जमीन, गावशिव वाचावी म्हणून आयुष्यभर जिवाचा आटापिटा करणाऱ्या म्हादूची, मृत्यूनंतरही अशी विटंबना होताना बघून त्याचा जीव तुटत होता.

अंधार पडल्यावर घरी येणारा देवा आता रात्रही रानातच काढायला लागला होता. चार मेढी रोवलेल्या आणि त्याला कूड घालून वर पालापाचोळा टाकून केलेला आडोसा म्हणजे नामदेवचं घर. तिथं राहण्यापेक्षा देवाला महादेवाच्या डोंगराच्या पायथ्याच्या झिपऱ्या आंब्याखाली झोपणंच आवडायला लागलं होतं. सुरुवाती सुरुवातीला नामदेव आणि शिवा महार रात्रीच्या अंधारात आवाज देत त्याला शोधत जायचे आणि बळंच घरी घेऊन यायचे. त्यांना वाघ आणि तरसासारख्या प्राण्यांची भीती वाटायची, पण देवाला त्याचं काहीच वाटत नाही. घरापेक्षा त्या आंब्याखालीच त्याला निवांत झोपलेला बघितल्यावर नामदेवनंही अलीकडं त्याला रात्री-अपरात्रीचं उठवून घरी आणायचं सोडून दिलं आहे. गुरं मात्र अंधार पडला, की घराजवळ येऊन उभी राहतात. नामदेव त्यांना घरासमोरच्या झाडांना बांधतो. आणि देवा त्यांना पहाटेच्या अंधारातच येऊन परत रानात घेऊन जातो. मग सरस्वतीला भाकरी घेऊन त्याच्या मागं मागं जावं लागतं.

नामदेवला मात्र आता सारखी सिधा पडवळाची आठवण येत होती. मरायच्या आधी सिधा पडवळही गपगप राहायचा. आपलीही अवस्था आता त्याला तशीच वाटत होती. कुठं जाऊशी वाटत नाही, की कोणाशी बोलूशी वाटत नाही.

आपली जमीन आपल्या नावावर करून घ्यायला निघालेला नामदेव बेघर झाला. घर जळालं. पठारवस्तीवर हसू झालं. मोठ्या तोऱ्यानं पुढारपण

करत पठारवस्तीवरच्या लोकांना पुढाऱ्यांकडं नेत होता, मोर्चात नेत होता. साहेबांसमोर बोलत होता. आज त्याचा सगळा तोरा उतरला. गरिबानं गरिबासारखं जगावं. मजुरानं मजुरासारखं आणि मालकानं मालकासारखं. पण नामदेव मालक व्हायला निघाला. आपल्याच जमिनीचा मालक! त्याचं फळ त्याला मिळालं. माणसानं नको ती स्वप्नं बघू नयेत. आणि दुसऱ्यांनाही दाखवू नयेत, असे विचार नामदेवच्या मनात यायला लागले. आणि त्यामुळंच आता त्याला पठारवस्तीवरच्या लोकांना भेटूशी वाटेना, की त्यांच्याशी बोलूशी वाटेना!

शिवा महाराला मात्र त्याची ही तगमग कळत होती. पठारवस्तीला गावठाण दर्जा मिळण्याचं स्वप्न दाखवणारा नामदेव असा हताश झालेला त्याला बघवत नव्हतं. या डोंगरावर जनावरांसारखं जगणाऱ्यांना हक्काचं गाव मिळेल, त्याला नाव मिळेल, हक्काची जमीन मिळेल, गावात वीज येईल, घरातली चिमणी जाऊन घर लाईटीनं उजळेल. आणि पाण्यासाठीची वणवणही संपेल. अशा कितीतरी गोष्टींकडं पठारवस्ती आता डोळे लावून बसली होती. अशा वेळी नामदेवनं हात टेकून बसणं त्याला पटत नव्हतं. देवळात होणाऱ्या बैठकांकडंही नामदेवनं फिरकनं सोडल्यावर मात्र शिवा महारानं त्याला गाठलं. बांधावर बसून धरणाच्या पाण्याकडं एकटक बघणाऱ्या नामदेवशेजारी बसत तो म्हणाला,

"नामादा, जनवारागत जगनाऱ्या या पठारवस्तीला मानसावानी जगायला मिळन्याची सप्नं पडायला लागली ती कुनामुळं? तुझ्यामुळं. आन् आता मानूस म्हनून जगन्याचा हक मिळायची येळ जवळ आली आन् तू असं हात टेकल्याव वस्ती कुनाच्या त्वांडाकं बघनार?"

"ते सपान, सपानंच ऱ्हानार शिवादा! आमच्या थोरल्या म्हाताऱ्यावानी. या धरनानी आपल्याला मानसातून उठवलं आन् या रानात फेकलं. मानसावानी जगायचा हक शारातल्यांना, आपल्याला नाय. त्यांना चांगलं जगायला मिळावं म्हनून कुनीबी येनार आन् आपल्याला लाथाडनार! पह्यलं नांदत्या गावातून लाथाडलं, आन् आता या रानातल्या वस्तीहून लाथाडायला निघालेत. शिवादा, हे वावार म्हंजी निस्ती माती नाय. ती आई हाये आपली. इतकी वर्षं ती आईवानीच माया करीत आलिये आपल्याव. येक दाना टाकला, की वंजळभर दानं देऊन आपलं प्वाट भरनारी. तिच्यापून टाटानी आपल्याला दूर

लोटूने. तसं झालं तू ही मातीमाय आपल्याला कव्हा नजरं पडायची नाय आणि तिलाबी आपून कव्हा दिसायचो नाय. मंग ना कव्हा मनाला सुखावनारा तिचा वास येनार, ना कव्हा तिच्या अंगाखांद्यावर डुलनारी पिकं दिसनार... आपली अवस्था तीच तिचीबी अवस्था. डुलनारी पिकं बघितल्याव आपल्या त्वांडावलं सुख बघायला ती तरी कुनीकं असनार. शिवादा, या मातीशी असं नातं जडल्यालं कुनाला सांगायचं. उंद्या टाटाच्या मनात काय आलं, तर या नात्याचं काय व्हनार? आन् या मातीच्या मायेबिगर मी कसा जगनार?''

धरणाच्या पाण्याकडं बघतच नामदेव बोलला. तेव्हा शिवा महार म्हणाला,

''असं मलाबी वाटत व्हतं. पन तुझ्यामुळं आणि पुढाऱ्यामुळं आता धीर आलाय. आन् आता तर भायेरचे मोठे पुढारी येनार म्हनल्याव आपल्याला हक्काचं गाव मिळनार. गावाला नाव मिळनार आन् आपली शातं आपल्या नावावबी व्हनार, असं वाटायला लागलंय.''

शिवा महाराला मोठी आशा वाटायला लागली होती. पण म्हादूकडून रात्रंदिवस मुळशी सत्याग्रहाच्या, त्यातील पुढाऱ्यांच्या गोष्टी ऐकून आणि आताही पुढाऱ्यांकडं आशेनं पाहत राहून पदरात काही पडत नाही म्हटल्यावर नामदेवला सारखी म्हादूची आठवण येऊ लागली होती. त्यातच परवा तो नामदेवच्या स्वप्नात आला. ते शिवा महाराला सांगताना म्हणाला,

''शिवादा, धरनाची कुनकुन लागल्यापून आपले वाडवडील पुढाऱ्यांच्या त्वांडाकं बघत आलेत. ते सांगतील तसं वागत आलेत. पन त्यांच्या पदरात कव्हा काय पडलं नाय. ते पुढारी मात्र न्ह्याल झाले. येवढंच काय पन आपल्या खोऱ्यात येनारे नवखे पुढारीबी म्होरं थोरांड नेते झाले. आपून मात्र व्हतो तिथंच राह्यलो. आता नानाजींकून मोठी आशा व्हती. पन तेबी आता भायेरून येनाऱ्या पुढाऱ्यांकं डोळं लावून बसले. अशा येळी रोज थोरल्या म्हाताऱ्याची आठवन येती. तो सारखा म्हनायचा, आमी पुढारी म्हंतील तसं वागलो. सत्याग्रहाचे नेम पाळले. पन टाटा आऱ्हाटत नाय म्हनल्याव आमाला वाऱ्याव सोडून समदे पुढारी परत गेले. धरान झालं. पन त्यानी कव्हा सत्याचा मार्ग सोडला नाय. परवा तर सपनात येऊनबी सांगायला लागला. म्हनाला, नामा, तुला लढनं सोड म्हनत नाय. आपल्या जमिनीकरता मी लढलो. मला पाप्याला त्यात नाय आलं यास. तू लढ. पन निस्ता पुढाऱ्यांकं डोळं लावून

बसू नको. ते येत्यात आन् आशा दावून जात्यात. आपला जीव आपल्या मातीत असतो. तो कसा जगवायचा ते आपलं आपूनच ठरवायचं. मंग ज्योतिश्वराचं नाव घेत म्हनाला, पन नामा, तुक्यावानी रडीचा डाव खेळन्याचा इचारबी कव्हा मनात आनू नको. पाठीत घाव घालनाऱ्याची जात आपली नाय. असं करनं आमाला अवघाड नव्हतं. ते तर आमी कव्हाच केलं असतं. पन धरान फोडून धरनाखालच्या आपल्याच मानसांचा जीव घिऊन मिळवलेल्या जमिनीत आपल्याला जया जानार हाये का? आन् मंग आपल्या मानसांचा जीव घेन्याचं पाप कुनीकं फेडायचं? अशानी टाटात आन् आपल्यात फरक काय राह्यला. आन् ज्योतिश्वर. त्याची शपथ... समदं इसरायचं का? मंग तर मेल्याव नरकातबी जागा नाय मिळायची...'' असं बोलता बोलताच नामदेव गप झाला. बराच वेळ नुसताच धरणाच्या पाण्याकडं एकटक बघत राहिला. मग शिवा महाराच बोलला. म्हणाला,

''आता पह्यल्यावानी राह्यलेलं नाय. त्या दिशीच्या बैठकीत ते पत्रकार सायेबबी सांगत व्हते, आता लोकं जागी झाल्यात. अडान्यालाबी कायदा कळायला लागला.''

''निस्ता कळून उपेग काय, शिवादा.''

धरणाच्या पाण्याकडं बघतच नामदेव पुन्हा बोलायला लागला. म्हणाला,

''ते समदे कायदे टाटावानी पैशावाले आणि पुढारी आपल्याला पायजे तसे वाकवत्यात. तसं नसतं तर कूळकायद्यानी आपल्या जमिनी आपल्याला कव्हाच मिळाल्या असत्या. पान्याभायेरच्या वरकस जमिनी टाटाच्या नावाव झाल्या नसत्या. गाव बुडाल्याव आपल्या वाडवडलांचं पुनर्वसन झालं असतं. त्यांना नवं गाव मिळालं असतं. त्याला नाव मिळालं असतं. करून खायला हक्काची जमीन मिळाली असती. पन झालं काय? हितं आपल्या गावात सुखानं नांदनाऱ्या आपल्या वाडवडलांच्या किती पिढ्या या रानात उपऱ्यावानी जगायला लागल्या. आणि ज्यांनी हे समदं केलं त्या टाटाच्या मेहेरबानीवरच जगायची येळ आली. हे समदं इंग्रजांनी केलं म्हंत्यात. पन मागून पुढारी बनलेल्या आपल्या लोकांनी तरी कुठं निस्तारलं. वाऱ्यावच सोडून दिलं ना आपल्याला. मंग कुठंय कायदा? शिवादा, आन् आता तर समदं मनच उडालंय यातून. मागं वस्तीनी तुला गावठानात घ्यायला इरोध केला. तव्हा वाटलं उगीच या भानगडीत पडलो. गाव व्हनार पन त्यातून तुला वगळनार.

तुला या मानसांमधी ऱ्हान्याचा हक नाय का? तू मानूस नाय? त्यापरीस ते गावठानच नको.''

''जगाची रीतच हाये ती नामादा, पठारवस्ती बोलती ती काय खॉटं नाय. समद्या खोऱ्यातल्या गावात म्हारवाडे गावाभायेरच हायेत. मंग त्यात जगायेगळं काय हाये. पह्यल्यापह्यल्यानी माझ्याबी मनाला लागलं. म्हनून वस्तीत मिसळायचं सोडलं. पन आता मनानीच वस्तीबाहेर झालोय मी. राह्यला प्रश्न तुमच्या-आमच्या घरोब्याचा. तो काय दूर गेल्यानी तुटनार हाये का? तव्हा आता इतकं करून समद्याव पानी फिरवू नको.''

शिवा महारानं नामदेवला समजून सांगण्याचा प्रयत्न केला. तेव्हा अजूनही धरणाच्या पाण्यावरची नजर न हटवताच नामदेव म्हणाला,

''या पान्यानीच समदा घात केलाय, शिवादा. या पान्यानी गाव गिळलं. आणि आता झऱ्याचं पानी बंद झाल्याव धरनाच्या पान्याकं बघत तहानंनी मरन्याची येळ येनार आपल्याव.''

''तात्यानी तोऱ्यात सोसायटी काढली व्हती. पन ती बंद पडल्याव परत कामदाराकंच नाक घासत जायाला लागलं ना! आता दूध घालायला गेल्याव त्याच्याम्होरं मान वर करता येत नाय. परवा तोच कामदार म्हनत व्हता, पार्टीवाल्याच्या बंगल्याचं काम झालंय. आता तो त्याच्या कुडान केलेल्या रानात कुनाला येऊन देनार नाय. तिथं बारके बारके बंगले बांधून इकनार तो. हा पार्टीवाला म्हंजी आनखी दुसरा टाटा! ममईत राहून या रानातली कुठली जमीन कुठं हाये ते त्याला समदं कळतं. त्या समद्या जमिनी त्याला घवत्यान. मात्र हितं ऱ्हानाऱ्या चिंधूदाला त्याची जमीन घवत नाय. तो आता मावळतीचं पठार सोडून महादेवाच्या डोंगराकं बघत बसतोय.''

''शिवादा, हितं ज्याच्याकं पैसा हाये तो कायबी करतो. अगदी मानसंबी इकात घेतो. चेरमन, कैलासशेठ. कामदार अशी मानसं त्यातलीच. इकल्या गेल्याली. अशी इकतची मानसं असल्याव ममईत बसून काय, पार सातासमुद्रापार बसूनबी हितल्या जमिनी पार्टीवाल्यांना दिसत्यात आन् घवत्यात. आता हे शारातले पैशावाले टाटा आपल्या मुळाव उठलेत. येक टाटा व्हता आपल्या रानात. आता हे समदे टाटा मिळून आपला जीव घेनार!''

''पन झरा बंद झाल्याव म्होरं काय?''

शिवा महारानं मनातली शंका विचारली. धरणाच्या पाण्यावरची नजर

हटवत नामदेवनं शिवा महाराकडं पाहिलं. म्हणाला,

"आता पुढाऱ्यांकं डोळं लावन्याबिगार दुसरं काय करनार! बाहेरचे पुढारी येनार हायेत. तव्हा नानाजी म्हनल्यापरमाने म्होरल्या ऐतवारच्या सभेला जायचं. आणि नव्या पुढाऱ्यांना गाऱ्हानं सांगून ते काय करत्यात ते बघायचं. तेवढंच आपल्या हातात."

पुढाऱ्यांनी आजपर्यंत पदरात काही पाडलं नसलं आणि सत्याग्रहापासूनच्या पुढाऱ्यांची कीर्ती नामदेव ऐकत आला असला तरी अजूनही त्याला या पुढाऱ्यांशिवाय दुसरा पर्याय दिसत नव्हता.

शिवा महार यावर काहीच बोलला नाही. मात्र पुढचं संकट त्याला दिसत होतं. त्याची काळजी दोघांच्याही चेहऱ्यावर उमटली होती. मग पठारवस्तीवर आता पाण्याशिवाय जगायचं कसं या चिंतेतच, ज्या पाण्यानने उद्ध्वस्त केलं त्या धरणाच्या पाण्याकडं दोघंही बघत बसले.

पचवीस वर्षांपूर्वी नामदेवनं लढाई सुरू केली होती. टाटानं घेतलेली आपली जमीन आपल्या नावावर करण्याची. तेव्हा केवढा उत्साह होता त्याच्यात! कुठं कुठं फिरत होता. कोणाकोणाला भेटत होता. काय काय शोधत होता. ते तुकारामकडून वाचून घेत होता. म्हादूला खोदून खोदून विचारत होता. आपल्याबरोबर पठारवस्तीवरच्या लोकांनाही घेत होता. तेव्हा मनात आशा होती. आपण कसत असलेली, आपली जमीन आपल्या नावावर होण्याची. पण तो ज्यांच्याकडं डोळं लावून बसला होता ते पुढारी आता दुसऱ्या पुढाऱ्याची वाट पाहायला लागल्यावर त्याच्या मनात घालमेल सुरू झाली. आता धडपडीचं आणि पायपिटीचं काय होणार? या विचारानं त्याची झोप उडाली. त्यात घर जळालं. त्याच्या पंचनाम्यानं त्याच्या घराण्याचाच पंचनामा झाला. अशा संकटाच्या वेळी पुढारीच काय, पण संघटनाही काही करू शकली नाही. निषेध करून आणि निवेदनं देऊन नामदेवचं घर परत उभं राहिलं नाही. सरकारनं तर त्याला घुसखोर म्हणून उपराच ठरवलं. सांगायला घर होतं. आता तेही नाही. त्यामुळं पुन्हा पंचनामा होण्याची भीती त्याच्या मनात घर करून बसली आहे. सह्याद्रीच्या डोंगररांगांत, मुळा नदीच्या काठावर, स्वयंभू ज्योतिरूपेश्वराच्या कुशीतलं आकसई गाव धरणानं गिळलं. आणि त्या गावात शेकडो वर्षे जगणाऱ्या म्हादू बोडकेच्या वाडवडिलांच्या आजपर्यंतच्या पिढ्याही गिळल्या. आकसईचं अस्तित्व नष्ट झालं तसं

शेतकरी म्हणून बोडकेच्या मागच्या पिढ्यांचंही. आकसईची माती म्हादूच्या वाडवडिलांच्या हाडामांसाची आहे. *त्या मातीत आपण मिसळणार नाही.* ही वेदना घेऊनच म्हादू या जगातून निघून गेला. या मातीत माती होऊन जगावं, असं वाटणारा इथला भूमिपुत्रच या मातीचं मोल जाणत होता. आज तेच उपरे झालेत. आकसईच्या कुशीत म्हादू बोडकेच्या पिढ्यांसारखे कितीतरी शेतकऱ्यांच्या पिढ्यांचे वंश वाढत होते. त्याच वंशांची धुगधुगी असणाऱ्या नामदेवकडं वंशावळ सांगायला आता ना कसला कागद आहे, ना जमिनीचा तुकडा. टाटाच्या धरणानं ती वंशावळ गिळली. पूर्वी बलवान राजा निर्बलावर आक्रमण करून त्याचा खून करायचा. त्याचा शिरच्छेद करून त्याचं सैन्य आणि खानदान नष्ट तरी करायचा किंवा त्यांना बंदिवान बनवून त्याच्या सगळ्या साम्राज्यावर कब्जा करायचा. तिथं आपलं संस्थान निर्माण करायचा. मग अधिक बलवान झालेल्या त्या राजाची नजर आणखी दुसऱ्या प्रदेशावर पडायची आणि त्याची भूक अजूनच वाढायची. स्वतःचं साम्राज्य वाढवण्याची आणि सर्वांना गुलाम बनविण्याची भूक. टाटानंही इथल्या मुळशी खोऱ्यातल्या सुखासमाधानानं जगणाऱ्यांवर तेच केलं. त्यांच्या जमिनीवर कब्जा मिळविण्यासाठी या देशावर कब्जा करून राहिलेल्या इंग्रजांसारख्या शत्रूला हाताशी धरलं. आमिष, कपट, फितुरी... असे सगळे उपाय अवलंबून या शेतकऱ्यांच्या प्रदेशावर आपलं साम्राज्य उभं केलं. इथले गरीब शेतकरी देशोधडीला लागले. जगण्याची आस घेऊन मिळेल ती वाट धरून त्यांनी हा प्रदेश सोडला. म्हादूसारखे मातीशी इमान राखणारे मात्र बंदिवानासारखे या रानातच जगत राहिले. नामदेव त्या बंदिवानांचाच वंशज. बंदिवानच!

इतिहासाची पानं चाळून आणि पुढाऱ्यांची भाषणं ऐकून आता नामदेवलाही आपण या रानात शिक्षा भोगत असल्याची जाणीव झाली होती. या शिक्षेतून म्हादूची सुटका केली ती त्याच्या मृत्यूनंच. नामदेवची धडपड मात्र त्यातून सन्मानानं सुटण्याची होती. आपल्याला एकट्याला ते शक्य नाही म्हटल्यावर त्यानं पुढाऱ्यांच्या घरचे उंबरे झिजवायला सुरुवात केली. आशा--निराशेच्या खेळात आता मात्र, तुकाराम आणि त्याच्या मंडळानं त्याला आणखी वेगळाच घोर लावून ठेवला. रागाच्या भरात नको ते पाऊल उचलून पोरगं हातचं जातं की काय? या भीतीनं आता त्याचं सगळं लक्ष तुकारामकडं लागून राहिलं आहे. आणि तुकारामनं तर दोन-दोन दिवस पठारवस्तीवर येणं

सोडून दिलं आहे. मंडळातली पांगलेली पोरं गोळा करण्यातच आता त्याचा सगळा दिवस जातो.

श्रीधर वाघनं टाटा पॉवर कंपनीला मागण्यांचं निवेदन दिलं.

निवेदन दिलं आणि त्यातल्या मागण्या मान्य नाही केल्या तर धरण फोडण्याची धमकीही दिली. त्यामुळं कंपनीनं मंडळातल्या पोरांच्या मागं पोलिसांचा ससेमिरा लावला. मोलमजुरी करणारी पोरं पांगली, तेव्हा तुकारामला निळ्या टोपीवाल्या शिवराम भवारांचे बोल आठवले. ते म्हटल्याप्रमाणे या धमकीचा फायदा पुढाऱ्यांनी घेतला आणि परत एकदा टाटानं त्यांनाच जवळ करून मंडळातल्या पोरांची कोंडी केली. पोलीस आणि निवडणूक निधीच्या नावाखाली टाटाकडून पैसा उकळणारे पुढारी पोरांच्या मागं हात धुऊन लागले. यात तुकारामचा बळी जाऊ नये, म्हणून एक दिवस नामदेवनं त्याला समजावलं. अंगणातल्या दगडावर बसून झोपडीकडं एकटक बघणाऱ्या तुकारामला तो म्हणाला,

''तुक्या, मी जमिनीचा मालक व्हयाला निघालो आन् घर घालवून बसलो. आता तुला तुरुंगात डांबल्याव समदंच संपलं.''

''तुरुंगात डांबायला केलंय काय? आपण आपला हक्क मागतोय. आपून कोणाची चोरी केली नाही, की लबाडी केली नाही. इथं न्याय मागून मिळत नसेल तर तो असाच मिळवला पाहिजे.''

मंडळातली पोरं पांगली असली तरी तुकारामच्या मनातला बेत काही गेला नव्हता. ते त्याच्या बोलण्यातून कळल्यावर नामदेव सबुरीनं घेत म्हणाला,

''न्यायाकरता मीबी लढतोय. तुझा पंजाबी लढला. त्यानी तर मोठमोठ्यांबरं सत्याग्रह केला...''

''पण न्याय मिळाला नाही.''

तुकाराम हातघाईवर आलेला. पण नामदेव बोलत राहिला. म्हणाला,

''पन म्हनून काय आमी कुनाचा जीव घ्यायला निघालो नाय.''

''मग आम्ही तरी कुठं कुणाचा जीव घ्यायला निघालोय. आम्ही फक्त आमच्या जमिनीवरचं टाटानं साठवलेलं पाणी काढणार आणि ती ताब्यात घेणार. मोर्चे, सभा, बैठका, विनंत्या, निवेदनं, अर्ज... सगळं सगळं करून

झालं आता, बाबा. टाटा तर आपल्या उरावरच बसलाय, पण सरकारही न्याय देत नसेल तर आपल्यावरचा अन्याय आपणच दूर करायला पाहिजे. तुम्ही जो सत्याग्रह म्हणता, त्या सत्याग्रहाच्या सेनापतीनेही तेच केलं होतं. आम्ही काही नवीन करत नाही. सरकारला आणि टाटालाही कळू दे, की शेतकऱ्याच्या सहनशक्तीचा बांध फुटला की काय होतं ते.''

''काय व्हनार. त्यात आपलीच मानसं मरनार. आन् न्यायाकरता हे समदं करतो म्हननारे तुरंगात जाऊन बसनार. टाटाला परत रान मोकळं!''

''मग आता दुसरं काय करणार? या रानात जनावरासारखं बिनबोभाट मरणार? न्याय मिळायच्या सगळ्या आशा मावळल्यात आता, बाबा. परवा आम्ही कृष्णा खोरे विकास महामंडळाच्या ऑफिसमध्ये गेलो होतो. त्यांना म्हणालो, आता इतकी वर्षे झाली, टाटानं इथल्या शेतकऱ्यांच्या जमिनी बळजबरीनं घेऊन त्यावर धरण बांधून तो गब्बर झाला. इंग्रजांच्या काळात जे झालं ते स्वातंत्र्यानंतर आपल्या काळात सुधारलं पाहिजे. सरकारनं धरण ताब्यात घेतलं पाहिजे. तेव्हा दबक्या आवाजात तिथले अधिकारी म्हणाले, की मुळशी धरणाची जमीन टाटाला कायमची दिली आहे. आता मग तूच सांग बाबा, सरकारच्या नोकरांकडून असं ऐकायला मिळत असेल तर अशा सरकारकडून न्यायाची अपेक्षा ठेवून किती दिवस जगायचं?''

''पन पोरा, गाव करीन आन् नाव तमाखलं व्हईल. तू मंडाळ मंडाळ म्हंतो. पन पुलीस मागं लागल्याव बिळातच घुसून बसली ना समदी! भवारबाबा म्हनत व्हता ते खॉटं नाय. बुडबुड्यावानी समदं. त्याचे अनुभवाचे बोल सांगत व्हता तो त्या दिशी. आन् असला रडीचा डाव खेळायला आपून काय मारेकरी नाय टाटाचे. त्यानी केलेला जुलूम त्याच्यापाशी. ते आपल्याला सोभनारं नाय. भायेरच्यांनी येऊन या रानात केला तेवढा जुलूम लय झाला. आता आपून त्यात परत भर घालायला नको. देवबी परीक्षा बघत असंल आपली. अशा आघुरी मार्गानी गेल्याव तो तरी कसा पावनार आपल्याला? थोरला म्हातारा म्हनत व्हता तसे हे भोगच हायेत आपले. ते भोगत राह्याचे, कव्हा तरी ते संपन्याची वाट बघत. पन जव्हा ते संपतील तव्हा जगाम्होरं ताठ माननी जगता आलं पायजे. कुनाचे मारेकरी म्हनून जगन्यापरीस हे भोग परवडले. तव्हा माझं ऐक. मंडळातली पोरं आता पांगल्यात. म्होरंम्होरं करून त्यात तुझा बळी नको जायला. समदं व्हईल बैज्वार. आता भायेरून पुढारी

येत्यात. पुढारी आन् त्यांच्या भाषनांना मीबी आता कटाळलोय. पन एक मन म्हंतं एक दिस जुलमाचा शेवट व्हईल आन् देव पावन, त्या आशेवच या बैठकांना आन् मोर्चांना जायचं. दुसरा कुठला मार्ग नाय दिसला की असं समदं त्या देवाव सोडायचं. म्हंजी कसला आघुरी इचार मनात येत नाय. आन् एवढ्या वर्षात इतके पुढारी बघितले, आता हे बघू. समदे म्हंत्यात आता व्हईल समदं जिथल्या तिथं, तर व्हईनबी. तव्हा ऐतवारच्या सभंला जायचं. मावळ-मुळशीतले टाटाचे समदेच धरनग्रस्त येनार हायेत तिथं. आपूनबी जाऊ. ही पिडा आपल्या येकल्याची नाय...''

''पण घर तर आपल्या एकट्याचंच जळालं. आता पार्टीवाल्यानी त्याच्या सगळ्या जमिनीला कंपाऊंड घालून त्यात बंगले बांधून विकायला लागलाय. सेकंड होम म्हणं. आपलं घर जाळून आणि तोंडचं पाणी काढून यांचं सेकंड होम होणार. आणि इतक्या वर्षात टाटाला सुचलं नाय. आता म्हणतोय प्रत्येक वाडीवस्तीला पिण्याचं पाणी देणारं. भीक दिल्यासारखं. म्हणजे आयुष्यभर आपण टाटाच्या वळचणीला जगायचं का? तुम्ही जगला. मी नाय जगणार. मंडळातली पोरं पांगली. पांगली असतील तर पांगू दे. मी एकटा लढंल.''

तुकारामला सनदशीर मार्गानी न्याय मिळेल असं वाटतच नव्हतं. पण म्हणून त्यानं न्याय स्वतःच मिळवण्यासाठी निवडलेला मार्ग नामदेवला पटत नव्हता. बाप-लेकाचं त्यावर असं बोलणं चालू असतानाच मल्हारी आला. त्याला बघून नामदेव म्हणाला,

''मल्हारी, आता तूच सांग बाबा याला समजून. नको ते खूळ घिऊन बसलाय डोक्यात. अशानी जीव द्यायची पाळी यायची माझ्यावं.''

''काय व्हत नाय नामादा.''

तुकारामवर एक नजर टाकून नामदेवकडं बघत मल्हारी बोलायला लागला. म्हणाला,

''निस्त्या बोलन्यानी आन् धमकीनी काय व्हत नाय. मागंबी येकदा येका मंडळानी टाटाची भिऱ्याची कंपनी उडवायची धमकी दिली व्हती. ती जशी समदे इसरून गेले तशी हीबी जातील. यांच्या धमकीनी येक मात्र झालं. पुढाऱ्यांची चंगळ सुरू झाली. निवडनुकीच्या आधीच निवडनूक निधी मिळायला लागला म्हणत्यात. असे समद्याचे हात वले झाल्याव कसलं मंडाळ आणि क्वान त्यातली पोरं. गेलं समदं वाऱ्याव इरून. काय तुक्या, खरं की खॉटं?''

मल्हारीनं तुकारामकडं पहात विचारलं. तेव्हा थोड्या रागातच तुकाराम बोलायला लागला. म्हणाला,

"चार-दोन पोरं पांगली म्हणजे सगळं मंडळ फुटलं नाय."

"क्वान पोरं हायेत तुझ्या मागं आता?"

मल्हारी थोडा आवाज चढवून बोलायला लागला. म्हणाला,

"तुमच्या मंडळातला श्रीधर वाघ. मंडळाच्या जिवाव वाघासारखी डरकाळी फोडत कंपनीत निवेदन देऊन आला. पन पुलीस मागं लागल्याव त्यानं मंडळात येनं सोडलं. मंग काय राह्यलं तुमच्या धमकीचं आन् निवेदनाचं. तुक्या, सोताच्या जिवाव आलं की समदीजन पह्यल्यानी आपला इचार करत्यात."

"असं नाय होणार. मंडळात येणं सोडलं म्हणजे मंडळ सोडलं नाय, की मंडळ बंद पडलं नाय. आमच्या मंडळाची आम्हांला माहिती. निवेदन दिलं म्हणून एवढा बोभाटा झाला. नाय तर आम्हांला काय करायचं ते आम्ही करणारच होतो. पण आम्ही काय मजा म्हणून हे करीत नाही हे टाटाला कळाव आणि अजूनही टाटानी शानं व्हावं म्हणून आम्ही निवेदन देऊन त्याला शेवटची विनंती केली होती. आता त्याने त्याला अक्कल येणार नसेल तर त्याचं त्याच्यापाशी आणि आमचं आमच्यापाशी. तो त्याच्या मार्गाने जातोय, आम्ही आमच्या मार्गाने जाणार. आता आम्ही आमच्या रानात उपऱ्यासारखं जगणार नाही. टाटाची भीक नको आन् दया नको. आता जगनार तर मानानीच जगणार. तुम्ही म्हणता मंडळातली पोरं फुटली, पण असं कधीच होणार नाही."

तुकारामला मल्हारीचं खरं वाटेना. मग मल्हारीनं आणखी पुढचं सांगितलं. म्हणाला,

"असं नाय व्हनार तर मला सांग, मागच्या आठ दिसात श्रीधर वाघ तुला किती येळा भेटला."

"नाय भेटला." तुकाराम.

"आणि मंडळातली बाकीची पोरं. म्हंजी तिस्करीचा रोहिदास, पोमगावचा धुरवास, कुंभेरीचा इजा, वडवाथरचा आशा?"

"आता आम्हीच ठरवलंय. सगळं शांत होईपर्यंत भेटायचं नाय म्हणून."

"या समद्यांना पुलिसांनी येक दिवस डांबलं व्हतं पौडात. तू त्या दिशी

घवला नाय, पन तुझ्याबी मागाव हायेत ते. तुलाबी येक दिवस तरी बंद करतील.''

''तेच मघापून सांगतोय त्याला. ते आपल्या गरिबाचं काम नाय.''

नामदेव मध्येच बोलला. तेव्हा मल्हारी म्हणाला,

''तुक्या, तुझ्या डोक्यात जे खूळ हाये ते त्या समद्या पोरांनी आता सोडून दिलंय. त्या दिशी पुलीस चौकीतून बाहेर आल्याव श्रीधर वाघ मला सोताला म्हनाला, आमी आता हायकोर्टात जाऊ. आन् येळ पडली तर त्याच्याबी वरच्या कोर्टात. मंग आता तुक्या तू मला सांग, धमकीची भाषा सोडून कोर्टाची भाषा कशी सुरू झाली. पुलिसांचं झ्यांगाट मागं लागल्याव समदे घाबरल्यामुळंच ना! तुला सांगतो तुक्या, पुढाऱ्यावानी येनारी ही समदी लोकं अशीच. आपल्या खांद्याव बंदूक ठेवून लढनारी. त्यात आपलाच बळी जानार. त्या दिशी मी श्रीधर वाघला म्हनालो, तुझ्या वकिलाशी वळखी हायेत तर तू कोर्टाचंच मनाव घे. या धमक्यांनी काय व्हनार नाय. आन् तुलाबी सांगतो. आत गेलास तर तुला सोडवायला तुझ्या मागं कुनी येणार नाय. जगाचं व्हईल ते आपलं व्हईल. आता झऱ्याचं पानी बंद व्हनार असलं तरी उपकार म्हन नायतर भीक म्हन, पन टाटाचं पानी येनार हाये. त्यातच समाधान मानायचं आन् दिवस ढकलायचे. मी पुढाऱ्यांमदी वावरतो, म्हनून सांगतो. समदे टाटाला मिंधे हायेत. तो कायबी करू शकतो.''

''मंग असंच जगायचं?''

तुकारामनं जळालेल्या घराच्या जागी बांधलेल्या झोपडीकडं पाहिलं. तेव्हा मल्हारीलाही काय बोलावं ते सुचेना. मग नामदेवच बोलला. म्हणाला,

''ते परवडलं. या खोपटात सुखानं गोळ्यामेळ्यानं मरू तरी!''

नामदेव एकदम हळवा झाला. त्याच्या बोलण्यातली कातरता तुकारामला आणि मल्हारीलाही जाणवली. दोघंही त्याच्याकडं नुसतेच बघत राहिले. बराच वेळानं मग नामदेवच पुन्हा बोलला. म्हणाला,

''तुक्या, थोरल्या म्हाताऱ्याचा आत्मा आजून या रानात घुटमळतोय. त्यानीबी लढा दिला. पन कव्हा रडीचा डाव नाय खेळला. आपून तो खेळला तर त्याच्या आत्म्याला कव्हा शांती नाय मिळायची. वारकऱ्याचं घरानं आपलं. गळ्यात माळ घालून हातात बाम्ब नाय घ्यायचा. आन् आजून तुझं व्हयाचं जायाचंय. लगीनयाव्ह, सोयरीक...लय वाढून ठेवलंय म्होरं. त्यात

अशी समद्यांशी दुस्मानी करून जगनं आवघाड. ते नको म्हनून मागं म्हशी याल्याव मनात नसतानाबी परत मुळेश्वर सोसायटीला दूध घालायला लागलो मी. माह्या मानी सोभावाला ते पटलं नाय. मोठ्या तोऱ्यात ज्योतिश्वर सोसायटीत दूध घालायला लागलो व्हतो. पन मागून तो तोरा उतारला, तव्हा कामदार माह्याकं बघून हासायचा, पन हितं जगायचं म्हंल्याव ते समदं सोसायचं... बघू. अजून देव किती सत्त्व बघतोय ते! मात्र थोरल्या म्हाताऱ्याची लढाई म्होरं चालू ठेवायची. ऐतवारच्या सभेला जायचं.''

''लढाई. पिढ्यान्‌पिढ्या पुरेल ती. पुढारी नुसते खेळवतात बाबा तुम्हाला. आपल्या थोरल्या म्हाताऱ्यापासून हा खेळ चालू आहे या खोऱ्यात. यात पुढारी मोठे झाले. आपूण मात्र आहे तिथंच राह्यलो. आणि असंच पुढाऱ्यांच्या भरवशाव बसलो तर पुढेसुद्धा तसेच राहू. या रानातल्या अंधार कोठडीतून कधी बाहेर येणार नाही आपूण. तिकडं मुंबईत झगमगाट व्हावा म्हणून आपल्याच रानात आपल्यासाठी बनवलेला तुरुंग आहे हा. नुसत्या सभांनी आणि पुढाऱ्यांच्या भाषणांनी त्यातून आपली सुटका होणार नाही. आपल्याला माणूस म्हणून सन्मानाने जगायचं असेल तर आपणच हातपाय हलवले पाहिजेत. पोरं आता पांगलेली दिसत असली तरी मंडळ शांत बसलेलं नाही, हे तुम्हांला लवकरच कळेल. तुम्ही तुमच्या मार्गानं जा. तुमचे पुढारी तुमचं भलं करो. आम्हांला त्याच्याशी काही घेणं-देणं नाही. आता इथून पुढं आमचे पुढारी मात्र आम्हीच असणार! आमच्यावर अन्याय होतो, असं आम्हांला वाटलं तर तो दूरही आम्हीच करणार. तोही आमच्या पद्धतीनं.''

तुकारामचा असा निर्धार पाहून मल्हारी आणि नामदेव त्याच्याकडं नुसतेच पाहत राहिले.

रविवारी तुकाराम नेहमीप्रमाणेच पहाटे उठून पठारवस्तीवरून खाली उतरला. कालपर्यंत नामदेवला अपेक्षा होती, तो आपल्याबरोबर आज तळेगावच्या सभेला येईल, पण त्याच्या बोलण्यावरून आणि रोजच्याप्रमाणेच सकाळी सकाळी पठार सोडल्यावरून आता त्याला शाश्वती वाटत नव्हती. सभेला जाताना ती एक मोठी काळजी त्याला लागून राहिलेली होती. पण तुकाराम नाही म्हणून नामदेव थांबला नाही. शिवा महार, मल्हारी, चिंधूदा,

बारकूदा लक्ष्मण... अशा पठारवस्तीवरच्या गड्यांना घेऊन सभेचं ठिकाण गाठण्यासाठी तो तळेगावच्या दिशेनं निघाला. पोमगावमध्ये आले. तिथून एक जीप भरून निघाली होती. तिथंच नामदेवला कळलं, की सकाळपासून गावागावांतून शंभरदीडशे धरणग्रस्त तळेगावच्या दिशेनं गेले आहेत. तिथं सभा नसून शिबिर आहे; पण नामदेव आणि पठारवस्तीवरचे सगळेच त्याला सभा म्हणत होते. मागच्या बैठकीत नानाजी हताश वाटत होते. पण आता मोठे पुढारी येणार म्हटल्यावर लोकांचा उत्साह वाढला होता. मग मोठ्या जोशातच सर्वांनी मिळून एक दुधाचा ट्रक पकडून तळेगाव गाठलं.

सभेचं ठिकाण माणसांनी भरलं होतं. महाराष्ट्रभरातून आंदोलक आले होते. नर्मदा खोऱ्यासह दिल्ली, छत्तीसगड, राजस्थान, झारखंडसारख्या राज्यातलेही कार्यकर्ते तिथं आंदोलनातले आपले अनुभव सांगत होते, जे मुळशी-मावळातल्या धरणग्रस्तांना आपल्यासारखेच वाटत होते... घोषणा घुमत होत्या. जमीन आमच्या हक्काची, नाही कोणाच्या बापाची, कोण म्हणतं देणार नाय, घेतल्याशिवाय राहणार नाय... अशा घोषणांनी सभेत चैतन्य आलं होतं. मावळ-मुळशीतल्या वाड्या-वस्त्यांवरून आलेल्या आया-बहिणीही बेंबीच्या देठापासून ओरडत या घोषणा देत होत्या. अंगावरची मळकी, जोडाची लुगडी गुडघ्यापर्यंत सावरून आणि पदर कमरेला खोसून लढाईला निघालेल्या त्या रणरागिणी वाटत होत्या. घोषणा देण्यात पुरुषही मागे नव्हते. त्यांचाही उत्साह आज दुणावला होता. तरुणांचं एक कलापथक ढोल-ताशा, ढोलकी, झांज अशी वाद्यं घेऊन एका बाजूला उभं होतं. त्यांच्याच शेजारी एक साठीतला म्हतारा हातात तुतारी घेऊन मोठ्या ऐटीत उभा होता. त्याच्या अंगावरच्या घड्या पडलेल्या पैरणीवरून ती ठेवणीतली पैरण आज त्यानं बऱ्याच वर्षांनी अंगावर चढवलेली दिसत होती. नवंकोरं धोतर आणि डोक्यावर तुरा काढलेला फेटा सगळ्यांचं लक्ष वेधून घेत होता.

बराच वेळानं घोषणा थांबल्यावर कलापथकातल्या तरुणांची गाणी सुरू झाली. टाटा आणि सरकारच्या विरोधातल्या त्या गाण्यांनी जमलेल्यांचा उत्साह आणखीनच वाढला. नाउमेद झालेल्या नामदेवची उमेद थोडी वाढली. मग स्टेजवर बसलेल्या पुढाऱ्यांकडं तो बराच वेळ एकटक बघत राहिला.

'जनआंदोलनाचा राष्ट्रीय समन्वय' असं ठळक अक्षरात लिहिलेला बॅनर त्याला वाचता येत नसतानाही त्याचं लक्ष वेधून घेत होता. पठारवस्तीचा प्रश्न आता खोऱ्याबाहेर जाणार. देशभर पसरणार. टाटा करीत असलेला जुलूम चव्हाट्यावर येणार आणि आपल्याला न्याय मिळणार. सत्याचा विजय होणार. इतक्या वर्षांच्या लढ्याला यश येणार आणि आपली जमीन आपल्या नावावर होणार. या देशात आपल्याला गाव मिळणार. त्याला नाव मिळणार. अंधार नाहीसा होणार. आणि सन्मानाचं जगणं देणारी स्वातंत्र्याची नवी पहाट उगवणार... असं इतक्या वर्षांत भाषणांमधून ऐकलेलं बरंच काही नामदेवच्या मनात यायला लागलं. आणि त्याच्या डोळ्यासमोर म्हादू उभा राहिला. तो नामदेवकडं बघून मोठमोठ्यानं हसत होता. नामदेव संभ्रमात पडला. म्हादू का हसतोय. लढ्याला यश मिळण्याची आशा निर्माण झाली म्हणून, की आपणच या वातावरणानं भारून मनात भोळीभाबडी आशा धरली म्हणून, पुढारी पुन्हा एकदा इथल्या शेतकऱ्यांना आशा दाखवण्यात यशस्वी झाले म्हणून, की पुढाऱ्यांच्या नादी लागू नको म्हणून सांगितलं तरी त्यांच्याच इशाऱ्यावर नाचणाऱ्या आपल्या केविलवाण्या परिस्थितीवर! कशावर हसतोय म्हादू? एकीकडं मोर्चे, सभा, बैठका घेऊन सत्याग्रहाचं, सनदशीर मार्गाचं आंदोलन करणाऱ्यांवर, की रडीचा डाव खेळायला निघालेल्या तुकारामसारख्यांवर? नामदेवच्या मनात असे अनेक विचार यायला लागले आणि त्याला अचानक तुकारामची आठवण झाली. म्हादू डोळ्यासमोरून नाहीसा झाला आणि तो कावराबावरा होऊन आजूबाजूला बघायला लागला! सभेत तुकाराम कुठंही दिसत नव्हता. सभेतल्या भारलेल्या वातावरणात नामदेवच्या मनात मध्येच नको ते यायला लागलं. म्हादूच्या जागी आता त्याला धरण फोडायला निघालेला तुकाराम दिसायला लागला आणि त्याला घाम फुटला. तेवढ्यात पुन्हा घोषणा सुरू झाल्या. नामदेव भानावर आला. ढोल-ताशांचा गजर आणि मागोमाग तुतारीच्या आवाजानं सभेचं चैतन्य आणखीनच वाढलं. अंगावर काटा उभा राहिला. नामदेवनं समोर पाहिलं तेव्हा नर्मदा आंदोलनाच्या नेत्या मेधा पाटकर भाषणासाठी उभ्या राहिल्या होत्या. माईक हातात घेतला. आणि मावळ-मुळशी खोऱ्यातल्या टाटा धरणग्रस्तांनी त्यांच्या तोंडून आज एक नवी घोषणा ऐकली. ती घोषणा होती, लड़ेंगे... जीतेंगे. पंचाऐंशी वर्षांपूर्वी सत्याग्रहाच्या चळवळीत पराजयाला सामोरे जाऊन

ज्यांनी आपलं सर्वस्व गमावलं त्या शेतकऱ्यांच्या आजच्या पिढीला ही घोषणा आणि ती देणारे नेते नवीन होते. पण सगळे मार्ग बंद झालेल्यांना ती घोषणा उभारी देणारी होती. तरी तुकारामच्या आठवणीनं नामदेवचं मन मात्र भरकटलेलंच होतं. तो सभेत आता फक्त शरीरानं उभा होता. घोषणा घुमत होत्या. जोशपूर्ण भाषणाला टाळ्या मिळत होत्या. धरणग्रस्तांना आशेचा नवा किरण दिसायला लागला होता. कसत असलेली जमीन नावावर होणार, हक्काच गाव मिळणार, गावाला नाव मिळणार आणि नव्या स्वातंत्र्याची पहाट होऊन सन्मानाचं जीवनही मिळणार, असं धरणग्रस्तांना डोळ्यासमोर दिसत असताना नामदेवच्या मनात मात्र मुळशी धरण फुटून वाहत होतं. त्याच्या लाटांवर तुकाराम गटांगळ्या खात वाहत होता आणि डोंगरावर उभा राहून म्हादू आसवं ढाळत ते नुसतंच बघत होता!

शिवा महारानं नामदेवच्या खांद्यावर हात ठेवला. आणि नामदेव भानावर आला. त्यानं आजूबाजूला नजर फिरवली. शेतकरी मोठ्या उत्साहात घोषणा देत होते. लढेंगे... जितेंगे. मग त्याचाही आवाज त्यात मिसळला. लढेंगे... जितेंगे. लढेंगे... जितेंगे...

www.ingramcontent.com/pod-product-compliance
Lightning Source LLC
LaVergne TN
LVHW090048230825
819400LV00032B/633